உறவுகள்

# உறவுகள்

## நீல. பத்மநாபன் (பி. 1938)

பள்ளி நாட்களில் தொடங்கி ஐம்பதாண்டுகளுக்கும் மேலாக எழுதிவரும் நீல. பத்மநாபன் கேரளப் பல்கலைக்கழகத்தில் இயற்பியலிலும் மின்பொறியியலிலும் பட்டங்கள் பெற்று, கேரள மின்வாரியத்தில் தலைமைப் பொறியாளராகப் பணி புரிந்து ஓய்வுபெற்றவர். திருவனந்தபுரத்தில் வசித்துவருகிறார்.

'பள்ளிகொண்டபுரம்', 'தலைமுறைகள்', 'உறவுகள்', 'தேரோடும் வீதி', 'இலை உதிர் காலம்' உள்பட இருபது நாவல்கள், பதினொரு சிறுகதைத் தொகுப்புகள், ஐந்து கவிதைத் தொகுப்புகள், பதினொரு கட்டுரைத் தொகுப்புகள், மொழியாக்கங்கள் என ஐம்பதுக்கும் மேற்பட்ட நூல்களை எழுதியுள்ளார்.

'இலை உதிர் காலம்' நாவலுக்காகவும் (2007), 'ஐயப்பப் பணிக்கர் கவிதைகள்' மொழியாக்க நூலுக்காகவும் (2003) சாகித்திய அகாதெமி விருதுகள் பெற்றுள்ளார். மேலும் ராஜா சர் அண்ணாமலைச் செட்டியார் விருது (1987), தஞ்சைத் தமிழ்ப் பல்கலைக்கழகத்தின் தமிழ் அன்னை விருது (1987), பாஷா பாரதி பரிசு (2006), இலக்கியச் சிந்தனைப் பரிசு (2013) உட்படப் பல்வேறு விருதுகளையும் பரிசுகளையும் பெற்றுள்ளார். இவரது படைப்புகள் இந்திய மொழிகளிலும் ஆங்கிலம், ஜெர்மன், ரஷிய மொழிகளிலும் மொழிபெயர்க்கப்பட்டுள்ளன.

இவரது எழுத்தையும் வாழ்க்கையையும் பற்றிய குறும் படத்தை சாகித்திய அகாதெமி வெளியிட்டுள்ளது.

# ஆசிரியரின் பிற நூல்கள்

**நாவல்கள்**

தலைமுறைகள் (1968)
பள்ளிகொண்டபுரம் (1970)
ஃபைல்கள் (1973)
உறவுகள் (1975)
மின் உலகம் (1976)
நேற்று வந்தவன் (1978)
உதய தாரகை (1980)
வட்டத்தின் வெளியே (1980)
பகவதி கோயில் தெரு (1981)
போதையில் கரைந்தவர்கள்,
தீ தீ, முறிவுகள் (1985)
தேரோடும் வீதி (1987)
பாவம் செய்யாதவர்கள் (1991)
வெள்ளம் (1994)
கூண்டினுள் பட்சிகள் (1995)
யாத்திரை அனுபவங்கள் சமர் (1997)
நீல.பத்மநாபனின் நாவல்கள் (2004)
இலை உதிர் காலம் (2005)

**சிறுகதைத் தொகுப்பு**

மோகம் முப்பது ஆண்டு (1969)
சண்டையும் சமாதானமும் (1972)
மூன்றாவது நாள் (1974)
இரண்டாவது முகம் (1978)
நாகம்மாவா (1978)
சிறகடிகள் (1978)
சத்தியத்தின் சன்னதியில் (1985)
வானவீதியில் (1988)
அவரவர் அந்தரங்கம் (1998)
நீல. பத்மநாபன் கதைகள்
(4 பாகங்கள், 2000)
பிறவிப் பெருங்கடல் (2008)
கொட்டாரம் (2012)

**கவிதைத் தொகுதிகள்**

நீல. பத்மநாபன் கவிதைகள் (1975)
நாகாக்க (1984)
பெயரிலென்ன (1993)
நீல. பத்மநாபனின் 148 கவிதைகள்
(2003)
நீல. பத்மநாபனின் 43 கவிதைகள்
(2013)

**கட்டுரைத் தொகுதிகள்**

சிதறிய சிந்தனைகள் (1978)
இலக்கியப் பார்வைகள் (1988)
சமூக சிந்தனை (1991)
யாரிடமும் பகையின்றி (1993)
வாழ்வும் இலக்கியமும் (1997)
நவீன இலக்கியம் – சில
சிந்தனைகள் (2001)
இன்றைய இலக்கியச் செல்நெறிகள்
(2003)
நீல. பத்மநாபனின் கட்டுரைகள்
(2005)
ஐயப்பப் பணிக்கரின் ஆளுமையும்
சில படைப்பு மாதிரிகளும் (2006)
உணர்வுகள் சிந்தனைகள் (2008)
பார்வைகள் மறுபார்வைகள் (2010)

**நாடகத் தொகுதி**

தனிமரம் (2009)

**Reader**

நீல. பத்மநாபனின் எழுத்துலக
விழுதுகள் (2002)
NEELA PADMANABHAN – A READER
(2008)
நீல. பத்மநாபம் (2010)

**மொழிபெயர்த்துத் தொகுத்தவை**

தற்கால மலையாள இலக்கியம்
(1985)
மதிலுகள் – நவீன மலையாள
இலக்கியம் (2000)
ஐயப்பப் பணிக்கரின் கவிதைகள்
(1999)
ஐயப்பப் பணிக்கரின் கோத்ர யானம்
(2002)

**நீல. பத்மநாபனின் படைப்புகள் பற்றிய மதிப்பீட்டு நூல்கள்**

நீல. பத்மநாபன் இலக்கியத் தடம்
(1999)
நீல. பத்மநாபன் படைப்புலகம் (2001)
(தமிழ், ஆங்கிலம், மலையாளம்,
இந்தி)

நீல. பத்மநாபன்

# உறவுகள்

காலச்சுவடு பதிப்பகம்

● அன்பார்ந்த வாசகருக்கு,

வணக்கம்.

காலச்சுவடு நூலை வாங்கியமைக்கு நன்றி.

நூலின் உள்ளடக்கம், உருவாக்கம், அட்டைப்படம் இன்ன பிற அம்சங்கள் பற்றிய உங்கள் கருத்துகளையும் ஆலோசனைகளையும் காலச்சுவடு வரவேற்கிறது. தகவல், எழுத்து, வாக்கியப் பிழைகள் தென்பட்டால் கட்டாயம் தெரிவித்து உதவுங்கள். நூல் தயாரிப்பில் கடும் குறைபாடு இருப்பின் மாற்றுப் பிரதி உங்களுக்குக் கிடைக்கக் காலச்சுவடு ஏற்பாடு செய்யும்.

மின்னஞ்சல்: **publisher@kalachuvadu.com**

காலச்சுவடு நாகர்கோவில் அலுவலகத்திற்குக் கடிதம் அனுப்பலாம்.

தங்கள்
எஸ்.ஆர். சுந்தரம் (கண்ணன்)
பதிப்பாளர் — நிர்வாக இயக்குநர்

உறவுகள் ❖ நாவல் ❖ ஆசிரியர்: நீல. பத்மநாபன் ❖ © நீல. பத்மநாபன் ❖ முதல் பதிப்பு: 1975 ❖ காலச்சுவடு முதல் பதிப்பு: ஏப்ரல் 2023, இரண்டாம் பதிப்பு: அக்டோபர் 2023 ❖ வெளியீடு: காலச்சுவடு பப்ளிகேஷன்ஸ் (பி) லிட்., 669, கே.பி. சாலை, நாகர்கோவில் 629001

**uRavukaL** ❖ Novel ❖ Author: Neela. Padmanabhan ❖ © Neela. Padmanabhan ❖ Language: Tamil ❖ First Edition: 1975 ❖ Kalachuvadu First Edition: April 2023, Second Edition: October 2023 ❖ Size: Demy 1x 8 ❖ Paper: 18.6 kg maplitho ❖ Pages: 400

Published by Kalachuvadu Publications Pvt. Ltd.,669 K.P. Road, Nagercoil 629001, India ❖ Phone: 91-4652-278525 ❖ e-mail: publications@kalachuvadu.com ❖ Printed at Mani Offset, Chennai 600077

ISBN: 978-81-19034-09-3

10/2023/S.No.1184, kcp 4760, 18.6 (2) ass

என் அப்பாவுக்கு

**முன்னுரை**

# உறவுகள் பற்றி . . .

"Quality is never an accident
It is always the result of an intelligent effort
There must be the will to produce a superior thing."

– *JOHN RUSKIN*

'தலைமுறைகள்' (1968), 'பள்ளிகொண்டபுரம்' (1970), 'ஃபைல்கள்' (1973) இந்த மூன்று நாவல்களுக்குப் பிறகு நான்காவதாய்ப் புத்தக வடிவம் பெறும் என் நாவல் இது. இந்நாவலைக் காகிதத்தில் வடித்தெடுக்க – முதல் டிராப்டுக்கு பதினைந்து மாத காலம் – அதாவது 1973 ஜனவரிமுதல் 1974 மார்ச் வரை வேண்டிவந்தது. மேலும் இரண்டு மாத காலத்தில் மே 1974இல் நகல் எடுத்து முடிந்தது.

முந்திய என் எல்லா நாவல்களைவிடவும் என்னை மிகவும் கஷ்டப்படுத்திய நாவல் இது. தனிநபர் என்ற மையக் கிரகத்தைச் சுற்றிய உறவு மண்டலத்தில் ஒன்றுக்கொன்று இழுக்கும், விலக்கும் எத்தனையோ சிறிய பெரிய கிரகங்கள்... இன்றைய வாழ்வில் ஒவ்வொருவரும் அவரவர் தனித் தன்மையுடன் ஆத்மப்போர் தொடுத்தவாறு தன்னந்தனிமையில் உழலும் உழற்சியை, யந்திர மாற்றங்களின் வீச்சில் தன்னையும் லயித்துச் சேர்க்க இயலாது தனிப்பட்டுப்போய் விமோசனத்திற்கு அகம்பிரம்மத்தை அடைக்கலமாகத் தவிக்கும் தவிப்பை, பந்தபாசமெனும் உறவுகளின் உணர்வு

மண்டலத்தில் கடைந்து விகசிக்க முனைந்த வினையே இந்த நாவல்... ஒரு பார்வைக்குப் பொருத்தமில்லாததாய்த் தோன்றும் சின்னச் சின்ன நிகழ்ச்சிச் சிதறல்கள், தாரதம்ய ஆராய்ச்சிக்கு மெனக்கெடாத வேறுபாடுகளில் இழையோடும் ஒருமைப்பாடு, சுதந்திரமான வாழ்க்கைப் பார்வை, தீவிரமான தேடல் ஆர்வம், அசலை மீறிப் புதிய அனுபூதிகளைத் துழாவும் சிரத்தை, யந்திரத்தன்மையில் அகப்பட்டுக் கரைந்து போகாதிருக்கத் தன்னைத்தானே கண்டுபிடிக்கக் கலை செய்யும் ஆத்ம சோதனை – இத்யாதியானவைகளுக்கு வந்துவிட்ட நவீன (அ) நாவல் உலகைப் புரிந்துகொள்ளும் சமகாலப் பிரக்ஞையுள்ள உங்கள் முன் ஆத்ம தைரியத்துடன் – தன்னம்பிக்கையுடன் இந்நாவலை வைத்திருக்கிறேன்.

மனித சமூகங்கள் இன்று எங்கணும் நிலையற்றது *(Fluid)* ஆகிக்கொண்டிருக்கிறது. குறிப்பிட்ட ஜன சமூகம் *(Fixed Society)* என்ற அமைப்பு சிதிலமாகிக்கொண்டிருக்கும் காலம். எனவே ஒரு குறிப்பிட்ட சமூகத்தை விட்டுவிட்டு, முழுமையான ஒரு அனுபவத்தை இந்நாவலில் வெளியிட முயன்றேன். முந்திய என் நாவல்களிலிருந்து இந்த நாவலின் முக்கிய வேறுபாடு இதுவென்று தோன்றுகிறது. வாழ்வெனும் நாடகத்தில் ஒவ்வொரு மனிதனுக்கும் எத்தனை எத்தனை வேடங்கள்! அப்பாவுக்கு மகனாய், மகனுக்கு அப்பாவாய், அக்காளுக்குத் தம்பியாய், தம்பி தங்கைகளுக்கு அண்ணனாய், மனைவிக்குக் கணவனாய், மேலதிகாரிகளுக்குக் கீழ்ச் சிப்பந்தியாய், கீழ்ச் சிப்பந்திகளுக்கு மேலதிகாரியாய், நண்பனுக்கு நண்பனாய், எதிரிக்கு எதிரியாய் – இப்படி எத்தனை எத்தனையோ வேடங்கள், முகங்கள். மற்றவர்களின் குறைகளை எளிதில் கண்டுவிடும் நம்மால் எவ்வளவு தூரம் நம்மைப் புரிந்துகொள்ள முடிகிறது? ஆத்ம சாட்சாத்காரம், தன்னைத்தானே புரிந்துகொள்ளுதல் *(Self–realisation)* – இப்படி எந்த வார்த்தையால் சொல்லப் பட்டாலும் சரி, தன் உணர்வு *(Ego)* என்பதிலிருந்து விலகித் தன்னைப் பார்க்க ஒரு கலைஞனுக்காவது முடிய வேண்டாமா? மனித இனம் தோன்றிய காலமத்தனைக்கும் பழக்கமானது தந்தை – தனயன் என்ற உறவும், தந்தையின் பிரிவில் தனயனின் துயரமும். மகாபாரதத்தில், ராமாயணத்தில், பைபிளில், ஒடிஸியில் எல்லாம் கையாளப்பட்டுள்ள இந்தத் துயரை ஒரு மகா துயரமாய் *(Great Sorrow)* விகசிப்பிக்க முடியுமா என்று என்னளவில் இந்நாவலில் முயன்றிருக்கிறேன். அப்பா – மகன் என்ற உறவைப் புனிதமாய்ப் போற்றும் நான் இந்த உறவின் ஆழத்தைத் தேடி உருவாக்கிய இந்நாவலுக்கு, இதே

உறவின் பவித்திரத் தன்மையை நினைவில் நிரந்தரமாக்க நிறுவியிருக்கும் ராஜா சர் அண்ணாமலைச் செட்டியார் பரிசு (1977) கிடைத்தது என்பதுகூட என்னை மீறிய ஒரு தெய்வீக சக்தி (Devine Power)யால்தான் என்றும் மனப்பூர்வமாய் நம்புகிறேன். இந்நாவல் எழுதும்போது நான் அடைந்த வேதனை, விம்மல், உழைப்பு, அவமதிப்பு, பொருள் இழப்பு இவைகளுக்குக் கிடைத்த ஆறுதலாய், நம் மொழியில் தீவிரமிக்க (Serious) இலக்கிய முயற்சிகளுக்குக் கிடைக்கும் அங்கீகாரமாய், இந்தக் கௌரவத்தை அளித்த எம்.ஏ.சி. அறக் கொடை நிறுவனத்துக்கு என் நன்றியைத் தெரிவித்துக்கொள்கிறேன். தவிர, இந்நாவல் பற்றிக் கருத்தரங்குகள் நிகழ்த்திய சதங்கை இலக்கிய வட்டம், சென்னை நண்பர் வட்டம், மதுரைப் பல்கலைக்கழகம் முதலிய எல்லா அமைப்புகள், திறனாய்வு செய்த விமர்சகர்கள், பத்திரிகைகள், முகம் தெரியாத வாசக அன்பர்கள், இந்நூலைப் பல்கலைக்கழகங்களில் பாடமாய் அமைத்த ஆசிரியர்கள், இப்போது வெளியிடும் திருவரசு புத்தக நிலையத்தார் – இவர்கள் அனைவருக்கும் என் நன்றி.

திருவனந்தபுரம் நீல. பத்மநாபன்

(முதற்பதிப்பிலிருந்து)

# 1

மேஜைமீது குவிந்துகிடந்த ஃபைல்கள் ஒவ்வொன்றாய் எடுத்து வாசித்துப் பார்த்து ஆர்டர் போட்டுக்கொண்டிருந்தபோது, நாளை விடுமுறையாதலால் இன்னும் மூன்று மணி நேரத்தில் சொந்த ஊருக்குச் செல்ல பஸ்ஸில் ஏறப் போகிறோம் என்ற ஒரு எதிர்பார்ப்புணர்வு ராஜகோபாலின் நெஞ்சில் கனத்துக்கொண்டிருந்தது.

மனசின் ஆழத்தில் இன்னதென்று விளக்கத் தெரியாத அர்த்தமற்ற ஒரு பரபரப்பு...

வெளியில் புனல்புரத்தின் தீ வெயில்... மேலே அனல் காற்றை அறை முழுவதும் வாரி இறைத்துக்கொண்டிருக்கும் மின்விசிறி... ஜன்னல் கம்பிகள் கோடு கிழிக்க, தூரத்தில் நிமிர்ந்துகிடக்கும் கல்லடையாறும் அதன் பசுமையான கரையும்தான் ஒரு குளிர்ச்சியை அளித்துக்கொண்டிருக்கின்றன.

காலை மணி பதினொன்று.

அறைக் கதவைத் திறந்துகொண்டு தாமஸ் உள்ளே நுழைந்து ஒரு சிறு கவரை மேஜைமீது வைத்துவிட்டுச் செல்கிறான்.

அதைக் கையில் எடுத்துப்பார்க்கும்போதே ஏனோ நெஞ்சம் படபடத்தது. தபால்காரன் அப்போதுதான் அந்தக் கடிதத்தை டெலிவரி செய்துவிட்டுப் போயிருக்க வேண்டும்.

உறையைக் கிழித்துக் கடிதத்தை வெளியில் எடுத்து நிமிர்த்திப் பார்த்தபோது, தன் கடைசித் தம்பி ராமகிருஷ்ணன் எழுதியிருக்கிறான் என்று புலப்படுகிறது. உள்ளுக்குள் என்னமோ ஒரு பயம்.

"அன்புள்ள அண்ணாவுக்கு,

இங்கே அப்பாவுக்கு உடம்புக்குச் சுகமில்லாமலாகி இன்று காலையில் மெடிக்கல் காலேஜ் ஆஸ்பத்திரியில் அட்மிட் செய்திருக்கிறோம். வார்ட் எண் 2, பெட் நம்பர் 6. ஹார்ட்டில் என்னவோ வியாதி என்று டாக்டர் சொன்னார்..."

— என்ற வரிகளை வாசிக்கையில் ஒரு கணம் இதயம் அப்படியே நின்றுபோய்விட்டதைப் போல், அடிவயிற்றில் ஒரு வெட்டி இழுப்பு.

மேற்கொண்டு கடிதத்தில் எழுதியிருந்த வரிகளை வாசிக்க முடியவில்லை. தன்னைச் சுற்றிய உலகமே ஸ்தம்பித்துப் போய் விட்டது போல்.

உள்ளுக்குள் அந்தப் பயத்தின் விஷ வித்து அதற்குள் விஸ்வரூபமெடுத்துக் கொண்டு அடர்ந்து வளர்ந்து வியாபித்து விட்டது. மேஜை மீது படபடத்துக்கொண்டிருந்த ஃபைல்களையோ காரியாலயக் கடிதங்களையோ தொடக்கூட முடியாமல் எதிர்ச்சுவரையே வெறித்தபடி உட்கார்ந்திருந்தான்.

அப்பா...

என் அப்பா...

சின்னக் குழந்தையைப் போல் அழவேண்டும் போல் தோன்றுகிறது.

இந்தக் கடிதம் நேற்று எழுதப்பட்டுத் தபாலில் சேர்ப்பித்திருக்க வேண்டும். இன்று, இப்போது, தன் கையில் இது கிடைக்கும் தருணத்திற்குள் அங்கே என்னென்ன சம்பவித்திருக்கக் கூடாது...

'ஹார்ட்'டில் என்றால்...

மேலே சிந்திக்க முடியவில்லை; வியர்த்துக் கொட்டியது. ஏன் கடிதம் போட்டிருக்கிறான்? தந்தி கொடுத்திருக்கக் கூடாதா?

அனாவசியமாகப் பயப்படுத்த வேண்டாமென்றா? இந்தக் கடிதம் மட்டும் பயப்படுத்தாமல் என்ன செய்கிறதாம்?

இன்னொரு விஷயம் ஞாபகம் வருகிறது. இன்று புதன் கிழமையல்லவா, சென்ற வார இறுதியில் சனிக்கிழமை மாலையில் ஊருக்குச் சென்று, ஞாயிறும் திங்களும் அங்கே கழித்துவிட்டு, நேற்று செவ்வாய்க்கிழமை காலை ஒன்பது மணி அளவில்தானே இங்கே வருவதற்காக, தன் வீட்டிலிருந்து பஸ் நிலையத்திற்குப் புறப்பட்டோம். அப்படியென்றால், அப்பாவை ஆஸ்பத்திரியில் அட்மிட் பண்ணும்போது, அங்கே உள்ளூரில் தன் வீட்டில் தான்

நீல. பத்மநாபன்

இவன் இருந்திருக்கிறான். அப்படியிருந்து, ஒரு பர்லாங் தொலைவு கூட இருக்காத தென்னைவிளாகம் தெருவிலிருந்த தன் குடும்ப வீட்டிலிருந்து இந்த ராமகிருஷ்ணனோ – அவன் தன் நான்காவது தம்பி – இப்போ அவனுக்கு வயசு இருபத்தொன்றிருக்கும், அந்த வீட்டிலேயே மனைவி, குழந்தையுடன் வசிக்கும் இரண்டாவது தம்பி பாலச்சந்தரோ, அவனுக்கு இருபத்தொன்பது வயசு, அப்பாவை ஆஸ்பத்திரிக்குக் கூட்டிக்கொண்டு செல்லும் முன், மூத்தவன் தனக்குக்கூட விவரம் அறிவித்திருக்கலாம்! ஒருவேளை, அதிகாலையிலேயே, வழக்கம் போல் இவன் இங்கே புனல்புரத்திற்கு வந்துவிட்டிருப்பானென்று அவர்கள் எண்ணியிருக்கக் கூடும்! எதுக்கும், தன்னை எதிர்பார்த்திருந்து நேரத்தை வீணடிக்காமல், உடனடியாக ஆஸ்பத்திரியில் அப்பாவைச் சேர்த்தது நல்லதுதான். ஹிருதயத்தில் அல்லவா வியாதி என்று எழுதியிருக்கிறான்.

அப்பாவுக்கு இருதயத்தில் அப்படி என்ன வியாதி வந்திருக்க முடியும் ?

ஊருக்குச் சென்றிருந்தபோது, சென்ற ஞாயிற்றுக்கிழமை மாலையில் அப்பா வீட்டுக்கு வந்திருந்தார். கசங்கியிருந்த வெள்ளைச்சட்டை, வேஷ்டி. முகத்தில் வேதனை. முன்னறையில் உட்கார்ந்து பேசிக்கொண்டிருக்கும்போது, சேர நாடு பத்திரிகை ஆசிரியர் ஆர்.எம்.ராமன் படியேறி வந்தார். பேச்சு தடைப்பட்டது. அப்பாவுக்கு வணக்கம் தெரிவித்துவிட்டு அன்றைய அரசியல், இலக்கியம் பற்றியெல்லாம் அவர் பேசத் தொடங்கியபோது, அப்பா எழுந்து உள்ளே சென்றார். பேரக் குழந்தைகளின் கூட அப்பா விளையாடிக்கொண்டிருந்ததை இவன் கவனித்தான். சற்று நேரத்தில் ராமனை அனுப்பிவிட்டு, இவன் உள்ளே வந்து உட்கார்ந்தபோது, வடக்குப் பார்த்துக் கிடந்த சோபாவில் உட்கார்ந்திருந்த அப்பா தன்னைப் பார்த்து, 'என்னவோடா அடிக்கடி ஹார்ட்டில் ஒரு வலி –' என்று நெஞ்சைத் தடவியவாறு, முகத்தில் வேதனை படரச் சொல்லுகிறார்.

இவன் துணுக்குற்றான்.

ஹார்ட் அட்டாக், ஹார்ட் பெயிலியர், இப்படி இப்படி இப்போதெல்லாம் அடிக்கடி கேள்விப்படுவதையும், உடனடி நடக்கும் சம்பவங்களையும் நினைத்து நெஞ்சுக்குள் ஒரு கலவரம்.

'அப்பா,இதை இப்படி வச்சுக்கிட்டு இருக்கக் கூடாது. டாக்டர் கிருஷ்ணபிள்ளையிடம் நீங்க போவதே இல்லை. உடனேயே அவர்கிட்டே போய்க் காட்டணும்' என்று சொல்லும்போது அப்பாவின் சர்க்கரை வியாதிக்குச் சிகிச்சைசெய்துகொண்டிருந்த

டாக்டர் கிருஷ்ணபிள்ளையிடம் முன்பொரு தடவை – சுமார் மூன்று ஆண்டுகளுக்கு முன் ஒரு நாள் சென்றிருந்தபோது, தன்னிடம் கூட அப்பா அதுவரை வெளியிட்டிராத இந்த ‘ஹார்ட் வலி’ என்ற வார்த்தையைச் சொல்லக் கேட்டபோது, இப்படித்தான், என்னவெல்லாமோ பயங்கர நினைவுகள் வந்து தன் மனம் துணுக்குற்றதும், பிறகு டாக்டர் கிருஷ்ண பிள்ளை அப்பாவை நன்றாகப் பரிசோதனை செய்துவிட்டு, ‘பரமேஸ்வரன் பிள்ளை, உங்க ஹார்ட்டில் ஒரு நோயும் இல்லை’ என்று அடித்துச் சொன்னதும் ஞாபகத்தில் வர, இப்போதும் ஒன்றும் இருக்காது, அப்பாவின் பிரமையாக இருக்கலாம் என்று தனக்குத்தானே மனசுக்குள் தேற்றிக்கொண்டான் அப்போது!

ஆனால்,

இப்போ ராமகிருஷ்ணன் இப்படி எழுதியிருக்கிறான் என்றால்...

‘இப்படி வச்சுக்கிட்டு இருக்கக்கூடாது. டாக்டர் கிருஷ்ண பிள்ளையிடம் காட்டணும்,’ என்று நிஷ்கர்மியாக அப்படிச் சொல்லிவிட்டு சும்மா இருந்தது, ‘டாக்ஸி பிடித்துகிட்டு வாறேன். இப்போதே டாக்டர் கிருஷ்ணபிள்ளையிடம் போயிட்டு வந்துடுவோம்’ என்று சொல்லி நீ ஏன் இயங்கவில்லை. உனக்குத் தான் அப்பாவின் குணம் தெரியுமே, டாக்டரிடம் போக வேண்டும் என்றிருந்தாலும் வாய்விட்டு அதைச் சொல்பவர் அல்லவே அவர் என்று அடிமனசிலிருந்து ஒரு குரல்.

டாக்ஸிக்கு, டாக்டருக்கு, மருந்துக்கு எல்லாம் கொடுக்க வேண்டி வந்துவிடும். ரூபாய் அப்போது தன்னிடம் இருக்க வில்லை என்பதினாலா என்று அற்பத்தனமாய் ஒரு நினைவுப் பொறி தலைநீட்டியபோது, சே... யாரிடமாவது கடன் வாங்கி யிருக்கலாம். அப்போதைய மனநிலைமையில் அது இவ்வளவு சீரியஸ்ஸாக தோன்றவில்லை என்பதாக இருக்கலாம் காரணம் என்று சமாதானம் செய்துகொண்டபோதும் மனம் திருப்தி அடையவில்லை. உட்காரப் பிடிக்காமல் எழுந்தான்,

கைக் கடிகாரத்தைப் பார்த்தபோது, மணி பனிரண்டரை. உடனடியாக ஊருக்குச் சென்றுவிட முடிந்ததென்றால், இப்போ பஸ் கிடையாதே! இனி அடுத்தது, நாளை விடுமுறை ஆதலால் ஊருக்குச் செல்ல, தான் ஏற்கெனவே டிக்கட் புக் பண்ணியிருக்கும் அந்த மூன்றுமணி பஸ்தான் – அதுக்குமுன் ஒரு டாக்ஸி வைத்துக் கொண்டு போய்விட்டால் என்ன?

மீண்டும் பாழாய்ப் போன பர்ஸின் நினைவு.

ஒரே குழப்பம்.

என்ன செய்வது, எப்படிச் செய்வது என்று ஒன்றும் தெரிய வில்லை.

யாரிடமாவது யோசனை கேட்கலாமென்றால்,

மணி ஊரிலிருந்து இன்னும் வரவில்லை. அவனை விட்டால், தன் குடும்ப விஷயத்தில் அப்படி மனம்விட்டுப் பேசி யோசனை கேட்கும் அளவுக்கு நெருக்கமானவர்கள் யாரும் இங்கே கிடையாதே.

உடனேயே இங்கிருந்து அந்தர்தானமாகி ஐம்பது மைல் தொலைவிலிருந்த மெடிக்கல் காலேஜ் ஆஸ்பத்திரியில் போய்ப் பிரத்தியட்சமாக முடிந்ததென்றால்...

எப்படியும் உடனடியாக இங்கிருந்து போய் அப்பாவின் முகத்தைப் பார்த்துவிட வேண்டுமென்று மனசுக்குள் ஒரு வெறி.

ஆபீஸை விட்டு வெளியேறி நடக்கும்போது, இந்தப் புனல்புரம் வெயிலும் தார்ரோடு சூடும் இவனுக்கு உறைக்க வில்லை. வழியில் தென்படும் மனிதர்கள், கடைகள், வாகனங்கள் எல்லாமே எப்போதோ கண்டு மறந்த ஒரு சொப்பனலோகக் காட்சியாய் ஒரு பிரமையை எழுப்புகின்றன.

நாலு மாசத்துக்கு முன் வேலை உயர்வு கிடைத்து இந்த ஊருக்கு வந்தபோது, தன் கூடவே துணைக்கு இந்த ஊர்வரை அப்பா வந்தது, வார இறுதியிலும் இடையில் வரும் விடுமுறை நாட்களிலும் ஊருக்குப் போகும்போதெல்லாம், புதிய ஊரைப் பற்றி, வேலையைப்பற்றி, உடம்பைப் பற்றியெல்லாம் அப்பா மிகுந்த அக்கறையுடன் விசாரிப்பது... இப்போ கொஞ்சகாலமாய் இரவுகளில் அடிக்கடி தன்னைத் திடுக்கிட்டு எழவைக்கும் துர்க்கனவுகள்.

இப்படி என்னவெல்லாமோ சம்பந்தா சம்பந்தமில்லாத நினைவுப்பொறிகள் –

இதையெல்லாம் மீறி மனசின் உள்ளுக்குள்ளே நிகழப் போகும் ஏதோ அபாயத்தின் ஆரம்பமோ இதுவென்ற ஒரு பயம் –

## 2

யந்திரகதியில், அரைமைல் தொலைவிலிருந்த சுவாமியின் ஹோட்டலில் போய்ச் சாப்பிட்டதாய்ப் பெயர்பண்ணிவிட்டுத் திரும்ப வந்துகொண்டிருக்கும்போது, வெறிச்சோடிப் போய்க் கிடந்த பஸ் நிலையத்தின் இடப்பக்கம் மேலே சென்று கொண்டிருந்த ரோட்டின் திருப்பத்தில் பி.ஸி. சன்ஸ் என்ற பெயர்ப் பலகை தரித்த ஒரு லாரி கிடப்பது தெரிகிறது. டிரைவரையோ கிளீனரையோ பக்கத்தில் காணவில்லை. இந்த லாரியை இப்போது இங்கே பார்க்கும்போது சொந்த ஊரிலிருந்து தெரிந்த ஒரு நபரைக் கண்டுவிட்டதைப்போல் மனசுக்குள் ஒரு துடிப்பு.

கால்கள் அறியாமல் நின்றன.

பள்ளிகொண்டபுரத்தில் மிக மிகப் பிரபலமான இந்த பி.ஸி. சன்ஸ் மரக்கடையில்தானே அப்பா சென்ற ஐம்பது ஆண்டுகாலமாக வேலை பார்த்து வருகிறார். அப்பாவின் அப்பா அந்தக் காலத்தில் பஜாரில் பெரிய வெண்கலப் பாத்திரக்கடை முதலாளி, அவர் மகன் – தன் அப்பா இப்படி இந்த பி.ஸி. சன்ஸில் மாசச் சம்பளத்தில் ஒரு சாதாரணத் தொழிலாளியாக வேலையில் பிரவேசித்ததும், இந்த ஐம்பது வருடகாலமாக அந்தக் கடைச் சம்பளத்தில் குடும்பத்தைக் காப்பாற்ற வேண்டி வந்ததும், ஒருவிதத்தில் பார்த்தால் தலைவிதி என்றுதான் சொல்ல வேண்டும்!

சற்றுநேரம் இங்கேயே காத்து நின்று லாரி டிரைவரிடம் அப்பாவின் உடல்நிலையைப் பற்றி விசாரித்தால் என்ன என்று தோன்றியது. காட்டிலுள்ள பெரிய கூப்புகளுக்குச் சென்று பெரிய பெரிய தடிகளை அப்பாதான் ஏலத்தில் வாங்கிக்கொண்டு வருவார். இப்போ இந்த லாரி

தடி லோடு செய்யப்பட்டுக் கூப்பிலிருந்து வருவதாகத் தோன்று கிறது. அப்படியென்றால் ஊர் விசேஷங்கள் இவர்களுக்குத் தெரிந்திருக்க நியாயமில்லை. வேண்டுமானால் இந்த லாரி யிலேயே ஊருக்குப் போகலாம். ஆனால் தடி புல் லோடு செய்யப்பட்டிருப்பதால் அனேகமாய் இந்த லாரி ராத்திரிதான் இங்கிருந்து புறப்படுமாக இருக்கலாம் – எனவே இவன் அங்கிருந்து நகர்ந்தான்.

ஆபீஸுக்குள் வந்து இருக்கையில் உட்காரும்போது உடம்பும் உள்ளமும் எல்லாம் மீண்டும் உஷ்ணத்தால் தகிக்கத் தொடங்கிவிட்டிருந்தது.

தாமஸ் வந்து என்னவோ கேட்கிறான்.

டைபிஸ்ட் விஜயா கையில் கடிதத்துடன் வந்து என்னமோ கேட்டுவிட்டுப் போகிறாள்.

உள்ளே ஒரு எரிமலை குமுறிக் கொந்தளித்துக் கொண் டிருக்கையிலும், இப்படி ஒரு கல்லுப்பிள்ளையார் மாதிரி தன்னால் எப்படி உட்கார்ந்திருக்க முடிகிறது என்று ஆச்சரிய மாய் வேறு இருக்கிறது.

'நான் அப்பாவை முதல்முறையாக என்று பார்த்தேன்?' இப்படி ஒரு விசித்திரமான கேள்வி மனசின் ஆழத்திலிருந்து எழுந்து வருகிறது.

நினைவு கூர்வது என்ற பிரச்னைக்கே இடமில்லாத, தனக்கு அறிவு வருவதற்கு முந்திய வாழ்வின் புலர்காலப் பருவத்தில் சம்பவித்திருந்த அப்பா சம்பந்தப்பட்ட சில நிகழ்ச்சிகளின் தகவல்கள், இறந்துபோன தன் பாட்டி வழியாகவும், வேறு பல வழிகளிலும் எப்படியோ தன்னை வந்து சேர்ந்திருக்கின்றன.

இம்மாதக் கடைசியில் தனக்கு முப்பத்திமூன்று வயசு திகைந்து விடும். இப்போது ஞாபக மண்டலத்தின் மறு கரையை, பிறந்து வளர்ந்த காலவெள்ளத்தில் முக்குளியிட்டுத் துழாவுகையில், நேரடியாய்ச் சாட்சியம் வகித்திருந்தும் கூட, மறதிப் பாறைகளில் அடிபட்டு உருமாறிச் சின்னாபின்னமாகிப் போய்விட்ட தடயங்கள் தான் அங்கங்கே அகப்படுகின்றன. அவைகளை மிக மிக மங்கலான ஊமை வெளிச்சத்தில் பார்வை இடும்போது –

அகத்தில் சில மின்வெட்டுகள்.

தனக்கு மூன்று வயசிருக்கும்போதே அடுத்த தெருவில் ஒரு திண்ணைப் பள்ளிக்குச் சென்றுகொண்டிருந்தது நினைவில் நிழலாடுகிறது.

ஆனால், அங்கே தன்னைக் கொண்டுபோய்ச் சேர்த்தது அப்பாதானா? முதல்நாள் அப்பாவின் கையைப் பிடித்துக் கொண்டுதானா அங்கே போனோம்?

ஊஹும்... ஞாபகம் இல்லை. நான்காம் வகுப்பில் வாசித்துக் கொண்டிருக்கும்போது இறந்துபோன தன் அக்காளின் கூட— அவள் தன்னைவிட இரண்டு வயசுக்கு மூத்தவள், அந்தத் திண்ணைப் பள்ளிக்குப் படிக்கச் சென்றுகொண்டிருந்தது மட்டும் புகையிழைகளாய்த் தெரிகிறது.

அந்தப் பள்ளிக்கூடத்தில் மொத்தம் மூன்று வாத்தியார்கள். ஒன்று, கிழவன் சார். இனியொன்று, அவர் மனைவி கிழவி சார். மூன்றாவது, அவர்கள் மகள் சின்ன சார். மூன்று பேரும் சிஷ்ய கணங்களை நையப்புடைப்பதில் ஒருவருக்கொருவர் சளைத்தவர்களல்ல. கீழே கடல் மணலைப் பரப்பி, விரலைப் பிடித்து எண்ணும் எழுத்தும் எழுதக் கற்பிக்கும்போது, தப்பு வந்தால் பல்லைக் கடித்துக்கொண்டு பிஞ்சு விரலைத் தரையில் தொலி உரிய அழுத்தித் தேய்ப்பது, துடையைத் துடைத்து விட்டு மணல்துகளை வாரிவைத்துச் சுரீரென்று கிள்ளுவது முதலிய மேற்படி வாத்தியார் வாத்திச்சிகளின் இம்சைகளுக்குப் பயந்து அடிக்கடி இந்தத் திண்ணைப் பள்ளிக்குச் செல்லும் வேளைகளில் வீட்டுக் கொல்லையில் போய் ஒளிவதும், விடாப்பிடியாக அப்பா அங்கே வந்து நயத்தாலும் பயத்தாலும் பள்ளி செல்ல வைப்பதும் நினைவில் வருகிறது.

ஒரு தடவை அடுத்தத் தெருவரை போய்விட்ட தான், பஜாருக்குப் போய்விட்டதாக யாரோ வீட்டில் போய்க் கோள் சொல்ல, அப்பா பிரம்பை எடுத்துக்கொண்டு வந்து, தன்னையும் ஒன்றரை வயசுக்குத் தன்னைவிட இளமையான தம்பி சுந்தரத்தையும் அடித்த ஒரு நிகழ்ச்சி.

ஒன்றின் மீது ஒன்றாய் மேஜைமீது ஃபைல்கள் நிரம்பிக் கொண்டிருந்தன. அதைக் கையிலெடுக்கக்கூட முடியாத ஒரு அசக்த நிலைமை. கைக்கடிகாரத்தைப் பார்த்தபோது மணி இரண்டேமுக்காலை நெருங்கிக்கொண்டிருக்கக் கண்டு எழுந்தான்.

மேஜை இழுப்பறையைப் பூட்டித் திறவலை ஜேபியில் போட்டுவிட்டு, அறையின் மூலையிலிருந்த தோல்பையை எடுத்துக் கொண்டு வெளியேறினான்.

வெயிலின் உக்கிரம் இப்போதும் தணியவில்லை. பஸ் நிலையத்துக்கு இவன் வந்த சற்று நேரத்தில் பஸ் வந்தது.

பஸ்ஸுக்குள் ஒரே புழுக்கம். அதைவிட உள்ளுக்குள் புழுங்கியது. பத்து நிமிஷத்தில் பஸ் புறப்பட்டது. அடைபட்டுக் கிடந்த உஷ்ணக் காற்றை விரட்டிவிட்டு, வெளியிலிருந்து சுத்தவாயு உள்ளே பிரவேசித்தபோது ஆசுவாசமாக இருந்தது. ஆனால் மனசுக்குள் ...

பஸ்ஸுக்குள் தூங்கி வழிந்துகொண்டிருந்த சகயாத்திரீகர்கள். அதில் கண்ணைக் கவரும் ஒருசில இளம் பெண் முகங்கள் ... சதுர ஜன்னல் வடிவில் வெளியே வந்து வந்து போய்க்கொண்டிருந்த இயற்கை நாடகத்தின் காட்சி வரிகள் ...

– இவை அனைத்தையும் மீறி மன அரங்கில் அப்பாவின் நன்றாய் ஷவரம் செய்யப்பட்ட வட்டவடிவமான அழகான முகம்.

அப்பாவை நினைக்கும்போதெல்லாம் அவர் ஆளுமையில் மயங்காதிருக்கத் தன்னால் முடிவதில்லை.

படியப்படிய பின்னால் சீவி வைத்திருக்கும் தலைமயிர்; அதன்கீழ் விஸ்தாரமான நெற்றி; எழுந்து நிற்கும் மூக்கு; சந்தன நிறம்; யோகாப்பியாசம் முதலிய உடற்பயிற்சியால் பண்படுத்தப்பட்ட ஐந்தரை அடி சரீரம்; குளியல் அறைக்குள் புகுந்து கதவை அடைத்துக்கொண்டு அப்பா குளிப்பதில்லை. கோவணம் உடுத்திக்கொண்டு நிலம் நனைய வேண்டி நடந்த வாறே உடம்பில் நீரைவிட்டுக் குளிக்கும்போது, இடப்புற பிருஷ்ட பாகத்தில் ஒரு ரூபாய் நாணய அளவில் வட்ட வடிவில் தெரியும் கறுத்தநிற மச்சம்.

எந்தவிதத்திலும் யாரையும் புண்படுத்தாமல் மிகுந்த கவனத்துடன் வார்த்தைகளைத் தேடியெடுத்துப் பொறுமை யுடன் ஸ்பஷ்டமான குரலில் உதிர்க்கும் நேர்த்தி.

– இப்படி அப்பா சம்பந்தப்பட்ட எல்லாமே உஷத்கால பனிமலரைப்போல் ஒரு அலாதி கவர்ச்சியுடையதாகவே தனக்குப் படுகிறது.

மறந்து வைத்துவிட்டு வந்ததைத் திரும்ப எடுக்க விரைவதைப் போல வேகமாக ஓடிக்கொண்டிருக்கிறது பஸ். முன் ஸீட்டில் இரண்டு பேர் என்னவோ வளவளவென்று பேசிக்கொண்டிருக்கிறார்கள். பின் ஸீட்டில் ஒரு குழந்தை அடிக்கடி சிணுங்கிக்கொள்கிறது.

கண்டக்டர் டிக்கட்டை வாங்கிப் பார்த்துவிட்டுச் செல்கிறார்.

இங்கே புனல்புரத்தில் வேலை உயர்வு கிடைத்து முதல் முறையாக, நாலு மாசம் முன் ஜனவரி ஒன்றாம் தேதியன்று இந்தப் பாதையில் பஸ்ஸில் வரும்போது, பக்கவாட்டில் அப்பாவும் உட்கார்ந்துகொண்டு வந்தது இப்போ ஞாபகம் வருகிறது.

எட்டாண்டு கால சர்வீஸுக்குப் பிறகு வந்த வேலை உயர்வு. முதலில் முன்னூறு மைல்களுக்கு அப்பால் உள்ள ஒரு ஊரில் வேலை உயர்வுடன் நியமனம் பண்ணி ஆர்டர் வந்தபோது அப்பா எவ்வளவு கவலைப்பட்டார். கடைசியில் எப்படியோ அதை ரத்து செய்துவிட்டு வீட்டிலிருந்து ஐம்பது மைல் தொலைவி லுள்ள இந்த ஊருக்கு போஸ்ட் பண்ணி உத்தரவு வந்தபோது அப்பா அடைந்த ஆசுவாசம். இருந்தும் வெளியூருக்கு, தான் செல்வது அவருக்குக் கஷ்டமாகத்தான் இருந்தது.

ஏதோ கடன்குறையைத் தீர்ப்பதற்கு என்பதைப் போல் அன்று தன்னை வழியனுப்ப தன் மாமனாரும் பஸ் நிலையத்துக்கு வந்திருந்தார். அப்பாவும் தன்கூடப் பஸ்ஸுக்குள் ஏறிப் பக்கத்தில் உட்கார்ந்திருப்பதை வெளியில் நின்றவாறு பார்த்துக்கொண் டிருந்த அவர், பஸ்விடப் போவதைக் கண்டும் பஸ்ஸிலிருந்து அப்பா இறங்காதிருப்பதைப் பார்த்து 'என்ன இறங்கல்லையா, பஸ் விடப் போறான்' என்று அப்பாவை அவசரப்படுத்திய போது, அப்பா வசீகரமாகச் சிரித்துவிட்டு 'நானும் போறேன்' என்ற போது அவர் முகத்தில் அசடு வழிந்தது.

பிறகு பஸ் புறப்பட்டு இங்கே புனல்புரம் வந்து சேர்வது வரையிலும், சுற்றத்தாரைச் சுற்றி மனசுக்குள் அலைமோதிக் கொண்டிருந்த அரிப்புகள் அனைத்தையும், தான் மனம்விட்டுப் பேசியதும், அதற்கெல்லாம் ஆறுதல் சொல்லி அப்பா தன்னை ஆசுவாசப்படுத்தியதும் எல்லாம் ஞாபகம் வருகிறது.

# 3

பஸ் நின்றது.

அஞ்சமம்.

இரண்டு பேர் இறங்கினார்கள். பத்து பேர் முண்டியடித்துக் கொண்டு உள்ளே ஏற முயல; கண்டக்டர், 'ரெண்டு ஸீட்தான் காலி, யாராவது ரெண்டு பேர் மட்டும் ஏறினால் போதும்' என்று தடுத்து, ஒரு கணவன் – மனைவி இளம் ஜோடியை ஏற்றிக்கொண்டான். மற்றவர்கள் கண்டக்டரை வசைபாடி நிற்க, பஸ் புறப்பட்டது.

தன் நிலையும் இப்படித்தானே! அப்பா என்று எண்ணும் போதே ஆயிரமாயிரம் நிகழ்ச்சிகள், நினைவுகள், உணர்ச்சிகள் குபீரென்று முட்டி மோதி முண்டியடித்துக் கொண்டு மேலெழும்பி வருகின்றன. இவற்றில் எது முக்கியம், எது முக்கிய மில்லாதது என்று இனம் காணக்கூடத் தெரியாத ஒரு பரவசம். சின்னச் சின்ன விஷயங்கள் உட்பட எல்லாமே ஒரேயடியாய் ஒன்றாய் ஞாபகத்தில் வருவது போலவும் இருக்கிறது. ஆனால் அவற்றைக் கோர்வைப்படுத்தி ஒவ்வொன்றையாய் விலக்கி நிறுத்தி அதன்மீது ஒளி பாய்ச்ச சிரத்தையை ஒருமுகப்படுத்தும்போது எல்லாமே ஒரேயடியாய் மாயமாய் மறந்துபோய், அப்பா என்ற உறவின் புனித உணர்வு மட்டுமே ஒரு ஜோதிப் பிழம்பாய் நெஞ்சில் மிஞ்சுகிறது.

இது ஏன்?

அப்பாவைப் பெற்ற தன் சிவகாமி பாட்டி இப்போ ஞாபகத்தில் வருகிறாள்.

அப்பாவின் இந்த நிறம், உயரம், மூக்கு எல்லாம் இந்தப் பாட்டியுடையதுதான். பாட்டி, அவள் அப்பாவுக்கு மூத்த மகள். பணவசதிக்கோ,

ஏனைய குடும்ப மகிமைகளுக்கோ குறைச்சல் எதுவும் இருக்கவில்லை. இருந்தும் முறைமாப்பிள்ளை ராஜகோபால பிள்ளைக்கே – அவருக்குக் காசநோய் இருப்பது தெரிந்திருந்தும் கட்டிக்கொடுத்தார்கள். ஆனால் அவரைப் பார்த்தால் காசரோகியென்று யாராலும் சொல்ல முடியாதாம், வாட்ட சாட்டமாய் கம்பீரமாக இருப்பாராம். சிவராத்திரி அன்று, சித்திரபுத்திர நோன்பு அன்று அவர் புராண இதிகாசங்களைக் கணீரென்று வெண்கலத் தொண்டையில் வாசிப்பதைக் கேட்க தெரு முழுதுமே வீட்டில் கூடிவிடுமாம்.

– அந்த சிவகாமி பாட்டியும் இப்போது இல்லை. ஒன்பது ஆண்டுகளுக்குமுன், பொறியியல் கடைசி ஆண்டு பரீட்சை சமயத்தில் படுத்த படுக்கை ஆனாள். 'எப்படியும் சாவமுந்தி என் செல்லப் பேரனின் கல்யாணத்தைப் பாத்துடணும்...' என்று அவள் ஆசைப்பட்டாள். ஆனால், தான் பரீட்சை பாஸாகி வேலையில் சேர்ந்தபின் நடந்த கல்யாணத்தைப் பார்க்க சிவகாமி பாட்டியை விட்டு வைக்கவில்லை காலன்.

தான் பிறக்கும் முன், பிறந்தும் அறிவு வரும் முன் நிகழ்ந்த அப்பாவின் அப்பா ராஜகோபாலபிள்ளை தாத்தா சம்பந்தப் பட்ட சமாசாரங்களை – அவரை தன் அப்பாவுக்கே சரிவர ஞாபகமில்லை என்பதும் இவனுக்குத் தெரியும். தன் அப்பா வைப் பற்றிய தகவல்கள் இவையெல்லாம் அனேகமாய் இந்த சிவகாமி பாட்டி வழியாகத் தனக்குக் கிடைத்த கேள்வி ஞானம்தானே... ஒரு சில செய்திகள் மட்டும் அம்மா, மற்ற உறவினர்கள் மூலமாகத் தன்னை வந்தடைந்திருக்கின்றன.

இப்போ ஆஸ்பத்திரியில் அப்பாவுக்கு எப்படியிருக்கிறதோ – !

ஒரு வேளை...

ஒரு வேளை...

எதிரிலிருந்து வந்து பஸ்ஸை வேகமாகக் கடந்து செல்லும் டாக்ஸிகளைக் காணும்போது மனம் படக் படக்கென்று அடித்துக்கொள்கிறது. இந்த டாக்ஸிக் கார்கள் எதிலோ, தன்னை அவசரமாகக் கூட்டிக்கொண்டு செல்ல உறவுக்காரர்கள் யாராவது விரைகிறார்களோ என்னமோ...

அடிவயிறு கலங்கியது.

பூஜை அறைக்குள் பிரேம் செய்து வைத்து வணங்கும் எல்லாத் தெய்வங்களையும் விழிகளை மூடிக்கொண்டு மனம் இறைஞ்சுகிறது.

பஜாரின் பக்கத்திலிருந்த மரக்கடை ரோட்டில் வீடு... பஜாரில் ராஜகோபால பிள்ளை தாத்தாவின் வெண்கலப் பாத்திரக் கடை. இரவு கடை பூட்டி வீட்டுக்கு வந்தால் பூரண வாசிப்பு. வீட்டின் முன் ஓடிக்கொண்டிருந்த கால்வாய். ஒரு தடவை தீபாவளிக்கு இரவில் தாத்தா கடைபூட்டி வரும்போது வாங்கிக்கொண்டு வந்த பட்டாஸை, குளிர்ந்து போகாதிருக்க அடுப்பின் பக்கத்தில் சிவகாமி பாட்டி வாங்கிவைத்தது, அது சூடாகித் திடீரென்று வெடித்துச் சிதறுகையில் வீடு கிடு கிடுக்கப் பக்கத்து வீட்டுக்காரர்கள் விழுந்தடித்துக்கொண்டு ஓடிய நிகழ்ச்சி.

– இப்படி ராஜகோபால பிள்ளை தாத்தா – சிவகாமி பாட்டி தாம்பத்திய வாழ்க்கைபற்றிய சில தாறுமாறான காட்சிகள்.

அடுத்தது ஒரு வைகாசி மாதக் கடைசியில் உத்திரட்டாதி நட்சத்திரத்தில் அப்பாவின் பிறப்பு.

இதன்கூட தாத்தாவின் நோயின் ரோதனை... பாட்டியின் இடைவிடாத சிசுருஷை. பணம் தண்ணீராய்க் கரைய ஆசாரிபள்ளம் ஷயரோக ஆஸ்பத்திரிக்குத் தாத்தாவைக் கூட்டிக்கொண்டு சென்று நடந்த சிகிட்சை.

இருந்தும், அப்பாவுக்கு ஏழு வயது இருக்கையில் தாத்தாவின் இறப்பு.

இதன்பின்தான் சிவகாமி பாட்டிக்கும் அப்பாவுக்கும் சோதனைக் காலம் ஆரம்பமானது.

தொட்டு அடுத்த வீட்டில் தாத்தாவின் தம்பி திருவடியா பிள்ளை தங்கியிருந்தார். அண்ணன் – தம்பி பாகப் பிரிவினையில் அந்த வீடு தம்பிக்கும், இந்த வீடு அண்ணாவுக்கும் சேர்ந்தது. ஆனால் திருவடியாபிள்ளையின் பெண்டாட்டி சுப்பம்மாள் பெரிய ராங்கிக்காரி. இங்கேயானால், தாத்தாவின் மறைவுக்குப் பிறகு கேட்க யாருமில்லை. பாட்டியின் அப்பா, அம்மா, மூத்த அண்ணா, இளைய அண்ணா எல்லோரும் ஒருவர்பின் ஒருவராய்க் காலத்திரைக்குள் மறைந்துவிட்டிருந்ததால், தன்னந்தனிமையில் விடப்பட்ட விதவையான பாட்டி; ஒரே மகன் என்ற இளம்கொடியுடன் கட்டப்பட்டுவிட்ட அவள் வைதவ்ய வாழ்வு.

எனவே, அடிக்கடி அடுத்த வீட்டுக் கொழுந்தனும் அவர் பெண்டாட்டியும் விளைவித்துக்கொண்டிருந்த வலுச் சண்டைகளில் தன்னந்தனிமையில் நின்று போராட வேண்டி யிருந்தது பாட்டிக்கு.

வீட்டைப் பாகப்பிரிவினை செய்தபோது வகுத்திருந்த எல்லைக்கோட்டை, ஆண்துணை இல்லாததைத் துணையாகக் கொண்டு, திருவடியாபிள்ளை ஆக்கிரமித்துக் கையடக்கி எல்லைச் சுவரைத் தாத்தாவின் பங்கு பாகத்திற்குள் கட்டி உயர்த்தவும், பாட்டி எதுவும் செய்யத் தெரியாமல் வாயிலும் வயிற்றிலும் அடித்துக்கொண்டு அழுததும், போதிய வயசு ஆகாதிருந்தும்கூட, நிலைமையின் கௌரவத்தைச் சரிவர உணர்ந்த அப்பா – அப்பாவுக்கு அப்போ பத்து வயசு, இரும்புக் கடப்பாரையை எடுத்துக்கொண்டு வந்து அநியாயத்தின் குறியீடான அந்த எல்லைச் சுவரை இடித்துக் கீழே தள்ளிப் போட்ட நிகழ்ச்சி.

அப்பாவைப் பிரதிவாதியாக்கி, வீட்டு உடைமையாளன் தான் இல்லாத நேரம் பார்த்துத் தன் வீட்டில் நுழைந்து தன் பொருளை அபகரித்தது, வீட்டுச் சுவரைப் பலவந்தமாய் இடித்துத் தள்ளியது – இப்படி குற்றச்சாட்டுகளுக்கு மேல் குற்றச்சாட்டுகளைச் சுமத்தி கோர்ட்டில் கேஸ் தாக்கல் செய்தார் திருவடியாபிள்ளை. இதுக்கெல்லாம் உடந்தை என்று பாட்டியின் மீதும் குற்றப்பத்திரிகை தொடுக்கப்பட்டது.

பஸ் ஒரு குலுக்கல் குலுக்கி நின்றது. திடுக்கிட்டு நிகழ் காலத்துக்கு இறங்கி வந்தான் இவன்.

ரோட்டோரத்தில் ஒரு பிரம்மாண்டமான தேக்குமரத்தை முறித்துக்கொண்டிருக்கிறார்கள்.

நெஞ்சு அடித்துக்கொள்கிறது. இந்த பஸ் இப்படி நின்று நிதானித்து ஆடி அசைந்து ஊர்போய்ச் சேர்வதற்குள் அப்பாவுக்கு என்னவெல்லாம் சம்பவித்துவிடக்கூடாது!

பத்து நிமிஷங்கள்...

பத்து யுகங்கள்...

பஸ் புறப்பட்டது.

இப்போ சிவகாமி பாட்டி மீதும் அப்பாவிடமும் மனம் நெகிழும் ஒரு இரக்கம் நெஞ்சுக்குள் சுரக்கிறது.

வாழ்வில் பாட்டிக்கு என்ன இன்பம் கிடைத்திருக்க முடியும்?

இளமையிலேயே காலமாகிப் போன தாத்தா... பெரிசாய் சொத்து எதையும் அவர் விட்டுவைத்துச் செல்லவில்லை. உறவு என்று சொல்லிக்கொள்ள ஒரே ஒரு மகன் – சிறுவன். கூறுபோட்டுக் கிடைத்த பாதி வீடு. அன்றாட வயிற்றுப்பாடு, மகனின் படிப்பு, இப்படி எத்தனை எத்தனையோ பிரச்னைகள்.

நீல. பத்மநாபன்

இவையெல்லாம் போதாதென்று, உபகாரம் இல்லாவிடிலும், மேலே மேலே உபத்திரவங்களைச் செய்துகொண்டிருந்த திருவடியாபிள்ளை குடும்பம், வழக்கு கோர்ட்டுக்குப் போய் அதற்கு ஆகிக்கொண்டிருந்த அநாமத்துச் செலவு…

இதைப் போல்தான் அப்பாவின் விஷயமும்! எல்லோருக்கும் போல் – எதுக்கு எல்லோரையும் இழுக்க வேண்டும், இந்த தன்னுடையதைப் போல்கூட, அப்பாவின் பால்ய காலம் கவலையற்று அமைந்திருக்க வழியில்லை.

அறிவு வரும்போதே அப்பாவுக்கு அப்பா இல்லை. வீட்டில் தரித்திரக் கொடுமைகள்; இதன்கூட சித்தப்பா, சித்தி பிய்த்தல் பிடுங்கல்கள்; ஒரு தடவை அப்பா இவனிடம் சொன்னார்:

'டேய் ராஜா, அப்போ எனக்குப் பத்து வயசுகூட இருக்காது. கோர்ட்டிலிருந்து வாய்தா வந்தது. அங்கே போய் என்ன பேசுவது, எப்படிப் பேசுவதுன்னு எனக்குத் தெரியாது. இந்தப் பச்சைப் புள்ளையை கோர்ட்டுக்கு இழுத்துட்டானே சித்தப்பாக்காரன் என்று அம்மா என்னைக் கட்டிப் பிடித்துக்கொண்டு அழுகிறாள். 'நீ சும்மா இரு அம்மா, நம்ம அப்பா சாமியா நமக்குத் துணை நிக்கிறாரு' – இப்படி அம்மாக்குத் தைரியம் சொல்லிவிட்டு கோர்ட்டுக்குப் போனேன்.

ராஜகோபால பிள்ளை பரமேஸ்வரன் பிள்ளை

ராஜகோபால பிள்ளை பரமேஸ்வரன் பிள்ளை

ராஜகோபால பிள்ளை பரமேஸ்வரன் பிள்ளை.

என்று மூன்று தடவை என் பெயரைக் கூப்பிடுறாங்க. எனக்கு வியர்த்துக் கொட்டியது. குற்றவாளிக் கூண்டு என் தலைக்கு மேல் இருந்தது. எல்லோரும் என்னையே ஆச்சரியமாய்ப் பார்க்கிறாங்க… 'குற்றத்தை நீ ஒப்புக்கொள்கிறாயா என்று கேட்கிறார் கோர்ட்டார்.'

இப்படி அந்தச் சம்பவத்தை வர்ணிக்கும்போது அப்பா வின் முகத்தில் – விழிகளில் மிளிரும் பெருமிதத்தை இவன் கவனித்திருக்கிறானே. ஆனாலும் கவலையற்று விளையாடிக் கொண்டிருக்க வேண்டிய அந்தப் பிஞ்சு வயசில், இத்தகைய 'கௌரவ'மிக்க கட்டங்களில் பங்குபெற நேர்ந்துவிட்ட அப்பாவை நினைத்து இவன் மனம் கசிந்துருகும். இப்போ அவர் ஆஸ்பத்திரியில் கிடக்கும் இத்தருணத்தில் அது இன்னும் பன்மடங்காய்க் கூடித் தீவிரமாய் மனசைக் கசக்கிப் பிழிகிறது.

# 4

விரைவு வண்டி என்று பெயர். ஆனால் இன்று வேண்டா வெறுப்பாய் மெல்ல மெல்ல ஊர்ந்து சென்றுகொண்டிருப்பது போலிருக்கிறது.

வெளியில் வெயிலையே பார்த்துக்கொண்டிருந்த விழிகள் மயங்கின. பஸ் எங்கோ நிற்பது போலவும் ஓடிக்கொண்டிருப்பதுபோலவும் ஒரு விசித்திர பிரமை – விழிகளைச் சிரமப்பட்டுத் திறந்து பார்க்கும்போது அரூரில் பஸ் கிடப்பது தெரிகிறது.

டிரைவரும் கண்டக்டரும் டீ சாப்பிட இறங்கிச் சென்றார்கள். பயணிகளில் சில பேர் கீழே இறங்கிச் சென்று சிகரெட்டைப் பற்ற வைப்பது தெரிந்தது.

உட்கார்ந்திருக்கப் பிடிக்காமல் இவனும் கீழிறங்கிச் சென்றான்.

எதிரிலிருந்த பள்ளிக்கூட காம்பவுண்டில் ஏராளமான இளம் பெண்கள் நின்றுகொண்டிருப்பது தெரிகிறது. பள்ளிக்கூட நடையில் செழித்தோங்கி வளர்ந்து நிற்கும் மரத்தில் கட்சிக் கொடிகள் போட்டி போட்டுக்கொண்டு பறந்து கொண்டிருந்தன.

முன்னால் ரேடியோ ஆர்ப்பாட்டமாய் இயங்கிக் கொண்டிருந்த ஹோட்டலின் பக்க வாட்டில் சாக்கடை நீரில் இரண்டு மூன்று பன்றிகள் கும்மாளமிட்டுக் கும்மாளமிட்டுக் கொண்டிருப்பது தெரிகிறது.

ஹாரன் ஓசை கேட்டது.

திடுக்கிட்டுத் திரும்பிப் பார்த்தபோது பஸ் புறப்பட்டுக் கொண்டிருக்கிறது. ஓடிச்சென்று ஏறித் தன் ஸீட்டில் உட்கார்ந்துகொண்டான்.

பஸ் இப்போது சற்று வேகமாய் ஓடிக்கொண்டிருப்பது போல் பட்டது. உள்ளமும் உடம்பும் ஒரே சோர்வில் அமுங்கிப் போய்க் கொண்டிருந்தது.

அப்பா படுத்திருக்கும் வார்ட், படுக்கை எண்களை ராமகிருஷ்ணன் கடிதத்தில் குறிப்பிட்டிருந்தானே ...

வார்டு எண் 2.

படுக்கை எண் 6.

இந்த பஸ் ஐந்தரைக்கெல்லாம் தாசபுரம் ஜங்ஷன் போய்ச் சேர்ந்துவிடும். அங்கு இறங்கிவிட்டால், பிறகு அரை மைல் தொலைவுதான் இருக்கும். டாக்ஸியிலோ பஸ்ஸிலோ ஆஸ்பத்திரிக்குப் போய்விடலாம். ஆறுமணிவரை பார்வை யாளர்களை உள்ளே அனுமதிப்பார்கள் போலிருக்கிறது.

இப்போ அப்பாவுக்கு எப்படியிருக்கிறதோ ...

அப்பாவின் கூட அம்மா, தம்பி, தங்கைகள் எல்லோரும் இருப்பார்கள்.

இதே ஆஸ்பத்திரியில்தானே ஒன்பது ஆண்டுகளுக்கு முன்பு சிவகாமி பாட்டியும் படுத்திருந்தாள். அப்போது தனக்கு பொறியியல் கடைசி ஆண்டு பரீட்சை சமயம்; ஒரு மாசகாலம் ஆஸ்பத்திரி, வீடு, காலேஜ் இப்படி அலையும்போது மனம் முழுதும் ரணகளமாகி, தான் பட்ட அவஸ்தையெல்லாம் இப்போதும் ஞாபகத்தில் இருக்கிறது.

ஹூம், அந்தப் பாட்டி இப்போ இருந்திருந்தால்?

அப்பா இப்படி ஆஸ்பத்திரியில் கிடப்பதில் எவ்வளவு தூரம் அலட்டிக்கொண்டிருப்பாள்!

அப்பாவின் அப்பா இறந்தபிறகு எல்லா வருமான மார்க்கமும் அடைக்கப்பட்டு விட்ட நிலைமையில் சிவகாமி பாட்டி எவ்வளவு தூரம் கஷ்டப்பட்டிருப்பாள்?

'ஒரு வழியும் காணல்லே... அவன் அப்பா போய் வருஷம் ரெண்டாகியும் வீட்டைவிட்டு வெளியே நான் இறங்கத் தொடங்கல்லே. ஒரு எருமையை வாங்கிக் கட்டிக்கொண்டு பால் வியாபாரம் செய்து பார்த்தேன். எப்போதும் சாணியிலும் ஈரத் தரையிலும் நின்று யானைக்கால் வியாதி வந்ததுதான் மிச்சம்; உருப்படியா ஒண்ணும் துலங்கல்லே. கொஞ்ச நாள் வீட்டின் முன் பாகத்தை ஒரு ஓட்டலுக்கு வாடகைக்கு விட்டுப் பார்த்தேன். கேட்க ஆம்புளெ இல்லேன்னு வந்தபோது வாடகை

யும் சரியா கிடைக்கல்லே. கடைசியில் அந்த ஓட்டல்காரனை வீட்டை விட்டுக் காலி பண்ண வைப்பதுக்குள் எனக்குப் போதும் போதுமுன்னு ஆயிட்டது. இவன் – உன் அப்பாவானால் மூணாம் பாரத்தில் படிச்சுக்கிட்டிருக்கான். மாசச் சம்பளம், பரீட்சை பீஸ் கட்ட பணமில்லாதது போகட்டும், பள்ளிக்கூடத் துக்குப் போகும்போது உடம்பை மறைக்க நல்ல சட்டை வேஷ்டிகூட இல்லை. இந்த லட்சணத்தில் அவன் படிப்பை நிப்பாட்டாமல் வேறு வழி?'

– இப்படி அப்பாவின் பள்ளிவாழ்வுபற்றிப் பாட்டி சொல்லுவாள்.

'பிறகு எவ்வளவு நாளைக்குச் சும்மா நிக்க முடியும்! அவன் அப்பா பஜாரில் அமர்க்களமாய் வியாபாரம் செய்யும் பெரிய முதலாளி எல்லாமாகத்தான் இருந்தார். ஆனா, இப்போ அடுப்பில் உலை போடணுமுன்னு அந்தக் கௌரவத்தைப் பாத்துக்கிட்டு இருந்தா முடியுமா? ஏதாவது கடையில் மாசச் சம்பளத்துக்கு இவனை அனுப்பலாமுன்னு தெரிஞ்சவங்க கிட்டெயெல்லாம் சொல்லி வச்சிருந்தேன். அப்படித்தான் பஜாரில் ஒரு நூல்கடை செட்டியார், வேலை படிப்பதுவரை சம்பளம் கிடையாது என்று முன்கூட்டிச் சொல்லித் தன் கடையில் இவனைச் சேர்த்துக்கொண்டார். எனக்கானா பெற்ற வயிறு பற்றி எரிந்தது; உம்... எப்படி. கால்மேல் கால் போட்டுக்கொண்டு வியாபாரம் செய்ய வேண்டியவன்; இப்போ இப்படி கைகட்டி, வாய்பொத்தி அதுவும் கால்காசு சம்பளம்கூட இல்லாமல் ஊழியம் செய்ய வேண்டி வந்து விட்டதே – அப்படீன்னு எல்லாம் நினைச்சு அழுதுக்கிட்டுதான் இவனைக் கடைக்கு அனுப்பினேன். ஆனா அந்தப் பாவி செட்டியாரு, ஆறுமாசம் ஆகியும்கூட இவனுக்கு ஒரு தம்பிடி சம்பளம் கொடுக்கல்லே. சம்பளம் தராமல் வேலைக்குப் போகமாட்டேன் என்று இவனும் விடாப்பிடியாக முரண்டு பிடிக்க, கடைசியில் அந்த வேலையிலிருந்து நின்னுட்டான்.'

– இப்படியே அப்பாவின் உத்தியோக பர்வமும் பாட்டிச் சொல்லித்தான் தன்னை வந்தடைந்திருக்கிறது.

பாட்டியின் மூத்த அண்ணனின் மகன்மார்கள் இரண்டு பேர் – செல்லப்ப மாமாவும் ஐயப்ப மாமாவும் வேறு ஊரிலிருந்து வந்து குடும்பத்தில் சேர்ந்துகொண்டார்கள். செல்லப்ப மாமா ஐயப்ப மாமாவைவிட ஏழு வயசுக்கு மூத்தவர். ஐயப்ப மாமா அப்பாவை விட இரண்டு வயசுக்கு இளையவர். இரண்டு பேரும் படித்துக்கொண்டிருந்தார்கள் – அவர்களுக்குப் பொங்கிப் போடும் பாரமும் பாட்டியை வந்தடைந்தது.

தென்னைவிளாகம் தெருவில், தங்கள் வீட்டைத் தொட்டு அடுத்த வீட்டில் குடியிருந்த செல்லப்ப மாமாவை இவனுக்கு ஞாபகம் இருந்தது ... அவர் காலமாகி இப்போது இருபது ஆண்டு இருக்காதா .. ! அப்பாவுக்கு அவர் மாமா மகன் – அத்தான் என்ற உறவு முறையையும் மீறி ஆத்ம மித்திரம் என்ற அளவுக்கு அவரிடம் பெரிய ஈடுபாடு இருந்தது. அவர் காலமாவது வரையிலும், எந்தக் காரியம் ஆனாலும் சரி, அவர்கிட்டே கலந்தாலோசிக்காமல் அப்பா செய்வதே இல்லை. அவரை நினைக்கும்போதெல்லாம், எப்போதும் அவர் அணிந்திருக்கும் ஒரு இளம் சிகப்புநிறக் கோட்டு, அம்மைத் தழும்பு விழுந்திருந்தும் அழகான முகம், கணீரென்று பேசும் தோரணை, துரும்பு ஏறி விட்டிருந்தும் எப்போதும் அவருடன் காட்சி தரும் ஒரு சைக்கிள் – இத்தனையும் இவனுக்கு இப்போதும் நன்றாய் ஞாபகம் வருகிறது.

நினைக்கும்போதெல்லாம் கண்ணீரை வரவழைக்கும் அப்பாவின் இளமைக்கால வாழ்வின் செய்திகளுக்கு இடையில் இந்த செல்லப்ப மாமா சொன்ன ஒரு நிகழ்ச்சி மட்டும்தான் ஒரு வேதனைச் சிரிப்பையாவது தன் இதழ்களுக்கிடையில் விரிய வைத்திருக்கிறது.

‘டேய் ராஜா, அப்போ உங்க அப்பாவுக்கு மூணோ நாலோ வயசுதான் இருக்கும். எனக்குப் பத்து வயசிருக்கும். திருக்கோட்டிலிருந்து இங்கே மரக்கடை ரோட்டிலிருந்த அத்தை வீட்டுக்கு நான் எதுக்கோ வந்திருக்கேன் ... அப்போதான் இங்கே சைக்கிள் புதுசா வந்திருக்குது. ராமன் பிள்ளையின் கடையில் ஒரே ஒரு சின்ன சைக்கிள் – பதினெட்டு இஞ்சு, இருக்குது. அதை வாடகைக்கு எடுத்துக்கிட்டுப் போய் சைக்கிள்விட கற்றுக்க நான் நீன்னு பசங்களுக்குள் போட்டி. எப்படியோ நானும் இரண்டு மூணு நாள் அந்த சைக்கிளை வாடகைக்கு எடுத்துக்கிட்டுப் போய், ஒருவாறு யாரும் பிடிக்காமல் சைக்கிள் விடும் அளவுக்குக் கற்றுகிட்டேன். ஒரு நாள் இவன் – உங்க அப்பாவையும் பிடிச்சு முன்னே உட்கார வச்சுக்கிட்டு செவந்திட்டை பகவதி அம்மன் கோயிலைச் சுற்றியிருந்த நந்தவனத்தில் சைக்கிள் விட்டுக் கொண்டிருந்தேன். இவனுக்கு ஒரே குஷி. ஆ ... ஊ ... என்று கத்திக்கொண்டிருந்தான். எனக்கும் தலைகால் தெரியவில்லை. அழுத்தி அழுத்தி பெடலை மிதித்து வேகத்தை மேலே மேலே கூட்டிக்கொண்டிருந்தேன். திடீரென்று வளைவில் ரவுண்ட் செய்தபோது, சக்கரம் ஸ்லிப்பாகி, சைக்கிள் சரிந்ததுதான் எனக்குத் தெரியும்... பிறகு கண்ணைத் திறந்து பார்க்கிறேன். நான் கவிழ்ந்து ஒரு கல்லின் முன்னால் கிடக்கிறேன் – தலையெல்லாம் ஒரே வலி. என் முதுகுப் பக்கம் இருந்து சத்தம் வருது, ‘உம் ... உம் ... யானை போ போ ...’ என்றெல்லாம்! மிகவும் சிரமப்பட்டுத் தலையைத்

திருப்பிப் பார்த்தேன். என் முதுகில் இருபக்கங்களிலுமாக கால்களைத் தொங்கப் போட்டுக்கொண்டு உட்கார்ந்தவாறு சுகமாய் யானை சவாரி செய்கிறான் இவன் – உன் அப்பன் –!'

தென்னைவிளாகம் தெருவில் வசிக்கையில் விடிந்தும் விடியாத பனிபெய்யும் காலைப் பொழுதுகளில் செல்லப்ப மாமா, அவர் மகன் முருகேசனை, தன்னை, தன் தம்பிமார்களை எல்லோரையும் நடக்க ரயில் நிலையம், மியூசியம், அங்கே இங்கே எல்லாம் கூட்டிக்கொண்டு போவார். தமாஷாகப் பல செய்திகளைச் சொல்லித் தருவார். அப்படி ஒருநாள் காலையில் நடக்கப் போகும்போதுதான் மேற்படி சம்பவத்தை அவர் விஸ்தாரமாய்ச் சொல்லி எல்லோரையும் சிரிப்பிலாழ்த்தியது!

–இந்த செல்லப்ப மாமாவும் அவர் தம்பி ஐயப்ப மாமாவும் கூட வீட்டில் வந்து சேர்ந்துகொண்ட லட்சணத்தில் மகனுக்கு வேலை எதுவும் இல்லாமல் எப்படி இருக்க முடியும் என்று சிவகாமி பாட்டி கவலைப்பட்டுக்கொண்டிருந்தாள். அடுத்தது ஒரு படக்கடையில் அப்பா வேலைக்குச் சேர்ந்துகொண்டார். மாசம் மூன்று ரூபாய்ச் சம்பளம். அந்தக் காலத்தில் அதாவது ஆயிரத்தித் தொள்ளாயிரத்தி இருபதில் இந்த மூன்று ரூபாய் என்றால் இப்போதைய முப்பது ரூபாய்க்குச் சமம். ஆனாலும், தொடர்ந்து அந்தச் சம்பளத்தைக்கூட கொடுக்க படக்கடை முதலாளியால் முடியாமலாகி விட்டதால் மீண்டும் வேலை நின்றது.

'தகப்பன் இல்லாத பிள்ளை, இப்படி வேலையும் ஜோலியும் இல்லாமல் மறுபடியும் வீட்டில் படுத்துக் கிடந்து உறங்குவதும் எழுந்திருப்பதுமாக நாளைக் கழிப்பதைக் காணக் காண எனக்குத் துக்கம் துக்கமாக வந்தது. ஒருநாள் காலம்பர வீட்டு நடையைப் பெருக்கிச் சாணி தெளித்துக்கொண்டிருக்கும் போது, எதிரில் மரக்கடை போட்டிருந்த சிதம்பரம் பிள்ளை முதலாளி நடையில் நிற்பது தெரிகிறது. அவருக்கு இவன் அப்பாவை நன்றாகத் தெரியும். இவரிடம் இவனை அவர் கடையில் சேர்த்துக் கொள்ள கேட்டுப் பார்த்தால் என்ன! – அப்படீன்னு எனக்குத் திடீரென்று தோன்றியது. துடைப்பத் தையும் வாளியையும் புழக்கடையில் கொண்டுபோய் வைத்து விட்டு வந்தபோது, அவர் கடை நடை வெறிச்சோடிப் போய்க் கிடந்தது. கடையின் பின்னால்தான் வீடு. அவுங்க – இவன் அப்பா இறந்த பிறகு இந்த மூணு நாலு வருஷத்தில் இப்போ சில நாட்களாக தரை வெளுக்குமுன், வீட்டு நடைபெருக்கிச் சாணி தெளிக்க இறங்குவது அல்லாமல், வேறு வெளியிலே இறங்காத நான், வருவது வரட்டுமென்று வீட்டை விட்டு

இறங்கி மரக்கடை ரோட்டை விடுவிடுவென்று தாண்டி எதிர்க் கடையில் புகுந்து பின்பக்கமிருந்த அவர் வீட்டுக்குச் சென்றேன். என்னைக் கண்டதும் சிதம்பரம்பிள்ளை முதலாளியும் அவர் பெண்டாட்டி ராமலட்சுமியும் இறங்கி வந்தார்கள்.

‘என்ன சிவகாமியக்கா, என்ன வேணும்?’ – அப்படீன்னு கேட்டாள் ராமலட்சுமி.

‘இல்லே, இவன் என் மகன் வேலையொன்னும் இல்லாமெ சும்மா நிக்குதான்.’

‘அவன் படிச்சுக்கிட்டல்லவா இருந்தான்?’

‘இப்போ படிப்பை நிறுத்தி ஒரு வருஷத்துக்கும் மேலாகி விட்டதே. எல்லாத்துக்கும் பணம்தானே வேணும்..!’

சிதம்பரம்பிள்ளை முதலாளி கேட்டார். ‘அவன் என்ன கிளாஸில் படிச்சுக்கிட்டிருந்தான்?’

‘மூணாவது பாரத்தில்! அவனை இப்போ உபதேசிக்க அப்பாவும் இல்லே, வீட்டில் பெரிய ஆண்பிள்ளைகள் வேறு யாரும் இல்லே, நீங்கதான் அவனுக்கு எப்படியும் ஒரு வேலை போட்டுக் கொடுத்து ஆளாக்கி எடுக்கணும்.’

– இவ்வளவும் சொல்லித் தீரும் முன் என் கண் நிறைஞ்சு விட்டது. அதைக் கண்டபோது, ‘என்னம்மா... நீங்க இவ்வளவு தூரத்துக்கு இதைப்பற்றி எங்கிட்டெ சொல்லணுமா? பரமேஸ்வரனின் அப்பா ராஜகோபால பிள்ளையை எனக்குத் தெரியாதா! அவர் பையன் ஒரு நல்ல நிலைமையில் வரணு முன்னுதான் எனக்கு ஆசை. சரி, இன்னைக்கு என்ன கிழமை..?’

‘வெள்ளி’

‘நல்ல நாள்தான். அஷ்டமி, நவமி ஒண்ணும் இல்லை. சரி. நீங்க சமாதானமா வீட்டுக்குப் போங்க. போயி, இன்னைக்கே மகனைக் கடைக்கு அனுப்பிவையுங்க.’

# 5

பஸ் விரைந்துகொண்டிருந்தது.

பி.ஸி. சன்ஸ் என்ற பெயரில் இப்போது அமோகமாய் நடந்துகொண்டிருக்கும் மரக்கடையின் இறந்து போன முதலாளி பி. சிதம்பரம் பிள்ளையை இவனுக்கு ஞாபகம் வந்தது.

ஒரு தடவை தங்கள் குலதெய்வமான நாகரம்மன் கோவில் பிரசாதம் கொண்டு கொடுக்க – அப்போ தனக்குப் பத்து வயசு இருக்கும், இவன் அவர்கள் வீட்டுக்குப் போயிருக்கிறான்.

அதிகாலைப்பொழுது, சிவகாமி பாட்டி, பிரசாதத்தைப் பெரிய பொட்டலமாய்க் கட்டித் தந்திருந்தாள்.

பெரிய வீடு, கையில் பொட்டலத்துடன் இவன் கேட்டைத் தாண்டி வீட்டுக்குள் நுழையும்போது, கட்டிப் போட்டிருந்த பெரிய நாய்தான் முதலில் லொள் லொள் என்று குரைத்து வரவேற்றது.

அது குதிப்பதைப் பார்த்தால் எங்கே கட்டை அறுத்துக்கொண்டு பாய்ந்து வந்து தன்னைக் கடித்துக் குதறிவிடுமோ என்று இவனுக்குப் பயமாய்ப் போய்விட்டது.

இவன் தயங்கித் தயங்கி நடையிலேயே நிற்பதைக் கண்டு ஒருவர் உள்ளேயிருந்து இறங்கி வருகிறார். நாற்பது வயசிருக்கும், இடுப்பில் வேஷ்டி. மேலே சட்டை இல்லை. பொது நிறம். முகத்தில் அம்மைத் தழும்பு இருந்தும் வெண்மையான பற்களைக் காட்டிச் சிரிக்கும்போது ஒரு ஐஸ்வரியம்.

‘உம்... யாரு?’

‘இல்லே, பரமேஸ்வரன் பிள்ளையின் மகன்.’

‘ஓ... நீதான் மூத்த மகன் ராஜகோபாலா... வா... வா... என்ன அங்கேயே நின்னுட்டே.’

உள்ளே இருந்து பெண்கள் எட்டிப் பார்ப்பதைக் கண்ட போது இவனுக்கு வெட்கமாய்ப் போய்விட்டது.

இவன் மெல்ல அருகில் சென்றான்.

‘இல்லே, நாகரம்மன் கோயில் பிரசாதம். பாட்டி கொண்டு தரச் சொன்னாள்’ என்று பொட்டலத்தைக் கொடுத்தான்.

‘ஓஹோ ... நாகரம்மாள் கோவிலுக்குப் போய்விட்டு வந்தாச்சா?’ என்று கேட்டுவிட்டு, ‘ராமலட்சுமீ, இவனுக்கு காப்பி கொண்டு வந்து கொடு’ என்று அவர் உபசரித்தபோது தனக்குக் கூச்சம் தாங்க முடியவில்லை.

அடிக்கடி தங்கள் வீட்டுக்கு விருந்து வரும் செல்லப்ப மாமாவின் தங்கை தாயம்மாள் பெரியம்மா – அவள் ஒரு விதவை, குழந்தைகள் ஒன்றும் இல்லை, அவளிடம் ஏதாவது சாப்பிடச் சொன்னால், ‘கண்ணாணெ வேண்டாம், நான் இன்னும் பல் தேய்க்கவில்லை’ என்று சொல்லித் தப்பித்துக்கொள்ளும் தந்திரத்தை, உண்மையில் காலையில் பல் தேய்த்திருந்தும்கூட பெரிய மனுஷத்தனமாய் இவன் பிரயோகித்துச் சமாளிக்கப் போய், ‘என்னடே, பள்ளிக்கூடத்தில் படிக்கிற பிள்ளை நீ இன்னும் பல்தேய்க்கல்லையா?’ என்று அவர் அதிசயப்பட்டதும், தான் அசடு வழிய சிரித்ததும் எல்லாம் நினைவில் இருக்கிறது.

அந்த சிதம்பரம்பிள்ளை முதலாளிதான் இதுநாள் வரைக்கும் தங்கள் குடும்பத்துக்கே அன்னதாதா என்று சொல்லலாம். அன்று அப்பா பத்து பனிரண்டு வயசில் அந்தக் கடைக்குச் சென்று சேர்ந்தபிறகு, ஏறத்தாழ இந்த ஐம்பது ஆண்டுகாலமாக அங்கேதான் ஊழியம் செய்துகொண்டிருக்கிறார். பல பேருக்கு, இன்று அப்பா அந்தக் கடையில் சம்பளத்துக்கு நிற்பவர் என்பது தெரியாது. சிதம்பரம்பிள்ளை முதலாளியின் குடும்பத்தில் ஒருவர்தான் அப்பா, என்றுதான் நினைத்துக் கொண்டிருக்கிறார்கள். சிதம்பரம்பிள்ளை முதலாளி உயிருடன் இருக்கும்போதும், இப்போ அவர் பிள்ளைகள் கடையை நடத்தும்போதும், அவர்கள் அப்பாவை ‘மாமா... மாமா...’ என்று உறவு கொண்டாடிக் கூப்பிடுவதும் இதற்கு ஒரு காரணமாக இருக்கலாம்.

‘எனக்கு நம்ம சுயஜாதி ஆட்களாலும் சொந்தக்காரங்களாலும் பெரிய பிரயோஜனம் எதுவும் இருக்கவில்லை. நான் வேலை செய்வதும், எனக்குப் படி அளப்பதும்கூட அந்நிய

ஜாதிக்காரங்கதான்' என்று அப்பா அடிக்கடி சொல்ல இவன் கேட்டிருக்கிறான்.

இப்படி அப்பா சொல்லும்போதெல்லாம் பாட்டி இடைமறித்துக்கொண்டு சொல்லுவாள்: 'நான் அன்னைக்குப் போய் சொன்னதின் பேரில் இவனைக் கடையில் வேலையில் சேர்த்துக்கொண்டார் முதலாளி, இல்லையின்னு நான் சொல்லலல்லே. ஆனா, சின்ன பாடா இவன் பட்டிருப்பான்! காலம்பரெ கொஞ்சம் நீத்தண்ணியைக் குடிச்சுக்கிட்டுக் கடைக்குப் போய்விட வேண்டியது. உடம்புக்கு அசதியா இருக்குதுன்னு கொஞ்ச நேரம் கூட படுத்துட்டா, உடனேயே தேடிக்கொண்டு கடையிலிருந்து கூலியாள் வந்துடுவான். 'லாரியில் தடி லோடு வந்திருக்கு. சரிபாத்து இறக்கணும்,' என்றோ, இல்லை 'யாரோ தடிக்கு வந்திருக்கா, அளக்கணும்' என்றோ ஏதாவது காரணம் சொல்லிக்கிட்டு. பிறகு இவன் நீத்தண்ணியைக்கூட குடிக்க நிக்காமல் விழுந்தடித்துக்கொண்டு ஓடுவான், சாப்பிட வர என்றும் நாலுமணி, அஞ்சுமணி ஆகும். அடக் கடவுளே, கவலையில்லாமெ கூட்டாளிகளோடு சேர்ந்து படிச்சுக் கொண்டிருக்க வேண்டிய இந்தப் பச்சைக்குழந்தையின் குடல் இப்படிக் காய்ஞ்சா உடம்பு என்னத்துக்கு ஆகும், அவன் அப்பா இருந்தா இப்படி அலங்கோலம் வருமா! – இப்படியெல்லாம் நினைச்சுக் கண்ணீர் வடிச்சவாறே பட்டினியோடு அவனுக்காகத் தெருநடையில் காத்துக் கிடப்பேன். கடைசியில் அஞ்சுமணிக்கு வியர்த்து விறுவிறுக்க ஓடிவந்து, 'உம்… அம்மா, சோறைப்போடு. அஞ்சாறு பேர் கடையில் காத்துக்கிட்டு இருக்கிறாங்க, உடனேயே போகணும். நீயும் சாப்பிடாமெ இருப்பியேன்னுதான் ஓடி வந்தேன்' அப்படீன்னு சொல்லி அள்ளிப் போட்டு விட்டு ஓடுவான். தலையில், உடம்பில் எல்லாம் மரப்பொடி. அதன்கூட வியர்வை வழிந்து ஓடும். அப்போ ஒரு செம்புத் தண்ணீரை விட்டு உடம்பைக் கழுவக்கூட நேரம் இருக்காது. ராத்திரி கடை பூட்டி வீட்டுக்கு வரும்போது மணி ரெண்டு ஆகிவிடும். பல நாள் கடை பூட்டிய பிறகும் வீட்டுக்கு வர முடியாது. கணக்கெல்லாம் பாத்துச் சரிக்கட்டி விட்டு ஏதாவது தடியின்மீது படுத்துக் கண்ணயர்வான். ஒருநாள் ராத்திரி, அப்போ இந்த கரண்டு கிரண்டு ஒன்னும் வரல்லே, தெருநடையில் மண்ணெண்ணை விளக்கையும் கொளுத்தி வச்சுக்கிட்டு நான் காத்திருக்கேன். மணி மூனு ஆயாச்சு; இவனைக் காணல்லே. அப்போ கடையின் முன் வாசல் நம் பழைய வீட்டின் எதிரில் மரக்கடை ரோட்டில் இல்லே, மரக்கடை ரோட்டின் வலது முனையில் செல்லும் சிற்றார் ரோட்டில், மேற்கு பக்கம்தான் அப்போ கடையின் முன்வாசல். ரோட்டில் ஆள்

அரவம் இல்லே, குடிகாரங்க மட்டும் உளறிக் கொட்டியவாறு அலைந்துகொண்டிருக்கிறாங்க. எனக்குத் திடீர்ன்னு பயம் வந்துட்டது. குடிகாரங்க யாராவது இவனை அடிச்சுக் கிடிச்சுப் போட்டிருப்பாளோ! என் அண்ணன் மகன் செல்லப்பனுக்கு இங்கே ஒரு காலேஜில் அட்டன்டர் வேலை கிடைச்சிருந்தது. அந்த விவரத்தை அவன் தங்கச்சி தாயம்மாகிட்டெ சொல்ல பரசுபுரத்துக்குப் போயிருக்கான். அவன் கூட அவன் தம்பி ஐயப்பனும் போயிருந்தான். இங்கே வீட்டில் இப்போ நான் மட்டும்தான்! எனக்கு நடையில் நிற்க பிடிக்கல்லே, வருவது வரட்டுமுன்னு கையில் விளக்குடன் எதிரில் தெரிந்த முதலாளி வீட்டு கேட் பக்கம் போனேன். உள்ளே ஆள் அரவம் இல்லே, விளக்கு ஒண்ணும் எரியக் காணோம். எல்லோரும் உறக்கமாயிட்டாங்களா? அப்படீன்னா கடையைப் பூட்டி விட்டு எல்லோரும் போயிருப்பாங்க. இவன் மட்டும்? எனக்கு அடிவயிறு கலங்கியது. ஓட்டமும் நடையுமாக மரக்கடை ரோட்டைச் சுற்றிக்கொண்டு சிற்றார் ரோடுக்குப் போகும் வழியில், காற்றில் கையிலிருந்த விளக்கும் அணைந்துவிட்டது. பயத்தால் என் உடம்பு நடுங்கியது. ரோட்டில் கன்னங்கரே ரென்று இருட்டு. சற்று நீங்கி ஏதோ குடிகாரன் ராகம் போட்டுப் பாடுவது கேட்குது. ஓடோடிப்போய்க் கடைநடைக்கு வந்து பார்த்தால், கடையின் பெரிய இரும்பு கேட்டும் அடைச்சுக் கிடக்குது. கேட்டின் இடைவழி உள்ளே பார்த்தால் ஒரு விளக்கைக் கொளுத்தி வச்சுகிட்டு பெரிய பெரிய முழுத் தடிகளை டேப்பால் அளந்து இவன் எழுதிக்கிட்டிருந்தான். 'டேய், கண்ணூ ... கண்ணூ ...' என்று நான் கூப்பிட்டபோது அவன் ஓடி வந்தான். கேட்டைத் திறந்துகொண்டு, 'யாரு அம்மாவா, நீ ஏன் இப்போ இங்கே வந்தே? நான் வருவேனே. இன்னைக்கு இறக்கின இந்தத் தடியின் கணக்கு முழுதும் இன்னைக்கே எழுதி முதலாளிக்கிட்டெ கொடுக்காமல் வந்தால், நாளைக்குக் காலம்பரெ புதிய தடிகளை இதுக்கு மேலே கொண்டு இறக்கி னால் கணக்கு பார்க்க முடியாது. நீ எதுக்கு தேடிவந்தே?' – அப்படி இப்படீன்னு சத்தம் போட்டு விட்டு, என் கூட வீட்டுக்கு வந்து என்னை வீட்டில் விட்டுவிட்டு மறுபடியும் போயிட்டான். அன்னைக்கும் தடியில் கிடந்துதான் அவன் உறக்கம். இப்படித் தான் மாசத்தில் இருபத்தி அஞ்சு நாளும் ... இதுக்கெல்லாம் மாசச் சம்பளம் அப்போ அஞ்சு ரூபா.'

# 6

பஸ் கிளியன்னூரில் நின்றது.

மணி நாலேகால். பாதி தூரத்துக்குமேல் ஆகிவிட்டிருந்தது. இன்னும் ஒரு மணி நேரத்தில் அனேகமாய் ஊர்போய்ச் சேர்ந்துவிடலாம். அப்பாவை எப்படியும் போய்ப் பார்த்துவிட்டால் போதும் என்று மனம் அடித்துக்கொள்கிறது. இந்த ஷணத்தில் ‘அப்பா’ மட்டுமே சாசுவதச் சத்தியமாய்த் தனக்குத் தோன்றும் காரணமென்ன? அவரை மீறி வேறெதையும் சிந்திக்க முடியாத அளவுக்குத் தன்னை அவர் பாதித்திருக்கிறார் என்று அர்த்தமா? எல்லா அப்பா – மகன் உறவுகளிலும் இப்படித்தானா? இல்லை தனக்கு மட்டும் அனுபவமாகும் ஒரு பாசக் கொடுமையா இது!

அப்பா மட்டும் தன்மீது இவ்வளவு தூரத்துக்கு அன்பு வைக்காதிருந்தால், இப்படி அப்பாவுக்காக தன் மனம் கிடந்து அல்லல்பட்டிருக்குமா? ஒரு சிறு கறைகூட இல்லாத இந்தப் பாசஉறவினால்தானே இப்போது அப்பா என்றதுமே தன் இதயம் நெகிழ்ந்து போய்விடுகிறது! தான் கோழையிலும் பெரிய கோழை ஆகிவிட்டோமா? அப்பா இல்லாத ஒரு உலகைச் சங்கல்பம் செய்து பார்க்கக் கூட முடியாத அளவுக்கு!

சே, இதென்ன பைத்தியக்காரத்தனமான எண்ணம்! அப்பாவுக்கு உடம்புக்கு ஏதோ சீக்கென்றால் அதுக்காக இப்படியெல்லாம் கற்பனை செய்து பார்த்து மனசை அலட்டிக் கொள்ள வேண்டுமா!

‘நன்மை செய்யும் நாட்டமிருந்தால், முதலில் அதிகபட்ச தீமையை நினைத்துப் பார்’ என்று யாரோ சொன்ன ஆங்கில மேற்கோள் ஞாபகம் வருகிறது.

சீக்கு விஷயத்தில் அதிகபட்ச தீமை என்பது...

இவன் உடம்பு ஒருமுறை வியர்த்துக் கொட்டியது.

'கடவுளே, எதுக்கு இப்படி துன்பக் கொடுமையை மட்டுமே நினைக்க என்னைத் தூண்டுகிறே. அப்பாவுக்கு ஒண்ணும் ஆகிவிடக் கூடாது. அவர் இதுநாள்வரைக்கும் குடும்பத்தில் எங்கள் ஒவ்வொருத்தருக்குமாகப் பாடுபட்டுப் பாடுபட்டுத் தனக்காக ஒரு கணம்கூட வாழ மறந்துவிட்டார். ஒரு சுகத்தைக் கூட அனுபவிக்க அவருக்கு ஓய்வு கிடைக்கவில்லை. இனியாவது அவரை நிம்மதியாய் உட்காரவைத்து ஓய்வையும் நிம்மதியையும் கொடுக்கக் கடமைப்பட்டவர்கள் நாங்கள். எங்களுக்கு அப்படியொரு வாய்ப்பைக் கொடுக்காமல், வாழ்நாள் பூராவும் நினைத்து நினைத்து மனம் சித்ரவதை அனுபவிக்கும்படி ஏதாவது செய்துவிடாதே.'

மானசீகமாய்ப் பிரார்த்தனைகள்...

பஸ் ஓடிக்கொண்டிருந்தது.

அப்பாவின் நோயை எண்ணி, தான் இப்போது மனம் வேதனையடைவதைப் போலதானே, இரண்டொரு தடவை அப்பாவுக்கு உடல்நலமில்லாமலாகி ஆஸ்பத்திரியில் அப்பா படுத்திருந்தபோது சிவகாமி பாட்டியின் மனமும் வேதனை அடைந்திருக்கும்.

'அவன் அப்பா இருந்தவரைக்கும் அவனைக் கீழே வைக்காமல் செல்லமாக வளர்த்தார். அப்போ வயசு பதினெட்டு தான் இருக்கும். ராத்தூக்கம் இல்லே, சமயா சமயத்துக்கு வீட்டுக்கு வந்து சாப்பிட நேரமில்லே. பிஞ்சு உடம்பல்லவா, எத்தனை நாளைக்குத் தாக்குப் பிடிக்கும்! நெஞ்சில் நீர்கட்டி ஜுரம் வந்து படுத்தான். பத்து நாளாகியும் குறையவும் இல்லே. செல்லப்பன்கிட்டெ ஒரு வில்லு வண்டி பிடிச்சுக்கிட்டு வரச் சொல்லி இவனை அதில் தூக்கிக் கிடத்தி கோட்டைக்ககம் ஆஸ்பத்திரியில் கொண்டு போனேன். டாக்டர் உதட்டைப் பிதுக்கினார், டைபாய்ட் காய்ச்சல்! முப்பது நாளா அந்த ஆஸ்பத்திரியில் கிடந்தான். அங்கே இங்கே நீங்காமல் அந்த எம்பெருமானை நினைத்துக் கண்ணீர் விட்டவாறு அவன் பக்கத்திலேயே நான் உட்கார்ந்திருந்தேன். இவன் இல்லாமெ எனக்கு வேறு யாரு இருக்கா! கடைசியில் அந்தக் கடவுள் அவனை எனக்குத் திரும்பித் தந்தார். உம், சின்ன பாடா பட்டேன்.'

பாட்டி விழிகளிலிருந்து வழிந்த நீரைத் துடைத்துவிட்டு மேலே தொடர்ந்தாள்:

'இன்னொரு தடவை இவன் இப்படித்தான் அர்த்த ராத்திரி வீட்டுக்கு வந்து படுத்தான். காலம்பரெ ஏழுமணியாகியும் எழுந்திருக்கவில்லை. இல்லாவிட்டால் ஆறுமணிக்கே எழுந்திரிச்சிக் கடைக்குப் புறப்படும் இவனுக்கு இன்னைக்கு என்ன வந்துட்டுதுன்னு போய்ப்பார்த்தால் இவன் முகத்தோடு போர்த்திக்கொண்டு கிடக்கான். என்னடான்னு கேட்டேன். ஒண்ணுமில்லேன்னு சொல்லிப் புரண்டு படுத்தான். அப்போ தான் அவன் உடம்பைக் கவனிச்சேன், இப்போ போலல்ல, அப்போ அவன் உடம்பைப் பார்க்கணும். அவன் அப்பாவின் நிறம், அசல் தங்கக்கட்டிப் போல்! வலது தோளின் பக்கமாய் கழுத்து புடைத்துச் சிவந்துபோய்த் தெரிந்தது. எனக்குப் பகீரென்றது. 'என்னடா இது' என்று நான் கையால் தொடும்முன் ஆ, ஐயோ என்று வலியால் துடித்துவிட்டான். எனக்குக் கையும் ஓடவில்லை, காலும் ஓடவில்லை. ஐயயோ, என்னடா இது, சொல்லுடா கண்ணூ என்று நான் சத்தம்போட்டுக் கேட்டபோதுதான் விஷயம் தெரிஞ்சது, கடையில் பெரிய பெரிய தடிகளை இறக்கிக் கொண்டிருந்தாங்களாம். வலிக்காரங்க எல்லோரும் பிடிச்சும் தடி அசையாமல் இருப்பதைக் கண்டு இவனும் தோளைக் கொடுத்துத் தள்ளியிருக்கிறான். பெரிய கனமுள்ள முழுத்தடியில்லே, தோளில் நரம்பு என்னவோ பிறண்டுவிட்டது போலிருக்குது. அதைக் கவனிக்காமல், வெளியே சொல்லாமல் கடைக்குப் போய்வந்துகிட்டு இருந்திருக் கிறான். இப்போ சீழ்கட்டி வீக்கம் கண்டுவிட்டது. ஜெனரல் ஆஸ்பத்திரிக்குப் போய் உடனேயே கத்தியால் கீறிச் சீழை அப்புறப்படுத்தாட்டி ஆபத்துன்னு வைத்தியர் சொல்லிவிட்டார். வலியால் இவன் கூச்சல் போடும்போது ரம்பத்தால் என்னை அறுப்பதுபோல் நான் துவண்டு போனேன். அப்படி ஜெனரல் ஆஸ்பத்திரிக்குப் போய் ஆப்பரேஷன் செய்து புண்ணெல்லாம் குணமாகி, வீட்டுக்கு வர நாற்பது நாளுக்கும் மேலாகிவிட்டது.'

இப்படியெல்லாம், இளமைப் பிராயத்திலிருந்தே ஓய்வு ஒழிச்சல் இல்லாத உழைப்பினால் அப்பாவின் ஆரோக்கியம் பாதிக்கப்பட்டுத்தான் இருந்திருக்கிறது. ஆனால், உழைப்பால் அவர் உடம்பு பண்பட்டுத்தான் இருந்தது... தான் அறிந்த வரையிலும், கடைக்குப் போவது, தன் கடமைகளைச் செய்வது என்பதில் எப்போதும் அப்பா தேவைக்கும் அதிகமான ஆத்மார்த்தமாகவே இருந்திருக்கிறார்.

'சார் டிக்கெட்.'

இவன் விழிகளைத் திறந்து பார்த்தான்.

பஸ் ஓடிக்கொண்டிருக்கிறது. வெளியில் வெயில் இறங்கி விட்டிருந்தது. முன்னால் காக்கி உடை தரித்த செக்கிங்

இன்ஸ்பெக்டர் கையை நீட்டியவாறு நிற்கிறார். இவன் ஜேபியில் கையை விட்டு டிக்கட்டை எடுத்து நீட்டுகிறான். அதை வாங்கிப் பார்த்துவிட்டுத் திரும்பக்கொடுத்தபின் அவர் முன்னால் செல்கிறார்.

இவன் விழிகள் வெளியே மேய்கின்றன. நெருக்கமாய் வளர்ந்து நிற்கும் தென்னை மரங்கள்… தொலைவில் தெரியும் தந்திக்கம்பங்கள் . . . அவற்றில் வரிசையாய் உட்காருவதும் பறப்பதுமாயிருக்கும் வெள்ளைப் பறவைகள்…

இப்போது, பாவம் அம்மாவின் மனநிலைமை எப்படி யிருக்கும்!

அப்பா, குழந்தைகள் என்ற சக்ரவளையத்திற்குள்ளேயே இதுநாள்வரைக்கும் சுற்றிக்கொண்டிருக்கும் அவள் வாழ்க்கையில் அப்பாவின் இந்த இதயநோய் எவ்வளவு பெரிய அடியாக விழுந்திருக்குமோ!

இவன் மனக்கண்ணில் அப்பாவின் தோற்றம் – அப்பாவிட மிருக்கும் உருவப்பொலிவு எதுவும் இல்லாத சாதாரணத் தோற்றம் இப்போது தெரிந்தது.

கறுத்த நிறம்; சிறிய மூக்கு; எப்போதும் ஒன்றுமாறி ஒன்றாய் இடுப்பிலிருக்கும் கைக்குழந்தை; ஆமாம், அம்மா பனிரண்டு தடவை கர்ப்பம் தரித்திருக்கிறாள்.

முதன்முதலில் காய் விழுந்து விட்டதாம். பிறகு பிறந்த பெண்குழந்தை – தன் அக்கா இப்போதில்லை. பத்து வயசில் இறந்துபோய்விட்டாள்.

அடுத்தது, தான்! இப்போ மூத்தவன்! தனக்கு நான்கு தம்பிமார்கள், ஐந்து தங்கைகள். அப்படி தான் உட்பட மொத்தம் ஐந்து ஆண்கள், ஐந்து பெண்கள் இப்போது இருக்கிறோம்.

அப்பா – அம்மா திருமணம் பற்றித் தன்னை வந்தடைந்த சில உதிரிச் செய்திகள் இவன் மன அரங்கில் மின்னி மறைந்தன.

பணச்செழிப்பில்லை என்ற ஒரு குறைதவிர, அப்பாவை மாப்பிள்ளையாக்குவதில் யாருக்கும் வேறெந்தத் தடையும் தோன்ற வழியில்லை.

அந்தக் காலத்தில் எட்டாவது வகுப்பு படிப்பு என்பது அப்படியொன்றும் அசட்டை செய்யத்தக்கதல்ல.

அறிவின் தீட்சண்யம்.

உருவப்பொலிவு

குடும்பக் கௌரவம்

ஆரோக்கியம்.

சாமர்த்தியம் அவையடக்கம்

– இவை எல்லாவற்றிலும் அப்பாவுக்கு நூற்றுக்கு நூறு மார்க் தேறும் என்பதில் சந்தேகமில்லை.

ஊரில் பிரபலமான மரக்கடையில் பொறுப்பான ஜோலி, வேறு பிச்சுப்பிடுங்கல்கள் இல்லை – ஒரே மகன், குடியிருக்க வீடு வசதி முதலிய காரணங்கள் பண வசதி இல்லை என்ற குறையையும் நிஷ்வீரியமாக்கி விடுபவைகள்.

எனவே பல இடங்களிலுமிருந்து சம்பந்தாலோசனைகள் வரத்தொடங்கியதாம் – பாட்டி உஷாரானாள் –

செல்லப்ப மாமா அப்போது காலேஜில் கிடைத்த அட்டண்டர் வேலைக்குத் தவறாமல் போய்வந்துகொண்டிருந்தார். அடுத்த தெரு – பனைவிளாகம் தெரு பெரியசாமி பிள்ளையின் மூத்த ஆறும் பெண்கள். அவருக்கானால் குடியிருந்த வீடும் ஊரில் ஏதோ கொஞ்சம் நிலமும் போக, மாச வரும்படி கம்மிதான்; பஜாரில் ஏதோ கடையில் கணக்கெழுதிக் கொண்டிருந்தார். வீட்டில் பெரிய செழிப்பு இல்லாவிட்டாலும் சிறுமிகள் எல்லாம் பார்க்க வாட்டசாட்டமாக, நல்ல ஆரோக்கியத்துடன் லட்சணமாக இருப்பார்கள். எனவே வீட்டுக்கு வரும்போது செல்லப்ப மாமாவும், அப்பாவும் ஆளுக்கு ஒண்ணைக் கீழே வைக்காமல் தூக்கிக்கொண்டு நடப்பார்கள். ஆனால் பிராயம், பருவம் இவையெல்லாம் மாறியபோது அப்பா பின்வாங்கிவிட்டார்.

ஆனால் செல்லப்ப மாமாவுக்கு, குறிப்பாக பெரியசாமி பிள்ளையின் இரண்டாவது மகளான பார்வதியிடம் ஒரு கண் இருந்தது. சிவகாமி பாட்டி அவருக்கு அத்தை முறை, தனக்கு எத்தனை நாளைக்குத்தான் பொங்கிப் போட்டுக்கொண்டிருப்பாள் என்று, விரைவில் செல்லப்ப மாமா பார்வதியைப் பாணிக்கிரகணம் செய்துகொண்டபோது, செல்லப்ப மாமாவை விட ஏழு வயசுக்கு தன் மகன் இளையவன் – அப்பாவுக்கு அப்போ இருபத்திமூன்று வயசுதான் இருக்கும், அப்படியிருந்தும் பாட்டிக்கும் தன் மகனின் கல்யாணத்தில் பெரிய நாட்டம் விழுந்துவிட்டது.

‘எனக்கு அவன் ஒரே மகன். வருகிறவள் நல்லவளாக இல்லாவிட்டால் என் பாடு திண்டாட்டமாகி விடும்... மட்டுமா? இவனுக்கானா இன்னைக்கு உதவிக்கு, ஒரு ஆலோசனைக்கு பெரிய ஆளாக ஒருவர் கூட இல்லை. நல்ல நாலு ஆட்கள் உள்ள குடும்பத்தைச் சேர்ந்த பெண்ணாக இருந்தால் அதுதான் இவனுக்கு நல்லது.’

– இந்தப் பாட்டியின் கொள்கைப் பிரமாணத்திற்கு உகந்ததாக ஒரு பெண் வர தாமதித்தது.

தாலூகாபீஸ் குமாஸ்தா ஆறுமுகம் பிள்ளையின் மகளுக்காக ஜாதகம் வந்து கேட்டார்களாம் – ஆறுமுகம் பிள்ளைக்கு நல்ல சொத்து இருந்தது, பெண்ணும் பார்க்க லட்சணமாக இருப்பாளாம். ஜாதகம் கொடுத்தாள் பாட்டி.

பெண் வீட்டுக்காரர்கள் ஜாதகம் கொண்டு சென்று பார்த்துவிட்டு நல்ல பொருத்தம் என்றார்கள். பாட்டி ஜாதகங்களை வாங்கி ஒரு ஜோஸியரிடம் காட்டினாள். அவர் சொன்னது திருப்தியாகத் தோன்றாததால் தெங்கன்னூர்வரை சென்று இன்னொரு ஜோஸியரிடம் கேட்டாள். வெகு நேரம் இரண்டு ஜாதகங்களையும் மாறிமாறிப் பக்கத்தில் வைத்துக் கவனமாய்ப் பரிசோதனை செய்து பார்த்துவிட்டுத் தெங்கன்னூர் ஜோஸியர், 'இந்த ஜாதகங்களை எந்த காரணத்தாலும் பொருத்தக் கூடாது' என்று ஒரேயடியாய்த் தீர்ப்பு வழங்கிவிட்டாராம்.

'இதுபோல் சம்பந்தம் வேறு வருமா? இதை விட்டு விடாதே – அப்படீன்னு யார்யாரெல்லாமோ எங்கிட்டே வந்து சொன்னாங்க. பொருத்தமில்லே, வேண்டவே வேண்டாமுன்னு பெண் ஜாதகத்தைத் திருப்பிக் கொடுத்துவிட்டேன். ஆறுமுகம் பிள்ளைக்கு அசாத்திய கோபம். எல்லோர்கிட்டையும் இவன் ஜாதகம் தோஷமுள்ளதுன்னு கதை கட்டிவிட்டு, மளிகைக் கடை சுப்பையா பிள்ளைக்குத் தன் பெண்ணைக் கட்டிக் கொடுத்தாரு – கடைசியில் என்ன ஆச்சு! – உம் – நடந்ததுதான் நமக்கெல்லாம் தெரியுமே. கல்யாணம் கழிஞ்சு ஆறாம் மாசம் அடுப்படியில் வச்சு சேலையில் தீ பிடிச்சுக் குற்றுயிரும் கொலையுயிருமா அவள், ஆறுமுகம் பிள்ளையின் மகள் பரமேஸ்வரி செத்துப் போனாள்! நல்லவேளை – நம்மைக் கடவுள் காப்பாற்றினார்–!'

இப்படிப் பாட்டி அடிக்கடி சொல்வதை இவனும்தான் கேட்டிருக்கிறான். பிறகு கணபதிபுரத்திலிருந்து இன்னொரு சம்பந்தம் வந்தது. அதுவும் சொத்துக்குக் குறைவில்லை. குடும்பமும் நல்ல குடும்பம். ஆனால் ஜோஸியன் சொன்னான் என்று பாட்டி அதையும் நிராகரித்துவிட்டாள். 'அவளுக்கு இப்பவும் குழந்தை குட்டிகள் இல்லை. அவளைக் கட்டிய மொத்தக்கடை சதாசிவன் பிள்ளை இப்போ ரெண்டாவதாகக் கல்யாணம் பண்ணிக் கொண்டான்' என்று பாட்டி தன் செய்கையை அவள் இறப்பது வரை நியாயீகரித்துக்கொண்டிருந்தாள்.

# 7

ஊரை நெருங்க நெருங்கத் தன் நெஞ்சின் படபடப்பு கூடிக்கொண்டே இருப்பதை இவனால் நன்கு உணரமுடிகிறது.

தாஸபுரம் பஸ் நிறுத்தத்தில் போய் இறங்கியதும் அறிமுகமான முகங்கள் எதுவும் தென்பட்டு விடக்கூடாதே – அவர்களிடமிருந்து ஏதாவது பயங்கரத் தகவல் செவியில் விழும்படி நேர்ந்து விடுமோ?

மனம் அடித்துக்கொண்டே இருக்கிறது –

இதோ பஞ்சுப்பாறை மின் சப் ஸ்டேஷன் –

அதை அடுத்து ஜவஹர்லால்நேரு காலேஜின் உயர்ந்த மணிக்கூண்டு –

பஸ் வேகம் குறைந்து ஓடத்தொடங்கி விட்டது. தாஸபுரம் பஸ் நிறுத்தம்.

இவன் தோல் பையுடன் இறங்கினான்.

அந்த ஜங்ஷனிலிருந்து நேராகத் தெற்கே செல்லும் பிரதான வீதி வழி இன்னும் ஐந்து மைல் சென்றால் பள்ளிகொண்டபுரம் பஸ் நிலையம். பஸ் அந்த வீதி வழி சென்று மறைந்துவிட்டது.

மெடிக்கல் காலேஜ் ஆஸ்பத்திரிக்குச் செல்ல ரோட்டின் வலப்பக்கம் மேற்கே செல்லும் ரோடு வழி போக வேண்டும்.

ஒருகணம் இவன் தயங்கி நின்றான். இந்த ஜங்ஷன்தான் எவ்வளவு கலகலப்பாக இருக்கிறது. ஹோட்டல் ரேடியோக்கள் போட்டி போட்டுக்கொண்டு தொண்டை திறந்து அலறும் சினிமாப் பாடல்கள் – நாலு திசைகளிலும் பிரிந்து செல்லும் ரோடுகளில் விரைந்துகொண்டிருக்கும் வாகனங்களின் சந்தடி –

இங்கிருந்து ஆஸ்பத்திரிக்குச் செல்ல அரை மைல்தான் இருக்கும் போலிருக்கிறது. ரோட்டின் இடப்பக்கம் நீங்கி எதிரில் தெரிந்த பஸ் நிறுத்தத்தில் நின்றால், பஸ்ஸைப் பிடிக்கலாம் – இல்லை ஏதாவது டாக்ஸியில் போய் விடுவோமா?

இத்தனை நேரமாய் எப்போ ஆஸ்பத்திரியில் அப்பாவின் முன் போய்ச் சேர்ந்துவிடுவோம் என்று அடித்துக்கொண்டிருந்த மனசுக்கு இப்போ என்ன வந்துவிட்டது? முன்னால் விரைந்து செல்லவே ஒரு அச்சம் –

இவன் நடக்கத் தொடங்கினான்.

ஐந்துமணி போக்கு வெயில் முகத்தில் சுள்ளென்று உறைத்தது. ரோட்டில் செல்லும் பாதசாரிகள் ஒருவரிடமும் கண்கள் நிலைக்கவில்லை. இதோ அரை மைல் தொலைவில் கைக்கெட்டும் தூரத்தில் ஆஸ்பத்திரியில் அப்பா படுத்திருக்கிறார் என்ற ஆறுதல் உணர்ச்சியின் கூட, இப்போ அங்கே என்ன கட்டமோ என்று அடிவயிற்றிலிருந்து ஒரு கேள்வி சுண்டி சுண்டி இழுப்பதையும் உணர முடிகிறது.

மெதுவாய் ஆரம்பித்த நடை இப்போது வெகு வேகமாகி விட்டிருப்பதைக் கண்டுகொண்டான். முன்னாலிருந்தும் பின்னா லிருந்தும் பஸ்கள், கார்கள் இவனைக் கடந்து விரைகின்றன. இருபக்கங்களிலும் நகரின் மேல்தட்டுவாசிகளின் அலங்கார வீடுகள் – சரம் சரமாய் விழுதுகள் தொங்கும் ஒரு ஆலமரம். அதை அடுத்து ஒரு செங்கற் சூளை – ஒரு பாலம் குறுக்கிடுகிறது. பிறகு ரோட்டின் இரு பக்கங்களிலும் பச்சைப் பசேலென்ற நெல் வயல்கள் –

அரைமைல் தொலைவுதான் என்ற கணக்குக் கூட சரியா என்று இவனுக்குச் சந்தேகம் தட்டியது. வளைந்து வளைந்து செல்லும் இந்த ரோடுக்கு, தான் நினைத்ததைவிட தூரம் கூடுதல் – ஒருமைலாவது இருக்கும் போலிருக்கிறது – ஒரு டாக்ஸியிலேயே வந்திருக்கலாம்; இருந்தும், கடந்து செல்லும் ஒரு டாக்ஸியையும் நிறுத்தவும் தோன்றவில்லை.

பூவூர் ஜங்ஷன் வந்தபோது, இத்தனை நேரம் செவிக்கு அனுபவமான அமைதிக்கு மறுபடியும் பங்கம் நேர்ந்தது – ஹோட்டல் ரேடியோக்களின் அலறல் –

இனி இடப்பக்கம் திரும்பி ஒரு அரைபர்லாங் தூரம்கூட நடக்க வேண்டாம். அதோ மெடிக்கல் காலேஜ் ஆஸ்பத்திரியின் ஐந்தடுக்குக் கட்டடம், க்வார்ட்டேர்ஸ், லாபரட்டரி எல்லாம் தென்படத் தொடங்கிவிட்டன.

மனதில் மறுபடியும் அந்த படக் படக்...

வியர்வை பனியன், ஜட்டியை மீறிச் சட்டை, பேன்ட்ஸ் எல்லாவற்றையும் ஈரமாக்கிக்கொண்டிருப்பதை உணர முடிகிறது.

கடவுளே ... கடவுளே ... என்று பொதுவாக இறைஞ்சும் மனசில் இப்போ பூஜையறைக்குள், கண்ணாடிச் சட்டத்திற்குள் ளூருக்கும் எந்தக் குறிப்பிட்ட கடவுளின் உருவப் படமும் தெரியவில்லை.

ஆஸ்பத்திரி முன் வரிசையாய்க் கடைகள், ஆட்கள். பஸ்கள், கார்களின் சந்தடிகளின் ஊடே நடக்கும்போதும் தன் தன்னந் தனிமையில் இவனுக்குப் பயமாய் இருக்கிறது.

வலப்பக்கம் திரும்பி ஆஸ்பத்திரி காம்பவுண்டுக்குள் நுழைந்து, ஆஸ்பத்திரிக் கட்டடத்திற்குள் பிரவேசித்து, படிக்கட்டு களில் தாவி ஏறி மேலே வந்ததும் இருபக்கங்களிலும் செல்லும் நீண்ட நீண்ட வார்டுகளின் துவக்க முனைகள் தென்படுகின்றன.

வார்டு 4, வார்டு 5 என்று சுட்டிக்காட்டும் அம்புக்குறிகள்—நடந்துகொண்டிருக்கையில் எதிரில் வந்த ஒரு ஆஸ்பத்திரிச் சிப்பந்தியிடம் 'ரெண்டாம் நம்பர் வார்டுக்கு இப்படித்தானே போகணும்' என்று கேட்டு உறுதிப்படுத்தக் கூட ஒரு தயக்கம். வேண்டாம், நாமாகவே கண்டுபிடித்துவிடுவோம் என்ற ஒரு எண்ணம்.

இதோ மூன்றாம் நம்பர்...

இதோ நம்பர் இரண்டு...

கால்கள் முன்னால் நீங்க மறுக்கின்றன.

வரிசையாய்க் கட்டிலிலும் தரையிலும் கிடக்கும் நோயாளிகள்; பார்க்க வந்து போகும் பந்து ஜனங்கள்.

ஆஸ்பத்திரி வார்டுகளின் ஒரு தனி நெடி – அழுகிய ஆரஞ்சும் மருந்தும் லோஷனும் எல்லாமாய்ச் சேர்ந்த ஒரு பிரத்யேகக் கனத்த நெடி.

இந்த நெடியைப் பயந்தான்...

வெறுத்தான்...

ஆனால் இந்த நெடிக்குள் மேலும் மேலும் நன்றாய் அழுந்தி அழுந்தி உள்ளே உள்ளே வார்டுக்குள் சென்றுகொண்டே இருந்தான்.

இதோ பெட் நம்பர் 28.

பனிரண்டு.

இதோ பெட் நம்பர் 6.

அம்மா நிற்கிறாள்.

அப்பா கட்டிலில் படுத்திருக்கிறார்.

‘அப்பாடா, கடவுளே உனக்கு நன்றி... என் அப்பாவை அப்பாவாகவே பார்த்துவிட்டேன்.’

அம்மா தன்னைக் கண்டிருக்க வேண்டும், அப்பாவிடம் குனிந்து சொல்கிறாள்... அதோ படுக்கையில் கிடந்தவாறே, அவரை நெருங்கிக் கொண்டிருக்கும் தன்னை அப்பா பார்க்கிறார்.

அப்பாவின் கட்டிலைத் தொட்டு இப்போது இவன் நிற்கிறான்.

‘லெட்டர் எப்போ கிடைச்சுதுடா?’ அம்மா கேட்கிறாள். அப்பா புன்முறுவல் பூக்கிறார். அவர் முகத்தில் ஒரு பிரகாசம்.

‘இப்போதான் வாறியாடா?’

நெஞ்சுக்குள் கனத்துக்கொண்டிருந்த ஒரு பாரத்தைத் தற்போதைக்கு இறக்கி வைத்ததைப்போல் ஒரு ஆசுவாசம். பயப்பட ஒண்ணும் இல்லை; வேஷ்டி மட்டும் உடுத்தியிருந்தார் அப்பா. சட்டை அணியவில்லை; அப்பாவைப் பார்த்தால், இரண்டு மூன்று நாள் முகச்சவரம் செய்யாத ஒரு மங்கல் தவிர மற்றபடி வேறு களைப்பு எதுவும் தெரியவில்லை. இருந்தும் மௌனமாய் அப்பாவை அப்படியே பார்த்துக்கொண்டு நிற்கும்போது இவன் விழிகள் நிறைவது போலிருந்தன. அப்பாவின் விழிகளின் ஆழத்திலும் ஒரு பளபளப்பு – ஒரு சுமுகபாவத்தை முகத்தில் தோற்றுவிக்க இவனுக்கு மிகமிகப் பிரயத்தனப்பட வேண்டியிருந்தது.

கோயில் பிரகாரம் போல் நெடு நீளத்தில் கிடந்த அந்த பெரிய வார்டில் நான்கு வரிசைகளில் ஏராளம் கட்டில்கள்– பக்கவாட்டிலும் எதிரிலும் திரும்பிய இடங்களிலும் எல்லாம் நோயாளிகள்.

நோயாளிகள்...

வேதனைகளின் பலதரப்பட்ட வெளியீட்டு ஒலிகள்.

உள்ளே பாய்ந்து கவ்வ தருணம் பார்த்து வராந்தாவில் காத்து நிற்கும் கறுத்த சிறகுகொண்ட அரூபிகளான யட்சிணிகள்.

பேசிச் சிரிக்கும், கவலையுடன் நிற்கும் பந்துமித்திரர்கள்.

அந்தப் பெரிய வார்டில் ஏராள நோயாளிகள் இடையில் அப்பா கிடப்பது ஆறுதலாகவும் இருக்கிறது, சங்கோஜமாகவும் இருக்கிறது.

'அப்பா ஞாயிற்றுக்கிழமை வீட்டுக்கு வந்து எங்கிட்டெ பேசிக்கிட்டு இருந்தாரே.'

அம்மாதான் பதிலளித்தாள்:

'முந்தா நாள் திங்கட்கிழமை ராத்திரி தூங்கவே இல்லை. ராத்திரி பூரா நெஞ்சுவலியால் துடியாய் துடிச்சுகிட்டிருந்தார். மாடியில் படுத்திருக்கும் பாலச்சந்திரனை எழுப்பி விவரம் சொல்லலாமுன்னா, 'வேண்டாம் அவனை எழுப்ப வேண்டாம், காலம்பரெ பார்த்துக்கொள்வோம்' என்று அவனை எழுப்ப சம்மதிக்கல்லே... குமட்டி குமட்டி வாந்தி வேறு எடுத்துக்கொண்டிருந்தார். நெஞ்சைக் கையால் அழுத்தியபடி, நேரம் விடிவதுவரை சேரில் உட்கார்ந்துகொண்டிருந்தார். படுக்கவே இல்லை. அதிகாலையில் பாலச்சந்திரனை எழுப்பி நான் விவரம் சொன்னேன். அவனும் ராமகிருஷ்ணனுமாக நேற்றைக்கு காலம்பரெ ஒரு டாக்ஸி பிடிச்சு இங்கே கூட்டிக்கிட்டு வந்தாங்க.'

'அவன் புனல்புரத்திலிருந்து நேரா வந்திருக்கான். ஒண்ணும் குடிச்சிருக்க மாட்டான். பிளாஸ்கில் பால் இருக்குதில்லே, எடுத்து கொடேன்' என்று அப்பா அம்மாவிடம் சொல்லும்போது, இந்த வேளையிலும் அவரிடம் பொங்கி வழியும் அன்பை ஏற்கும் திராணியின்றி, இவனுக்கு என்னவோ கோபம் வந்தது.

'வேண்டாம். அதெல்லாம் நான் குடிச்சுக்கிறேன். அப்பா வுக்குப் பாலை ஊற்றிக்கொடு' என்றான் இவன் அவசரப்பட்டுக் கொண்டு.

'இல்லே, இப்போதான்டா நான் குடிச்சேன்' என்றுவிட்டு அம்மாவைப் பார்த்து 'என்ன பாத்துகிட்டு நிக்கிறே, அவனுக்குப் பாலை விட்டுக்கொடேன்' என்று மீண்டும் நிர்ப்பந்தித்தார் அப்பா.

'அப்பா சும்மா படுத்திருங்கோ. நான் பிறகு குடிச்சுக்கிறேன்' என்றான் மறுபடியும் இவன்.

இவன் மனதில் ஞாயிற்றுக்கிழமையன்று, தன் வீட்டுக்கு வந்திருந்தபோது முகத்தில் வேதனை விம்ம 'ஹார்ட்டில் அடிக்கடி ஒரு வலி வருதுடா' என்று அப்பா சொன்னது ஞாபகம் வந்து, அப்போதே அப்பாவை டாக்டர் கிருஷ்ணபிள்ளையிடம் கூட்டிக் கொண்டு போகாமலிருந்து விட்டோமே என்ற அந்த ஆற்றாமை மறுபடியும் உறுத்திக் கொண்டே இருந்தது. அப்பாவின் இதயத்தில் என்ன நோய்? இப்போ அது எந்த நிலைமையில் இருக்கிறது, டாக்டர் என்ன சொன்னார் – இப்படி எத்தனையோ சந்தேகங்கள் எறும்பு ஊர்வது போல் அரித்துக்கொண்டே இருக்கிறதேயானாலும் நோயாளியின்

அருகில் வைத்து நோய்பற்றிக் கேட்காமலிருப்பதே உசிதம் என்ற ஒரு உணர்வில் இவன் மௌனமாய் அப்பாவையே பார்த்தவாறு நின்றுகொண்டிருக்கிறான்.

‘உன்னைப் பார்த்த பிறகுதான் அப்பாவின் முகத்தில் ஒரு நிம்மதி தெரியுது’ என்று அம்மா சொன்னபோது அப்பாவின் முகத்தில் லேசாய் ஒரு முறுவல்...

‘டுமாட்டோ கொடுக்கலாமுன்னு டாக்டர் சொன்னார், அதுதான் வாங்கிட்டு வாறோமுன்னு பாலச்சந்திரனும் ராமகிருஷ்ணனும் கீழே போயிருக்கிறாங்க’ என்று அம்மா சொல்லிக்கொண்டிருக்கும்போது, இவன் நேர் இளைய தம்பி சுந்தரம் கையில் பிளாஸ்குடன் வந்தான். அவன் தன்னைவிட ஒன்றரை வயசுக்குத்தான் இளையவன். பொறியியல் டிப்ளமா பாஸாகி ரப்பர் பாக்டரியில் மெக்கானிக்காக வேலை பார்த்துக் கொண்டிருக்கிறான். கல்யாணமாகி ஒரு ஆண் குழந்தை இருக்கிறது... பெண்டாட்டி பிள்ளையுடன் தென்னைவிளாகம் தெருவிலிருந்து அரை மைல் தொலைவில் இருக்கும் பித்தன் குன்றில் ஒரு வாடகை வீட்டில் வசிக்கறான்.

‘நீ எப்போ வந்தே?’

‘இப்போதான்!’

அவன் முகபாவத்தைப் பார்த்தபோது அப்பாவின் ஹிருதய நோயின் கௌரவத்தை அவன் நன்கு உணர்ந்திருக்கிறானா என்று இவனுக்குச் சந்தேகம் வந்துவிட்டது.

‘அப்பாவை நேற்றைக்கு இங்கே ஆஸ்பத்திரிக்குக் கூட்டிக்கிட்டு வரும்போது எனக்கும் விவரம் தெரியாது. சாயந்திரம் வழக்கம்போல் தென்னைவிளாகம் தெருவில் நம்ம வீட்டுக்குப் போயிருந்தபோதுதான் விஷயம் தெரிந்தது.’

இப்போது பாலச்சந்தரும் ராமகிருஷ்ணனும் கையில் டுமாட்டோ பொட்டலத்துடன் அவசரம் அவசரமாக உள்ளே நுழைந்தார்கள்.

‘அண்ணாச்சி எப்போ வந்தே?’ என்று இருவரும் ஒரே நேரத்தில் கேட்டார்கள்.

‘சற்று முந்திதான்.’

‘என் லெட்டர் அண்ணாச்சி கையில் எப்போ கிடைச்சுது?’ என்று ராமகிருஷ்ணன் கேட்டபோது, ‘இன்னைக்குக் காலம்பர ஒரு பதினொரு மணி இருக்கும்’ என்றான் இவன்.

‘ஜகதீசனுக்கும் இப்போ லெட்டர் கிடைச்சிருக்குமில்லே?’ என்று கேட்டாள் அம்மா.

‘கிடைச்சிருக்கும்’ என்றான் ராமகிருஷ்ணன்.

சுந்தரத்தை விட இரண்டு வயசுக்கு இளையவன் பாலச்சந்தர். விவசாயத்தில் பட்டமெடுத்துக் கொண்டு விவசாய இலாகாவில் ஒரு அதிகாரியாக இருக்கிறான். பாலச்சந்தரின் நேர் இளையவன்தான் ஜகதீசன். இப்போ இருபத்தியேழு வயசிருக்கும். இன்னும் கல்யாணமாகவில்லை, சட்டபரீட்சை பாஸாகி இப்போ குழித்துறையில் அட்வகேட்டாகத் தன் தாய்மாமன் கூட பிராக்டீஸ் பண்ணிக்கொண்டிருக்கிறான்.

அவனை அடுத்து இரண்டு தங்கைமார்களுக்குப் பிறகுதான் ராமகிருஷ்ணன். காட்டிலாகா பரீட்சை பாஸாகி இப்போது நிலம்பூர் ரேன்ஜில் நியமனம் கிடைக்க உத்தரவாகியிருக்கிறது.

பாத்திரத்தை எடுத்துக் கழுவிக்கொண்டு வந்து ராமகிருஷ்ணன் டுமாட்டோவைச் சின்னச் சின்ன துண்டங்களாக அதில் நறுக்கிப் போட்டுக்கொண்டிருந்தான். அப்பா அவர்களையே பார்த்தவாறு படுத்திருந்தார்.

வராந்தாவுக்கு பாலச்சந்தர் மெல்ல நகர்ந்தபோது, இவனும் அங்கே சென்றான்.

‘நேற்றைக்குக் காலம்பர ஆறுமணிக்கு அம்மா வந்து எழுப்பிச் சொல்லும்போதுதான் எனக்குத் தெரியும்... அப்பா வேதனையில் துடிப்பதைப் பார்த்தால் பயமா இருந்தது. உடம்பெல்லாம் தொப்பு தொப்புன்னு வியர்வை... உடனேயே டாக்ஸி பிடிச்சு நானும் ராமகிருஷ்ணனுமாக முதலில் இங்கே நம்ம டாக்டர் ஐயராமன்கிட்டே வந்தோம்.’

ஐயராமன் தூர உறவு. இவன் படித்த ஸ்கூலில் இரண்டு வகுப்பு கீழே படித்துக்கொண்டிருக்கும்போதிலிருந்தே தெரியும். சுறுசுறுப்புமிக்க அவன் தனக்கும் தன் தம்பிமார்களுக்கும் நண்பன்.

‘நல்லவேளை, ஐயராமன் க்வார்ட்டேர்ஸில் இருந்தான். டிஸ்டர்ப் பண்ண வேண்டாம். காரிலேயே இருக்கட்டும்’ என்று சொல்லி அப்பாவை வந்து பார்த்துவிட்டு, ‘இன்னைக்கு செவ்வாய்க்கிழமை அல்லவா, ஓ.பி.யில் டாக்டர் சாரதி இருப்பார். அவர் ஹார்ட் ஸ்பெஷலிஸ்ட், எம்.டி. மெடிக்கல் காலேஜில் அஸிஸ்டன்ட் ப்ரொபஸர்... எனக்கு நல்ல பழக்கம்... ஆள் கெட்டிக்காரர். அவர்கிட்டே போய்விடுவோம்...’ என்று சொல்லிக் கூடவே வந்தான். இங்கே வந்தபோது டாக்டர் சாரதி பரிசோதித்துப் பார்த்துவிட்டு, ‘உடம்பு கொஞ்சம்கூட அசையக் கூடாது. ஸ்ட்ரெச்சருக்கு ஏற்பாடு பண்ணுகிறேன்;

மேலே வார்டுக்கு லிப்டில் ஸ்ட்ரெச்சரில் படுக்கவைத்துத்தான் கொண்டு போகணும். மூன்றுவாரம் கம்ப்ளீட் பெட்ரெஸ்ட் இ.ஸி.ஜி. எல்லாம் பிறகு எடுக்கணும்' என்று சொல்லிவிட்டார். அப்படி ஓ.பி.யிலிருந்து ஸ்ட்ரெச்சரில் படுக்கவைத்து லிப்டில் இங்கே மாடிக்குக் கொண்டுவந்து வார்டில் அட்மிட் பண்ணி னாங்க. இன்ஜெக்சன் போடுகிறாங்க. மருந்து கொடுக்கிறாங்க – இங்கே இல்லேன்னு ஏதோ மருந்து எழுதித் தந்தார். வெளியில் மெடிக்கல் ஷாப்பிலிருந்து வாங்கிக்கொண்டு வந்து கொடுத்தேன்.'

'அவர் என்ன சொல்கிறார்?' இவன் கவலையுடன் விசாரித்தான்.

'ஹார்ட் அட்டாக்தான். கொஞ்சம் சீரியஸ்தான். ஆனா பயப்படத் தேவை இல்லை என்கிறார்...'

'எதுக்கும் அவர் வீட்டுக்குப் போய்ப் பார்த்துக் கேட்கணும்' என்றபோது இவன் மனம் மறுபடியும் அடித்துக்கொள்ளத் தொடங்கியது.

சற்று நேரம் கழிந்து இவன் கேட்டான்:

'நேற்றைக்கு இங்கே வந்து அப்பாவை அட்மிட் பண்ணும் போது ஏழுமணி இருக்குமா?'

'ஆமா, ஆறுமணிக்கே வீட்டிலிருந்து புறப்பட்டுவிட்டோம். அப்புறம் ஜயராமனையும் கூட்டிக்கிட்டு வந்து இங்கே அட்மிட் பண்ணும்போது எட்டுமணி ஆயிட்டது.'

'உம் – புனல்புரத்துக்குப் போக நேற்றைக்குக் காலம்பரெ ஒன்பது மணிக்குத்தான் நான் என் வீட்டிலிருந்து இறங்கினேன் –'

'அப்படீன்னா அப்போ நீயும் உன்வீட்டில்தான் இருந் திருக்கிறே. நீ அதிகாலையிலே போயிருப்பாயுன்னு எண்ணினேன் நான். அதோடு அப்போ அப்பா வேதனையால் துடிச்சிக்கிட் டிருந்த நிலைமையில் வேறெதையும் ஆலோசிச்சுக்கிட்டு நிக்க என்னால் முடியல்லே – சுந்தரம் அண்ணாவும் பிறகுதான் அறிந்திருக்கிறான்.'

'ஆமாமா, எதுக்கும் உடனடியாக ஆஸ்பத்திரியில் சேர்த்தது நல்லதுதான். இங்கே வந்த பிறகு வலி எப்படி இருக்குது?'

'அடிக்கடி வரத்தான் செய்யுது. நேற்றைக்கு ராத்திரி வலி வந்தது. இன்னைக்கு இதுவரை வரல்லே, இனிமேல் வருதோ என்னமோ தெரியல்லே...'

# 8

மணி ஆறாகிக்கொண்டிருந்தது. வார்டுகளில் இருள் மெல்ல மெல்ல வியாபித்து ஆக்கிரமிக்க, மின் விளக்குகள் அங்குமிங்கும் பளிச்சிடத் தொடங்கின.

வனஜாவும் அவள் மாப்பிள்ளை ரகுவும் வந்தார்கள். ஜகதீசனின் நேர் இளையவள் வனஜா. வயசு இருபத்தி ஐந்து. பி.ஏ. பாஸாகியிருந்தும் இப்போது ஹௌஸ் வெயிப் வேலைதான். அசல் அப்பாவின் அச்சுத்தான்! அவள் கணவன் ரகு பௌதீகத்தில் எம்.எஸ்ஸி., இரவிகடை கிறிஸ்துவ கல்லூரியில் ஆசிரியர் உத்தியோகம். இங்கே தென்னைவிளாகம் தெருவின் பக்கத்தில் பஜார் அருகே வீடு, பத்துமைல் தொலைவிலிருந்த இரவிகடைக்கு என்றும் பஸ்ஸில் போய்வந்து கொண்டிருந்தான். இரண்டு பெண் குழந்தைகள்; அந்தக் குழந்தைகளைக் கண்டபோது, இப்போது அப்பாவுக்கு மிகவும் உற்சாகம் வந்து விட்டது. குழந்தைகளிடம் கொஞ்ச அப்பா திரும்பிப் படுக்கும் போது, இவன் 'அப்பா, மெள்ள அப்படி சடக்கென்று திரும்பக் கூடாது. உடம்பு அசையக் கூடாது' என்று எச்சரித்தான். ஆனால் அப்பா அதை யொன்றும் சட்டை செய்வதாய்த் தெரியவில்லை.

வனஜாவும் ரகுவும் குழந்தைகளும் விடை பெற்றுக்கொண்டு திரும்பியதும், வனஜாவின் இளையவள் சரஸாவும்–அவளுக்கு வயசு இருபத்தி மூன்று, அவள் கணவன் நடராஜனும் வந்தார்கள். சரஸாவுக்கு அம்மாவின் உருவத் தோற்றம். நடராஜனுக்கு பஜாரில் இரும்புக்கடை. அவர்கள் ஒரு வயசு குழந்தை அனுபமாவை அப்பா கூப்பிட்டுக் கட்டிலில் பக்கத்தில் உட்காரவைத்துக்கொண்டார். இவர்கள் குயில்பாலம் பக்கத்தில் நடராஜனின் அப்பா அம்மா தம்பி தங்கைகள் கூடத்தான் வாசம்.

சற்று நேரத்தில் அவர்களும் போனபிறகு, இவன் விசாரித்தான்:
'அப்பா, இப்போ வலி எப்படியிருக்கு?'

'பரவாயில்லே.'

'டாக்டர் சாரதியை அவர் வீட்டில் போய்ப் பார்க்கலா முன்னு இருக்கிறேன். ஏதாவது சொல்லணுமா?'

'ரொம்ப களைப்பா இருக்குன்னு சொல்லு. வயிற்றில் க்யாஸ் ட்ரபிளோ என்னமோ, வயிறு புடைத்துப் போயிருக்கு – ஆமா – இப்போ ராத்திரி அவர் வீட்டுக்கு எதுக்குப் போகணும்? நாளைக்கு வார்டில் வரும்போது சொன்னால் போதாதா?'

'இல்லையப்பா, அவர் வீட்டில் போய்ப் பார்த்துக் கேட்டா தான் விவரமா பேசமுடியும்.'

'ஹூம்... ரூபாய் கொடுக்கணுமே.'

'அதைப்பற்றி அப்பா கவலைப்படவேண்டாம். நாங்க பாத்துக்கிறோம்.'

இப்போது பார்வையாளர்களின் நேரம் முடிவடைந்து விட்டது. வார்டில் அமைதி சூழ்ந்துகொண்டது. மங்கிய மின் விளக்கு வெளிச்சத்தில் அந்தப் பெரிய வார்டில் கண்படும் இடங்களில் எல்லாம் ஆ... ஊ... என்று முக்கி முனகி வேதனை களை விம்மித்தணிக்க முயற்சித்தவாறு கிடக்கும் நோயாளிகள்.

ஒரு நர்ஸ் வந்து அப்பாவை வாயைத் திறக்கச் சொல்லி ஒரு மாத்திரையைப் போட்டுவிட்டு, சிறிது தண்ணீரையும் கொடுத்துவிட்டுச் சென்றாள்.

ரொட்டியைப் பாலில் உதிர்த்து அப்பாவுக்கு ஊட்டினாள் அம்மா. பிறகு டுமாட்டோ துண்டங்கள். பாலில் ஹார்லிக்ஸ் கரைத்துக் கொடுத்தாள்.

மணி எட்டு அடித்தது.

'சரி, நீ வீட்டுக்குப் போயேன். அங்கே லட்சுமியும் கீதாவும் பிரபாவும் பாவம் உன்னைத் தேடிக்கிட்டு இருப்பாங்க...' என்றார் அப்பா அம்மாவிடம்.

ராமகிருஷ்ணனின் அடுத்தவள் லட்சுமிக்கு வயசு பதினெட்டு. அவளை விட இரண்டு வயசுக்கு இளையவள் கீதா, இரண்டு பேருக்கும் வயசு வந்துவிட்டது. படிப்பை நிறுத்திவிட்டு வீட்டி லேயே இருக்கிறார்கள். உடனேயே லட்சுமிக்கு வரன் பார்த்து முடிக்க அப்பா போன வாரம்கூட வள்ளியூர்வரை போய் ஒரு பையனைப் பார்த்துவிட்டு வந்திருந்தார். ஞாயிற்றுக்கிழமை

தன் வீட்டுக்கு வந்திருந்தபோதும் அப்பா இதுபற்றித் தன்னிடம் பேசிக்கொண்டிருந்தாரே.

கீதாவின் இளையவள் – கடைசித் தங்கை பிரபாவுக்கு இப்போ பத்து வயசிருக்கும். ஐந்தாவது வகுப்பில் படித்துக் கொண்டிருக்கிறாள்.

அம்மாவுக்கு வீட்டுக்குப் போக மனமில்லை. 'ராத்திரி இங்கே இருக்கிறேனே! வீட்டில் துணைக்கு பாலசந்தரின் பெண்டாட்டி ராதா இருக்கிறாளே...'

'வேண்டாம், வேண்டாம். இங்கே நாங்க யாராவது நிக்கி றோம். நீ வீட்டுக்குப்போய்ப் படுத்துவிட்டுக் காலம்பர வா–' என்றான் இவன். சுந்தரமும் பாலச்சந்தரும் ஆமோதித்தார்கள்.

'நான் சும்மாதானே படுத்திருக்கிறேன், ராத்திரி இங்கே யாரும் நிக்கணுமுன்னு இல்லே...' என்றார் அப்பா.

'இல்லை, அப்பா படுக்கையிலிருந்து அசையக்கூடாது. மருந்தோ தண்ணீரோ எடுத்துத் தர யாராவது நிக்கிறோம்.'

அம்மா மனசில்லா மனசோடு விடைபெறும்போது இவனிடம் 'நீ இன்னும் வீட்டுக்குப் போகல்லையேடா, புனல்புரத்திலிருந்து பஸ்ஸில் நேராக இங்கே ஆஸ்பத்திரிக்கு வந்தது. வீட்டுக்கு நீயும் வாயேன்' என்று சொன்னாள்.

'நான் வரும் வழியில் டாக்டரைப் பார்த்துவிட்டு வருவேன். அம்மா, போ...'

'இன்னைக்கு எனக்கு நைட்ஷிப்டு' என்று கூறி சுந்தரமும் அம்மாவின் கூடச் சென்றான்.

அன்று இரவு அப்பாவின்கூட ஆஸ்பத்திரியில் நிற்பதாக ராமகிருஷ்ணன் சொன்னான்.

'சரி, மாறி மாறி நிற்போம். இல்லாட்டி எல்லோரும் ஒரே யடியா களைத்துப்போயிடுவோம்' என்றான் பாலச்சந்தர்.

அப்பாவிடமும் ராமகிருஷ்ணனிடமும் விடைபெற்றுக் கொண்டு பாலச்சந்தரின் கூட இவன் வார்டின் பின்பக்கம் வாசல்வழி வெளியேறினான். அந்த வாசல் பக்கம் கேரேஜில் தான் பாலச்சந்தர் அவன் ஸ்கூட்டரை நிறுத்தியிருந்தான். இந்த வழி சென்றால், படி இறங்கவேண்டிய சிரமமும் இல்லை.

பாலச்சந்தர் ஸ்கூட்டரில் ஏறி ஸ்டார்ட் பண்ணியதும், இவன் பின் ஸீட்டில் ஏறி உட்கார்ந்துகொண்டான்.

சுப்பிரமணிய சுவாமி கோயில் நந்தவனத்தில் நகர அபிவிருத்தித் திட்டத்தின் கீழ் எழுப்பப்பட்டிருந்த நவீன காலனியில் டாக்டர் சாரதியின் வீடு இருந்தது. அவர்கள் அங்கே செல்லும்போது மணி ஒன்பது இருக்கும். வீடு இருளில் முழுகிக் கிடந்தது.

ஓரிருமுறை வெளிகேட்டைத் தட்டியபோது, ஒரு நாய் குரைத்தவாறு பாய்ந்து வந்தது. வேறு அசைவுகள் எதுவும் வீட்டினுள் தெரியவில்லை.

'தூங்கிவிட்டாரோ என்னமோ. அப்படீன்னா இப்போ அவரை டிஸ்டர்ப் பண்ண வேண்டாம். நாளைக்குக் காலையில் பார்த்துக்கொள்வோம்' என்றான் பாலச்சந்தர்.

'ஏழுமணிக்கே ஆஸ்பத்திரிக்குப் போய்விட மாட்டாரா?'

'அதிகாலையில் ஆறரைமணிக்கு வருவோம்.'

ஸ்கூட்டரில் ஏறிக்கொண்டார்கள். இவனுக்கு என்னவோ மாதிரி இருந்தது. டாக்டரை நேரில் கண்டு ஒரு வார்த்தை அவரிடம் பேசினால், ராத்திரி கொஞ்சம் சமாதானமாய்ப் படுக்க முடியும். ஹூம், அதுதான் நடக்கவில்லையே . . . ஒன்பது மணிக்கே தூங்கப் போய்விடும் டாக்டரா!

செவந்திட்டை ரோட்டில் இருந்த இவன் வீட்டு நடையில் இவனை இறக்கி விட்டு 'அப்போ நாளைக்குக் காலம்பரெ ஆறரைக்குத் தயாராக இரு. நான் இப்படி வர்றேன்' என்று கூறிவிட்டுச் சற்றுத் தள்ளியிருந்த தென்னைவிளாகம் தெருவுக்கு பாலச்சந்தர் ஸ்கூட்டரில் சென்றுவிட்டான்.

இவன் படிகள் வழி மேலே ஏறி, அடைத்துக் கிடந்த வெல்ட்மெஷ் கதவின் அடியின் இடைவெளியில் விரலை உள்ளே நுழைத்துத் தாளை விலக்கிவிட்டுக் கதவைத் தள்ளித் திறந்துகொண்டு உள்ளே சென்றான்.

குழந்தைகள் அப்பா, அப்பா என்று ஆரவாரம் செய்தவாறு வந்து கூடின. பையன் முரளி – அவனுக்கு மூன்று வயசு. ஆவலுடன் வந்து 'அப்பா, பிக்கட்டு . . .' என்று வழக்கம்போல் கையை நீட்டியபோது இவனுக்குக் கஷ்டமாக இருந்தது.

'அப்பா ஆஸ்பத்திரிக்குப் போய் தாத்தாவைப் பாத்துவிட்டு வர்றேன். பிக்கட்டு வாங்க மறந்து போச்சுடா. நாளைக்கு வாங்கித் தாரேன் . . .' என்று சொல்லிக்கொண்டிருக்கும்போது 'ஆஸ்பத்திரிக்குப் போயிருந்தேளா, மாமாக்கு எப்படி இருக்குது?' என்று கேட்டவாறு இடுப்பில் கடைக்குட்டி சவிதாவுடன் சரளா

வந்தாள். மூத்தவள் ஏழுவயது வித்யாவும் அவளை விட ரெண்டு வயசுக்கு இளைய அநிதாவும் அம்மாவின் முந்தானையைப் பிடித்துக்கொண்டு இவனையே பார்த்தவாறு நிற்கிறார்கள்.

இவன் பதிலெதுவும் சொல்லவில்லை. அப்பாவின் அருகில் நிற்கும்போது லேசாகிவிட்டிருந்த அந்தப் பாரம் இப்போது மீண்டும் கனம்பெற்றுப் பழைய இடத்தில் அவரோகித்துக் கொண்டு இப்போ அங்கே ஆஸ்பத்திரியில் என்ன நடக்குதோ என்று கேட்டவாறு ஒரு சங்கடத்தை உள்ளுக்குள் அழுத்திக் கொண்டே இருக்கிறது.

தோல்ப் பையை மேஜைமீது வைத்தான். வியர்வையில் நனைந்து குதிர்ந்துபோயிருந்த சட்டை, பேன்ட்ஸ், பனியன், ஜட்டி எல்லாவற்றையும் கொடியில் அவிழ்த்துப் போட்டுவிட்டு, வேஷ்டியை மட்டும் எடுத்து உடுத்திக்கொண்டு நடுக்கூடத்துக்கு வந்து மின்விசிறியை முழு வேகத்தில் ஆன் செய்து, அசதியும் கவலையும் வாட்ட கட்டிலில் சாய்ந்தான்.

# 9

அன்றைய அலைச்சலில் அசக்தமாகி உடம்பு களைத்துத் துவண்டு போயிருந்ததேயானாலும், உள்ளம் விழித்துக்கொண்டு தாறுமாறாய் இயங்கிக் கொண்டிருக்கிறது.

ஒன்றுக்கொன்று பொருத்தமில்லாத நினைவு கள். அப்பாவைத் தொட்டுவிட்டு சம்பந்தா சம்பந்த மில்லாமல் பிரக்ஞை வெளிக்கும் அப்பால் வேறெங் கெல்லாமோ சாந்தி கிடைக்காது ஆடி நடக்கும் எண்ண ஆவிகள்.

வெளியில் ரோட்டில் கார் ஹாரன்கள் கேட்கும் போதெல்லாம் இதயத்தின் உருவெளியில் நடுக்கங் கள் ஆவிர்பவித்துக் குடைந்தன, ஆஸ்பத்திரியி லிருந்துதான் தன்னைக் கூட்டிக் கொண்டு போக யாரோ வந்திருக்கிறார்கள் என்று.

மணி ஒன்று கழிந்திருக்கும்.

குழந்தைகள் எல்லோரும் தூங்கி விட்டிருந் தார்கள். விடிவிளக்கு இருளை அங்கங்கே அப்பி யிருந்தது.

'நீங்க அனாவசியமாக அதையும் இதையும் எண்ணி மனசை ஏன் அலட்டிக்கிறீங்க! மாமாவுக்கு ஒண்ணும் வராது...எல்லாத்துக்கும் அந்தக் கடவுள் இருக்கார்...' என்று இவன் தலையை எடுத்து மடியில் வைத்துக்கொண்டு பெரிய பாட்டி மாதிரி ஆறுதல் சொல்லிக்கொண்டிருக்கிறாள் சரளா.

அவள் வார்த்தைகள் இவன் மனதைத் தொடவில்லை.

அப்பா...

அப்பா...

இவன் அந்தரங்கத்தின் ஆழத்திலிருந்து ஒரு குரல் மேலெழும்பி வந்து வந்து கேட்கையில் இவன் விழிகள் இவன் அறியாமலேயே நிறைந்து வழியத் தொடங்கின.

கடைக்கண் வழி விழிநீர் அவள் மடியை நனைத்தபோது, அவள் தன் சாரி முந்தானையால் இவன் கண்களைத் துடைத்துவிட்டு மேலும் தேற்றிக்கொண்டிருந்தாள், 'நீங்கள் எல்லோரையும் விட மூத்தவர் இல்லையா. நீங்களே இப்படி மனசைத் தளரவிட்டால்...' என்றெல்லாம் கூறி.

இவன் அவளை இப்போது நன்றாகப் பார்த்தான்.

தன்னை விட இவள் ஏழு வயசுக்கு இளையவள். இப்போது இவளுக்கு இருபத்தி ஆறு வயசு. தன்னைவிட இவளுக்கு ஒரு அடியாவது உயரம் குறைவாகத்தான் இருக்கும். ஒரு பார்வைக்கு அப்படியொன்றும் பெருத்த அழகியாகத் தோற்றமளிக்காவிட்டாலும், தன்னைப் பல தடவை இவள் உடம்பு உன்மத்தனாக்கியதுண்டு, நாலு பெற்றவள்!

'சரளா, அப்பா எங்களுக்காக எவ்வளவு கஷ்டப்பட்டிருக்காருன்னு உனக்குத் தெரியுமா..! அவருக்கு நாங்க குழந்தைகள், குடும்பம் இவை தவிர வாழ்க்கையில் வேறொண்ணுமே கிடையாது. அப்படி ஓயாமல் உழைச்சுக்கிட்டிருந்தார்.

இந்த அறுபத்தியொரு வயசுவரை, அடுத்த மாசம் அறுபத்திரெண்டு திகையும். இன்றைய தேதிவரை சுகம், ரெஸ்ட் இதொன்றையுமே இன்னதென்று அவர் அறிந்ததில்லை. இனி மேல்தான் இதையெல்லாம் நாங்க அவர் பிள்ளைகள் அவருக்குக் கொடுக்கணும். அதுக்கிடையில் இப்படி ஹார்ட்டுக்கு.'

– இவனால் மேலே பேச முடியவில்லை. நெஞ்சில் இருந்த பாரம் இப்போது தொண்டைக்குள் புகுந்துகொண்ட மாதிரி.

இவனுக்கு அப்படிப் பேசவும் பிடிக்கவில்லை. கவலை அதன் முழுமூச்சில் நெஞ்சில் நிறையும்போது, கொண்டவள் இவள் மட்டுமென்ன, தன்னைப்பெற்ற அம்மா, தன் உடன் பிறந்த சகோதரர்கள், உற்ற நண்பர்கள் இப்படி உறவுகள் அனைத்துமே தனக்கு அந்நியமாகவே தோற்றமளிக்கின்றன. கவலையைத் தனக்குத்தானே ஏகாந்தமாய் மனசுக்குள் சீராட்டவே விருப்பம்.

மேலே சுழன்றுகொண்டிருந்த மின்விசிறிக் காற்று விழிகளின் ஈரத்தை உலர்த்தும்போது, சரளாவின் கரங்கள் இவன் தலை மயிரை வருடிக்கொண்டிருந்தன.

இவன் விழிகள் எதிர்ச் சுவரை எந்தக் குறிக்கோளுமின்றி வெறித்தபோது அப்பா – அம்மா போட்டோ.

சென்ற ஆண்டுக்கு முந்திய ஆண்டு அப்பாவின் ஷஷ்டியப்தபூர்த்தி – அறுபதாண்டுக் கல்யாணத்தின்போது எடுத்துக்கொண்டது! அறுபதாண்டு விழாவைக் கொண்டாடப் போவதாய் இவனும் சுந்தரமும் அப்பாவிடம் சொன்னபோது, 'எதுக்குடா இதெல்லாம் அநாவசியமாக!' என்று அப்பா தடுத்தார். இவர்கள் விடவில்லை. நிர்ப்பந்தித்தார்கள். 'அவர்கள் ஆசையின் குறுக்கே நாம் எதுக்கு நிக்கணும்? நம்ம கல்யாணத்தை அவங்க பார்க்காததனால், அறுபதாண்டுக் கல்யாணத்தையாவது பார்க்கணுமுன்னு ஆசை போலிருக்குது' என்று அம்மாவும் சொன்னாள். கடைசியில் எப்படியோ அப்பா சம்மதித்தார். அப்போ குடும்பத்தில் எல்லோரும் – அப்பா, அம்மா நடுவிலிருக்க, சுற்றிலுமாக இவர்கள் அண்ணன் தம்பிமார்கள், அவர்கள் மனைவிமார்கள், குழந்தைகள் – இப்படி எல்லோருமாய் நின்று ஒரு குரூப் போட்டோ எடுத்துக்கொண்டார்கள். அப்போதுதான், அப்பா நாற்காலியில் உட்கார்ந்திருக்க, அம்மா பக்கத்தில் நிற்க இந்த போட்டோவும் எடுக்கப்பட்டது.

இவன் மீண்டும் அந்த போட்டோவை உற்றுப்பார்த்தான். அப்பாவைப் பார்த்தால் இது அறுபதாண்டுக் கல்யாணத்தின் போது எடுத்துக்கொண்டதாய்ச் சொல்ல முடியுமென்று தோன்ற வில்லை. சுமார் முப்பத்தைந்து ஆண்டுகளுக்கு முன் அவர் கல்யாணத்தின் போது இருந்திருக்கும் இளமையின் பொலிவு முகத்தில் சுடர்விடுவதாய் இவனுக்கோர் பிரமை.

விழிகள் மெல்ல மெல்ல அடைந்தபோது அப்பா – அம்மா விவாக சம்பவத்தின் காரணகர்த்தாவான தாயம்மாள் பெரியம்மா மன அரங்கில் தெரிகிறாள்.

சிவகாமி பாட்டியின் மூத்த அண்ணாவின் மகள், செல்லப்ப மாமாவின் தங்கை இந்த தாயம்மாள். பெரியம்மா ஒரு பால்ய விதவை – குழந்தைக் குட்டிகள் ஏதும் இல்லை; பரசுபுரத்திலிருந்தாள். புதுமணத் தம்பதிமார்களுக்கு இப்போதும் ஊர்க்காரர்கள் இவள் மாப்பிள்ளையை உதாரணம் காட்டித்தான், 'கவனமா இருங்கோ'ன்னு எச்சரிக்கிறார்கள். தாயம்மாள் பெரியம்மாவின் புதுமாப்பிள்ளை திருமால்பிள்ளை பெரியப்பா, கல்யாணமாகி ஏழாம் நாள், உச்சி முதல் உள்ளங்கால்வரை சொட்டச் சொட்ட நல்லெண்ணெய் தேய்த்துப் பச்சைத் தண்ணீரில் குளித்தாராம். கல்யாணமான புதிசல்லவா? அன்று ராத்திரி என்ன நடந்ததோ ஏது நடந்ததோ – அதிகாலையில்

தாயம்மாள் பெரியம்மாவின் ஓலம் கேட்டு ஊர்க்காரங்க எல்லோரும் ஓடிவந்து கூடுகிறார்கள். திருமால்பிள்ளை கட்டிலில் போர்த்திக்கொண்டு கிடக்கிறார். வெடவெட என்று நடுக்கத்தில் ஆளைத் தூக்கித் தூக்கிப்போடுகிறதாம்; வைத்தியர் வந்தார்; நாடிப்பிடித்துப் பார்த்தார்; தாயம்மாள் பெரியம்மாவைக் கூப்பிட்டுக் கேட்டாராம். 'உம், நேற்றைக்கு நல்லெண்ணை தேய்ச்சு குளிச்சான் இல்லையா –?'

'ஆமாம்.'

'ராத்திரி பேசாமெ தூங்கினானா?'

தாயம்மாள் பெரியம்மா தலை கவிழ்ந்தாள்; எல்லோருக்கும் எல்லாம் புரிந்துபோய்விட்டது.

'ஹூம், ரட்சை இல்லை – இது சுகபோக ஜன்னி –'

அன்று இரவு திருமால்பிள்ளை கண்ணை மூடிவிட்டார். தாயம்மாள் பெரியம்மா 'ஐயோ – பாவி நான், பாவி நான் – என்னாலெத்தான் அவங்க செத்தாரு –' அப்படி இப்படீன்னு மண்டை மண்டையாய் அடித்துக்கொண்டாளாம் – சுவரில் முட்டினாள், மோதினாள், விழுந்து புரண்டாள். எல்லோரும் தூங்கின பிறகு நடுராத்திரியில் பூனைபோல் எழுந்து புழக்கடைக் கிணற்றில் போய்க் குதித்துவிட்டாளாம்!

அங்கேயும் பெரியம்மாவுக்குக் கஷ்ட காலம்தான். காலம்பரெ எழுந்து எல்லோரும் தேடுகிறார்களாம்; ஆளைக் காணவில்லை – நாலைந்து பேர் தெப்பக் குளத்துக்கு ஓடிப் போய் வலைவீசினார்கள். மாடியில் போய் உத்தரத்தைப் பரிசோதித்தார்கள் சிலர். கடைசியில் யாரோ கிணற்றிற்குள் எட்டிப் பார்த்தபோது இடுப்பளவு வெள்ளத்தில் தாயம்மாள் பெரியம்மா மேலே பார்த்தவாறு நிற்கிறாளாம்!

இதெல்லாம் பழைய கதை. சிவகாமி பாட்டி ஒவ்வொரு கண்டிஷனாக வைத்து, அப்பாவின் கல்யாணம் நீடித்துக்கொண்டு போவதைக் கண்டு, கடைசியில் இந்த தாயம்மாள் பெரியம்மா, விஷயத்தில் ஈடுபட்டாள். ஒரு நாள் இதுக்காக மெனக்கெட்டு முப்பத்தைந்து மைல் தொலைவிலிருந்த பரசுபுரத்திலிருந்து, அந்தக் காலத்தில் தபால் வண்டியும் மாட்டு வண்டியும்தான் உண்டு. அதில் எல்லாம் யாத்திரை செய்து இங்கே மரக்கடை ரோட்டில் வந்து இறங்கினாள். பாட்டியிடம் வந்து கேட்டாள்.

'எதுக்கு அத்தே இப்படி ஊரான ஊரில் எல்லாம் பெண் தேடுதே? என் அறிவில் ஒரு பெண் இருக்கிறாள்; என்னா பார்க்கலாமா?'

தாயம்மாள் பெரியம்மாவின் உதவிக்கு அவள் அண்ணன் செல்லப்ப மாமாவும் தம்பி ஐயப்ப மாமாவும் – அவருக்கு இப்போ ஒரு பாங்கில் குமாஸ்தா வேலை கிடைத்துவிட்டது – சேர்ந்துகொண்டார்கள்.

'அத்தைக்கு அப்படி இப்படியுள்ள பெண் ஒண்ணும் பிடிக்கல்லே. பொருத்தம் இருந்தால் பணம் இல்லை; பணம் இருந்தால் பொருத்தம் இல்லை; பொருத்தமும் பணமும் இருந்தால் அழகு இல்லை –'

'சரி, நீ அதிகமா வளைச்சுக் காட்டாமல் விஷயத்தைச் சொல்லுட்டீ, பெண் யாரு?'

பாட்டி நிர்ப்பந்திக்க, பெரியம்மா விஷயத்தை வெளியிட்டாள்.

'உள்ளதை சொல்றேனே அத்தே . . . பெண் அப்படி அதிரூப சுந்தரி ஒண்ணும் இல்லே. உனக்கானால் கண்ணே கண்ணு பொன்னே பொன்னுன்னு ஒரே மகன். வருகிற மருமகள் அப்படி பூலோகரம்பையா இருந்துவிட்டால், கடைசியில் நீ மூலையில் ஆயிடுவே. அதை மட்டும் மறந்திராதே. ஆனா இந்தப் பெண் நல்ல படிப்பும் பெருமையும் உள்ள குடும்பத்தைச் சேர்ந்தவ. இங்கேயோ நல்ல நாலு ஆளில்லே; அங்கே ஆளுக்குப் பஞ்சமில்லை.'

இப்படியே தாயம்மாள் பெரியம்மா வளவளன்னு வர்ணித்துக்கொண்டே போனாள். மீண்டும் மீண்டும் பாட்டி கட்டாயப்படுத்திக் கேட்க, கடைசியில் அங்கே இங்கே பார்த்துவிட்டு, ரொம்ப ரகசியமாக அவள் பாட்டியின் செவியில் குசுகுசுத்தாளாம். 'பெண் தக்கனூர் ஜம்புலிங்கம் வக்கீலின் ரெண்டாவது மகள் ஜகதம்...'

ஜம்புலிங்கம் வக்கீல் என்ற காரணப் பெயரில் அறியும் வக்கீல் என்.ஸி. சுந்தரலிங்கம் பிள்ளை அந்தக்காலத்தில் பிரபலமான வக்கீல், அதோடு எதுக்கும் துணிஞ்சவராம். அதனால்தான் அவருக்கு மேற்படி ஜம்புலிங்கம் வக்கீல் என்ற பட்டப்பெயர். நிறம் அசல் கறுப்பு; வைரம் பாய்ந்த உடம்பு; எப்போதும் நல்ல ஆரோக்கியமாகவும் சுறுசுறுப்பாகவும் காட்சி தருவார். குளச்சலில் இருந்து அவர் முறைப்பெண் லட்சுமியம்மாளைக் கட்டியிருந்தார். அவள் நிறத்தில் இவருக்கு நேர் எதிர். பூர்வீகமாகவும் பெண்வழியிலும் நிறைய சொத்து சுதந்திரங்கள் கிடைத்தது என்றாலும், வக்கீல் தொழிலில் நல்ல பெயர் இருந்ததால் அவருக்கு நல்ல வரும்படி இருந்தது.

மூத்தமகள் கல்யாணியை ஆரல்வாய்மொழியில் மகாதேவன் பிள்ளைக்குச் கட்டிக்கொடுத்திருக்கிறார். அவர் ஒரு பி.ஏ. இன்னும் ஆறோ ஏழோ பெண்கள் இருந்தார்களாம்.

இதையெல்லாம் பார்க்கும்போது, தன் இன்றைய குடும்ப நிலைமையில், ஒருவேளை பெண் தகப்பனைப்போல் நிறம் கொஞ்சம் மங்கலாக இருந்தாலும் கூட, இது நல்ல சம்பந்தம் என்றுதான் பாட்டிக்குத் தோன்றியது. ஆனால் இந்த வக்கீல் வீட்டுச் சம்பந்த விவகாரம் தாயம்மாள் வழியாகக் கேட்ட உடனேயே, முதலில் சிவகாமி பாட்டிக்கு என்னவோ மாதிரி ஆகிவிட்டதாம்.

காரணம்,

சுந்தரலிங்கம் பிள்ளைக்குப் பெயருக்கேற்ற தோற்றம் கொண்ட பெண்டாட்டி, ஏழோ எட்டோ குழந்தைகள். அவர்களில் மூத்த மகளுக்கு ஏற்கெனவே கல்யாணமாகிவிட்டது. தற்போது இரண்டோ மூன்றோ பெண்கள் பிராயம் திகைந்து நிற்கிறார்கள். இப்படியெல்லாம் இருந்தும்கூட, வக்கீல் தக்கனூரிலிருந்து இரண்டு கல் தொலைவிலிருக்கும் பரசுபுரத்தில் தாயம்மாள் வீட்டுக்கு அடிக்கடி ராத்திரிப் பொழுதுகளில் ரகசியமாய்த் தன் சொந்த சைக்கிளில் போய்வந்துகொண்டிருப்பதாய் ஊரில் நிலவியிருந்த ஒரு வதந்தி சிவகாமி பாட்டியின் செவியிலும் எட்டியிருந்ததுதானாம்.

எது எப்படியானாலும், அதன் பிறகு மளமளவென்று காரியங்கள் முன்னேறின. இதற்கிடையில் மாப்பிள்ளை வீட்டுக்கும் பெண் வீட்டுக்குமாக தாயம்மாள் பெரியம்மா ஒரு பத்து தடவையாவது தபால்வண்டியிலும் காளை மாட்டு வண்டியிலும் மிகுந்த அக்கறையோடு யாத்திரை செய்து, மும்முரமாய் முயற்சித்து, ஏனைய லௌகீக விஷயங்களை இருசாராரிடமும் பேசிச் சம்மதிக்க வைத்துவிட்டாளாம்.

ஒரு நாடாரிடமிருந்து குத்தகைக்கு வக்கீல் வாங்கி யிருந்த பூவுக்கு எட்டுக்கோட்டை கிடைக்கும் திருவட்டாற்றி லிருந்த ஒரு வயல், நாற்பது பவுனுக்கு நகை, பெண் வீட்டில் வைத்துக் கல்யாணம் – இப்படியெல்லாம் சீதனம் பேசப்பட்டு முடிவாக்கப்பட்டது.

கடைசியில், மகனிடம் பாட்டி விஷயத்தைச் சொல்லும் போது, ‘அதொண்ணும் எனக்குத் தெரியாது . . . கல்யாணம் அங்கே பெண் வீட்டில் தக்கனூரில் வச்சே நடக்கட்டும். ஆனால் கலியாணம் கழிஞ்சு இங்கே நம்ம ஊருக்கு, பெண் மறுவீடு வருவது, இந்த பாகம் வச்சு பாழடைஞ்ச பழைய வீட்டுக்கு வேண்டாம்.’

–அப்படீன்னு சொல்லி அம்மாவை அதிர்ச்சிக்கு உள்ளாக்கி விட்டான் மகன்.

'இந்த வீட்டுக்கு இல்லாமல் பிறகு எந்த வீட்டுக்கு வரணுமாம்?'

அப்பா முகத்தில் இப்போது என்னவோ ஒரு உணர்ச்சித் தீவிரம்.

'நான் என் வியர்வையைச் சிந்திச் சொந்தமாகச் சம்பாதிச்சுப் புதுசா ஒரு வீடு கட்டுவேன். அந்தப் புது வீட்டுக்குத்தான் உன் மருமகள் தன் வலதுகாலை எடுத்து வச்சு நம் குடும்பத்தை நடத்த வரணும்.'

பாட்டிக்கும் இந்தக் கற்பனையைக் கேட்க நல்லாத்தான் இருந்தது. ஆனால் இது நடக்குமா?

'டேய், நீ சொல்றதெல்லாம் கேட்க நல்லாத்தான் இருக்குது... கல்யாணம் பண்ணிப்பார், வீட்டைக் கட்டிப்பார் – அப்படீன்னு சொல்லுவா. இந்த ரெண்டையும் ஒண்ணா செய்வது என்பது எளிதா? உனக்கு இந்தப் பத்து ரூபா சம்பளத்தில் வீடுகட்டுவது என்பது சாத்தியமாடா?'

'சாத்தியம்தான். சாத்தியமாகணும் என்பதுதான் என் நம்பிக்கை. இந்த வீட்டில் வாழ்ந்து நாம் என்ன சுகத்தைக் கண்டுவிட்டோம்?'

'அப்படின்னா இந்த வீட்டை விற்றா –' என்று பாட்டியை முழுதும் பேச விடவில்லை அப்பா.

'நீ என்ன சொல்லுதே அம்மா! கையிலிருப்பதை விற்று விட்டு இனியொண்ணைப் புதுசாய்க் கட்டுவதில் என்ன சாமர்த்தியம் இருக்குது? மட்டுமில்லே, இது நம்ம பூர்வீக வீடு. அப்பாவின் வீடு... இது நம் கையை விட்டுப் போய்விடக் கூடாது. ஆனா, பாகப்பிரிவினை செய்து துண்டிக்கப்பட்டுவிட்ட இந்த வீட்டில் குடும்பம் நடத்த ஏனோ எனக்கு மனசு வரமாட்டேங்குது. புதிய வீடு கட்டி ஜாகை மாற்றிய பிறகு, இந்தப் பழைய வீட்டை வேண்டுமானால் வாடகைக்கு விட்டுவிடுவோம்.'

'பணத்துக்கு என்ன செய்வே?'

'நான் சம்பாதிப்பேன்.'

'நீ இனி சுயமாக சம்பாதிச்சு வீடுகட்டுவதுவரைக்கும் கல்யாணம் வேண்டாமுன்னா..?'

'ஆமா –'

‘அதுக்கு எவ்வளவு காலம் ஆகுமோ!’

‘அதிக காலமொண்ணும் வேண்டாம் – ஒரே ஒரு வருஷம்.’

‘ஒரு வருஷத்தில் நீ எப்படி முடிப்பே?’

‘அதெல்லாம் முடிப்பேன். இதுவரை உள்ள சம்பளத்தில் வீட்டுச் செலவுக்குத் தந்ததுபோக மீதிப் பணத்தை ஒரு சீட்டில் மாசாமாசம் போட்டுக்கொண்டிருக்கேன். அதைப் பிடிச்சு மனை வாங்கலாம். இந்த சிற்றார் ரோட்டில் கிழக்கே கொஞ்சம் தள்ளி பனைவிளாகம் தெருவின் பக்கத்தில் தென்னைவிளாகம் தோப்பில் தென்னை மரங்களை எல்லாம் வெட்டிச் சாய்த்து அஞ்சுசென்ட், ஆறு சென்டுன்னு சின்னச் சின்ன இடங்களாக வீடுவைக்க விலைக்குக் கொடுக்கப் போறாங்களாம். பிறகு அந்த மனையையும், அங்கே கட்டப் போகிற வீட்டையும் வேணுமுன்னா இந்த வீட்டையும் உத்தரவாதம் கொடுத்து க்ரடிட் பாங்கிலிருந்து இருபதோ முப்பதோ வருஷம் தவணை வச்சுக் கொஞ்சம் ரூபாய் கடன் வாங்கி வீட்டைக் கட்டி முடிக்கணும். மாசாமாசம் என் சம்பளத்தில் கடனைத் தீர்த்துக்கிட்டே வரலாம்.’

– அப்படி தன் இந்நாள்வரையுள்ள சம்பாத்தியத்தையும் இனி சம்பாதிக்க இருப்பதையும் ஒருங்கே சேர்த்து ஒரு வீட்டைக் கட்டும் திட்டத்தை அப்பா வெளியிட்டபோது பாட்டி, ‘எதுக்குடா இந்த கஷ்டமெல்லாம்? நீ இதுவரை பட்ட கஷ்டமொண்ணும் போதாதா? பெண்டாட்டி, பிள்ளைகள் என்று சுகமாக வாழ்வதை விட்டுவிட்டு, பாங்கில் இப்போதே பெரிய தொகைக்குக் கடன் பட்டு, அதைத் திரும்ப அடைப்பதை நினைச்சு, வாயைக் கட்டி, வயிற்றைக் கட்டி அவஸ்தைப்படவா போறே?’ என்று தடுத்தாள்.

‘அம்மா, கஷ்டமில்லாமெ சுகமில்லே... எதுக்கும் எனக்கு வருகிற பெண்டாட்டி என் புதிய வீட்டில் வந்துதான் புதுக் குடித்தனம் செய்யணும். இதில் எந்த மாற்றமும் இல்லை.’

# 10

விழிகளைத் திறந்தபோது அறையில் விடிவிளக்கின் மங்கிய வெளிச்சம் –

சாளரத்தின் வெளியில் இருண்ட ஆகாயம்... கட்டிலின் கீழே பாயில் தாறுமாறாய்க் கிடக்கும் குழந்தைகளின் கூட சரளாவும் கிடக்கிறாள்.

இவன் எழுந்தான்.

வராந்தாவில் இருந்த சுவர் கடிகாரம் பனிரண்டு முறை அடித்தது. வெளியே ரோட்டில் யார் யாரோ பேசிக்கொண்டு செல்லும் சத்தம் – ஒரு லாரி மேல்மூச்சு கீழ்மூச்சு வாங்கிச் செல்கிறது.

ஜன்னல் பக்கத்திலிருந்த பிளாஸ்கிலிருந்து சிறிது வெந்நீரை ஊற்றிக் குடித்தான்.

ஆஸ்பத்திரியில் இப்போது என்ன கட்டமோ? இவன் மெல்ல நடுக்கூடத்திலிருந்து வெளி வராந்தாவுக்குச் செல்லும் கதவைத் திறந்துகொண்டு வராந்தாவுக்கு வந்தான். வெல்ட் மெஷ் கம்பிவலையின் இடைவழி தெரு விளக்கின் வெளிச்சம் சின்னச் சின்ன சதுரக்கோடுகளாய் வராந்தா தரையில் கோலம் போட்டிருந்தது. அதை மிதித்துத் துண்டித்த வாறு நடந்து சென்று கம்பிகளின் இடைவழி ரோட்டைப் பார்த்தான்.

கறுத்து நீண்டு கிடந்த தார்ரோட்டில் அங்கங்கே தெரு விளக்கு வெளிச்சம் பூத்துக்கிடந்தது. வலப்பக்கம் தூங்கிக்கிடக்கும் செவந்திட்டை அக்கிரகாரமும் பெரியசாலை அக்கிரகாரமும் சங்கமிக்கும் சந்திப்பு முனை. இடப்பக்கம் தூரத்தில் ஆயிரம் சாலை அப்சரஸ் சினிமா கொட்டகை வாசலில் திறந்துவைத்திருந்த கடைகளின் விளக்கு வெளிச்சம்.

அந்த அப்சரஸ் சினிமா கொட்டகையின் பின்பக்கம்தான் தென்னைவிளாகம் தெரு – அங்கே தங்கள் குடும்ப வீட்டில் அப்பா வழக்கமாய்ப் படுத்திருக்கும் வலப்பக்க அறையில் கிடக்கும் கட்டில் இப்போ சூன்யமாய் இருக்கும்.

இந்த அப்பாவிடம் அந்த இளமைக் காலத்திலேயே ஆக்க ரீதியில் எவ்வளவு பெரிய வைராக்கியச் சித்தம் இருந்திருக்கிறது!

குடும்பத்தில் எத்தனையோ விதமான தொல்லைகள்...

துயரங்கள்...

பற்றாக்குறை...

தரித்திரம்...

– இவையெல்லாவற்றையும் சவால்விட்டுப் புதிய வீடு – அதுவும் சுய உழைப்பில் ஒரு வீடு, அந்த வீட்டில்தான் தனக்கு வரப்போகும் மனைவி குடிபுக வேண்டும் என்ற மோகன சங்கற்பத்தை சாட்சாத்கரிக்க அப்பா எவ்வளவு கடுமையாய் உழைத்திருக்க வேண்டும்!

தக்கனூர் வக்கீல் வரப்போகிற மாப்பிள்ளையின் வைராக்கிய சித்தத்தைக் கேட்டு உச்சி குளிர்ந்துபோய் உறவினர்கள், கேஸுக்கு வரும் கட்சிக்காரர்கள் என்ற வித்தியாசமின்றி எல்லோரிடமும் தன் வருங்கால இரண்டாவது மருமகனின் சாமர்த்தியத்தைச் சிலாகித்துப் பேசிக்கொண்டிருக்கிறார் என்று சேதி வந்ததும் சிவகாமி பாட்டி உள்ளம் பூரித்துப் போனாளாம்.

தென்னைவிளாகம் தோப்பை, நடுவில் தெற்கு வடக்காய் ஓடும் தெருவுக்குப் பத்தடி இடம்போட்டுக் கூறுபோட்டு, கிழக்கு மேற்கு இருபக்கங்களிலும் சிறு சிறு மனைகள்... மத்திய பாகத்தில் மேற்கே பார்த்துக் கிழக்குப் பக்கம் அப்பா ஆறுசென்ட் மனை வாங்கினார். அங்கேதான் அப்பா புதிய வீடு கட்டினார்.

'அத்தான், நம்ம ரெண்டு பேரும் எப்போதும் பக்கத்து பக்கத்து வீடுகளில்தான் தங்கியிருக்கணும்' என்று கூறி செல்லப்ப மாமாவையும் நிர்ப்பந்தித்து அப்பா வாங்கிய மனையைத் தொட்டு இடப்பக்கம் நாலுசென்ட் வாங்க வைத்து அவரையும் அங்கே வீடுகட்ட வைத்தார் அப்பா.

தனக்கு அறிவு வந்துகொண்டிருக்கும்போது ஒரு தடவை அப்பாவிடம் இவன் கேட்டது ஞாபகம் வருகிறது.

'அப்பா, இந்த வீடு இப்போதும் இவ்வளவு வசதியா பேஷனா இருக்குதே... யாரப்பா இதை டிசைன் செய்த எஞ்சினீயர்..?'

அப்பாவின் முகத்தில் பெருமிதத்தின் ஒளி பிரகாசிக்கிறது.

'எல்லாம் நான்தான்டா!' என்று கூறி விட்டு, அப்பா தன் சொந்தக் கையால் அழகாய் வரைந்து வைத்திருந்த வரை படத்தைப் பெட்டியின் அடியிலிருந்து எடுத்து, புழுதியைத் தட்டிவிட்டு விரித்து இவனிடம் காட்டினார்.

அதைக் கண்டு – அப்போது தனக்கு ஒரு பதிமூன்று வயசிருக்கலாம்; அப்படியே அசந்துபோய், வரைபடத்தைக் கையில் வைத்துக்கொண்டு, படம் நிஜமாகியிருந்த அறை தரைகளில் ஓடி நடந்து ஒப்புநோக்க அன்று எவ்வளவு பெரிய ஆவேசம் தன்னிடம் அலைவீசியது!

தெருநடையிலிருந்து ஏறும் வெளிக்கேட்டின் இருபக்கங் களிலுமிருந்து முல்லைப்பந்தல் மேலே ஆர்ச்சிஸ் படர்ந்தேறி யிருந்தது. வலப்பக்கம் தூண்கட்டியில் அப்பாவின் அப்பா ஞாபகார்த்தமாய் 'ராஜா விலாஸ்' என்ற பெயர் பொறித்திருக்கும் ப்ளேட். கேட்டிலிருந்து உள்ளே ஏறினதும் ஒரு முற்றம். மூன்று படிகள் ஏறினால் ஒரு திறந்த வராந்தா (அந்த வராந்தாவின் மார்பிள் போன்ற மிருதுவான வெண்மைத் தரையைப் பார்த்து வியந்து ஒரு தடவை பாட்டியிடம் கேட்டபோது, எவ்வளவு முட்டை இதுக்காக உடைச்சுக் கொட்டியிருக்கிறாங்க தெரியுமா' என்று வர்ணித்திருக்கிறாள் சிவகாமி பாட்டி...) பிறகு இருபக்கங் களிலும் இரண்டு அறை. இதில் இடப்பக்க அறையில்தானே தன் ஜனனம் சம்பவித்தது. இருபத்தைந்தாவது வயதில் தனக்குக் கல்யாணமாகி, இதோ தான் இப்போது நிற்கும் செவந்திட்டை அக்கிரகாரம் பக்கம் இருக்கும் இந்த வீட்டுக்கு வசிக்கவருவதுவரைக்கும், நான் வளர்ந்தது, படித்தது, தூங்கினது, வாழ்ந்தது எல்லாம் எல்லாம் தன் பிறவி சம்பவித்த அதே சின்ன அறையில் வைத்துதானே..! பாட்டி காலமாவது வரைக்கும், அறையின் மேற்குக் கோடியில் கட்டிலில் படுத்திருக்கும் தனக்குத் துணையாகப் பாட்டி கிழக்குக் கோடியில் கீழே பாயை விரித்துப் படுத்திருப்பாள். சில வேளைகளில், தெற்கு வடக்காய்க் கிடக்கும் அந்தப் பிரம்பு இழை வரிந்திருந்த ஒற்றைக் கட்டிலில் சயனித்திருக்கும்போது, 'நாம் எங்கேதான் போனாலும் வாழ்க்கையின் அந்தி நேரத்தில் சாவதற்கு இங்கே இதே படுக்கைக்கு வந்துவிட வேண்டும்' என்று அசட்டுத்தனமாய், தான் எண்ணியதுண்டு. அத்தனைக்கு அந்த அறையின் உள்ளுமாகக் கருப்பைக் குழவியாய் இவன் கரைந்து சேர்ந்திருக்கிறான். அந்த வீட்டில் இருக்கும்போது சாப்பிட, குளிக்க என்று சமையலறை, குளியலறை என்று இறங்கிச் செல்லும் சில நிமிடங்கள் தவிர, மற்றபடி சதா நேரமும் இந்த அறைக்குள்ளேயே உட்காருவது,

படிப்பது, நடப்பது இப்படியே இவன் கழித்துவிடுவான்... அதில் ஒரு ஆத்ம சுகம்.

வலப்பக்கம் தெற்குத் திசையிலிருந்த அறைதான் அப்பாவின் அறை; மேலே மாடிக்குச் செல்லும் வாசலும் இந்த அறையில்தான் இருந்தது.

நடுவில் பெரிய நடுக்கூடம்; இங்கே பளிங்கு போலிருக்கும் கறுத்த சிமெண்ட் போட்ட தரை...

நடுக்கூடத்தின் வலப்பக்கம் அரங்கு. பிறகு, பின்னால் சமையலறை. அங்கணம், நெல்போட குதிர் வைத்திருந்த அறை.

பின்பக்கம் கொல்லை; கொல்லைச் சுவரின் மறுபக்கம் அப்ஸரஸ் சினிமா கொட்டகையின் பின்பக்கத் தோப்பு; வீட்டைச் சுற்றி ஐந்தடி இடம்.

–இப்படிச் சிறிதாக இருந்தாலும் எல்லாவித சௌகரியங்களும் ஒருங்கே அமைந்த அமரிக்கையான வீடு.

மளமளவென்று வீட்டு வேலைகள் நடந்தன. க்ரடிட் பாங்க் தந்த கடன் தொகையை அப்பா கண்ணும் கருத்துமாய்ச் செலவழித்தார்.

– அப்படி வீட்டைக்கட்டி முடித்துப் பால் காய்ச்சிய பிறகுதான், தக்கனூர் தாத்தாவின் வீட்டில் வைத்து அப்பா அம்மாவின் கழுத்தில் தாலி கட்டினாராம்.

இந்தத் தென்னைவிளாகம் தெருவிலுள்ள ராஜா விலாசில்தான், கல்யாணம் கழித்து அம்மா தன் வலதுகாலை எடுத்து வைத்து மறுவீடு வந்தாளாம்.

புதுமை மணம் விலகியிராத அந்தப் புது வீட்டில் அப்பாவின் புதுமண வாழ்வு எப்படி இருந்திருக்கும்? –இவன் மனம் கேட்டுக்கொண்டது.

அம்மா சொல்லியிருக்கிறாள்:

'ஹூம், ஒண்ணும் சொல்ல வேண்டாம். சாயங்காலம் வந்து சாப்பிட்டுக்கிட்டுப் போனால், கடைபூட்டிவர ரெண்டு மணி அடிக்கும். அதன் பிறகு கைகால் அலம்பி, சாமி கும்பிடாமே சாப்பிடும் வழக்கமே இல்லை. உம், அந்த மட்டில் உள்ளூரில் இருக்கவும் விடவில்லை முதலாளி. இங்கிருந்து நாப்பதுமைல் தூரத்தில் கொல்லன்பட்டியில் புதுசாய் ஒரு தடிக்கடை கூட தொடங்கியிருந்தார். உங்க அப்பாவை அங்கே முழுப்பொறுப்பில் போட்டுவிட்டார். பிறகு ஒரு வாரத்துக்கோ, ரெண்டு வாரத்துக்கோ ஒருமுறைதான் இங்கே வீட்டுக்கு வருவார். இங்கே அத்தையும்

நானும் மட்டும்தான். தெருவில் தொட்டுத் தொட்டு நிறைய வீடுகள் இருந்தாலும், வீட்டில் ஆண்பிள்ளை இல்லையேன்னு எனக்குப் பயமா இருக்கும். முதலாளிக்கிட்டே சொல்லக் கூடாதான்னு அத்தை கேட்டா, 'ஆமா, நான் அவர்கிட்டே போய் சொல்லுறேன், எனக்குப் புதுசாய்க் கல்யாணமாகியிருக்கு, என்னை வெளியே அனுப்பக் கூடாதுன்னு!' என்று சொல்லிச் சிரிப்பார். பிறகு சொல்லுவார், அதெல்லாம் அவருக்குத் தெரியாதா..? அவர் கடையில் சம்பளத்துக்கு நிக்கிறேன் நான். அவருக்கு வியாபாரத்தில் லாபம் உண்டாக்கத்தானே எனக்குச் சம்பளம் தாரார்!

செய்யும் தொழிலில் ஆத்மார்த்தமாக இருக்க வேண்டும் என்பதில் எப்போதுமே அப்பா கண்டிப்பாக இருப்பார் என்பது இவனுக்குத் தெரிந்த சமாசாரம்தானே!

அப்பா அப்படி கொல்லன்பட்டிக்கும் பள்ளிகொண்ட புரத்துக்குமாக அலைந்துகொண்டிருந்தாராம். அதிகம் தாமதி யாமல் அம்மா கர்ப்பம் தரித்தபோது சிவகாமி பாட்டிக்குச் சந்தோஷம் இவ்வளவு அவ்வளவு இல்லை. அப்பாவுக்கு அதைவிட! ஆனா மூன்றாம் மாசம் காய்விழுந்துவிட்டதாம். ஒரு ஆண்டுக்குப் பிறகு மறுபடியும் அம்மா கர்ப்பம் தரித்தாளாம். மருமகளைத் துரும்பெடுத்துப் போடவிடாமல் சிவகாமி பாட்டி கண்காணித்தாளாம். ஏழாம் மாசம் தக்கனூருக்குச் சீமந்தம் கண்டு அழைத்துக்கொண்டு சென்றார்கள்.

அங்கே வைத்துத்தான் தன் அக்காளை அம்மா பிரசவித்தா ளாம். விவரம் அறிந்து குழந்தையைப் போய்ப் பார்த்துவிட்டு வந்த சிவகாமி பாட்டிக்கும் அப்பாவுக்கும் சந்தோஷம் சொல்லி முடியாது – தென்னைவிளாகம் தெரு முழுதும் பழமும் சர்க்கரை யும் வழங்கப்பட்டது – எப்போடா குழந்தையை இங்கே வீட்டுக்கு எடுத்துக்கொண்டு வருவாள் என்ற அங்கலாய்ப்பு...

'குழந்தை அசல் அவள் அப்பாவைப்போல்தான்' என்று அக்காவின் நிறத்தையும் தோற்றத்தையும் ஒரேயடியாய்ப் புகழ்ந்தாள் சிவகாமி பாட்டி.

அக்கா இறக்கும்போது பத்து வயசு இருக்கும்; அப்போ தனக்கு எட்டு வயசுதான் இருக்கும்; இருந்தும் அக்காளின் முகம் தனக்கு இப்போதும் நன்றாக ஞாபகம் இருக்கிறது.

தேஜஸ் தெறிக்கும் முகம்; எப்போதும் சுறுசுறுப்பாக இருக்கும் குணம். எங்கே போகவேண்டுமானாலும் தன்னைக் கூட அழைக்காமல் செல்லமாட்டாள். தெருவில் எல்லா வீடுகளில் உள்ளவர்களுக்கும் அக்காளின் மீது தனிப் பாசம்.

அக்காளுக்கு சிவகாமி பாட்டியின் பெயரைப் போட வேண்டுமென்று கூறியவர்களிடம், 'வேண்டாம். வேண்டாம்... நான் ஒரு துரதிர்ஷ்ட கட்டை. என் பெயரை இதுக்குப் போட வேண்டாம் – எல்லாம் அவன் அப்பாவின் பெயரைப் போட்டால் போதும்' என்று பாட்டி சொல்லிவிட்டாளாம்.

அப்படித்தான் ராஜம்மா என்று அக்காளுக்குப் பெயரிட்டார் அப்பா.

அப்பாவுக்குக் குழந்தைகள் என்றால் உயிர். கடையிலிருந்து வந்தவுடன் அக்காளைக் கையில் எடுத்துக்கொண்டு கொஞ்சத் தொடங்கிவிடுவாராம். அக்காளுடன் ஆ – ஊ என்று கொஞ்சி விளையாடிக்கொண்டிருக்கும்போது, அப்பாவுக்குக் குளிக்க, சாப்பிட எல்லாம்கூட மறந்துபோய்விடுமாம் – அத்தனைக்கு ஒரு பாசம்.

அம்மா மீண்டும் கருத்தரித்தாளாம். இந்தத் தடவை பிரசவத்திற்குத் தக்கனூருக்கு அம்மா செல்லவில்லையாம் – அம்மாவின் அம்மா லட்சுமி பாட்டி பேறுகாலத்தில் இங்கே வீட்டில் வந்து தங்கியிருந்தாளாம்.

அப்போதான், அக்காளுக்கு இரண்டு வயசு ஆனபிறகு ஒரு நாள்...

நல்ல மழையும் இடியும் மின்னலும் எல்லாம் உள்ள ஒரு சித்திரை மாசம் நட்ட நடுநிசி – செவ்வாய்க் கிழமை – பனிரண்டரை மணி சமயம். கிருஷ்ணபக்ஷ ஏகாதசி... பூரட்டாதி நட்சத்திரம்... மேடத்தில் குரு மகாதிசை...

அப்போதுதான் தன் பிறப்பு சம்பவம் நிகழ்கிறது.

# 11

ஆஸ்பத்திரியில் ராமகிருஷ்ணன் இப்போது தூங்கிப் போயிருப்பானோ என்னமோ! தண்ணீர் ஏதாவது வேண்டுமென்றால் எழுந்துவிடக் கூடாது, ராமகிருஷ்ணனிடம் கேட்டால் போதும் என்று அப்பாவிடம் திரும்பத் திரும்பச் சொல்லிவிட்டுத் தான் இவன் வந்திருக்கிறான். இருந்தும் அப்பா அதை அனுசரிக்க வேணுமே!

வைகறைப் பொழுதின் மங்கிய ஒளி பின்னிர வின் முகத்தில் அங்கங்கே படர்வதைக் கண் ணுற்றதும் இவன் உள்ளே வந்தான்.

நாள் காட்டியில் தேதியை எட்டுக்கும் கிழமையை வியாழனுக்கும் மாற்றிவிட்டு, கைக் கடிகாரத்தை எடுத்துச் சாவி கொடுத்துவைத்தான். பிறகு குளித்துவிட்டுப் பூஜையறையில் சென்று சுவாமிப்படங்களின் முன்னால் ஊதுவத்தியைக் கொளுத்திவைத்து விழிகளை மூடிச் சற்று நேரம் நின்றான்.

சிரத்தையை ஒரு புள்ளியில் ஒருமுகப்படுத்த முடியவில்லை. மீண்டும் மீண்டும் அப்பாவின் சாந்த கம்பீரமான முகமே வெவ்வேறு திசைகளிலிருந்து வெவ்வேறு மாதிரியாக வந்த வண்ணம் இருக்கின்றன.

பூஜையறையை விட்டு வெளியில் வந்ததும் சரளா காப்பிப் பலகாரம் சாப்பிட அழைத்தாள்.

தட்டின் முன் வந்து உட்கார்ந்தான். ஒன்றையுமே சாப்பிட முடியவில்லை. இருந்தும் சாப்பிட்டதாய்ப் பெயர் பண்ணிவிட்டு, டிரஸ் செய்து கொண்டு படியிறங்கி வெளி கேட்டில் வந்ததும், பாலச்சந்தர் ஸ்கூட்டரில் வந்தான். இவன் பின்ஸீட்டில் ஏறி உட்கார்ந்துகொண்டதும் ஸ்கூட்டர் விரைந்தது.

நந்தாவனம் காலனியில் டாக்டர் சாரதியின் வீட்டுக்கு இவர்கள் சென்று இறங்கும்போது, வீடு அமைதியாக இருந்தது.

அழைப்புமணி ஸ்விச்சை அழுத்திவிட்டு வெளி வராந்தாவில் கிடந்த நாற்காலியில் அவர்கள் உட்கார்ந்தார்கள்.

உள்ளே அடிக்கடி மணி அடிக்கும் சத்தம் – அதோடு சமஸ்கிருத ஸ்லோகங்களைத் துரிதமாய் உச்சரிக்கையில் வெளிவரும் ஒலிச்சிதறல்கள் – டாக்டர் பூஜையில் இருக்கிறார் போலும்!

மனதில் அழுத்திக் கொண்டிருக்கும் பாரத்தைச் சுமந்த வாறு, பக்கத்திலிருக்கும் பாலச்சந்தரிடம் எதையும் உரையாட இயலாமல் மௌனமாய் உட்கார்ந்திருந்தான் இவன்.

சற்று நேரத்தில் பக்கவாட்டிலிருந்த கதவு திறக்கும் சத்தம் – இருவரும் எழுந்து நின்றார்கள்.

'என்ன? உள்ளே வாருங்கள் –' என்று அழைத்தபோது அந்த அறைக்குள் சென்றார்கள்.

சின்ன அறை – அறைக்குள் நெருக்கியடித்துக் கொண்டு இலவச மாதிரி மருந்துப்புட்டிகள் – சுவரில் மருந்து கம்பெனி களின் காலண்டர்கள்.

'முந்தாம் நாள் டாக்டர்தான் அப்பாவை அட்மிட் பண்ணினீங்க' என்று பாலச்சந்தர் ஆரம்பித்தபோது, 'ஆமா, டாக்டர் ஜயராமனும் கூடவந்த கேஸ்தானே? மைல்ட் ஹார்ட் அட்டாக் கம்ப்ளீட் பெட்ரெஸ்ட் வேணும் – இதோ இப்போ நாம் பேசுகிறோமில்லே. இதுகூட ஸ்ட்ரையின்தான் – இப்படிக்கூட பேசிக்கிட்டு இருக்கக் கூடாது' என்று சொல்லிக்கொண்டே போனார் அவர்.

பார்க்க நாற்பது வயசுக்கும்மேல் மதிக்க முடியாது – தலையில் அங்கங்கே நரை – மெலிந்து, உயரம் குறைந்த தோற்றம்; நெற்றியில் சந்தன வரை; முகத்தில் அறிவின் ஒரு களை; இருந்தும் தான் எதிர்பார்த்ததைவிட அவர் இளமையாக இருக்கக்கண்டு இவன் மனசின் அகக்கோடியில் லேசாய் ஒரு ஏமாற்றம்.

'இது என் அண்ணா, போர்டில் உதவி என்ஜினீயர்' என்று இவனை பாலச்சந்தர் அறிமுகப்படுத்தியபோது, 'ஹார்ட் டிஸீஸ் ஆனதால் கொஞ்சம் சீரியஸ்தான். ஆனா, பயப்படத் தேவை இல்லை… எல்லாம் கடவுள் கையில்தான் இருக்கிறது –' என்று அவர் முடித்தபோது இவன் ஜேபியில் தயாராக வைத்திருந்த இருபத்தி ஐந்து ரூபாயை எடுத்து மேஜைமீது வைத்தான். அவர் அதை எடுத்து மேஜை இழுப்பறைக்குள் போட்டுக்கொண்டே,

‘நான் ஆஸ்பத்திரிக்கு இப்போ வருவேன்; வந்ததும் வந்து பார்க்கிறேன்’ என்று சொன்னார்.

அவருக்கு வணக்கம் தெரிவித்து விடைபெற்றுக்கொண்டு வெளியில் இறங்கும்போது, நெஞ்சுக்குள் இருந்த பாரம் மேலும் கூடிவிட்டதைப்போல ஒரு உணர்வு.

– பாலச்சந்தரின் முகமும் கறுத்துப்போய்க் காணப் பட்டது. யார் யாருக்கு ஆறுதல் சொல்வது என்று தெரியாத மனச் சஞ்சலம்...

‘சரி, வீட்டுக்குப் போய் அப்பாவுக்குப் பாலை எடுத்துக்கிட்டு ஆஸ்பத்திரிக்குப் போவோம்’ என்று கூறிவிட்டு பாலச்சந்தர் ஸ்கூட்டரில் ஏறினான். இவன் பின் ஸீட்டில் உட்கார்ந்துகொண்டான்.

ஸ்கூட்டர் விரைந்தது.

தென்னைவிளாகம் தெரு இன்னும் சரியாக விழித்துக் கொள்ளவில்லை. வீட்டு நடைகளில் தெருபெருக்கிச் சாணி தெளிக்கும் வைபவத்தில் தெருப்பெண்கள் தீவிரமாய் ஈடுபட்டு நிற்கிறார்கள். வழக்கம்போல் அவர்கள் பார்வைகள் குத்தூசி முனைகளாய்த் துளைக்கின்றன.

தெருபெருக்கிக்கொண்டு நின்ற இறந்துபோன முத்தம் பெருமாள் ஆசாரியின் பெண்டாட்டி, ‘அப்பாவுக்கு எப்படி யிருக்குது?’ என்று கேட்டபோது,‘பரவாயில்லே’ என்று சொல்லும் போது, ஒருகாலத்தில் எப்போதும் முன்னாலிருக்கும் கரிச்சட்டி யில் பூ; பூ என்று குழலால் ஊதி உயரும். தீ ஜ்வாலையில் பொன்னை உருக்கி, சுத்தியால் ‘ணங் ணங்’ என்று தெருவில் ஓசை எழுப்பி, நகை செய்துகொண்டிருந்த முத்தம் பெருமாள் ஆசாரியை இவனுக்கு ஞாபகம் வந்தது.

இவன் பாலச்சந்தருடன் வீட்டில் நுழைந்தான்.

கவலையே வடிவாய் அம்மா. இரவில் அவளும் தூங்கி யிருப்பதாய்த் தோன்றவில்லை. தங்கை லட்சுமி பிளாஸ்கைக் கொண்டு வந்து வைத்தாள். கீதா பாத்திரத்தை எடுத்துக் கொண்டு வந்தாள்.

‘டாக்டர் என்ன சொன்னார்?’ அம்மா கேட்டாள்.

‘பயப்பட ஒண்ணும் இல்லை’ என்று இவன் தனக்குத் தானே சொல்வது போல் சொன்னான். பாலச்சந்தரின் மனைவி ராதா கையில் குழந்தையுடன் வந்து எட்டிப்பார்க்கிறாள்.

‘சரி, போவோம்...’ என்று கையில் பிளாஸ்கை எடுத்துக் கொண்டு இவன் இறங்கினான்.

‘நான் கொஞ்சம் கழிஞ்சு மத்தியானத்துக்குக் கஞ்சியும் கொண்டு வாறேன்,’ என்றாள் அம்மா.

‘சரி’ என்று கூறிவிட்டுப் பாத்திரத்தையும் எடுத்துக் கொண்டு பாலசந்தரும் இறங்கினான். அவன் குழந்தை ‘ப்பா... ப்பா’ என்று கத்தியது.

மெடிக்கல் காலேஜ் ஆஸ்பத்திரிக்கு அங்கிருந்து நாலு மைல் தூரம் இருந்தது. அவர்கள் ஆஸ்பத்திரிக்கு வந்து சேரும் போது மணி எட்டுகூட ஆகவில்லை. பாஸ் இல்லாமல் முன் வாசல்வழி வார்டுக்குள் செல்ல சிரமம். ஸ்கூட்டரைக் கொண்டுபோய் ஸ்டாண்டில் வைத்துவிட்டுப் பின்பக்க வாசல் வழி உள்ளே நுழையும்போது இவன் மனம் நேற்று போல் அடித்துக்கொள்ளத் தொடங்கிவிட்டது.

படுத்தவாறே அப்பா திரும்பிப் பார்ப்பதைக் காண இவன் மனம் சிறிது ஆசுவாசம் அடைந்தது. அப்பாவின் களைத்துப்போயிருந்த முகத்தில் இவனையும் பாலசந்தரை யும் கண்டு ஒரு புன்முறுவல் மிளிர்கிறது.

‘நேற்றைக்கு ராத்திரி நல்லா உறக்கம் வந்ததா அப்பா?’

அப்பா தலையசைத்தார்.

பக்கத்தில் இரவு தூங்காததால் விழிகள் சிவந்து காணப் பட்ட ராமகிருஷ்ணன், ‘நேற்றைக்கு ராத்திரி மறுபடியும் பெயின் வந்துவிட்டது – கொஞ்சநேரம் துடிதுடிச்சுப் போனார்...’ என்று சொல்வதைக் கேட்டபோது இவன் மனசு மீண்டும் வீறிட்டு அழத் தொடங்கிவிட்டது.

‘அப்படியா! ராத்திரி டியூட்டி டாக்டரைக் கூப்பிட்டுக் காட்டினாயா?’

‘வந்து பார்த்தார். இன்ஜெக்ஷன் கொடுத்தார். ஆனால் ரொம்ப நேரம் வேதனையால் அப்பா சத்தம் போட்டுக் கொண்டிருந்தார். உடம்பெல்லாம் வியர்த்துவிட்டது.’

‘அப்பா, இப்போ வேதனை இருக்குதா?’ என்று இவன் கேட்டபோது, ‘இப்போ இல்லை. ஆனா, அடிக்கடி வந்துகிட்டுத்தான் இருக்குதுடா... உம், பசிக்குது. என்ன கொண்டு வந்திருக்கே?’ என்று கேட்டார்.

‘இட்டலி’ என்றவாறு பாத்திரத்தை ஷெல்ஃபில் வைத்தான்.

‘பல் தேய்ச்சாச்சு...’ என்றான் ராமகிருஷ்ணன்.

அப்பாவைக் கைத்தாங்கலாய்ப் பிடித்துத் தலையைச் சிறிது உயர்த்திவைத்துவிட்டு, இவன் இட்டலித் துண்டு களை ஸ்பூனிலெடுத்து அப்பாவின் வாயில் கொடுத்தான். ராமகிருஷ்ணன் டம்ளரை அலம்பிக்கொண்டுவந்து பாலில் காம்ப்ளானைக் கரைத்துக்கொடுத்தான்.

துண்டால் அப்பாவின் வாயைத் துடைத்துவிட்டுத் தலையை இறக்கிவைத்துப் படுக்கவைத்தார்கள்.

வெளியில் வெயில் உறைக்கத்தொடங்கிவிட்டிருந்தது. லேசாய்ப் புழுங்கத் தொடங்கிவிட்டது. இவன் விசிறியை எடுத்து அப்பாவை வீசிக்கொண்டிருந்தான்.

‘ராமகிருஷ்ணா, நீ ராத்திரி சரியா தூங்கல்லையே! வீட்டுக்குப் போயேன்’ என்றார் அப்பா.

‘எனக்கு ஆபீஸ்வரை போகணும்’ என்று பாலச்சந்தரும் கிளம்பினான்.

‘சரி, நீங்க ரெண்டுபேரும் போங்கோ. நான் இருக்கிறேன். அம்மாவும் கொஞ்சம் கழிஞ்சு வருவாள்’ என்றான் இவன்.

‘பத்துமணிக்கு யூரின் எடுத்துப் பரிசோதிக்கக் கொடுக்கணும்’ என்று சிறு குப்பியை ராமகிருஷ்ணன் சுட்டிக் காட்டினான்.

‘சரி, நீ போ... நான் எடுத்துக் கொடுத்துக்கிறேன்’ என்றான் இவன்.

பாலச்சந்தரும் ராமகிருஷ்ணனும் அப்பாவிடம் விடை பெற்றுக்கொண்டு போய்விட்டார்கள். இவன் அப்பாவின் பக்கத்தில் தலைமாட்டில் ஸ்டூலை இழுத்துப் போட்டுக் கொண்டு உட்கார்ந்துகொண்டான்.

‘இன்னைக்கு லீவா? உனக்குப் புனல்புரத்துக்குப் போக வேண்டாமாடா?’ என்று அப்பா கேட்டபோது, பேசுவது கூட ஸ்ட்ரையின், அதுக்குக்கூட விடக்கூடாது என்று டாக்டர் சாரதி சொன்னது ஞாபகம் வர, ‘ஆமா, அப்பா பேசாமல் தூங்குங்கள் –’ என்றான் இவன்.

‘இப்போ காலமெ தூக்கம் வராதுடா...’ என்று கூறிவிட்டு, பக்கத்தில் கிடந்த ராமகிருஷ்ணன் வாங்கிப் போட்டிருந்த அன்றையத் தினத்தாளைச் சுட்டிக்காட்டிப் ‘பாகிஸ்தானில் பெரிய குழப்பமாமே’ என்று அவர் பேசத் தொடங்கியபோது இவனுக்கு ஆச்சரியமாக இருந்தது.

‘அப்பா அதுக்கிடையில் பத்திரிகை படிச்சாச்சா?’

‘ஆமாம்.’

வீட்டில் வைத்தும் அப்பா என்றும் அதிகாலையில் எழுந்த உடன் முதல் வேலையாய் அன்றைய தினசரியைப் படித்து முடித்துவிடுவார். பிறகுதான் யோகாப்பியாசம் செய்யவோ, வாக்கிங் போகவோ செய்வார். இங்கேயானால் டாக்டர் படுத்த படுக்கையிலிருந்து அசையக்கூடாது, பேசக்கூடாது என்றெல்லாம் தடுத்திருக்கிறார். இவரானால் இப்படி அலட்டிக்கொள்கிறாரே என்று இவனுக்கு வேதனையாக இருந்தது.

‘நீ காலம்பரெ ஏதாவது சாப்பிட்டாயாடா?’ என்று அவர் கேட்டபோது, இவனுக்கு மீண்டும் இந்த நிலைமையிலும் அவரிடத்தில் இவனைப்பற்றியிருக்கும் கவலையையும் பாசத்தையும் நினைக்கக் கஷ்டமாகவும் ஆத்திரமாகவும் இருந்தது.

‘நான் இட்டலி சாப்பிட்டாச்சு’ என்று சொல்லும்போதும், இவன் மனசில் அப்பாவைப் பற்றிய சென்றகாலப் பாசத்தின் சுவடுகள் பதிந்துகொண்டுதான் இருந்தன.

தான் பிறந்தபோது இந்த அப்பா எவ்வளவு தூரம் மகிழ்ச்சி அடைந்திருப்பார்? சிவகாமி பாட்டி தன்னைக் கீழே விட்டிருக்கவே மாட்டாள். மொத்தத்தில் இவனுக்குப் பெரிய வரவேற்பு.

‘ஹும், சின்ன புள்ளையிலேயே நீ பெரிய கோபக்காரன்தான். உம்முன்னு கொஞ்சம் முகம் கறுத்துச் சொல்ல வேண்டாம், நீ கையையும் காலையும் போட்டு உதைச்சு அழத் தொடங்கிடுவே – நீ என்ன செய்தாலும் உங்கிட்டெ எல்லோரும் சிரிச்சு சந்தோஷமா பேசிக்கிட்டிருக்கணும். ஒரு வயசு ஆகும் முந்தியே தம்ளர் நிறைந்து வழிய பாலைவிட்டு வைக்கணும்... ஒரு துளி குறைந்தால் பிறகு, பால் பாத்திரம் தலைகீழாய்க் கவிழ்ந்து விடும். நீ அழுவதைக் கேட்டா உன் அப்பாவும் பாட்டியும் பிறகு என்னை சும்மா விடமாட்டாங்க. அதனால் வேறு வழியில்லாமல், உன் கூத்துக்கு எல்லாம் நானும் ஆடுவேன். நீ மனசில் என்ன நினைக்கிறேன்னு யாருக்கும் தெரியாது. வாய் திறந்து சொல்ல முடியும் இந்த வயசிலேயே சொல்லாமல் செய்கிறாங்களா என்று பிறத்தியாரின் செய்கைகளில் எல்லாம் குற்றம் கண்டுபிடிக்கும் நீ, அந்தக்காலத்தில் பேசப் படிக்கும் முன் எங்களையெல்லாம் எவ்வளவு கஷ்டப்படுத்தியிருக்கே தெரியுமா? நிறைந்து வழியும் பால் தம்ளரையும் சர்க்கரை டப்பாவையும் ஸ்பூனையும் எல்லாம் உன் முன்னால் கொண்டு வந்து வைத்துவிட வேண்டியது. நீ ஸ்பூனைப் பிடிக்கத் தெரியாமல்

பிடித்துச் சர்க்கரையை கீழேயெல்லாம் சிந்துமாறு வாரி, துளும்பத் துளும்ப இருக்கும் பால் டம்ளரில் போட்டு, பெரிய மனுஷனைப் போல் டப்பு டப்புன்னு கலக்கும்போது, தம்ளர் கவிழப் போகுதேன்னு யாராவது வந்து தொட்டுவிட்டால் போச்சு, பிறகு அன்னைக்கு அமளி துமளிதான். இதுக்காக யாரும் உன் பக்கத்தில் வரமாட்டா. பிறகென்ன? பால் தம்ளர் கவிழ்ந்து கள்ளிச் சொட்டுப் போலிருக்கும் பால் முழுதும் தரையில் சிந்தும்... நீ கையையும் காலையும் போட்டு உதறி அழவும் தொடங்குவே... அப்போதும் உன் அப்பாவும் பாட்டியும் உன் கட்சித்தான்... – இப்படி நீ சின்ன பாடா படுத்தியிருக்கே?'

–இப்படி அம்மா சொல்லி இவன் கேட்டிருக்கிறான்.

அப்பாவின் அப்பா பெயரான ராஜகோபால பிள்ளை என்ற பெயரைத் தன் ஒரு வயசில் தனக்குச் சூட்டும் போது, அப்பா எவ்வளவு பெருமையும் பெருமிதமும் அடைந்திருப்பார்?

அடுத்தது, தனக்கு ஒன்றரை வயசானபோது, அம்மா இவன் தம்பியைத் தக்கனூரில் தாத்தாவின் வீட்டில் பெற்றாள். இந்தத் தம்பிக்குத் தக்கனூர் தாத்தாவின் பெயர் – சுந்தரலிங்கம் பிள்ளை என்று வைக்கப்பட்டது.

சுந்தரத்துக்கு இரண்டு வயசானதும் பாலச்சந்தரின் ஜனனம்...

கடையிலிருந்து கடுமையான உழைப்புக்குப் பின் அர்த்த ராத்திரி கழிந்து வீடு திரும்பும் அப்பாவுக்கு ஒரே நிம்மதி, வீடு...

– அது குழந்தைகளின் உருவில் வீட்டில் நிரம்பிக் கொண்டிருந்தன. ஆனால் இப்படி ஓய்ச்சல் ஒழிவில்லாமல் உழைப்பதற்கிடையிலும் குடும்ப மானத்தை நிலைநாட்ட தீரமாய்ப் போர் தொடுக்கவும் அப்பா தயங்கியதில்லை. சிவகாமி பாட்டி, அம்மாவாயிலாக அறிந்த ஒரு நிகழ்ச்சி ஞாபகம் வருகிறது.

தென்னைவிளாகம் தெருவில் நிரம்பச் சின்னச் சின்ன வீடுகள் வந்துகொண்டிருந்தன. கிழக்குப் பக்கம் நடுவிலிருந்த ராஜா விலாஸின் எதிரில் மேற்கே பாய்க்கடை அழகப்பா பிள்ளையின் வீடு... உள்ளே ஒரு பெரிய பங்களாவில் வீட்டுச் சொந்தக்காரர் தங்கியிருந்தார். தெருவோரத்திலிருந்த நாலைந்து வீடுகளை வாடகைக்கு விட்டிருந்தார். ராஜா விலாஸிலிருந்து பார்த்தால் இடையில் பத்தடி அகலத்தில் தெரு இருக்கிறது என்று தெரியாமல் ஒரே வீடுபோல் தோன்றும் அளவுக்கு நேர் எதிரிலிருந்த அழகப்பா பிள்ளையின் ஒரு வீட்டில், ஒரு குஜராத்திக் குடும்பம் வாடகைக்கு வசிக்க வந்தது. இந்தக் குடும்பம் தெருவாசிகளின் கவனத்தை மட்டுமல்ல, இந்த ஊர்வாசிகளின் பிரத்யேக சிரத்தையையே அப்போது கவர்ந்திருந்ததாம்–

குடும்பத்தலைவன் ராம்ராஜா ஒரு நோயாளி; மனைவி கௌரிபாய், மூத்தமகன் பத்து வயசு கிருஷ்ணசிங், எட்டு வயசு மகள் ஸதீபாய், கௌரிபாயின் கிழத்தாய் – அவளை எல்லோரும் நானி என்று அழைத்தார்கள்.

– இவர்கள்தான் அந்தக் குடும்பத்தின் அங்கத்தினர்கள். நல்ல உயரம், அதற்கேற்ற பருமன், கவர்ச்சிமிக்க முகம், ரோஸ் நிறம் – இத்தகைய கௌரிபாயின் பரவசமூட்டும் அங்க லட்சணம், சொல்லத்தகுந்த வேலைவெட்டி எதுவும் இல்லாத நோயாளிக் கணவன், இத்தனையும் போதாதா ஊர்ப் பிரமுகர்கள் பல பேரை அவள்பால் கருணைகாட்டச் செய்ய!

இன்றைய மேல்தட்டு வாசிகள் பலபேர் அந்தக் காலத்தில் அவளை வலைவீசிப் பிடிக்க பரஸ்பரம் போரிட்டுக்கொண்டு அவள் பின்னால் சுற்றியதாகக் கேள்வி. கடைசியில், எது எப்படியோ வெற்றி பெற்றவர் தென்னைவிளாகம் தெருவின் கிழக்குப்பக்க வீடுகளின் பின்பக்கம் கிடக்கும் ஊரின் பழைய நாடகக் கொட்டகை – தற்போது பெரிய சினிமா தியேட்டரான அப்ஸரஸின் சொந்தக்காரரான முத்தையா மூப்பனார்தான்! கடற்கரை, மியூசியம், இப்படி இரண்டு மூன்று இடங்களில் வைத்து வேறு சில பணச்சாக்குகளுடன் கௌரிபாய்க்காக அவர் கைகலப்பு நடத்தியதாகக் கூட வதந்திகள் இருந்தன.

முத்தையா முதலாளி பார்க்க கருமெழுகு மலைபோல் வாட்டசாட்டமாகக் காட்சியளிப்பார். ஆயிரம் சாலை ரோட்டில் இருபக்கங்களிலும் இருந்த பெரிய பெரிய தயிர்க் கடைகள் எல்லாம் இவருடையதுதான் – வண்டிவண்டியாய்த் தயிர்ப் பானைகள் வந்து இறங்குவதும், ஏற்றிச் செல்வதுமாய் இந்த ரோடு தான் என்ன களேபரமாக இருக்கும்? இந்த ரோட்டின் மேற்குப் பக்கம்தான் அப்ஸரஸ் சினிமா தியேட்டரின் முன் வாசல், ஆயிரம்சாலை பகவதி கோவில், அதை அடுத்து முத்தையா முதலாளியின் பெரிய பங்களா ராஜதானி – அங்கே அவர் முதல் தாரத்தின் பத்து, பனிரண்டு வயசு பிராயம் வரும் ஒரு பையன், எட்டு வயசான ஒரு பெண், முதல் தாரம் தவறிப்போன பிறகு அவர் கல்யாணம் பண்ணிக்கொண்டு வந்த இரண்டாம் தாரம், அவள் பெற்ற மூன்று நான்கு குழந்தைகள் எல்லோரும் இருந்தார்கள். எனவே கௌரிபாயை ராஜதானி வீட்டில் குடிவைக்க முடியாமல், அவர் ஏற்பாட்டில்தான் இங்கே தென்னைவிளாகம் தெருவில் அந்தக் குடும்பம் குடிவந்ததாகவும் கேள்வி. அவர் வீட்டின் பின்பக்கம் வாசல் வழி, அப்ஸரஸ் கொட்டகைக்கு வந்து, அங்கிருந்து தென்னைவிளாகம் தெரு கௌரிபாயின் வீட்டுக்கு ரகசியமாய் அர்த்த ராத்திரிகளில் வந்துபோக சௌகரியமாய்

இருந்தது. கௌரிபாயைக் கிடைக்காதவர்கள் சீ – சீ – புளிக்கும் என்று அடங்கிப் போய்விட்டார்கள். கௌரிபாயின் இனிமையாய் பேசிப்பழகும் குண அமைப்பு அவளை வெகு சீக்கிரம் சிவகாமி பாட்டியிடமும் அம்மாவிடமும் நெருக்கிவிட்டது. அடிக்கடி வீட்டுக்கு வருவாள். பாலச்சந்தர் சின்னக் குழந்தையாக இருக்கும்போது குண்டாய் இருப்பதைக் கண்டு ‘இவன் அசல் பி.ஸி.தான்’ என்று அந்தக்காலத்தில் மிகவும் பிரசித்தி பெற்ற திவான் பி.ஸி.யுடன் அவனை உவமித்துப் பேசுவாள். அவசியம் இல்லாமல் யாரிடமும் வம்பளக்கப் போகாத அப்பாவை வழியில் காணும்போது, என்ன ஏது – என்று விசாரிப்பார், முத்தையா முதலாளி – இத்தனையும் வைத்துக்கொண்டு, ஒருநாள் அப்பா கடைபூட்டி வரும்போது, அவர்கள் வீட்டின் இரண்டு வீடு தள்ளியிருந்த ராமசாமியின் வீட்டு நடையிலிருந்துகொண்டு இரண்டு மூன்று வம்பர்கள் அப்பாவை மறைமுகமாய்க் கேலி செய்து என்னமோ பேசியிருக்கிறார்கள் – சாதாரணமாக ராமசாமியிடமும் அவன் கூட்டாளிகளிடமும் தெருவில் இதுவரை யாருமே மோதிக்கொள்ள தைரியப்பட்டதில்லை. ஆனால் அப்பா, அவர்கள் பேசுவதைக் கேட்டு சடக்கென்று தெருவில் நின்றாராம் – பிறகு திரும்பி நின்று, ஹூம் – என்று உறுமிக்கொண்டு அவர்களைச் சுட்டெரிப்பது போல் ஒரு பார்வை பார்த்தாராம் – அவ்வளவுதான் – அதன்பிறகு அவர்கள் அப்பாவிடம் வாலாட்டவில்லை – மாறாக, அன்றிலிருந்து அப்பாவிடம் பெரிய மரியாதை அவர்களுக்கு!

# 12

ஒரு ஹௌஸ் சர்ஜன் வந்து சிறுநீர் இருந்த சின்னக்குப்பியைப் பரிசோதனைக்கு எடுத்துச் சென்றார்.

'ஜகதீசன் இன்னைக்கு வருவானாக இருக்கும். இல்லையாடா?' அப்பாதான் கேட்டார்.

'ஆமாம், ராமகிருஷ்ணன் கடிதம் போட்டிருக்கிறானில்லே.'

அப்பா மறுபடியும் விழிகளை மூடிக்கொள்கிறார். நிமிர்ந்தே படுத்திருக்கிறார்... இப்போதல்ல, எப்போதுமே அப்பா சுருண்டு மடங்கிக் கிடந்து தூங்குவதை இவன் பார்த்ததே இல்லை. தலையை நிமிர்த்திவைத்து, மல்லாந்து அப்பா இப்படிப் படுத்திருப்பதிலும்கூட ராஜ்யமான ஒரு கம்பீரம். ஒரே சீராய் நெஞ்சு உயர்ந்து இறங்கிக்கொண்டிருக்கிறது.

ஜகதீசனுக்கு அனுப்பிய கடிதத்திலிருந்து அவன் ஸீனியர் – தங்கள் தாய்மாமன் ஷண்முகம் பிள்ளையும் செய்தி அறிந்திருப்பார்... ஒருவேளை தக்கனூருக்கும் சென்று தாத்தாவுக்கும் லட்சுமி பாட்டிக்கும் ஜகதீசன் விவரம் அறிவிப்பானாக இருக்கலாம் – அப்படியென்றால், அவர்களும் அவன் கூட அப்பாவைப் பார்க்க வருவார்களாக இருக்கலாம்.

தக்கனூர் தாத்தாவுக்கு இப்போ எண்பது வயசு இருக்கும். கொஞ்சம் செவி மந்தம். மற்றபடி ஆரோக்கியத்துக்கு ஒரு குறைச்சலும் இல்லை. இப்போதும் கோர்ட்டுக்குப் போவதாய்க் கேள்வி. ஆனால் அவர்கள் தன்னை, அம்மாவை, தம்பிமார்களை எல்லோரையும் எவ்வளவு தூரம் தேற்றப்போகிறார்கள்! அவர்கள் பாடு அவர்களுக்கு! வருவார்கள்... போவார்கள்... அவ்வளவுதான்!

இரண்டாவது மாப்பிள்ளை அப்பாவின்மீது அந்தக் காலத்தில் தக்கனூர் தாத்தா எவ்வளவோ மரியாதையுடன் தான் இருந்தார். அப்பாவும் மாமனார்மீது, பெரிய மதிப்பு வைத்திருந்தார்.

ஆனால்?

கூடியமட்டும் உணர்ச்சிவசப்படாமல் பசுபோல் சாந்தமாய் வாழ்ந்து வந்த இந்த அப்பாவை அந்தத் தாத்தா எவ்வளவு பெரிய மனவேதனைக்கு, வைராக்கியத்துக்கு உள்ளாக்கிவிட்டார்?

அப்போ தனக்கு கூடிப்போனால் ஐந்து வயசுதான் இருக்கும். இருந்தும் அந்த நிகழ்ச்சிகள் இப்போதும் புகை மூட்டத்தின் நடுவில் என்பதைப்போல் ஞாபகம் இருக்கத்தான் செய்கிறது.

செல்லப்ப மாமாவின் தம்பி ஐயப்ப மாமாவின் கல்யாணம் பரசுபுரத்தில் அவர் சகோதரி தாயம்மாள் பெரியம்மாவின் வீட்டில் வைத்து, ஐயப்பமாமா பார்க்க செல்லப்ப மாமாவைப்போல் அல்ல, எலுமிச்சம்பழம்போல் நல்ல நிறம்; கணீரென்று பேச்சு; படிப்பிலும் கெட்டிக்காரர்.

கல்யாணத்துக்கு அப்பா அம்மாகூட, அக்கா, இவன், தம்பி சுந்தரம் இவர்கள் தக்கனூர் பஸ் நிலையத்தில் இறங்கிப் பரசுபுரத்துக்கு நடக்கிறார்கள்.

ஐயப்ப மாமா அனாவசியச் செலவுகளையும் ஆடம்பரத்தை யும் எதிர்ப்பவர். கல்யாண வீடு அமைதியாய் இருக்கிறது. ஏதோ ரொம்ப நெருங்கிய ஒரு சில சொந்தக்காரர்கள் மட்டும்தான். செயர் போட்டுத்தான் கல்யாணம். பெண் ரேவதி அத்தை அங்க லட்சணத்தில் ஐயப்பமாமாவின் நேர் எதிர் – கறுப்பு. கறுப்பென்றால் அசல் அட்டைக் கறுப்பு. உள்ளங்கை கூட கறுப்பு – கல்யாணம் கழிந்து, தாயம்மாள் பெரியம்மா பால் விடாத, ரேவதி அத்தையைப் போன்ற கறுத்த கருப்பட்டிக் காப்பியை ஆற்றி ஆற்றித் தரும் ஒரு காட்சியும் நிழல்கோடாய் ஞாபகத்தில் இருக்கிறது.

கல்யாணம் கழிந்து, பரசுபுரத்திலிருந்து மத்தியான தீ வெயிலில் அப்பா, அம்மா, அக்கா, சுந்தரம், இவன் இத்தனை பேரும் நடந்து இரண்டு மைல் தொலைவிலிருக்கும் தக்கனூர் தாத்தாவின் வீட்டிற்கு வருகிறார்கள்.

வெயிலில் நடந்து வந்த களைப்பு; தொண்டை வறண்டது.

அப்பா வெளி வராந்தாவில் கிடந்த பெஞ்சியில் உட்காருகிறார். அம்மா உள்ளே போகிறாள். வீடு அமைதியாய் இருக்கிறது. இவனும் அப்பாவின் பக்கத்தில் உட்கார்ந்திருக்கிறான். வெளியில் யாரையும் காணவில்லை. மெல்ல எழுந்து, தான் உள்ளே எட்டிப் பார்த்தபோது லட்சுமி பாட்டியைக் காணவில்லை. ஏதோ ஒரு சித்தி – ஏழு சித்திமார்களில் அது எந்த சித்தியென்று சரியாக இப்போ ஞாபகம் இல்லை. அப்போ வீட்டில் திரண்டிருந்த அம்மாவின் நான்காவது தங்கச்சி தங்கமணி சித்தியோ என்று ஒரு யூகம், அவள் தலை மட்டும் தெரிகிறது. வழக்கம்போல், தன்னை வா என்று யாரும் உள்ளே கூப்பிடவில்லை. அப்பா வெயிலில் நடந்து வந்த களைப்பில், தோளில் கிடந்த துண்டால் முகத்திலும், சட்டைக்காலரின் பின்புறம் கழுத்திலும் எல்லாம் வழிந்துகொண்டிருந்த வியர்வையைத் துடைத்துக்கொண்டு இருப்பதைப் பார்க்க என்னவோ மாதிரி இருக்கிறது.

உள்ளே மெல்லிய குரலில் பேச்சொலி –

அடுத்த அறைச் சுவர் கடிகாரத்தின் டிக் டிக் ஒலி. சற்று கழிந்து அம்மா வெளியில் வருகிறாள். அழுதழுது வீங்கிய முகம். 'அப்பாவைக் கூப்பிடாத இந்தக் கல்யாணத்துக்கு நாம் வந்ததில் எங்க அப்பாவுக்கு ஒரே கோபமாம்.'

– இந்தப் பொருள்பட அம்மா என்னமோ சொன்னாள் போலிருக்கிறது.

இத்தனை நேரமாய் வெளிவராந்தாவில், வந்த காலுடன் உட்கார்ந்திருக்கும் வீட்டு மருமகனிடம் – அப்பாவிடம் இதுவரை யாரும் வந்து என்னன்னு ஒரு வார்த்தை கேட்கவில்லை. அப்பாவின் முகம் அவமானத்தாலும் ஆத்திரத்தாலும் சிவக்கிறது.

'சரி, போவோம்' அப்பா இறங்குகிறார்.

விஷயத்தின் கௌரவத்தைச் சரிவரப் புரிந்துகொள்ளாமல், வழக்கம்போல் தானும் தம்பி சுந்தரமும் 'பாட்டி வீட்டில் நிக்கிறோம்' என்று அழுகிறோம். 'வேண்டாம், வீட்டுக்குப் போவோம்' என்றார் அப்பா. அடம் பிடிக்கிறோம்... அப்பாவுக்கு வழக்கத்திற்கு மாறாக கெட்ட கோபம் வந்து, கீழே கிடந்த ஈர்க்குச்சியை எடுத்து காலில் அடிக்கிறார். தானும் சுந்தரமும் அழுகிறோம். பாட்டி வீட்டின் எதிர்ப்பக்கம் – ரோட்டிலிருந்து வெகு உயரத்திலிருக்கும் வீட்டு வள்ளி நாடாத்தி மூக்கில் விரலை வைத்துக்கொண்டு பார்க்கிறாள்.

வேனாவெயிலில் மீண்டும் தக்கனூர் பஸ் நிலையத்துக்கு நடக்கிறோம்.

– இப்படியொரு கனவுக்காட்சி ... பிறகு வளர வளர விவரம் புரிகிறது.

அப்பா – அம்மா கல்யாணத்திற்கு முக்கிய பங்கு வகித்த தாயம்மாள் பெரியம்மாவின் தக்கனூர் தாத்தாவுடன் உள்ள 'உறவு' இப்போ அடியோடு முறிந்துபோய்விட்டதாம். ஏதோ நிலன்புலன்கள் சம்பந்தமாக என்னமோ தகராறு. எனவே ஐயப்ப மாமா கல்யாணத்துக்குத் தக்கனூர் தாத்தா அழைக்கப் படவில்லை.

ஆனால், அப்பாவுக்குத் தக்கனூர் தாத்தா வழியாக வல்லவே தாயம்மாள் பெரியம்மாவும் ஐயப்ப மாமாவும் உறவுக்காரர்கள்! அப்பாவின் அம்மா சிவகாமி பாட்டியின் மூத்த அண்ணாவின் மகன் என்ற சொந்தம் மட்டுமல்ல, ஐயப்ப மாமா சின்ன வயசில் படிக்கும்போதிலிருந்தே, பிறகு பாங்கில் ஒரு வேலை கிடைப்பதுவரையிலும் தங்கியிருந்தது தங்கள் மரக்கடை ரோடு பழைய வீட்டில். அவருக்குப் பொங்கிப் போட்டது எல்லாம் சிவகாமி பாட்டி. அப்படிக் குடும்பத்தில் ஒரு நபர் என்று ஐயப்ப மாமாவிடம் ஒரு ஒட்டுதல் உணர்ச்சி பாட்டிக்கு, அப்பாவுக்கு, எல்லோருக்குமே! எனவே அவர் கல்யாணத்துக்கு அப்பாவால் எப்படிப் போகாதிருக்க முடியும்?

ஆனால், சமுதாயத்தில் படிப்பு, பதவி, புகழ், குடும்ப மகிமை இவை எல்லாவற்றிலும் மேல்தட்டில் அரசோச்சுவதாகத் தற்பெருமை கொள்ளும் தாத்தா, ஒருவேளை இதை எதிர் பார்த்திருக்க மாட்டாராக இருக்கலாம். தனக்கு அழைப்பில் லாத இடத்தில் தன் மகளும் மாப்பிள்ளையும் எப்படிபோகலாம்? இதனால் அவர் வெகுவாகப் பாதிக்கப்பட்டார். அநியாயத்தை ஒருபோதும், அதனால் வேறென்ன சுயலாபம் இருந்தாலும் தாங்கிக்கொள்ள தயாராகாத தன்மானமிக்க அப்பா, தாத்தா வீட்டில் தனக்கு தரப்பட்ட அவமதிப்பில் தாத்தாவை விடவும் பாதிக்கப்பட்டார் –

பிறகு பெரிய பகை.

அங்குமிங்கும் போய்வரும் பொது உறவினர்கள் அதை எண்ணெய்விட்டு வளர்த்தார்கள்.

இந்தச் சம்பவத்துக்கு முன் அம்மாவின் நேர் இளைய தங்கை சாவித்திரி சித்திக்கும், அடுத்த தங்கை தமயந்தி சித்திக்கும், அப்பா அம்மா பங்கெடுக்க கல்யாணங்கள் நடந்தேறியிருந்தன. ஆனால் ஐயப்ப மாமாவின் திருமணத்தையொட்டி நேர்ந்த

பகை காரணமாக இதுக்குப் பின்னர் தக்கனூர் தாத்தா வீட்டில் நடந்த தமயந்தி சித்தியின் தங்கை சௌந்தரம் சித்தி, அடுத்த தங்கமணி சித்தி, அதையடுத்த ஷண்முகம்பிள்ளை மாமா கல்யாணங்களுக்கு ஒன்றுக்கும் அப்பாவும் அம்மாவும் அழைக்கப்படவில்லை. தாத்தாவின் பழிவாங்கும் படலம். அழையாத வீட்டுக்குச் செல்லும் அளவுக்குத் தன்மான மில்லாதவரா அப்பா — !

அப்படி அந்தப் பகை மேலே வளர்ந்துகொண்டே சென்றது.

# 13

டாக்டர் சாரதி இரண்டு மூன்று ஜூனியர் டாக்டர்கள், நர்ஸுடன் புடைசூழ ஒவ்வொரு படுக்கையின் அருகிலும் போய் நின்று, பரிசோதனை நிகழ்த்தி, கொடுக்க வேண்டிய மருந்துகள், சிகிச்சை எல்லாம் சொல்லியவாறு வந்துகொண்டிருந்தார்.

மணி பத்து ஆகிவிட்டிருந்தது. யூரின் ரிஸல்ட் 'டிரேஸஸ்' என்று வந்திருந்தது.

அப்பாவின் கட்டிலின் முன் வந்ததும் அப்பா வணக்கம் தெரிவித்தார்.

'என்ன பரமேஸ்வரன்பிள்ளை, எப்படி யிருக்குது? வலியிருக்கிறதா?' என்று கேட்டார் டாக்டர் சாரதி.

'நேற்றைக்கு ராத்திரி மறுபடியும் வலி வந்துவிட்டது சார்' என்றான் இவன் கவலையுடன்.

'அப்படியா!' என்று கூறிவிட்டு ஸ்டெதெஸ் கோப்பை அப்பாவின் திறந்த மார்பில் வைத்துப் பரிசோதித்தார். அப்பாவின் முட்டி, கணங்கால், உள்ளங்கால் எல்லாம் ஒரு சிறு ரப்பர் கழியால் தட்டிப் பார்த்தார்.

டாக்டர் பரிசோதனை நிகழ்த்தும்போது அப்பா மிகவும் அனுசரணையாகப் படுத்திருந்தார்.

'ஹீ ஈஸ் வெரி கோப்பரேட்டிவ் –' என்றார் டாக்டர் சாரதி. பிறகு கூடவந்த ஜூனியர்களிடம் கொடுக்க வேண்டிய மருந்துகளைப் பற்றிச் சொன்னார்.

'உணவு என்ன கொடுக்கலாம் டாக்டர்?'

'எது வேணுமானாலும் கொடுக்கலாம் . . . கிழங்கு எதுவும் சாப்பிடக்கூடாது; வெங்காயம் ரொம்ப நல்லது; எதுக்கும் ஒரு தடவை கூட ஈ.ஸி.ஜி.

எடுக்கணும். இப்போ பேஷண்டை டிஸ்டர்ப் பண்ணக்கூடாது. இங்கேயுள்ள கார்டியோகிராப் மெஷின் பழுதாகிக் கிடக்குது. வஞ்சிநகர் கோப்பரிட்டீவ் ஹாஸ்பிட்டல் டாக்டர் சர்மாவுக்கு ஒரு கடிதம் தாறேன். அங்கே ஐம்பது ரூபாய் பே பண்ணணும்; அவர்கள் இங்கே கொண்டு வந்து ஈ.ஸி.ஜி எடுத்துத் தருவார்கள்' என்று சொல்லிவிட்டு அடுத்த பெட்டுக்கு நகர்ந்தார். மற்ற டாக்டர்களும் நர்ஸுகளும் அவரைப் பின்தொடர்ந்தார்கள்.

அப்பாவின் உடம்பில் வியர்வை துளிர்க்கத் தொடங்கி யிருந்தது. இவன் துண்டை எடுத்துத் துடைத்துவிட்டு விசிறியை எடுத்து வீசினான்.

'படுக்கையிலேயே சும்மா கிடந்து உடம்பெல்லாம் ஒரே வலி' என்றார் அப்பா.

'கொஞ்சம் தலையை உயர்த்தி வச்சு சாய்ந்து படுக்கி றேளா?' என்று இவன் கேட்டபோது சரியென்றார்.

தலையணையைக் கட்டிலுக்கும் சுவருக்குமாய்ச் சாய்த்து வைத்து அப்பாவின் தலையைச் சிறிது உயர்த்திவைத்துப் படுக்க வைத்தபோது ஆசுவாசமாக இருந்தது.

வார்டில் அங்குமிங்கும் சில நோயாளிகளின் அருகில் மட்டும் அப்பாவின் பக்கத்தில் இருப்பதைப்போல் ஆட்களை நிற்க அனுமதித்திருக்கிறார்கள். மற்றவர்கள் தனிமையில் வெறித்துப் பார்த்தபடித் தங்கள் நோவுகளுடன் சல்லாபித்த வாறு கிடக்கிறார்கள். ஆடி ஓடிக் கடிவாளமில்லாது அலைந்து திரிந்த வாழ்க்கை இங்கே இப்படிக் களைத்துத் துவண்டு போய் விழுந்திருப்பதைப் பார்க்கையில் இவன் மனசுக்குள் ஏற்கெனவே நிறைந்து நிற்கும் மோனமான சோகம் இன்னும் தீவிரமானது.

அப்பாவுக்கு இவனிடம் ஏதாவது பேசிக்கொண்டிருந்தால் தேவலை என்றிருப்பதாய்ப் பட்டது. பேச்சு கொடுக்கக் கூடாது என்ற டாக்டரின் எச்சரிக்கையைச் சிரம்மேல்கொண்டு இவன் அப்பாவைப் பேசவிடவில்லை. இப்படி வார்த்தையாடவோ, எழுந்து உட்காரவோகூட அனுமதிக்கப் படாமல் நினைவுகளை அசைபோட்டவாறு வேதனைகளை அனுபவித்தவாறு படுக்கை யில் கிடக்கும் அப்பாவைப் பார்க்கப் பார்க்க இவன் இதயம் கதறத் தொடங்கியது.

'ராஜகோபால், அப்பாவுக்கு எப்படியிருக்குது?'

தலையுயர்த்திப் பார்த்தபோது எதிரில் – இவன் எப்படி முளைத்தான்? ராமநாதன் நின்று கொண்டிருந்தான்.

'பரவாயில்லே—நீ எங்கே?'

'தெரியாதா? உன் தம்பி சொல்லல்லையா? அதோ இருபத்தி ஆறாம் நம்பர் பெட்டில் என் அப்பா கிடக்கிறார்' என்று அவன் சொல்லிக்கொண்டிருக்கும்போதே இவன் கண்கள் எதிர்வரிசையில் ஏழெட்டுப் படுக்கைகள் தள்ளி அவன் சுட்டிக்காட்டிய கட்டிலுக்குச் சென்றன.

வழுக்கைத் தலையுடன் கட்டிலில் சம்மணக்கால் போட்டு உட்கார்ந்துகொண்டு, பக்கத்தில் ஸ்டூலிலிருந்த அவர் கிழ மனைவியிடம் -- ராமநாதனின் அம்மாவிடம் ஜாலியாக என்னவோ பேசிச் சிரித்துக்கொண்டிருக்கிறார் அவன் அப்பா.

'என்ன சுகக்கேடு?' இவன் கேட்டான்.

'எல்லாம் உன் அப்பாவின் சுகக்கேடுதான். ஹார்ட் அட்டாக்...' என்றான் அவன்.

இவன் அப்பாவைப் பார்த்தான். அவர் கண்ணயர்ந்து கொண்டிருந்தார்.

'நேற்றைக்கு ராத்திரி உன் தம்பி இங்கே நிற்பதைப் பார்த்தேன். அவனை எனக்கு முன்னே பின்னே தெரியாது. உன் சாயல் இருப்பதைக்கண்டு யூகித்து அவனிடம் கேட்டுப் புரிஞ்சு கிட்டேன். இப்போ போர்டில்தானே..?'

'ஆமா, பூனாவில்தானே இருக்கே?'

'ஆமாமா. நாலுநாள் முந்தி தந்தி வந்தது. என்னவோ ஏதோவென்று ஓடிவந்தேன். பரவாயில்லே. அப்பாவுக்கு ஹார்ட்டில் நோய்வர ஒருகாரணமும் இல்லே. பார்க்கல்லையா, இப்படித்தான் எப்பவும் ஜாலியாக இருப்பவர் அவர்.'

இந்த ராமநாதனால் மட்டும் எப்படி இவ்வளவு சர்வ சாதாரணமாய் அவன் அப்பாவின் இதய நோயைப் பற்றி வார்த்தையாட முடிகிறது! தன்னால் முடிய மாட்டேன்கிறதே!

பௌடர், தண்ணீர் பக்கட், சோப் முதலியவற்றுடன் ஒரு நர்ஸ் வந்து ஸ்க்ரீனை அப்பா கிடந்த கட்டிலைச் சுற்றி நீக்கி வைத்து மறைத்துக்கொண்டு, வெள்ளைத் துணியை நனைத்து அப்பாவின் உடம்பைத் துடைத்து பௌடர் போட்டுவிட்டுச் சென்றாள்.

ஆமடா... ஆனா அவர் இதுக்கு மூணு மாசம் முந்தி வந்த பஸ்ட் அட்டாக்கின்போதே புரிஞ்சுக்கிட்டார், நாம் அதிகம் தாமதியாமல் செத்துப் போயிடுவோமுன்னு! அதனால்

பெண்டாட்டி பிள்ளைகளுக்கு முன்கூட்டியே எல்லா வசதிகளையும் செஞ்சு வைச்சுக்கிட்டுத்தான் போனார்!'

அப்படியென்றால், ஒருவன் சாவும்போது, அவன் குடும்பத்தில் உள்ளவர்கள் அவன் செத்தபிறகு சுகமாய் வாழத் தேவையான வசதிகளை மட்டும் செஞ்சு வச்சுக்கிட்டு செத்துப் போவதில் எவ்வித ஆட்சேபணையும் இல்லை, அவ்வளவுதானா! மற்றபடி செத்தவனுக்கு எந்த முக்கியத்துவமுமே இல்லையா! மரணத்தைக் கூட இவ்வளவு தூரத்துக்குக் கொச்சைப்படுத்தி விடுகிறானே பாவி!

'ஹூம், இதெல்லாம் நீ சித்தெமுந்தி சொன்னது போல் ஒவ்வொருத்தர் மனசைப் பொறுத்தது! இங்கே ஆஸ்பத்திரியில் வருவதுக்கு முந்தியநாள்வரை அப்பா எங்களுக்காகப் பாடுபட்டுக் கொண்டிருந்தார். அவருக்காக நாம் ஒண்ணுமே செய்யல்லையே என்றுதான் இப்போ என் மனசு பாடாய்ப் படுது!'

அவன் அதுக்குப் பதிலெதுவும் சொல்லவில்லை. தீர்க்கமாய் சிகரெட்டை இழுத்துவிட்டுச் சிரித்தான்.

'அவளுக்குக் கல்யாணமாகி விட்டது. தெரியுமில்லே உனக்கு?' என்று ராமநாதன் சொல்லும்போது. இந்த வேளையிலும் அவன் மனசு எங்கே இருக்கிறது என்பது இவனுக்குப் புரிந்தது.

அவள் என்று அவன் குறிப்பிடுவது யாரை என்பது இவனுக்குத் தெரியும். ராமநாதனின் அம்மாவின் தங்கை – சித்தி மகள் தான் மீனா! ஹிந்து மத முறைப்படி அவன் தங்கச்சி... சிறு வயதிலிருந்தே மீனாவுக்கும் ராமநாதனுக்கும் பரஸ்பரம் நாட்டம் இருந்ததையும், இருவரும் கல்யாணம் செய்துகொள்ள விரும்பியதையும் எல்லாம் இவனிடம் அவன் மனம் விட்டுச் சொல்லியிருக்கிறான். மீனாவின் அம்மா – ராமநாதனின் சித்தியும், அவன் அப்பா அம்மாவும் கூட கடைசியில் அவன் பிடிவாதத்தால் இவர்கள் கல்யாணத்திற்குச் சம்மதித்தும், மீனாவின் அப்பா – அவன் சித்தப்பா மட்டும் ஒரேயடியாக எதிர்த்தார்.

'அந்தப் பாவி பிராமணனின் எதிர்ப்புக்குக் காரணம் மத தர்மப்படி இது முறைகேடான கைங்கரியம் என்பதினால் ஒண்ணும் அல்ல, சின்ன வயசிலிருந்தே அவருக்கு என்னைக் கண்டால் ஆகாது. ஒரு அலர்ஜி. எனக்கும் அவருன்னா அப்படித்தான்' என்று சொல்லுவான் ராமநாதன்.

மீனா காலேஜில் படித்துக் கொண்டிருந்தாள். ஒரு தடவை, நாலைந்து ஆண்டுகளுக்கு முன், காதலர்கள் இருவரும் முன்கூட்டி போட்ட திட்டப்படி ஒருநாள் காலையில் சர்வாலங்கார

பூஷிதையாக கையில் புஸ்தகக் கட்டுடன் சமர்த்து மாணவியாக செவந்திட்டையிலிருந்த தன் வீட்டுக்கு வந்து தன் மனைவி சரளாவின் கூட பேசிக்கொண்டிருந்தது, சற்றுக் கழித்து அகஸ்மாத்தாக அங்கே வருவதைப்போல் ராமநாதன் வந்தது, பிறகு காதல் பறவைகள் ஒரு டாக்ஸி அமர்த்திக்கொண்டு பக்கத்திலிருந்த பாலர் டாம் டி.பி.க்கு கணவன் மனைவியாகச் சென்று ஒரு நாள் பகல் நேரம் முழுதும் அங்கே செலவழித்து விட்டுத் திரும்பி வந்ததும் எல்லாம் இவனுக்குத் தெரியும்.

'அவள் கன்னி கழியாதவள். நீயானால் உணர்ச்சியை அடக்கத் தெரியாதவன். தனியாகப் போகிறீர்கள் –' என்று போகும் முன் ராமநாதனைக் கூப்பிட்டுச் செவியில் இவன் எச்சரித்தபோது, அவன் ரகசியமாய் ஜேபியிலிருந்து சிறு அட்டைப் பெட்டியை எடுத்துக் கண்ணைச் சிமிட்டியவாறு காட்டியதும்கூட ஞாபகம் இருக்கிறது.

அன்று மாலையில், காலையில் புத்தம் புதிதாய்த் தலையில் அணிந்திருந்த முல்லைப் பூச்சரம் வாடி வதங்கி, கூந்தல் கலைந்து, உடுத்தியிருந்த பட்டுப் புடவை கசங்கி, இந்தக் கோலத்திலிருந்த மீனாவுடன் ராமநாதன் வந்து இறங்கிய போது, இவனுக்கு ஏனோ அவர்கள் இருவர் மீதும் சொல்லத் தெரியாத ஒரு அருவருப்பு ஏற்பட்டது. இதைவிட அவன் அவளை இழுத்துக்கொண்டுபோய்ப் பதிவுத் திருமணமோ, இல்லை கோவிலில் வைத்து மாலை மாற்றவோ செய்திருக்கலாமே என்றும் இவனுக்குத் தோன்றியது. இதை அவனிடம் சொன்னபோது, 'அதுக்கு அவள் சம்மதம் வேண்டாமா?' என்று கேட்டான்.

'இதுக்கு மட்டும்?'

'அவளை இப்போ பார்த்துவிட்டுக் கேள்…'

ஆடை அணிகள் உருக்குலைந்து போயிருந்தும், மீனாவின் விழிகளுக்குள் காலையில் தென்படாத ஒரு ஆனந்த நிர்விருதி பளிச்சிடுவது இப்போது இவனுக்குப் புலனாகியது. பிறகு இவன் வாய் திறக்கவில்லை. இருவரும் தனித்தனியாய்ச் சென்ற பிறகு, 'இந்த மாதிரி ஆட்களை எல்லாம் வீட்டுக்குள் வர நீங்க அனுமதிச்சதே தோஷம்' அப்படி இப்படியெல்லாம் சரளா தன்னிடம் சண்டைக்கு வந்ததும் ஞாபகம் வருகிறது.

# 14

பால், ரொட்டி, கஞ்சி, ஆரஞ்சு, முட்டை முதலிய உணவு வகையறாக்களைத் தாங்கிய வண்டியை - ட்ரோலியை உருட்டியவாறு இரண்டு நர்ஸ்கள் வார்டில் வந்துகொண்டிருந்தார்கள் - ஒவ்வொரு கட்டில் முன் வந்ததும், கட்டிலில் தொங்கவிடப் பட்டிருந்த சார்ட்டைப் பார்த்து விட்டு அந்தந்த நோயாளிகளுக்குச் சொல்லி யிருக்கும் உணவு வகையறாக்களை எடுத்துக் கொடுத்துக் கொண்டிருந்தார்கள்.

அப்பாவின் கட்டிலின் முன் வந்ததும் பாலும் முட்டையும் தந்தார்கள். அதை வாங்கிப் பக்கத்திலிருந்த சின்ன இரும்பு அலமாரிக்குள் வைத்து மூடினான் இவன்.

திடீரென்று அப்பா கையையும் காலையும் நீட்டிச் சோம்பல் முறித்தார். அடுக்காகக் கொட்டாவி விடத் தொடங்கினார். சற்று நேரத்திற்கெல் லாம் 'அப்பா ... அப்பா –' என்று இடப்பக்கம் நெஞ்சைக் கையால் அழுத்தியபடிச் சத்தம்போடத் தொடங்கினார்.

இவனுக்கு என்ன செய்வதென்று தெரிய வில்லை. அடிவயிறு கலங்கியது. வேதனையால் துடிதுடித்தது. அப்பா படுக்கையில் உருண்டு புரளத் தொடங்கியபோது, பக்கத்தில் நின்றவாறு அப்பா வின் நெஞ்சைத் தடவினான். உடம்பில் வியர்வை வெள்ளம் – துண்டை எடுத்து வியர்வையைத் துடைத்தான். விசிறியை எடுத்து வீசினான்.

அப்பாவை இந்த நிலைமையில் விட்டுவிட்டு டாக்டரைக் கூப்பிட எப்படிப் போவது என்று ஆதங்கப்பட்டுக்கொண்டு, அங்கே நின்றவாறு வார்டை விழிகளால் துழாவிக்கொண்டிருந்த போது, தூரத்தில் வார்டு முனையில் ஒரு

ஜூனியர் டாக்டரின் தலை தென்பட்டது. ஓடிச்சென்று அவரை அழைத்துக்கொண்டு வந்தான். அவர் மெடிக்கல் சார்ட்டை வாசித்தபின் அப்பாவின் அருகில் வந்து பார்த்து விட்டு, டியூட்டி ரூமுக்குப் போனார். அப்பா ஆ – ஐயோ... கடவுளே... அம்மா என்றெல்லாம் பல்லைக் கடித்தவாறு அரற்றியபடித் துடித்துக்கொண்டு கிடக்கிறார் – டாக்டர் போன திசையையே பார்த்தவாறு இவன் அப்பாவின் நெஞ்சைத் தடவிக்கொண்டிருந்தான். சற்று நேரத்தில் ஒரு நர்ஸ் வந்து ஒரு மாத்திரையை அப்பாவின் வாயில் போட்டுவிட்டு, கொஞ்சம் தண்ணீரையும் விட்டுவிட்டுச் சென்றாள். ஆனால் வேதனை குறைந்ததாகத் தெரியவில்லை. வெட்டிப் போட்ட கடாவாக அப்பா துடிதுடிப்பதைக் காண இவன் விழிகள் நிறைந்துவிட்டன. உயிரைத் தாங்கிக்கொண்டிருக்கச் செய்யும் ஜீவ யந்திரமான இதயமா இப்படி அகோரமான வலியையும் விளைவிக்கிறது – !

அப்பா இடது கையையும் காலையும் தோளையும் போட்டு அடிப்பதிலிருந்து இந்த வலி உடம்பு முழுவதும் பரந்து கொண்டிருப்பதுபோல் பட்டது. இப்படி அடிக்கடி இந்த வேதனை வந்து கொண்டிருக்கிறதென்றால் – ? நோய் இன்னமும் குணமடையத் தொடங்கவில்லையா ?

இந்த வேதனை அப்பாவைக் கொஞ்சம் கொஞ்சமாய் அரித்துத் தின்றுகொண்டிருக்கிறதா ?

மனசில் என்னென்னமோ விபரீதக் கற்பனைகள் –

அம்மா தூரத்தில் வந்துகொண்டிருப்பது தென்படுகிறது. கையில் துணிப்பையில் அப்பாவின் மத்தியான உணவுப் பாத்திரத்துடன், முகத்தில் என்னவோ ஏதோ என்ற கவலைக் குறியுடன் விரைந்து வரும் அம்மாவைக் காணும்போது இவனுக்கு இன்னும் கஷ்டமாக இருந்தது.

அப்பா அப்படியே கண்ணயர்ந்துபோய்க் கிடக்கிறார். வலி குறைந்ததினாலா, இல்லை டிரான்க்வலைசர் மாத்திரை விளைவித்த மயக்கமா என்று தெரியவில்லை.

அம்மா வந்ததும் வராததுமாய் அப்பாவைப் பார்த்து விட்டு, இவனிடம், 'என்னடா – வலி எப்படி இருக்குது – ?' என்று கேட்டாள்.

'இவ்வளவு நேரமாய் வலியால் துடிச்சுகிட்டு இப்போ தான் கண்ணயர்ந்திருக்கிறார் –'

நடந்து வந்த வேகத்தில் அம்மாவுக்கு மூச்சுவாங்கியது. என்ன இளமையான பிராயமா? ஐம்பது வயசுக்கும் மேலிருக்கும். இவன் ஸ்டூலை அம்மாவின் பக்கத்தில் நீக்கிப் போட்டு விட்டு உட்காரச் சொன்னான்.

அம்மா பையிலிருந்து டிபன் கேரியரை வெளியே எடுத்து இரும்பு அலமாரியின் மேல் வைத்துவிட்டு ஸ்டூலில் உட்கார்ந்தாள்.

'டாக்டர் வந்து பார்த்தாரா – ஒண்ணும் சொல்லல்லையா?'

'இப்போ வேறொரு டாக்டர் வந்து பார்த்துவிட்டுச் சொன்ன மருந்தைத்தான் கொடுத்திருக்கிறாங்க – டாக்டர் சாரதி வீட்டில் வச்சுச் சொன்னார் கம்ப்ளீட் ரெஸ்ட் வேணும்; பேசுவதுகூடக் கூடாதுன்னு!'

அப்பா கண் விழித்தார். அம்மாவைப் பார்த்து ஒருக்களித்துத் திரும்பிப் படுத்தார்.

'எப்போ வந்தே?'

'இப்போதான் வந்தேன் – வலி எப்படி இருக்கு?'

'இப்போ பரவாயில்லே – பஸ்ஸில்தான் வந்தியா – ? என்ன வெயில்–!'

'ஆமா – சமயத்துக்கு பஸ் கிடைக்குதா! ஆயிரம்சாலை பஸ் ஸ்டாப்பில் ஒரு மணி நேரமாய் நின்னும் பஸ் கிடைக்காமல், பிறகு பஸ் ஸ்டேண்டுக்கு இந்த வெயிலில் நடந்து போய் பஸ்ஸைப் பிடிச்சேன்.'

'நாலுமைல் தொலைவிலிருந்த வீட்டில் இருந்து இந்த ஆஸ்பத்திரிக்கு என்றும் வந்துபோக இந்த பஸ்ஸை நம்பாமலும் இருக்க முடியாது.'

'உங்களுக்கு வயிறு பசிக்குமே – சாப்பிடறேளா..? மணி ஒண்ணு அடிச்சிருக்கும் –'

இவன் கைக்கடிகாரத்தைப் பார்த்தான். மணி ஒன்றேகால் ஆகிக்கொண்டிருக்கிறது.

'என்ன கொண்டு வந்திருக்கே?'

'கொழைய வச்சு கொஞ்சம் சாதம் கொண்டுவந்திருக்கேன். தரட்டுமா?'

'தாயேன்! எனக்கு இப்போ ஒண்ணுக்குப் போகணுமே.'

இவன் கட்டிலின் கீழிருந்த குப்பியை எடுத்து அப்பாவிடம் கொடுத்தான். அப்பா படுத்திருந்தவாறு குப்பியை வாங்கிக் கொண்டார்.

சற்று நேரம் முயற்சித்துவிட்டு, 'இப்படிப் படுத்துக் கொண்டு மூத்திரம் பெய்ய எவ்வளவு கஷ்டமா இருக்கு தெரியுமா... கொஞ்சம் எழுந்து உட்காரட்டுமாடா?' என்று கேட்டபோது இவனுக்குக் கோபம் வந்தது.

'என்னப்பா சின்னப் புள்ளையைப்போல்! டாக்டர் சொன்னதைக் கேட்கல்லையா கம்ப்ளீட் பெட்ரெஸ்ட் வேணுமுன்னு!'

மீண்டும் அப்பா முயற்சித்தார்.

'ஒண்ணுக்குப் போகணும்போல இருக்கு . . . ஆனா இப்படிப் படுத்துகிட்டுப் போக முடியமாட்டேங்குது...' என்று முணுமுணுத்துக்கொண்டிருந்தார்.

ரொம்ப கடுமையான சிரமத்துக்குப் பிறகு அந்தக் குப்பியை நிரப்பி இவன் கையில் கொடுத்தார்.

இளம் சூடாக இருந்த குப்பியை பாத்ரூமுக்கு எடுத்துச் சென்று சுத்தம்செய்துகொண்டு வந்தான். அம்மா ஒரு பாத்திரத் தில் தண்ணீர் கொண்டுவந்து அப்பாவின் வாயை அலம்பிவிட்டு, படுத்துக்கொண்டிருந்த அப்பாவின் வாயில், சாதத்தைப் பிசைந்து கொஞ்சம் கொஞ்சமாய் ஊட்டிக்கொண்டிருந்தாள். வெங்காயத்தின் நெடி வந்தது. இவன் விசிறியை எடுத்து வீசிக் கொண்டிருந்தான். படுக்கையில் கிடந்தவாறு அம்மா கையி லிருந்து சின்னக் குழந்தையாய் மாறி உணவைப் புசிக்கும் அப்பாவைப் பார்த்துக்கொண்டிருக்கும்போது, இவன் அடி மனசில் சோக வெறுமையின் சம்பந்தா சம்பந்தமில்லாத எத்தனையோ சித்திரங்கள் தோன்றித் தோன்றி மறைந்து கொண்டிருந்தன.

வீட்டில் எல்லா குழந்தைகளுடனும் சேர்ந்து உட்கார்ந்து கொண்டு சாப்பிடவேண்டும் என்று இந்த அப்பாவுக்குத்தான் எவ்வளவு ஆசை? கடைசி வெள்ளிக்கிழமை, அமாவாசை முதலிய விரத நாட்களில், மாறி மாறி ஒவ்வொருவருக்காய் வரும் பிறந்த நாட்களில், நடுக்கூடத்தில் அப்பா, தான், தன் தம்பி, தங்கைகள் எல்லோரும் வரிசையாய்க் கீழே தரையில் உட்கார்ந்திருக்க, அம்மா இலைகளைப் போட்டு விளம்பும்போது அப்பாவின் உற்சாகம் கரை புரளுவதைப் பார்க்க வேண்டும். சாதத்தை மட்டும் வாரித் திணித்துவிட்டு எழுந்துவிடக் கூடாது? கூட்டையெல்லாம் சாப்பிடணும், அவசியமான தண்ணீர் –

அது வெந்நீராகவே இருக்கவேண்டும், குடிக்கணும், யாரும் சோற்றைத் தரையில் சிந்தக்கூடாது. சம்மணக்கால் போட்டு உட்கார்ந்திருக்க வேண்டும். சாப்பிட்ட பிறகு, அது சாப்பிட்ட இலையாகத் தோன்றக்கூடாது, க்ளீனாக இருக்கணும்.

– இப்படி இப்படி அப்பா எத்தனை உபதேசங்களை – அவை உபதேசங்கள் என்று தோன்றாமல் தங்களுக்குப் போதித்திருக்கிறார். வெறும் உபதேசங்கள் மட்டுமல்ல, அப்பா சாப்பிடும்போது மேற்படி சங்கதிகள் எல்லாம் கனகச்சிதமாக இருக்கும்! அப்பா இலையைவிட்டு ஒரு சோற்றுப் பருக்கை கூட கீழே சிந்தியிருக்காது! அப்பா சாப்பிட்டுவிட்டு எழுந்த இலையைப் பார்த்தால் அதை எச்சில் இலையென்று சொல்ல முடியாது. அத்தனைக்குச் சுத்தமாய் ஒழுங்காய் இருக்கும்.

சின்னஞ்சிறுவனாக இருந்த காலத்தில் நெய், அப்பளம், பருப்பு எல்லாம் போட்டுப் பிசைந்த சாத உருண்டையை அப்பாவின் கையிலிருந்து வாங்கிச் சாப்பிட்ட அந்த ருசியும் மணமும் இப்போது நாவிலேயே நிற்பதுபோல்...

அம்மா இப்போது அப்பாவின் வாயில் வெந்நீரை விட்டுக் கொடுத்தாள். ‘ஊஹூம். இப்படிக் குடிச்சால் எனக்குத் தாகம் தணியாது. இங்கே தா, எனக்கு மடக்கு மடக்குன்னு குடிக்கணும்’ என்று அம்மாவின் கையிலிருந்து தம்ளரை வாங்கி அப்பா மடமடவென்று தொண்டையில் ஊற்றிக்கொண்டார்.

‘அப்பாடா, இப்போதான் தாகம் தீர்ந்தது’ என்று அம்மாவின் கையில் தம்ளரைத் திருப்பிக்கொடுக்கும்போது அவர் முகத்தில் ஒரு திருப்தி தெரிந்தது.

அப்பாவின் வாயை அம்மா தண்ணீரில் தொட்டு அலம்பினாள். துண்டால் துடைத்துவிட்டாள்.

பிறகு அம்மாவும் பிடித்துக்கொள்ள, தலையைச் சௌகரியமாய் வைத்து இவன் அப்பாவைப் படுக்க வைத்தான்.

‘டேய், நீ ஒண்ணும் சாப்பிடல்லையே. வீட்டுக்குப் போய் சாப்பிடேன். பசிச்சு இருந்தால், உன் உடம்புக்கு ஒத்துக் கொள்ளாது’ என்றார் அப்பா இவனைப் பார்த்து.

அம்மாவும் நிர்ப்பந்தித்தாள்: ‘நான் இருக்கத்தானே செய்கிறேன். வீட்டுக்குப் போய்ச் சாப்பிடு...’

‘நீ மட்டும்தானே இருக்கிறே, வெளியே போய் மருந்து கிருந்து ஏதாவது வாங்கணுமுன்னால்? சுந்தரமோ பாலச் சந்தரோ யாராவது வர்றாங்களான்னு பார்ப்போம்.’

'அவன் எப்போ வருவானோ! ஒருவேளை சாயந்திரம் ஆயிட்டா அதுவரை சாப்பிடாமெ நீ உட்கார்ந்திருக்கப் போறியா?'

இவன் ஒன்றும் பேசாமல், சற்று நீங்கி இந்த வார்டின் கோடியில் இருந்த பின்புற வாசலின் அருகில் வராந்தாவில் போட்டிருந்த ஒரு பெஞ்சியில்போய் உட்கார்ந்தான். இங்கே இருந்தால் அப்பாவின் கட்டில் தெரியும். ஸ்டூலில் உட்கார்ந்து கொண்டு அம்மா அப்பாவுக்கு விசிறிக்கொண்டிருப்பது தெரிகிறது.

வெளியில் கொளுத்தும் வெயிலைப் பார்த்துக் கொண்டிருக்கும் போது தன் வயிற்றிலும் ஒரு தீ மூண்டு எழுவதை இவனால் உணர முடிகிறது. நெஞ்சுக்குள் எரிந்துகொண்டிருந்த நெருப்பில் அந்த கும்பித் தீ தன் வெக்கையை இழந்துகொண்டிருப்பதையும் உணர்ந்தறிய முடிகிறது.

இப்போது அந்த நெடுநீள வராந்தாவின் மறுபக்கம் ஆஸ்பத்திரிக்குள் ஏதோ வார்டிலிருந்து கட... கட... கிரிச்... புரிச் என்று எண்ணெய்மயமில்லாத இரும்புச் சக்கரங்கள் தரையில் உராய்ந்து அணுகும் கர்ண கடூரமான ஒரு ஒலி மெல்ல மெல்ல அருகில் வந்துகொண்டிருப்பதுபோல்.

வராந்தாவில் அங்குமிங்கும் தென்பட்ட ஒரு சிலர் அவசரம் அவசரமாக வார்டுக்குள் புகுந்துகொண்டு தலையை மட்டும் நீட்டிக்கொண்டு திக்கெட்டும் தெரிவித்துக்கொண்டு வரும் அந்த வண்டிக்காக – டிராலிக்காகக் காத்து நிற்கிறார்கள்.

வெளிக்கதவின் அருகில் நின்ற ஆஸ்பத்திரி சிப்பந்தி கொலாப்பிஸிபிள் கதவை இருபக்கங்களிலுமாய் நன்றாய்த் திறந்து வழி உண்டுபண்ணிக்கொண்டு காத்து நிற்கிறான்.

இப்போது வராந்தாவின் மறுகோடியில் அந்த வண்டி தென்படுகிறது.

அம்மாவின் முகம் வார்டிலிருந்து வெளியே தெரிகிறது, இவனை சைகைக் காட்டி அம்மா அங்கே அழைக்கிறாள். இவன் வார்டுக்குள் அப்பாவின் கட்டிலருகில் செல்கிறான். அப்பா தூங்கிக்கொண்டிருக்கிறார். அம்மாவின் முகத்தில் நிறைந்து நிற்கும் ஒரு பயம்.

கட.. கட...

கரிச்... புரிச்...

என்று அந்தச் சத்தம் எந்த தாளலயமும் இல்லாத ஒரு தாளலயத்தில் அதன் உச்சஸ்தாயியில் இதோ வராந்தாவைக் கடந்து

செல்வது வார்டின் கட்டில்களுக்கிடையில் உள்ள சுவர் இல்லாத ஐந்தடி வெளி வழி தெரிகிறது. ஒவ்வொரு கணமும் ஒவ்வொரு விதமான இந்தச் சிலேடை ஒலிதான் மரணத்தின் ஓசையா?

வெளுத்த நிற உடைதரித்த ஆஸ்பத்திரி அட்டன்டர் ஒருவன் அந்த கறுத்த வண்டியைத் தள்ளிச் செல்கிறான். வெள்ளைத் துணியால் தலைமுதல் கால்வரை போர்த்தப்பட்டிருப்பது வண்டியின் ஆட்டத்திற்கு இசைந்தவாறு அசைகிறது... உயர்ந்து தெரிவது வயிறு போலிருக்கிறது. நாலைந்து பேர், இரு பெண்கள் துணியால் வாயைப் பொத்தியவாறு மௌனமாய் அழுது கொண்டு பின்னால் செல்கிறார்கள். வெள்ளைச் சட்டை தரித்த அந்த ஆஸ்பத்திரி அட்டன்டர் சிகப்பாக இருக்கிறான்.

சடக்கென்று தூக்கம் கலைந்த அப்பா தலை திருப்பிப் பார்க்கிறார். அவருக்கு விஷயம் புரிந்ததோ என்னமோ. ஆனால் அப்பாவைவிட தானும் அம்மாவும்தான் அதிகமாய்ப் பயப்படுவதாய் இவனுக்குப் பட்டது. தன் முகத்தை அப்பாவிடம் காட்டவே இவனுக்கு ஒரு பயம். அப்பாவின் முகத்தைப் பார்க்க ஒரு சங்கடம். இவன் யதேச்சையாய் வேறெங்கோ பார்த்துக்கொண்டு நிற்பதைப்போல் தோன்ற வேண்டுமென்றே அப்பாவை மறைத்துக்கொண்டு வராந்தா அருகில் நகர்ந்தான்.

இப்போது ஆஸ்பத்திரியின் வெளிவாசல் வழியே வண்டி வெளியே செல்கிறது. உயிரை ஆஸ்பத்திரியில் விட்டுவிட்டு, எஞ்சியிருக்கும் வெற்றுடம்பை மட்டும் இந்த வண்டியிலிருந்து ஸ்ட்ரெச்சரில் தூக்கியெடுத்து வெளியில் ஆம்புலன்ஸில் ஏற்றுகிறார்கள்.

– இவன் தலையைத் திருப்பினான்.

# 15

'மணி ஒண்ணு அடிச்சாச்சு . . . காலம்பரெ பூரா ஆஸ்பத்திரியில் இருந்த களைப்பு வேறு இருக்கும். பிறகு எதுக்கு இப்படிக் கொட்டு கொட்டுன்னு விழிச்சுக்கிட்டிருக்கிங்க. வந்து படுங்களேன்' என்றாள் சரளா.

இவன் பதிலெதுவும் சொல்லவில்லை. வீட்டு வராந்தாவில் இருளில் நனைந்து, ஸெட்டியில் இரவின் மடியை வெறித்துப் பார்த்தவாறு உட்கார்ந்திருந்தான்.

இவளால் இப்படிச் சொல்ல முடியும். தன்னை பாதித்திருப்பதைப்போல் அப்பாவின் இந்தக் கிடப்பு இவளை எங்கே பாதித்திருக்கப் போகிறது!

சாயந்திரம். 'அண்ணா காலையிலிருந்தே உட்கார்ந்திருக்கே அல்லவா..! இன்னும் சாப்பிடக் கூட இல்லை, மணி ஐந்தாகிவிட்டது. வீட்டுக்குப் போய்க் கொஞ்சம் ரெஸ்ட் எடு. இன்னைக்கு ராத்திரியும் நானே இங்கே நிற்கிறேன்' என்று ராம கிருஷ்ணன் ஒரேயடியாய்க் கட்டாயப்படுத்தித் தன்னை பஸ்ஸில் ஏற்றிஅனுப்பிவிட்டான்! இப்போது தோன்றுகிறது. இங்கே வீட்டுக்கு வர வேண்டாமாக இருந்தது. அங்கே அப்பா பக்கத்திலேயே இருந்திருந்தால் இப்படி ஒவ்வொரு கணமும், இப்போ அங்கே என்ன நடக்குதோ, அப்பா என்ன செய்கிறாரோ என்ற கற்பனைகளில் முழுகி மனசை வதைப்புக்குள்ளாக்கிக் கொண்டு இப்படிக் குற்றுயிராய் இதயம் படபடக்க அவஸ்தைப்பட்டுக் கொண்டு இருந்திருக்க வேண்டி வந்திருக்காதே!

ரோட்டில் ஒரு கார் விரைந்தது. நிலவின் ஊமை வெளிச்சம் வழக்கம்போல் வெல்ட்மெஷ் வழி தரையில் ஊர்ந்து கொண்டிருந்தது.

இவன் பக்கத்தில் சரளாவும் உட்கார்ந்துகொண்டாள்.

'நேற்றைக்கு ராத்திரியே உங்ககிட்டே சொல்லணு முன்னு நினைச்சேன். அப்படியே உறங்கிட்டேன்... நீங்க இந்தத் தடவை புனல்புரத்துக்குப் போன அன்னைக்கு ராத்திரி... செவ்வாய்க் கிழமை ராத்திரி இது நடந்தது –'

அவள் முகத்தில் ஒரு பிரகாசம் –! இந்த நிலைமையிலும் அவள் சொல்லப்போவதைக் கேட்க இவன் செவிகள் கூர்மையடைந்தன...

'நீங்க யாருகிட்டையும் – உங்க அப்பா அம்மாகிட்டெ கூட சொல்ல மாட்டேன்னு சத்தியம் பண்ணுங்கோ. அப்போதுதான் சொல்லுவேன்.'

'இந்த செவ்வாய்க்கிழமை ராத்திரி இந்த நேரமிருக்கும்... இப்போதான் ராத்திரி துணைக்கு இங்கு யாரும் படுப்பதில்லையே... நீங்க புனல்புரத்துக்கு மாற்றலாகிப் போன புதுசில் கொஞ்ச நாள் மாமாவும் அத்தையும் இங்கே படுத்திருந்தாங்க. எங்க அப்பா அம்மா கதை சொல்ல வேண்டாம் – அதனால் இப்போ கொஞ்ச நாட்களா நானும் குழந்தைகளும் மட்டும்தான். உள்ளுக்குள் எனக்குப் பயமா இருந்தது. குழந்தைகள் எல்லாம் தூங்கிவிட்டன. நான் மட்டும் என்னவோ நினைச்சவாறு, நடுக்கூடத்தில் குழந்தைகளின் நடுவில் பாயில் படுத்திருக்கிறேன். திடீரென்று யாரோ என் தலைமாட்டில் வந்து உட்கார்ந்துகொண்டது போல்! எனக்குத் திக்கென்றது, தலைதூக்கிப் பார்த்தபோது...'

'எனக்கு எங்கிருந்து வந்தது என்று தெரியாத ஒரு புதுத் தெம்பும் தைரியமும் வந்துவிட்டது போலிருந்தது. உங்களுக்குப் பொம்பளை வேஷம் போட்டது போலிருந்தது. உங்க இதே முகச்சாயல்; உங்களை விடவும் நல்ல நிறம்; முகத்தில் தேஜஸ் சொல்ல வேண்டாம். ஆமா அது உங்க அக்காதான்.'

இவனுக்கு மயிர் கூச்செறிந்தது. திடீரென்று மனசில் புகை மூட்டமாய் என்னவோ நினைவுகள் – இவன் பாவ பேதத்தை இருளில் கவனிக்காமல் சரளா சொல்லிக்கொண்டே போனாள்.

'மதனி எங்கிட்டெ சொன்னாள்: 'சரளா, என்னை எங்க அப்பா அம்மா கூட மறந்து போனாங்க. எனக்கு இந்தத் தம்பின்னா உயிர்... அதனால் நான் இங்கேயே வந்துட்டேன். இங்கே இந்த வீட்டுக்குள்ளேயே நான் சுற்றிக்கிட்டே இருக்கேன் – நீ ஒண்ணுக்கும் பயப்படாதே – உன் துணைக்கு இந்த வீட்டில் நான் எப்போதும் உண்டு – அதைக் கேட்டதிலிருந்து இப்போ எனக்குப் பெரிய ஒரு தைரியமும் தன்னம்பிக்கையும் எல்லாம்

வந்துவிட்டது. இனி இந்த வீட்டில் எந்த ராத்திரியும் தனியாக இருக்க எனக்கு ஒரு பயமும் இல்லை.'

—இப்படி ஒருவித உணர்ச்சி மயக்கத்தில் சரளா சொல்லிக் கொண்டிருக்கும்போது, இவன் மன அரங்கில் ஒன்பது வயசு பிராயம் இருக்கும்போது வெறும் நினைவுகளை மட்டும் விட்டு விட்டுத் தங்கள் எல்லோரையும் விட்டுப் பிரிந்துசென்றுவிட்ட அக்காளைப் பற்றியும், இப்போ மறந்துவிட்டதாய் இவளிடம் புகார் சொன்னதாய் சரளா சொல்லும் அந்த அக்காமீது அப்பா வைத்திருந்த அந்த அபரிமிதமான பாச நெகிழ்ச்சியைப் பற்றியும் எல்லாம் தாறுமாறாய் என்னவெல்லாமோ தெளிவில்லாத சில காட்சிகள் விரியத் தொடங்கின.

தன்மீது அக்காளுக்குக் கொஞ்சம் நஞ்சமல்ல பிரியம். தன்னைவிட இரண்டு வயசுக்குத்தான் அவள் மூத்தவள்; ஆனால் தன்னை வெறும் கைக்குழந்தையாகப் பாவித்துக்கொண்டு, அந்த ஏழு வயசுப் பிராயத்திலும் அவள் விளையாடப் போகும் இடங்களுக்கு எல்லாம் கையைப் பிடித்துக் கொண்டு அருமையாய் கூட்டிக்கொண்டு போவதாய் ஞாபகங்கள்.

தென்னைவிளாகம் தெருவில் அக்கா பிராயத்தில் நிறையக் குழந்தைகள். எதிர்வரிசையில் சற்று நீங்கி சுப்பிரமணிய முதலியாரின் மகள் லதா, தெருவில் பட்டறைப் போட்டு பொன் வேலை செய்துகொண்டிருக்கும் முத்தம் பெருமாள் ஆசாரியின் புத்திரிகள் சரஸ்வதி, கோமு, கோடிவீட்டு பெருமாள் பிள்ளையின் மகள் விசாலம் – இப்படிச் சிலரைச் சடக்கென்று ஞாபகம் வருகிறது.

இவர்கள் எல்லோருக்கும் அக்காவின் சின்ன பிராயம்தான் இருக்கும். ஆனாலும் இவனுக்கு அவர்களைக் காண ஒரே கூச்சம். அவர்கள் கண்ணைப் பொத்தி விளையாடும்போது தாச்சியாக இவனை அக்கா நியமிப்பாள். அக்காளுக்கு அந்தத் தெருப் பெண் குழந்தைகளிடம் பெரிய செல்வாக்கு! இதுக்குக் காரணம் அக்காளின் அந்த உருவப் பொலிவா, இல்லை, துடிப்பும் சாமர்த்தியமும் மிக்க குணாதிசயமா என்று இப்போ மனசு கேட்டுக்கொள்கிறது.

அவர்கள் அப்பா அம்மா விளையாட்டு விளையாடும் போதும், தான்தான் குழந்தை! அம்மாவின் பெரிய பதினாலு முழம் புடவையை வாரிச் சுற்றிக்கொண்டு, தன்னைச் சூல்கொண்டு பெறுவதாய், விளையாடியதாய் கூட ஒரு நினைவுப் பொறி.

சினிமா கொட்டகை முத்தையா முதலாளியின் மகள் ருக்குமணி, அக்காளின் பெரிய சிநேகிதை. அவள் வீட்டுக்கு,

அக்கா தன் கையையும் பிடித்துக்கொண்டு மார்கழி மாதப் புலர் காலைப்பொழுதுகளில் சென்று பனியில் நனைந்து குளிர்ந்து நிற்கும் ஊதாநிறக் கனகாம்பரப் பூக்களை, தங்கள் வீட்டு முற்றத்தில் கோலமிட்டு அலங்காரமாய் வைக்கும் சாணிப் பிள்ளையார்களின் சிரஸில் வைப்பதற்காகப் பறித்துக் கொண்டுவந்ததெல்லாம் கூட ஞாபகம் இருக்கிறது.

அப்பா வெளியூர்களுக்கு மர ஏலத்துக்குப் போய்விட்டு வரும்போதெல்லாம் பிஸ்கட், சாக்கலெட் என்று மாறிமாறி ஏதாவது வாங்கிக்கொண்டு வருவார். அக்கா அவள் பங்கை அப்படியே தனக்குத் தந்துவிடுவாள்.

அப்பா – தக்கனூர் தாத்தா மனஸ்தாபத்துக்கு முன் ஒரு தடவை அம்மா – தம்பி சுந்தரத்தையும் எடுத்துக் கொண்டு, தக்கனூரில் லட்சுமி பாட்டிக்கு உடம்புக்கு நல்ல சுகமில்லையென்று பார்க்கப்போயிருந்தாள். இங்கே வீட்டில் சிவகாமி பாட்டி மட்டும்தான். அப்பா சாப்பிட்டுவிட்டுக் கடைக்குப் போயிருக்கிறார். சிவகாமி பாட்டிக்குக் குளிர் ஜுரம். வெடவெடன்னு தூக்கித் தூக்கிப் போட மூடி போர்த்திக்கொண்டு கூடத்தில் கிடக்கிறாள். சோ ...வென்று மழை பெய்கிறது. முற்றத்தில் கொல்லம் ஓடு கூரையிலிருந்து திமுதிமுவென்று தண்ணீர் வந்து முற்றத்தில் விழுகிறது. ஒரு தடவை இந்தப் பாட்டியின் கூட குற்றாலம் அருவியில் போய்க் குளித்த ஞாபகம்... அந்த மழைத் தண்ணீர் வீழ்ச்சியின் கீழ் அக்காளின் கையைப் பிடித்துக்கொண்டு தானும் குளித்தது... பிறகு வீட்டுக்கு வந்து துணிமணிகளை எல்லாம் ஈரமாக்கும் போது, முடியாமல் கிடக்கும் பாட்டி தங்கள் களேபரத்தைக் கண்டும் தடுக்கமுடியாமல் அவதிப்பட்டது ... சாயந்திரம் அம்மா வந்து விஷயம் அறிந்து முதலில் அக்காளை அடித்து விட்டு, தன்னை அடிக்க வரும்போது இடையில் வந்து விழுந்து அக்கா அடிகளையெல்லாம் வாங்கிக்கொண்டது...

தெருவில் உள்ள கிழடுகட்டைகள் எல்லாம் சேர்ந்து கொண்டு தீர்த்தயாத்திரை செல்லத் திட்டம் போடுகிறார்கள். சிவகாமி பாட்டியும் போவதை அறிந்து, அதிகாலையில் நான்குமணிக்கு ரயிலைப் பிடிக்க பாட்டி எழுந்திருந்து புறப்பட்டபோது, ராத்திரி பூரா தூங்காமல் விழித்திருந்த அக்காளும் தானும் 'பாட்டியின் கூட நாங்களும் போவோம்' என்று அழுது அரற்றிய சத்தம் கேட்டுத் தெருவாசிகள் எல்லோரும் என்னவோ ஏதோவென்று ஓடிவந்து கூடியது...

–இப்படி இப்படிச் சில உதிரிச் சம்பவங்கள்.

அந்த அக்கா இப்போது இருந்திருந்தால் எவ்வளவு ஆறுதலாக இருக்கும்? அப்பாவின் இந்த நிலைமையைக் குறித்து இவன் தன் மனைவியிடம் பேசும்போது, தன் கவலையின் ஆயிரத்தில் ஒரு பங்குகூட இவள் பாதித்திருப்பதாகத் தெரியவில்லையே..?

அக்காள் என்றால்...

'தம்பீ...' என்று விளித்துத் தன்னிடம் ஏதாவது சொல்லித் தேற்றுவாள்! அவள் ஒன்றும் சொல்லித் தேற்றாமலிருந்தாலும் கூட, தன் துயரத்தின் பெரிய ஒரு பங்கை அவளும் சுமக்கிறாள் என்று ஒரு ஆறுதல். இம்மாதிரி ஒரு ஆறுதலை, தன் இளைய தம்பிமார்களுக்கும் கொடுக்கும் பலம் தன்னிடம் இல்லை. அக்கா இருந்திருந்தால், ஒரு வேளை அக்காளிடமிருந்து, தான் உட்பட எல்லா தம்பி தங்கைகளுக்கும் அது கிடைத்திருக்கக் கூடும்.

தன்னிடம், சுந்தரத்திடம், பாலச்சந்தரிடம் எல்லாம் அக்காளின் பாசம் இவ்வளவு அவ்வளவு இல்லை. பாலச்சந்தரை இடுப்பில் எடுத்துக்கொண்டு பெரிய பாட்டியைப் போல் அக்கா தெருவில் நடப்பது இப்போதும் ஞாபகம் இருக்கிறது. இவ்வளவு அன்பு இருந்தும்கூட பாலச்சந்தரை அடுத்து ஜகதீசன் பிறந்தபோது, 'இந்த எங்க அம்மா எப்போ பார்த்தாலும் எனக்குத் தம்பிமார்களையே பெத்துக்கிட்டு இருக்கா; எனக்கு இன்னும் ஒரு தங்கச்சியைக் கூட பெற்றுத் தரல்லே...' என்று தெருவில் எல்லோரிடமும் சொல்லி ஆதங்கப்பட்ட எட்டு வயசு அக்காளை என்ன சொல்லித் தேற்றுவது என்று தெரியாமல் விழித்திருப்பார் அப்பா.

ஆனால்...

ஜகதீசனை அடுத்து அம்மா ஒரு தங்கச்சியை - வனஜா வைப் பிரசவிக்கும்போது, அதை ஒரே ஒரு தடவை காணக் கூட அக்காளை விட்டுவைக்கவில்லை அந்தக் கடவுள்!

உறவுகள்

# 16

தென்னைவிளாகம் தெருவில் இவன் நுழையும்போது, வீடுகளின் ஓடுகளை மேலும் சிவப்பாக்கிக்கொண்டிருக்கும் காலைநேர இளம்வெயில் தரையில் இன்னும் ஊர்ந்து இறங்க வில்லை. எனவே தெருவில் குளிர் தளம் கெட்டிக் கிடக்கிறது.

முதல் வீட்டு நடையில், சுறுசுறுப்பான இந்தக் காலைப் பொழுதிலும் விச்ராந்தியாகக் காலை நீட்டி உட்கார்ந்துகொண்டிருந்த ஆவுடை யம்மாள் – தெருத்தெருவாய்க் கோதுமை ரவை கொண்டோடி வியாபாரம் செய்யும் விக்கல் ரெட்டியாரின் (அசல் பெயர் வெங்கிடரெட்டியார், பேச்சில் இருக்கும் விக்கல் காரணமாய் மேற்படி பெயர்) பெண்டாட்டி, வயது நாற்பது. குழந்தை குட்டிகள் இல்லை. ‘ராஜா … அப்பாவுக்கு எப்படி யிருக்கு?’ என்று விசாரித்தாள். நடந்துகொண்டே ‘பரவாயில்லை’ என்றான் இவன். அவள் விடவில்லை, ‘மணி என்னாச்சு?’ என்று சத்தம்போட்டுக் கேட்க, கைக்கடிகாரத்தைப் பார்த்துவிட்டு ‘ஆறரை’ என்று உரக்கப் பதில் சொல்ல வேண்டி வந்தது இவனுக்கு.

இந்த ஆவுடையம்மாள் குடும்பம் இப்போ குடியிருக்கும் வீட்டில் தன் சிறுபிராயத்தில் குடி யிருந்த சுயம்புலிங்கம் பிள்ளை குடும்பத்தை இவன் நினைத்துக்கொண்டான். அவருக்குப் பலசரக்கு வியாபாரம். அர்த்த ராத்திரிப் பொழுதுகளில் கடை பூட்டி வரும்போது, கால் நிலத்தில் நிற்காது. புல் லோடில் வரும் அவருக்கு சுய உணர்வு அடியோடு இருக்காது. பிறகு பெண்டாட்டி காளியம்மாளுடன் – அவளும் ஆள் லேசுப்பட்டவளல்ல. துவந்த யுத்தம்தான். இவர்கள் சண்டையில் தெரு முழுதும் விழித்துக்கொள்ளும். இப்போ, அந்தக் குடும்பம் அடியோடு சிதறிப்

போய்விட்டது... அவர் இருக்கும்போதே காளியம்மாள் எங்கோ போய்விட்டாள்; அவரும் இறந்து போனார்; மகன் மட்டும் மதுரையில் யோக்கியமாய்க் குடும்பம் நடத்துவதாய்க் கேள்வி!

தெருப்படிகளில் ஏறி, வெளி கேட்டின் உச்சியிலிருந்த தாழைக் கையால் விலக்கிக் கதவைத் திறந்துகொண்டு நுழைந்ததும், அதற்குள் குளித்து ஈரத்தலையுடன், துவைத்த ஈரச் சேலையை வராந்தா தூணில் ஒரு நுனியையும், வலப்பக்க அறை ஜன்னல் கம்பியில் இன்னொரு நுனியையும் உலருவதற் காகக் கட்டி முற்றத்தில் தொங்கவிட்டுக்கொண்டிருந்தாள் அம்மா.

இவன் முற்றத்திலிருந்து வராந்தாவில் ஏறி, செருப்புகளை அங்கே கழற்றிப் போட்டுவிட்டு, நடுக்கூடத்தில் பிரவேசித்துக் கதவோரத்தில் கிடந்த நீண்ட கருங்காலி பெஞ்சியில் உட்கார்ந்தான்.

அம்மாவும் உள்ளே வந்தாள்.

நேற்று ராத்திரியில் உள்ள ஆஸ்பத்திரி செய்தி எதுவா னாலும் இவன் இனிமேல் ஆஸ்பத்திரிக்குச் சென்ற பிறகுதான் தெரியவரும் என்பது தெரிந்திருந்தும், 'ராத்திரி அப்பாவுக்கு எப்படியிருந்ததோ தெரியாதே?' என்று கேட்டான் இவன்.

'நான் நேற்றைக்கு ராத்திரி ஆஸ்பத்திரியிலிருந்து வரும் போது மணி பத்து—அப்போ அப்பா தூங்கிக்கொண்டிருந்தார் — அதற்குப் பிறகு விவரம் ஒண்ணும் தெரியாது ... ஜகதீசன் வந்திருக்கான்' என்றாள் அம்மா.

'எப்போ வந்தான்?'

'ஆஸ்பத்திரிக்கு வரும்போது நேற்று ராத்திரி ஒம்பது மணி இருக்கும் – கூட தக்கனூரிலிருந்து தாத்தாவும் பாட்டியும் வந்திருந்தாங்க ... வந்ததும் வராததுமாக அவுங்க ரெண்டு பேரும் திரும்பப்போக நிக்கிறாங்க – டாக்ஸி பிடிச்சு பஸ் ஸ்டாண்டுக்குக் கூட்டிக்கிட்டு வந்து ஊருக்கு அனுப்பி வைக்கணுமுன்னு ஜகதீசனும் அவுங்க கூடவே ஆஸ்பத்திரி யிலிருந்து வந்துட்டான்.'

'ஏன்? உங்க அப்பா அம்மாவுக்கு ஒருநாள் இங்கே நின்னுட்டுப் போனா என்னவாம்?'

'ஹூம், அவுங்க காரியத்தைச் சொல்ல வேண்டாம். அங்கே பசுவுக்குத் தண்ணீர் வைக்க யாருமில்லையாம். நெல்லைக் காயப் போட்டிருக்காளாம். அப்படி இப்படி, வழக்கம் போல் சாக்குப்போக்குச் சொல்லிவிட்டுப் போய் விட்டார்கள்.'

'சரி, சரி... ஜகதீசன் எங்கே?'

'தூங்குறான் போலிருக்கு. எழுப்பட்டுமா? டேய் ஜகதீசா' என்று அம்மா கூப்பிட்டபோது, 'வேண்டாம்... வேண்டாம் – பால்விட்டு வச்சிருக்கையானால் பிளாஸ்கை எடு' என்று சொன்னவாறு இவன் எழுந்தான்.

'இட்டலியும் பாலும் எடுத்து வச்சிருக்கேன்... லட்சுமீ' என்று உள்ளே திரும்பி அம்மா அழைத்தபோது லட்சுமி பிளாஸ்கையும் பாத்திரத்தையும் பையில் போட்டு எடுத்துக் கொண்டு வந்தாள். கீதா எட்டிப் பார்த்தாள். பிரபா காலைக் குளிரை அனுபவித்தவாறு சுவரோரத்தில் தூங்கிக்கொண் டிருப்பதைக் கவனித்தான்.

'இந்த பிரபாவுக்கு இன்னும் உறங்கித் தீரவில்லையா? காலம்பரெ எழுப்பிப் படிக்கச் சொல்லக்கூடாதா?' என்று கேட்டவாறு லட்சுமியின் கையிலிருந்து பையை வாங்கினான்.

'பரீட்சை முடிஞ்சு பள்ளிக்கூடம் அடைச்சாச்சல்லவா இனி கேட்கணுமா!' என்று இவனிடம் கூறிவிட்டு 'பிரபா பிரபா' என்று அம்மா கூப்பிட்டபோது அது புரண்டு படுத்தது.

பாலச்சந்தரும் ராதாவும் தூக்கத்தை முடித்துக்கொண்டு இன்னும் மாடியிலிருந்து கீழே இறங்கி வரவில்லை போலிருக் கிறது! இவன் வராந்தாவுக்கு வந்து செருப்பில் காலை நுழைத்துக் கொண்டிருக்கும்போது அடுத்த வீட்டு செல்லப்ப மாமாவின் மகன் முருகேசன் மெல்ல தெருவிலிருந்து முற்றத்துக்கு வந்து கொண்டிருந்தான். அவனுக்கு, தன்னைவிட ஒரு வயசு அதிகம் இருக்கும். முழுசாய்ப் பார்வை இல்லை. வலக்கண் தடித்துக் கண்மணி பெரிசாய் ஒரு நெல்லிக்காய் அளவுக்கு வீங்கி நீல நிறமாய் இருந்தது. அந்தக் கண்ணுக்கு மட்டும் லேசாய் நிழல் போல் பார்வை இருந்தது. சின்ன வயசில் விளையாடிக் கொண்டிருக்கும்போது, அவன் வீட்டின் எதிர் வீடு சுப்பிரமணிய முதலியாரின் மகன் – லதாவின் தம்பி கோபால், முருகேசன் நிற்பதைக் கவனிக்காமல் சைக்கிளைத் திருப்பியபோது ஹாண்டில் பார் கண்ணில் மோதி, காயம் பட்டு, இரண்டு மூன்று முறை கண் டாக்டர்களால் ஆப்பரேஷன் செய்யப்பட்டு, கடைசியில் இப்படியாகிவிட்ட கோரம்.

'ராஜா, மாமாவுக்கு எப்படியிருக்கு? குணமுண்டா?' என்று இவனிடம் விசாரித்தான் முருகேசன்.

'தேவலைடா – ஆஸ்பத்திரிக்குத்தான் போறேன். இனி அங்கே போனால்தான் விவரம் தெரியும்.'

'டாக்டர் என்ன சொல்றார்?'

‘பயப்பட ஒண்ணும் இல்லேன்னுதான் சொல்றார்’ என்று இவன் சொல்லிக்கொண்டிருக்கும்போது, ஒரு சிறுவன், நாலு வயசிருக்கும்; சட்டை இல்லை, நிக்கர்மட்டும் அணிந்திருந்தான். ‘அப்பா’ என்று தெருவிலிருந்து ஓடி வந்து முருகேசன் கையைப் பிடித்திழுத்தான்.

‘உன் மூத்த மகனல்லவா – ஸ்கூலில் சேர்த்தாச்சா?’ என்று இவன் கேட்டதும், ‘ஆமா, நர்ஸரிக்குப் போயிட்டு வாறான்’ என்று முருகேசன் சொன்னான்.

‘சரி, இனி பஸ் ஸ்டாண்டுக்குப் போய் பஸ்சைப் பிடிக்கணும்’ என்று சொல்லி விடைபெற்றுக்கொண்டு இவன் இறங்கிய போது மனதில் வழக்கம்போல் அந்த ஏகாந்த சோகம் வந்து உட்கார்ந்து கொண்டது.

உம், செல்லப்ப மாமா இப்போதில்லை. செல்லப்ப மாமா, பார்வதி அத்தைக்கு இந்த முருகேசன்தான் ஒரே மகன். அவன் நிலைமையும் இப்படி!

முருகேசனுக்கு இரண்டு மூன்று குழந்தைகள் இருக்கிறது போலிருக்கிறது. அவன் மூத்த பையன் இப்போது பள்ளிக்கு போகத் தொடங்கிவிட்டான். தன்னை, முதல்முறையாக பள்ளிக்கு, துவக்கப் பள்ளிக்குக் கூட்டிக்கொண்டு போய்ச் சேர்த்தது இந்த முருகேசனின் அப்பா செல்லப்ப மாமாதானே! ஹூம் – தரித்திரம் ஆவர்த்தனமாகிக் கொண்டிருக்கிறது போலும்!

அக்கா அப்போது பெரியசாலை அக்கிரகாரத்தில் செந்தமிழ் பாடசாலையில் நான்காம் வகுப்பில் படித்துக்கொண்டிருந்தாள். அந்தப் பள்ளிக்கூடத்தைவிட வீட்டிலிருந்து பக்கத்திலிருந்த வேறொரு துவக்கப்பள்ளியில், பனைவிளாகம் தெரு திண்ணைப்பள்ளிக்கூடத்து இரண்டு வருட படிப்புக்குப் பிறகு, தன்னைக் கூட்டிக்கொண்டு போய்ச் சேர்க்க அப்பா செல்லப்ப மாமாவிடம் சொன்னார். புதிய சட்டையும் அரை நிஜாரும் அணிந்து சிவகாமி பாட்டி, அப்பா, அம்மா எல்லோரும் ஆசி தந்து வழியனுப்ப, செல்லப்ப மாமாவின் சைக்கிளில், தான் ஏறி ஜம்மென்று உட்கார, சைக்கிளை உருட்டிக்கொண்டு மாமா ஸ்கூலுக்குக் கூட்டிச் செல்கிறார். அப்போ தனக்கு ஆறு வயசிருக்கும். என்ன நேரப்போகிறதோ என்று மனசுக்குள் ஒரு பதைபதைப்பு.

ஸ்கூல் வந்துவிட்டது. ஆயிரம்சாலை ரோடு பஜாருக்கு திரும்பும் முனையிலிருக்கும் ஸ்கூல். வெளியில் வாகனங்களின் ஆரவாரம். உள்ளே வால்களின் அட்டகாசம்.

மாமாவின் கையை இறுகப் பிடித்துக்கொண்டு தலைமை ஆசிரியரின் அறைக்குள் பிரவேசம்.

தலைமை ஆசிரியர் தூய வெள்ளை ஜிப்பா, கறுத்த கரை போட்ட வெள்ளை வேஷ்டி, கன்னங்கரிய பெரிய தாடி மீசை, நெற்றியில் சந்தன வரை, கையில் பிரம்பு சமேதராய்க் காட்சியளிக்கிறார்.

'மூணாம் வகுப்பில் எப்படிச் சேர்த்துக் கொள்வது! பொடிப் பயலா இருக்கிறானே, வயசு என்ன ?'

'ஆறு –'

'ஆறா ? மூணாம் கிளாஸில் சேர்ப்பதற்கான ஸ்டேன்டேர்டு இருக்கா ?'

'திண்ணைப் பள்ளிக்கூடத்துக்கு அனுப்பி ரெண்டு வருஷம் படிப்பு சொல்லி கொடுத்திருக்கிறோம்' என்று மாமா சொல்கிறார்.

'அப்படியா ! டேய், உன் பெயரென்ன ?'

கறுத்த தாடியின் இடையில் வந்து போகும் அவர் பல்லின் வெளுப்பைப் பார்த்துக்கொண்டிருந்த தன்னை நோக்கி அவர் இப்படிக் கேட்டபோது உதறல் எடுத்தது.

'பி. ராஜகோபால் பிள்ளை' இவன் முணுமுணுத்தான்.

'ஸ்லேட் இருக்கா ? எங்கே அதில் முன்னூற்றி ஒண்ணு என்று எழுது பார்ப்போம்.'

இவன் எச்சரிக்கை ஆகிறான். தன்னைத் தப்பாய் எழுத வைக்கத்தானே இந்த எண்ணைச் சொல்கிறார்... தன்னிடம் பலிக்காது... என்று மனசுக்குள் எண்ணும்போதும் ஸ்லேட்டையும் பலப்பத்தையும் எடுத்த கைகள் நடுங்கிக்கொண்டிருந்தன. தேவைக்கும் அதிகமான முன்னெச்சரிக்கையுடன் மூன்றை எழுதி, இடையில் இரண்டு சைபரையும் போட்டு ஒன்றையும் எழுதிச் சமர்த்தாகக் காட்டியபோது அவர் ஹா... ஹா... என்று சத்தம் போட்டுச் சிரிக்கிறார். அவர் தாடியும் மீசையும் போகும் போக்கை – படும் பாட்டைக் கண்டும், எழுதியது தப்பாகி விட்டதே என்று நினைத்தும் இவன் நடுங்குகிறான்... உடம்பு வியர்வையில் குளித்துவிட்டிருந்தது.

மாமா அசட்டுச் சிரிப்பு சிரித்துவிட்டு, 'என்னடா, இப்படியா எழுதுவது!' என்று கண்டிக்க, 'உம்... உம்; பரவாயில்லே...' என்று கூறிவிட்டு மூன்றாம் கிளாஸ், பி. டிவிஷன் என்று ஒரு சீட்டு எழுதி ஒரு பியூனின் கையில் கொடுத்து, கூட தன்னையும்

நீல. பத்மநாபன்

வகுப்புக்கு அனுப்பிவைக்கிறார் அந்தத் தாடிக்கார தலைமை ஆசிரியர்.

– இப்படியாகத்தான் தன் ஆரம்பப்பள்ளி வாழ்க்கை ஆரம்பம்.

ஓட ஓட மறு கோடி போய்ச் சேரமுடியாத விஸ்தாரமான பசும்புல் மைதானம்.

கம்பி வலைக்குள், ஆழத்தில் சிறைப்பட்டுக் கிடக்கும் கறுத்த நீரைக் கொண்ட கிணறு.

விளையாடிக் களைத்துப்போய் ஓடிவந்து வாய்க்குள் நுழைத்து வயிறுமுட்ட தண்ணீரைக் குடித்துத் தாகசாந்தி செய்யும் வசதியில் உயரம் குறைந்து நின்ற குழாய்.

பெரிய ஹாலை, குறுக்கே வைத்திருக்கும் கரும்பலகை களாலும் ஓலைத் தட்டிகளாலும் கூறுபோட்டு அமைக்கப் பட்டிருக்கும் சின்னச் சின்ன வகுப்பறைகள்.

மூக்கைப் பொத்திப் பிடித்துக் கொண்டு போய் வரும் யூரினல்.

செந்தூரப்பொட்டு, கதர் ஜிப்பா, வேஷ்டி, சிவந்தகல் கம்மல் – இவைகளைக் கொண்ட மூன்றாம் வகுப்பு சார் – இப்போதும், சமயங்களில், தோளிலும் கையிலும் பேரக் குழந்தைகளுடன் வழிகளில் அகஸ்மாத்தாக எதிர்ப்படும் ஹரிஹரஐயர் சார், கோலிக் குண்டை ஒட்டவைத்தது போல் புடைத்து நிற்கும் நெற்றியில் ஏறி இறங்கச் சந்தன வரையை அழுத்தமாய் இழுத்திருக்கும் பசுபோல் சாந்த முகம் கொண்ட நான்காம் வகுப்பு சார்.

இந்தப் பள்ளியில் சேர்ந்த புதிதில், ஸ்கூல் விடும்போது, தன்னைத் தென்னைவிளாகம் தெருவில் வீட்டில் கொண்டு போய் விட்டுவிட்டுச் செல்லும், தன்னைவிட பெரிய ஒரு சகமாணவி, பெயர் பத்மினி. மரக்கடை ரோடு பழைய வீடு பக்கத்தில் சாப்பாட்டுக் கடை போட்டிருந்த ஒரு குட்டன் நாயரின் மகள்.

தன் அரை நிஜார் பையில் வலுக்கட்டாயமாய்க் கையை நுழையவிட்டு, தன் சம்மதமின்றித் தன்பால் உணர்ச்சி களைத் தூண்டிவிட்டிருக்கும் ஒரு சின்ன பையன் – டிராயிங் சாரின் மகன்.

ஒருநாள் மத்தியானம் இடைநேர பெல் அடிக்கும்போது, மற்றவர்கள் எல்லோரையும்விட முதலில் வீட்டில் போய்ச் சேர்ந்துவிட வேண்டுமென்ற அவசரத்தில் காத்திருந்த தான்,

பெல் அடிக்கும் ஓசையைக் கேட்டது பாதி கேட்காதது பாதி, புத்தகப்பையையும் தூக்கிக்கொண்டு அவசரம் அவசரமாய் விழுந்தடித்துக்கொண்டு ஓடி வீட்டுக்கு வந்ததும், அப்போது அங்கணத்தில், அரிவாமணையின் முன் உட்கார்ந்துகொண்டு காய்கறி நறுக்கும் சிவகாமி பாட்டியும், அம்மியில் கூட்டுக்கு அரைத்துக்கொண்டிருந்த அம்மாவும் சுவாரஸ்யமான சம்பாஷணையில் ஏற்பட்டிருக்கும் காட்சியைக் கண்டு, தான் திக்குமுக்காடியதும், இரண்டாவது பீரியடைத் தெரிவிக்க அடித்த பெல்லை இடைவேளை மணியென்று தப்பெண்ணம் கொண்டு பதினொரு மணிக்கே தலை தெறிக்க சாப்பிட வீட்டுக்கு ஓடி வந்த தன்னைக் கேலி செய்து அவர்கள் இருவரும் விழுந்து விழுந்து சிரித்த ஒரு நிகழ்ச்சி...

– இப்படி இப்படி மறதித்திரையின் மறுபக்கத்தில் தன் ஆரம்பப் பள்ளி வாழ்வைப் பற்றிய சில சிதறிய சித்திரங்கள் ஒன்றுக்கொன்று பொருத்தமில்லாமல் தலைநீட்டுகின்றன.

இந்த ஸ்கூலில் தன்னைச் சேர்த்ததின் அடுத்த ஆண்டு; அப்போ, தான் நான்காவது வகுப்பு.

அக்கா பெரியசாலை செந்தமிழ்ப் பாடசாலையில் ஐந்தாவது வகுப்பு.

ஒரு நாள் சாயந்திரம், பள்ளியில் இருந்து வந்தபிறகு, சிவகாமி பாட்டியின்கூட தலை நிறைய நல்லெண்ணெய்த் தேய்த்துக்கொண்டு அக்கா பெரியசாலை ஆற்றுக்குக் குளிக்கப் போய்விட்டு வந்தாள்.

அடுத்த நாள் அக்காளுக்கு லேசாய் ஜுரம். இரண்டு தெரு தள்ளி அம்மாவின் நேர் இளைய தங்கச்சி சாவித்திரி சித்தியும் வைத்தியர் முருகய்யா பிள்ளை சித்தப்பாவும் குடியிருந்தார்கள். இந்தச் சித்தப்பா முப்பதுவயசுவரைக்கும் கல்யாணமே வேண்டாமென்று நைஷ்டிக பிரம்மச்சரியத்தில் முழுகி, யோகாப்பியாசங்களில் ஈடுபட்டிருந்தவர். பெரிய சொத்துக்காரர். கடைசியில் ஏனோ மனம் மாறி, சாவித்திரி சித்தியைக் கல்யாணம் செய்துகொண்டாராம். அந்த வைத்தியர் சித்தப்பா அக்காளை வந்து பார்த்துவிட்டு, 'பரவாயில்லே... இது வெறும் ஜலதோஷக் காய்ச்சல்தான்' என்று மருந்து கொடுத்தார். ஒரு வாரமாகியது... இரண்டு வாரமாகியது.

ஜுரம் குறையவில்லை.

அக்கா, வைத்தியர் சித்தப்பாவின் மருந்தையே குடித்துக் கொண்டிருக்கிறாள்.

‘ஜுரம் இப்படி விடாமெ இருக்கே. ஆஸ்பத்திரிக்குக் கொண்டு போகணுமா?’ சித்தப்பாவிடம் பாட்டி, அப்பா, அம்மா எல்லோரும் மாறிமாறிக் கேட்கிறார்கள்.

‘உங்களுக்கென்ன பைத்தியமா! இன்னும் ரெண்டு நாளில் ஜுரம் இறங்கிவிடும் பாருங்கள்’ சித்தப்பா சவால் விட்டு, மருந்தை மாற்றி மாற்றிக் கொடுத்துச் சிகிட்சைசெய்துகொண்டிருக்கிறார்.

அன்றைக்கு ஒரு அமாவாசை. இப்போதும் ஞாபகம் இருக்கிறது. அமாவாசைதோறும் அப்பாவுக்கு விரதம். அம்மா அடுக்களையில் அப்பளம் பொரித்துக்கொண்டிருக்கிறாள். நடுக்கூடத்தில் வடகோடியில் சுவரோரத்தில் சமையலறை வாசல் அருகில் கிடந்த கட்டிலில் படுத்திருக்கும் அக்கா ‘எனக்கு மட்டும் ஒண்ணும் தரமாட்டியா, எவ்வளவு நாளாச்சு...’ என்று அழுகிறாள். பக்கத்தில் உட்கார்ந்திருக்கும் சிவகாமி பாட்டி, ‘உனக்குக் காய்ச்சல் கண்ணே, காய்ச்சல் தீர்ந்த பிறகு எல்லாம் சாப்பிடலாம்...’ என்று சமாதானப்படுத்துகிறாள்.

சற்று நேரம் கழித்து அக்கா கேட்கிறாள்:

‘இன்னைக்கு என்ன கிழமை பாட்டி?’

‘புதன்கிழமை கண்ணே.’

‘எனக்குப் பள்ளிக்கூடத்துக்குப் போகணுமே.’

‘ஜுரம் விடட்டும் கண்ணு, போகலாம்.’

ஐந்து நிமிடம் கழித்து அக்கா மீண்டும் கேட்கிறாள்:

‘இன்னைக்கு என்ன கிழமை பாட்டீ?’

‘புதன்கிழமை... சித்தெ முந்திதானே சொன்னேன். அதுக்குள் மறந்து போச்சா கண்ணு?’

‘எதுக்குப் பாட்டி பொய் சொல்றே? நான் இப்போதானே கேட்டேன்.’

அன்று ராத்திரி அக்காளுக்குக் கடுமையான தலைவலி.

‘பாட்டீ ஒரு துணியை எடுத்துக்கிட்டு வந்து என் தலையில் கட்டு... ஐயோ – ஐயோ தலைவலி சகிக்க முடியலையே –’ அக்கா அலறுகிறாள்; துடிதுடிக்கிறாள்.

அப்பாவும் அம்மாவும், சிவகாமி பாட்டியும் மாறி மாறி அக்காளை மடியில் எடுத்துப்போட்டுக்கொண்டு தடவிக் கொடுக்கிறார்கள் – என்ன செய்வதென்று தெரியாமல் தவிக்கிறார்கள்.

இதையெல்லாம் காணக் காண இவனுக்கும் என்ன செய்வ தென்று தெரியவில்லை. சிலநாட்களுக்கு முன், அக்காளுக்கு ஜுரம் வரும் முந்தி, ஒரு நாள் அக்காளுக்கு முடியில் சொருகுவதற்குள்ள ஒரு ரோஜாப்பூ சிலேடு வாங்கிக்கொண்டு வந்து கொடுத்தார் அப்பா. தனக்கென்று எதுவும் எடுத்துக் கொள்ளாத அக்கா, 'ராஜா இது பொம்பளைப் புள்ளைக்கு வைக்க வேண்டியது. உன் தலையில் முடி இல்லையே' என்று சொல்லியும் கேட்காமல், அது வேண்டுமென்று அடம் பிடித்தபோது அக்கா இவனுக்கே அதைத் தந்துவிட்டிருந்தாள். அக்காளை இப்போ பார்க்க பாவமாக இருந்தது. அந்தச் சிலேடை எடுத்து அக்காளின் தலைமாட்டில் கொண்டு வந்து வைத்துவிட்டு, 'அக்கா, இதை நீயே வச்சுக்கோ. எனக்கு வேண்டாம்—' என்று அக்காளின் தலைவலியைக் கண்டு விழிகலங்க தான் சொன்னதும், அந்த நிலைமையிலும், 'இல்லே ராஜா — நீயே வச்சுக்கோ . . . அக்காளுக்குச் சொகக்கேடு குணமான பிறகு வாங்கிக்கிறேன்' என்று புன்சிரிப்புடன் கூறியதும் கூட இப்போ ஞாபகம் வருகிறது.

அன்று யாரும் தூங்கவில்லை. நேரம் எப்போ விடியு மென்று எல்லோரும் காத்துக்கொண்டிருந்தார்கள். நேரம் பலபலவென்று வெளுத்ததும் ஒரு காளை வண்டியில் அப்பா வும் அம்மாவும் அக்காளை எடுத்துக்கொண்டு தைவிளை ஆஸ்பத்திரிக்குச் சென்றார்கள்.

வீட்டில் மற்ற குழந்தைகளின் துணைக்கு இருந்த சிவகாமி பாட்டி, 'இன்னும் காணல்லையே — இன்னும் காணல்லையே—' என்று ஆவலாதிப்பட்டுக்கொண்டு தெரு நடைக்கும் உள்ளுக்கு மாய் ஓடிக்கொண்டிருந்தாள். கடைசியில், பத்து மணி சுமாருக்கு அப்பா வந்தார்.

'ராஜத்துக்கு டைபாய்டாம் — ஆஸ்பத்திரியில் அட்மிட் செய்யச் சொன்னாங்க, டாக்டர் ரொம்ப கோவிச்சுக்கிட்டார் — இவ்வளவு தூரம் கூடுவது வரைக்கும் ஏன் வீட்டில் வச்சுக்கிட்டு இருந்தீங்கன்னு கேட்டு —'

பாட்டி, வைத்தியர் சித்தப்பாவை வைதாள்: 'அவன் மருந்தைக் குடிச்சுத்தான் என் புள்ளைக்கு இவ்வளவு தூரம் கூடிப்போச்சு —'

பிறகு சிவகாமி பாட்டி, அப்பா, அம்மா எல்லோரும் ஒருவர் மாறி ஒருவராக ஆஸ்பத்திரிக்கும் வீட்டுக்குமாய் அலைந்து கொண்டிருந்தார்கள். வீட்டில், தான் உட்பட மற்ற சின்னக் குழந்தைகளைப் பார்க்கவும் யாராவது வேண்டுமே! தானும் சுந்தரமும் வழக்கம்போல் பள்ளி சென்று வந்து கொண்டிருந்தோம்.

ஆஸ்பத்திரிக்குப் போய் அக்காளைப் பார்க்க வேண்டு மென்று தனக்கு ஒரே ஆசை. ஆனால் யாரும் தன்னைக் கூட்டிக் கொண்டு செல்லவில்லை.

ஒரு நாள் மத்தியானம்.

தெருக்கோடி வீட்டில் பொன்னையா பிள்ளை – இவர் செல்லப்ப மாமாவின் இரண்டாவது தங்கச்சி பாக்கியத்தின் மாப்பிள்ளை. இவருக்கு செல்லப்ப மாமாவின் வயசு வரும். தெருவில் விளையாடிக்கொண்டிருந்த தன்னிடம், 'டேய் – ராஜா உன் அக்காளைப் பார்க்க வாறியா' என்று கேட்டார். 'சரி'யென்று அவர்கூட ஆஸ்பத்திரிக்குப் போய் அக்காளைப் பார்த்தபோது –

வீட்டிலிருந்து அக்கா இந்த ஆஸ்பத்திரிக்கு வந்து ஒரு வாரம்தான் இருக்கும்.

ஆனா, இது யாரு?

தன் அக்காதானா?

அக்கா தலையில் கத்தை கத்தையாய் நெடுநீளத்தில் இருந்த சுருண்ட முடி எங்கே? பத்திரமாய், புஸ்தகங்களின் இடையில் வைத்துத் தான் பாதுகாக்கும் ரோஜா சிலேடை அக்கா இனி எப்படித் தலையில் வைப்பாள்?

முகத்திலிருந்த அந்தக் களை எங்கே?

தன்னைக்கூட அக்கா சரிவரப் புரிந்துகொண்டதாகத் தெரியவில்லை.

தன் விழிகள் நிறைவதைக் கண்டு சிவகாமி பாட்டி, 'நீ வீட்டுக்குப் போ புள்ளே' என்று ஆறுதல் சொல்கிறாள்.

'பாட்டீ, அக்காளின் முடி எங்கே?'

பாட்டியின் கண்களும் நிறைந்துவிட்டன. 'ஜுரம் கூடின போது ஐஸ் வைக்க வெட்டிட்டாடா ... அதுக்கென்ன ! என் கண்ணுக்கு இனியும் முடி வளரும். இப்போ சொகக்கேடு எப்படியாவது குணமாகட்டும் –'

அக்காளைத் தடவியவாறு பாட்டி இப்படிச் சொல்வதைக் கேட்க, தன் மனம் பட்டபாடு ...

# 17

படபடக்கும் நெஞ்சுடன் பஸ்ஸைவிட்டு இறங்கி ஆஸ்பத்திரியைச் சுற்றிக்கொண்டு பின் வாசல் வழி வார்டுக்குள் இவன் நுழையும்போது, ராமகிருஷ்ணன் இவனுக்காகக் காத்திருந்தான்.

'அப்பா வயிறு பசிக்குதுன்னு கொஞ்ச முந்தி தான் சொன்னாங்க –' என்று ராமகிருஷ்ணன் சொல்லும்போது, இவன் பையிலிருந்த பிளாஸ்கையும் பாத்திரத்தையும் வெளியே எடுத்து ஸ்டாண்டின் மீது வைத்தான்.

'பஸ்ஸில் ஒரே கூட்டம். வழியில் எல்லா ஸ்டாப்பிலும் நிறுத்தி நிறுத்தி இங்கே வந்து சேர ஒரு மணிநேரம் ஆகியிருக்குது. உம் – அப்பாவுக்கு எப்படியிருக்கு?'

'உம், பரவாயில்லே –' என்ற அப்பாவின் முகத்தில் வேதனையின் நிழல்கள் ஒளிந்துகொண் டிருப்பது இவனுக்குத் தென்பட்டது.

இவன் ஸ்டூலில் உட்கார்ந்துகொண்டு ஸ்பூனில் இட்டலித் துண்டுகளை ஒவ்வொன்றாய் எடுத்துப் படுக்கையில் கிடக்கும் அப்பாவின் வாயில் தந்தான். பாலையும் கொஞ்சம் கொஞ்சமாய் அப்பாவின் வாயில் ஊற்றினான். ராமகிருஷ்ணன் பாத்திரத்தையும் தம்ளரையும் கழுவ வராந்தாவைத் தாண்டி எதிரிலிருந்த பாத்ரூமுக்குக் கொண்டு சென்றபோது, இவன் தண்ணீரில் கையை நனைத்து அப்பாவின் வாயைத் துடைத்தான். பிறகு துண்டால் ஈரத்தையும் துடைத்தான்.

அப்பாவின் உடம்பு முழுதும் இப்போது வியர்வை முத்துக்கள். இவன் விசிறியை எடுத்து விசிறலானான்.

'நேற்றைக்கு ராத்திரி வலி வந்ததா?'

'ஆமா...' அப்பா தலையசைத்தார்.

‘நேற்றைக்கு ராத்திரி ரெண்டு தடவை வலி வந்தது – நான் ரொம்ப பயந்துட்டேன்’ என்றான் ராமகிருஷ்ணன் கவலையுடன்.

இவன் மனசில் மறுபடியும் அந்த வேதனை. அப்படியென்றால், இன்னும் அந்த நோய் அப்பாவை விட்டு விலகிச் செல்லத் தொடங்கவே இல்லையா?

வார்டில் நோயாளிகள் எல்லோரும் காலை ஆகாரம் முடித்துக் களைப்பில் கண்ணயர்ந்து கிடக்கிறார்கள். வெள்ளை உடை தரித்த ஆஸ்பத்திரிச் சிப்பந்திகள் விறுவிறுப்பாய் இயங்கிக்கொண்டிருக்கிறார்கள்.

‘அப்போ நீ இனி போயேன். நான் இருக்கிறேனே’ என்றான் இவன் ராமகிருஷ்ணனிடம்.

‘நிலம்பூரில் அப்பாயின்ட்மென்ட் ஆர்டராகி ஒரு வாரத்துக்கும் மேலாகிவிட்டது. இன்று புறப்பட்டால்தான் நாளை மறுநாளாவது வேலையில் போய்ச் சேரமுடியும்.’

‘ஆமாமா, போயி வேலையில் சேர்ந்துவிட்டுக் கடிதம் போடு. இங்கே நாங்கள் எல்லோரும் இருக்கிறோமல்லவா? அப்பாட்டெ சொல்லீட்டே அல்லவா?’

‘சொன்னேன்டா! முதல் அப்பாயின்ட்மென்ட் ஆனதால் நான் அன்னைக்கே சொன்னேன் போய் வேலையில் சேர. இத்தனை நாள் ஆக்கியிருக்கக்கூடாது...’ என்றார் அப்பா.

‘அதுக்கிடையில் அப்பாவுக்கு சுகமில்லாமலாச்சு . . . அதனாலென்ன!’

ராமகிருஷ்ணன் சற்று நேரம் அப்பாவையே உற்று நோக்கியவாறு நின்றான். பிறகு காலிப் பாத்திரத்தையும் பிளாஸ்கையும் எடுத்துக்கொண்டு, ஒரு தடவை கூட அப்பாவிடமும் இவனிடமும் விடைபெற்றான். ‘போய்க் கடிதம் போடு, உடம்பைப் பத்திரமாய்ப் பார்த்துக்கோ’ என்று திரும்பத் திரும்ப அப்பா அவனிடம் சொல்லி அனுப்பினார்.

இவன் மனசில் என்னவோ ஒருவித சோகத்தின் இழைகள் ராமகிருஷ்ணனைச் சுற்றி எழுந்தன. முன்னூறு மைல்களுக்கு அப்பால், சரியான வாகன வசதிகள் கூட இல்லாத காட்டுக்கு வேலையில் சேரச் செல்லும் அவன், அடுத்தது அப்பாவை எந்த நிலைமையில் திரும்பவும் பார்க்கப் போகிறானோ என்ற ஒரு விபரீதக் கற்பனை எழுந்து இவன் விழிகளை லேசாய் நனையச் செய்தது. வனஜாவை அடுத்துப் பிறந்தவள் சரஸா; சரஸா பிறந்து இரண்டு ஆண்டுகளுக்குப்பின் பிறந்தவன் இந்த ராமகிருஷ்ணன்;

ஏழாவது குழந்தை ஆதலால் அப்பா ஆசையோடு வைத்த பெயர்தான் இந்த ராமகிருஷ்ணன்; அப்பா விழிகளை மூடிக் காணப்பட்டாரே ஆனாலும், இப்போது அவர் நெஞ்சம் முழுதும் ராமகிருஷ்ணன்தான் ஆக்கிரமித்துக்கொண்டிருப்பான் என்று இவனுக்குத் தெரியாதா என்ன!

சற்று நேரம் கழித்து அப்பா திரும்பி இவனைப் பார்த்துப் படுத்தார்.

'காட்டில் இவனுக்குச் சரியான ஆகாரம்கூட கிடைக்காது. யானைத் தொந்தரவு வேறே –'

அப்பாவுக்கு இன்னம் எதையெதையெல்லாமோ பேசி உள்ள பாரத்தைக் குறைக்க வேண்டுமென்ற ஒரு துடிப்பு இருப்பது தெரிகிறது. ஆனால் டாக்டர் பேச அனுமதிக்கக் கூடாது என்று தடுத்திருந்ததால் அப்பாவை மேலும் பேச விடாமல், இவன் நேற்று போல் அங்கே ராமகிருஷ்ணன் வாங்கி வைத்திருந்த பத்திரிகையை எடுத்துப் புரட்டியவாறு உட்கார்ந்திருந்தான்.

எதிர்வரிசையில் ஏழெட்டுக் கட்டில்கள் தள்ளி ராமநாத னின் அப்பா பேஷாக ஷேவ் எல்லாம் பண்ணி முகமும் தலையும் பிரகாசிக்க, பக்கவாட்டில் உட்கார்ந்திருந்த கிழ மனைவியிடம் ஜாலியாக என்னவோ பேசிச் சிரித்துக்கொண்டு உட்கார்ந்திருக்கிறார்.

அவருக்கு டாக்டர் பெட்ரெஸ்ட் வேண்டுமென்றுதான் சொல்லியிருக்கிறாராம். ஆனால் அவர் பாட்டுக்கு அடிக்கடி எழுந்து நடமாடிக்கொண்டிருக்கிறார்.

'நேற்றைக்கு ஐயருக்கு ராத்திரி காய்ச்சல் வந்துவிட்டதாம்' என்றார் அப்பா.

'அப்படியா...' என்று இவன் மெல்ல எழுந்து அவர் படுக்கை அருகில் சென்றான்.

இவனைக் கண்டதும், 'வாடா, வா...' தலையைத் தடவியவாறு அவர் வரவேற்றார்.

'நேற்று ஜுரம் வந்துவிட்டதா?'

'ஆமா – இப்போ ஒண்ணும் இல்லை.'

'சொன்னால் கேட்டாதானே? எப்போதும் ஏதாவது பேசிக் கொண்டே இருப்பார். வராந்தாவில் போய் நிற்பார்' என்று புகார் சொன்னாள் அவர் அகத்துக்காரி.

'சும்மா அப்படி நடக்கக் கூடாது, ஆமா... ராமநாதன் எங்கே?'

'ராத்திரி அவன்தான் இருந்தான் – ராத்திரிபூரா தூங்கியிருக்க மாட்டான். இப்போ சித்தெ முந்திதான் வீட்டுக்குப் போனான். இனி மத்தியானம் வருவான்.'

அவன் அம்மாதான் சொன்னாள்.

இவன் மறுபடியும் அப்பாவிடம் வந்தான். நர்ஸ் வந்து தெர்மாமீட்டரை அப்பாவின் வாயில் வைத்து டெம்பரேச்சர் எடுத்து சார்ட்டில் வரைந்துவிட்டுச் சென்றாள். மற்றொருத்தி ஒரு மாத்திரையை அப்பாவின் வாயில்போட்டுச் சிறிது தண்ணீரையும் விட்டுவிட்டுச் சென்றாள்.

வராந்தாவில் வெல்ட்மெஷ் இடைவழி வெளியிலிருந்து காற்று வீசியது. அழுகிய ஆரஞ்சு, மருந்து, சாக்கடை, லோஷன் இவையனைத்தின் கதம்ப நெ - ஆஸ்பத்திரியின் நெடி சுள்ளென்று நாசியில் உறைத்தது.

மணி ஒன்பதுகூட இன்னும் ஆகவில்லை – பத்து மணிக்குத் தான் டாக்டர் வருவார்.

கையிலிருந்த பத்திரிகையிலும் மனம் லயிக்கவில்லை. 'இன்னைக்குத் தேதி எத்தனையடா?'

அப்பா தூங்குவதாக எண்ணியது தப்பு, அவர் காலக் கணக்கை மனசுக்குள் நிகழ்த்திக்கொண்டிருந்திருக்கிறார் என்று அவருடைய இந்தத் திடீர் கேள்வி இவனுக்கு உணர்த்துகிறது.

'ஒன்பதாம் தேதி அப்பா.'

'ஏப்ரல் ஒன்பதுதானே?'

'ஆமா.'

'கிழமை?'

'வெள்ளி.'

உடம்புக்குச் சுகமில்லாமலாகிப் படுக்கையில் விழுகிறவர்கள் எல்லோரும் இப்படித்தான் அடிக்கடி தங்கள் கால உணர்வைப் புதுப்பித்துக்கொண்டிருப்பார்களா? அக்காளும் இப்படித் தானே பாட்டியிடம் அடிக்கடி 'இன்னைக்கு என்ன கிழமை? இன்னைக்கு என்ன கிழமை?' என்று கேட்டுக்கொண்டிருந்தாள்.

அப்பாவை நினைத்து மறுகும் நெஞ்சில் அக்காளும் ஏன் விடாமல் ஆட்சி செலுத்துகிறாள்? உறவுமுறைகளில் அப்படி ஒவ்வொன்றையும் தனித்தனியாகப் பிட்டுப்பிட்டு வைக்க முடியுமா? சங்கிலித் தொடர்பாய் ஒன்றுக்குள் ஒன்றாகப் பின்னிப் பிணைந்து இறுகித்தானே ஒவ்வொரு உறவும் கிடக்கின்றது –

ஒன்றில்லாவிட்டால் அடுத்ததும் இல்லை. ஒன்றில் தொடும்போது அடுத்ததும் அசையத்தானே செய்யும்!

அதுவும் ஒரு காலைப்பொழுதுதான். ஏழு மணி இருக்கலாம். பாட்டியும் அப்பாவும் வீட்டில் இல்லை. ஆஸ்பத்திரியில் அக்காளின்கூட. வீட்டில் அம்மா மட்டும்தான். பாயிலிருந்து எழுந்ததும் தம்பிமார்களின் கூட கொல்லைப்புறத்தில் ஆட்டம் போட்டுக்கொண்டிருக்கிறோம்.

திடீரென்று வீட்டினுள் ஐயோ, கடவுளே, மோசம் செய்து விட்டாயே... என்று உரத்த குரலில் வீறிடும் ஓசை... எங்களுக்கு எல்லோருக்கும் கிலிபிடித்துக்கொண்டது. வீட்டுக்குள் பாம்பு கீம்பு ஏதாவது வந்துவிட்டதா?

வீட்டுக்குள் ஓடிவந்து பார்க்கும்போது...

அம்மா தரையில் கிடந்து புரண்டு, சுவரில் தலையை மோதித் துடிதுடித்து ஓவென்று சின்னக் குழந்தையைப்போல் அழுது அரற்ற...

அம்மா அழுவதைக் கண்டு வீல் என்று கத்தும் கைக் குழந்தை ஜகதீசனைக் கையில் எடுத்துக்கொண்டு அப்பா தேற்றுகிறார்.

என்ன?

என்ன?

யாருக்கும் ஒன்றும் புரியவில்லை.

என்ன நடந்திருக்கும்?

என்ன வந்துவிட்டது?

சற்று கழித்துதான் விவரம் புரிந்தது.

அக்கா ஆஸ்பத்திரியில் வைத்து அதிகாலையில் செத்துப் போனாள்.

சாவு என்றால் என்ன என்று முழுசாய்த் தனக்குத் தெரிய வில்லை. அம்மா அழுவதைக் கண்டு தானும் தம்பிமார்கள் சுந்தரம், பாலச்சந்திரன், ஜகதீசன் எல்லோரும் அழுகிறோம்.

இதற்கிடையில் யார் யாரெல்லாமோ வருகிறார்கள். தெருவில் வைத்தே, 'இந்தப் பாவி நான் தலைநிறைய நல்லெண்ணை தேய்த்துப் பச்சைத் தண்ணீரில் குளிப்பாட்டக் கூட்டிக்கொண்டு போனதனால்தான் என் புள்ளைக்குச் சீக்கு வந்து, இப்படி அநியாயமாய் எங்களை விட்டுப் போயிட்டது...' என்று பிலாக்கணம் பாடி மண்டை மண்டையாய் அடித்து

அழுது விழுந்து கொண்டுவரும் சிவகாமி பாட்டியின்கூட, அக்காளை யாரோ தூக்கிக்கொண்டுவந்து நடுக்கூடத்தில் கிடத்துகிறார்கள். அம்மாவும் சிவகாமி பாட்டியும் கூட சேர்ந்துகொண்டு அக்காளின் மீது விழுந்து, 'என் கண்ணே, என்னைப் பெற்ற ராசாத்தி' என்று கதறி அழுகிறார்கள். நானும் தம்பிமார்களும் அழுகிறோம்.

நாலுமைல் தொலைவில் பாவட்டத்தில் ஐயப்ப மாமா தன் பெண்டாட்டி, பிள்ளைகளுடன் குடியிருக்கிறார். அவருக்கு விவரம் தெரிவிக்க, பொன்னைய்யா பிள்ளையின் மகன் சேதுவின் கூட – அவனுக்குத் தன்னைவிட நாலு வயசு கூடுதல் இருக்கும். தன்னை அனுப்புகிறார் செல்லப்ப மாமா.

தன்னால் நடக்கவே முடியவில்லை. மனம் முழுதும் வீட்டில் அக்காவிடம்! ஆனால் என்ன செய்வது? போகாமலிருக்க முடியாதே...

வழி நெடுக அழுதவாறே சென்ற ஞாபகம்.

ஐயப்ப மாமாவிடம் விவரம் சொல்லிவிட்டு வரும்போது வீடு நிறைய ஆட்கள்.

ஒப்பாரி ஓலம்.

கூட்டத்தின் இடையில் தக்கனூர் தாத்தா, லட்சுமி பாட்டி தலைகளும் தெரிகின்றன.

நானும் தம்பிமார்களும் அழுவதைக் கண்டு செல்லப்ப மாமா 'நீங்க எல்லோரும் மாடியில் போங்க, இல்லாட்டி பயப்படுவீங்க...' என்று மாடியில் கொண்டுபோய்விட்டுவிட்டுக் கதவை அடைத்துக் கொண்டு போய்விட்டார். கீழே செல்லவும் பயமாக இருக்கிறது. ஆனால் கீழே போய் அக்காளை என்ன செய்கிறார்கள் என்று பார்க்க வேண்டுமென்றும் ஒரு ஆவல். ரொம்ப உயரத்திலிருந்த மாடி ஜன்னல் வழி, கீழே முற்றத்தை எட்டிப் பார்த்து அழுது கொண்டிருக்கத்தான் முடிகிறது.

பிறகு அழுதழுது, அன்று ஒன்றுமே குடிக்கவில்லை. பசி மயக்கமும் களைப்பும் எல்லாம் சேர சோர்ந்து போய் அப்படியே தூங்கிப்போய்விடுகிறோம். கண் விழித்துப் பார்க்கும்போது மத்தியான வெயில் சுள்ளென்று கொளுத்துவது ஜன்னல் வழியே தெரிகிறது. மாடிப்படிகளில் மெல்ல இறங்கி வரும்போது, முதலில் இருந்த அப்பாவின் அறையில் யாரோ ரகசியமாய் அழும் ஓசை; மற்றபடி நிசப்தம்.

அறைக்குள் எட்டிப் பார்த்தபோது ஓவென்று சின்னக் குழந்தையைப் போல் கேவிக் கேவிக் குலுங்கி அழுது கொண்

டிருக்கிறார் அப்பா. அப்பா அப்படி அழுவதைக் கண்டபோது, தன் அடிவயிற்றிலிருந்து என்னவோ கும்மென்று துருத்திக் கொண்டு வெளியே வந்து விடுவதுபோல் ஒரு பரிதவிப்பு.

தனக்கும் அழுகை வெடித்துக்கொண்டு கிளம்புகிறது.

இப்படிப் பெரியவங்க அழுவார்களா?

அப்பா சின்னக் குழந்தையைப்போல் கண்ணீர் ஆறாய் வழிந்தோட, மூக்கைச் சிந்திப்போட்டு 'ஓ'ன்னு சத்தம் போட்டு அழுவதை, தான் பார்ப்பது இதுதான் முதல்முறை.

சொல்லத் தெரியாத சோக உணர்வுகள் மனதைத் துளைத்தெடுக்கின்றன. மகள்மீது அப்பா வைத்திருந்த பாசத்தின் வீச்சு எவ்வளவு என்பதை அந்த அழுகை, தனக்கு அறிவித்தது.

என்னையும் தம்பிமார்களையும் அணைத்தவாறு அப்பா நிறுத்தாமல் ஆற்றொழுக்கைப்போல் அழுதுகொண்டே இருக் கிறார். நானும் தம்பிமார்களும் அப்பாவைக் கட்டிப்பிடித்துக் கொண்டு அழுகிறோம்.

பிறகு அக்காளை, தான் பார்க்கவே இல்லை.

நினைவுகள் ...

ஞாபகங்கள் ...

அக்காளைப் பற்றி சிவகாமி பாட்டி, அப்பா, அம்மா, தெருவாசிகள் இவர்கள் பேச்சுக்கள்.

ஹூம், அந்த அக்காளைத்தான், இப்போ தன் அப்பாவும் அம்மாவும் அடியோடு மறந்துபோய்விட்டதாய் அந்த அக்காளே நேரில் வந்து சரளாவிடம் சொன்னதாக நேற்று ராத்திரி சரளா தன்னிடம் சொல்கிறாள். செவந்திட்டை வீட்டில் அக்கா இப்போ இவள் தன் மனைவியின் துணைக்காக இருக்கிறாளாம். ஒருவேளை, ஒருவேளை இந்த செவந்திட்டை வீட்டை விட்டுப் புனல்புரத்துக்குத் தன்கூட வர சரளாவுக்கு விருப்பமில்லையோ? அதற்காக இப்படியொரு தந்திரமோ!

சே, அப்படியும் இருக்குமா?

# 18

'நேற்றைக்கு ஜகதீசன் கூட தாத்தாவும் பாட்டியும் வந்திருந்தாங்க... அம்மா சொன்னாளா?' அப்பா கேட்டார்.

'ஆமாம், வந்ததும் வராததுமாய் உடனே நேற்று ராத்திரியே தக்கனூருக்குப் போயிட்டாங்களாமே...' என்று இவன் சொல்வதைக் கேட்டு அப்பா சிரித்தார். வேதனை விளிம்பு கட்ட சற்றுக் கழித்துச் சொன்னார்:

'ஹூம்... எப்போதும் அவுங்க இப்படித்தானே!'

அப்பா சொல்வதும் நிஜம்தானே என்றுதான் அவர்கள் தங்களுக்கு ஆறுதல் அளிக்க முயற்சித் திருக்கிறார்கள்! அக்காளின் சாவு, வீட்டில் நடந்த முதல் சாவு. அப்போது ஊரில் ஒருவராய் வீட்டுக்கு வந்த இந்த தக்கனூர் தாத்தாவிடம், அந்தக் கண்றாவியின் இடையிலும் யாரும் காப்பி சாப்பிடச் சொல்லவில்லையாம். இப்படியொரு புகார்! அம்மா தன் அம்மாவை – லட்சுமி பாட்டியைக் கட்டிப்பிடித்துக்கொண்டு, 'அம்மா, என் தங்கக் கட்டியைப் பறிகொடுத்துட்டேனே' என்று வாயிலும் வயிற்றிலும் அடித்துக் கதறுகிறாள். ஆனால், அக்காளை எடுத்துக்கொண்டு போனதும், மற்ற ஊர்க்காரர்களைப் போல் இந்தத் தாத்தாவும் பாட்டியும் சென்றுவிட்டார்கள். அப்படி, அக்காளின் இறப்புக்குப் பிறகு தாத்தாவும் பாட்டியும் மேலும், தங்களை விட்டு விலகிக்கொண்டார்கள்.

அக்கா இறக்கும்போதே அம்மாவுக்குக் கர்ப்பமா... அக்கா இறந்து ஆறேழு மாசத்தில் அம்மா பிரசவித்தாள். 'எங்க அம்மா எப்பவும் தம்பிமார்களையே பெற்றுக்கிட்டு இருக்கிறா, ஒரு தங்கச்சியைக் கூடப் பெற மாட்டேன்கிறா' என்ற அக்காளின் மனக்குறை அவள் இருக்கும்வரை

நீங்கவில்லை. இப்போ அம்மா பெற்றது ஒரு தங்கச்சி; அதைப் பார்க்க அக்கா இல்லை...

சாதாரண கதியில் இந்தத் தங்கச்சிக்கு அம்மாவின் அம்மா பெயரைத்தான் வைக்கவேண்டும்; ஆனால் தக்கனூர் தாத்தாவின் மேல் உள்ள மனஸ்தாபம் அப்போதும் தீரவில்லை. எனவே தக்கனூர் பாட்டியின் பெயரை ஒதுக்கிவிட்டு வனஜா என்ற புதுப்பெயரை அப்பா வைத்தார்.

வனஜா நிறத்திலும் முகலட்சணத்திலும் அக்காளைப் போலவே அழகாக இருந்தாள். ஆனாலும் 'மூத்தது அதுக்கு இருந்த முக ஐஸ்வரியம் இதுக்கு வரவே வராது' என்று சிவகாமி பாட்டி அடிக்கடி சொல்லிக்கொள்வாள்.

நான்கு அண்ணன்மார்களுக்கு முதல் தங்கச்சி அல்லவா? 'தங்கச்சியை நான்தான் எடுப்பேன்... நான்தான் எடுப்பேன்' என்று ஒவ்வொருவருக்கும் போட்டி... அப்பா எல்லோரையும் விட!

இவன் அப்பாவைப் பார்த்தான். அவர் ஒருக்களித்துப் படுத்து லேசாய்க் கண்ணயர்ந்துகொண்டிருக்கிறார். அதற்குள் தூங்கிப்போய்விட்டாரா, இல்லை நோயின் களைப்பா!

நேற்று பார்த்ததைவிட இன்று அப்பா இளைத்திருப்பதாக இவனுக்குப் பட்டது. முகத்தில் வேதனை விம்மி நிற்கிறது. சாதாரணமாக அப்பாவிடம் பழகும்போதும் பார்க்கும்போதும் எல்லாம், தனக்கு அறிவு வந்த அந்த ஆதிநாளிலேயே தான் நிற்பதாக இவனுக்கு ஒரு தோற்றம்... இடையில் பின்னடைந்த காலத்தின் கனத்த கால் சுவடுகள் ஞாபகத்தில் வருவதே இல்லை. அதனால் அந்த இளமையின் உடல் ஆரோக்கியம், மன வலிமை எல்லாம் அப்படியே இப்போதும் அப்பாவிடம் இருப்பதாய் இவனுக்கு ஒரு பிரமை.

ஆனால் இப்போது!

ஷேவ் பண்ணி நாலைந்து நாட்களாகிவிட்டன. கருமை யான ரோமங்களின் பின்னணியில் அங்கங்கே ஒரு சில வெள்ளி மயிர்களைக் காணும்போது, திடீரென்று அப்பா கிழவராகி விட்டதைப் போல்...

ஆனால், சற்று முந்திகூட, தலையணையின் அடியி லிருந்து சின்ன சீப்பை எடுத்து, படியப் படிய அப்பா நேர் பின் பக்கம் வாரி விட்டிருக்கும் கறுத்த தலைமயிரைப் பார்க்கும் போது, சந்தனநிறச் சருமத்தைக் காண்கையில், அப்பாவின் வயோதிகத்தைத் தன் அந்தக்கரணம் அனுமதிக்க மறுக்கிறது...

அப்பா நன்றாகத் தூங்கும்போது சாதாரணமாகக் கேட்கும் குறட்டையொலி மெல்லியதாய் எழுந்துகொண்டிருக்கிறது.

ஸ்கூல் இல்லாத நாட்களில் பார்த்திருக்கிறான், வெள்ளை வேஷ்டி சட்டை அணிந்திருக்கும் இந்த அப்பா மத்தியானம் மூன்று நான்குமணி சுமாருக்கு நிமிர்ந்த நடையுடன், இரு வரிசையிலும் உள்ள வீடுகளில் ஜாதி வித்தியாசமின்றி யார்தான் பார்த்துக்கொண்டு நின்றாலும் பக்கவாட்டில் ஒன்றும் திரும்பிப் பார்க்காமல், நூல் பிடித்ததுபோல் நேர்கொண்ட பார்வையோடு கம்பீரமாய் நிமிர்ந்து தெருவில் நடந்துவரும் அழகை!

அப்பாவின் அந்த நடை கண்ணைவிட்டே அகல மாட்டாமல் நிற்கிறது. இந்த அப்பா உடம்புக்கெல்லாம் சுகமாகி, இனியும் முன்போல் அப்படி நடந்து வருவதை, தன்னால் பார்க்க முடியுமா?

எத்தனை மணியானாலும், கடையிலிருந்து வந்ததும் வராததுமாய் அப்பா பிள்ளைகள் ஒவ்வொருவரையும் மடியில் எடுத்துவைத்துக்கொண்டு சின்னப் பிள்ளையைப் போல் ஆ... ஊ... என்றெல்லாம் கொஞ்சிக் குழைந்து விளையாடி, சீராட்டிப் பாராட்டிவிட்டுத்தான் சாப்பிடுவதற்குக் கைகால் முகம் அலம்பப் போவார்.

மாசத்தின் கடைசி வெள்ளிக்கிழமைதோறும் அதிகாலையில் குளித்து, பீரோவிலிருந்து மூன்று இஞ்சு அகலத்தில் ஜரிகை இழை போட்ட அப்பாவின் கல்யாண துப்பட்டியைச் சட்டை அணியாத மேல் உடம்பில் போர்த்திக்கொண்டு புத்தன் சாலையிலிருந்த சுப்ரமணிய ஸ்வாமி கோவிலுக்கு அப்பா போகும்போது, கூட தானும் சுந்தரமும் செல்வோம்.

பன்னீர்க் குப்பியை நான்தான் வைத்திருப்பேன் என்று தனக்கும் சுந்தரத்துக்கும் சண்டை வரும்... போகும்போது ஒருவன், திரும்ப வரும்போது இனியொருவன் பன்னீர்க் குப்பியை வைத்துக்கொள்ள வேண்டியது என்று அப்பா சமாதானப்படுத்தி வைப்பார். வீடு திரும்பும்போது, வழியில் வைத்து 'ரிக்ஷா வண்டியில் போகணும்... கால் நோவுது...' என்று அடம்பிடித்து அழ, சில வேளைகளில் ரிக்ஷாவில் வந்திருக்கிறோம்; சில வேளைகளில் தொந்தரவு சகிக்காமல் அப்பா அறையும் தந்திருக்கிறார்.

அப்பாகூட நடக்கும்போது, 'டே, தலை நிமிர்ந்து நேரா பார்த்து நடக்கணும்... அங்கே இங்கே பராக்கு பார்த்து நடக்கக் கூடாது...' என்று சொல்லித்தர, அப்பாவைப்போல் நிமிர்ந்து கைகளை வீசி நடக்க பிரயத்தனம் செய்த நாட்கள்.

அப்ஸரா கொட்டகையில் ராஜமாணிக்கம் கம்பெனியைச் சேர்ந்தவர்கள் நாடகம் நடத்திக்கொண்டிருந்தபோது, அப்பா

வுடன் நாடகம் பார்க்க எத்தனையோ தடவை சென்றதுண்டு. நாடகக் குழு தென்னைவிளாகம் தெருக்கோடியில் ஒரு வீட்டில் தங்கியிருந்தது. மேக்கப் இல்லாமல், நெற்றியில் குங்கும வட்டங்களுடன் கொட்டகைக்குச் செல்லும் அவர்களைப் பார்க்க ஒலி, ஒளி வினோதங்களின் ஒரு மாய உலகில் நாடக மேடையில் தெரியும் அவர்கள் அங்க அசைவுகளில் லயிக்க, படிப்பைக் கவனிக்காமல் வீட்டின் பின்புற மதில் அருகில் காத்துக் கிடக்கும் தானும் தம்பிமார்களும் இதற்காக அப்பாவிடமிருந்து உதை வாங்கிக்கொண்டு ஓட்டமெடுத்த காலங்கள் ...

ஆனால் லேசாய், தனக்கோ தம்பிமார்களுக்கோ எங்காவது விழுந்து சின்ன காயமோ, ஒரு மூக்கடைப்போ வந்துவிட்டால் அப்பாவுக்குப் பிறகு ஒரே பரபரப்புத்தான். பக்கத்தில் நிற்கும் சிவகாமி பாட்டியையும் அம்மாவையும் சரியாகக் கவனிக்க வில்லை என்று கடிவார். ராத்திரி பனிரண்டு மணிக்கோ, ஒரு மணிக்கோ கடையிலிருந்து திரும்ப வந்தபிறகு அக்கறை யுடன் பக்கத்தில் பாயில் வந்து உட்கார்ந்துகொண்டு, ‘கண்ணு, எங்கேடா வலிக்குது –’ என்று அருமையாய்க் கேட்டவாறு தடவித் தரும்போது, வலி போன இடம் தெரியாது. பாட்டி யிடமும் அம்மாவிடமும் என்னதான் அடம்பிடித்து ரகளை செய்து மறுத்தாலும், அப்பா வந்து, நல்ல பிள்ளையல்லவா என்று நாடியைத் தாங்கி வேண்டும்போது, கஞ்சியோ, பாலோ என்னதான் கசப்பு மருந்தாக இருந்தாலும் கூட அப்பாவின் கையிலிருந்து வாங்கிக் குடித்திருக்கிறோம்.

அந்த ஆறு வயசு பிராயத்தில் எதிர்வீட்டு கௌரிபாய் குடும்பமும் ஊக்குவிக்க, தெருவில் உள்ள சிறுவர்படையையும் திரட்டிக்கொண்டு எத்தனையோ நாடகங்கள் அரங்கேற்றிய நாட்கள். ஒரு தடவை, யாரும் காணாமல், அடுக்களையில் போய் நிறைய சோற்றுப் பருக்கைகளைக் கொண்டுவந்து, இடப்பக்க தன் அறைக்குள் புகுந்து கதவை உள்ளிருந்து தாள் போட்டுக்கொண்டு நான்காம் பாடப் புத்தகத்தைக் கையிலெடுத்து மும்முரமாய் வேலையில் ஈடுபட்டான். சற்று நேரத்தில் நான்காம் பாட புத்தகத்தின் தாள்கள் எல்லாம் சேர்ந்துகொண்டு ஒரு பெரிய திரை உருவாகியது. பிறகு வீட்டில் பெரிய களேபரமாகி விட்டது. ‘பரீட்சை ரிசல்ட்கூட வரவில்லை. அதற்குள் நாலாம் பாட புஸ்தகத்தை முழுதும் ஒரு தாள்கூட மிச்சம் வைக்காமல் இப்படி கசாப்பு செய்துட்டியே’ என்று சத்தம்போட்டுக் கொண்டு அம்மாவும் பாட்டியும் தன்னைத் தாக்க, இறுதியில் அப்பாவிடம் புகார் மனுதாக்கல் செய்ய, அப்பா இடையிட்டு கேஸ் சமரசமாக்கப்பட்டது.

தென்னைவிளாகம் தெருவில் விளையாட பையன்களுக்குப் பஞ்சமே இல்லை. சுப்ரமணிய முதலியாரின் மகன் – லதாவின் தம்பி கோபால் முக்கியமானவன். அவர்களுக்குப் பூர்வீகம் திருநெல்வேலி. அங்கிருந்து கைத்தறி நூல் புடவைகளை வரவழைத்துத் தெருத்தெருவாய்க் கொண்டுசென்று வியாபாரம் செய்பவர் கோபாலின் தாத்தா – சுப்பிரமணிய முதலியாரின் அப்பா. வீட்டில் அவர் இருக்கும்போதெல்லாம் அரைமணி நேரத்துக்கு ஒருமுறை வெற்றிலைப் பாக்கைக் கல்லில்போட்டு டொக்கு டொக்கென்று இடித்துப் பதமாக்கும் ஓசை வந்து கொண்டிருக்கும். இந்தத் தாத்தாவின் பெண்டாட்டி, தெருவாசி களின் சேலைத் தேவைகளை வீட்டில் வைத்துத் தீர்த்துவைப்பாள்; விலையை வாங்கிக் கொண்டுதான். எனவே அவளை, சேலைக்காரி ஆச்சி என்று தெரு வழங்கி வந்தது.

முதலியாருக்குத் தோணித் துறைப் பக்கம் உப்பு வியாபாரம். கோபாலின் அம்மா ஒரு ஆஸ்துமாகாரி. எப்போதும் கர்புர் என்று இழுத்துக்கொண்டு இருமியவாறு இருப்பாள். சேலைக்காரி ஆச்சியின் வாயில் புகுந்து யாரும் வெளியே வந்துவிட்டிருப்பதாய்ச் சரித்திரம் இல்லை. வீட்டிலும் தெருவிலும் அவள் கைதான் ஓங்கி நின்றது. ஒரு தடவை ஸ்கூலில் வைத்து கோபாலை அடுத்த தெரு பையன் சோமு அடித்துவிட்டான் என்று சேலைக்காரி ஆச்சி வரிந்துகட்டிக்கொண்டு அவன் வீடுதேடிச் சென்று அந்தப் பையனை அடிக்க, சின்னப் பையங்க சண்டையில் பெரியவங்க தலையிடுவது இதென்ன நியாயமென்று சோமுவின் அம்மா இடையில் வந்துவிழ, அவர்கள் வீட்டு மூலையில் வைத்திருந்த துடைப்பத்தை எடுத்து அம்மாக்காரியையும் மகனையும் மாறி மாறி நையப் புடைத்து ஜெயம் கொண்டவளாக சேலைக்காரி ஆச்சி தெரு திரும்பிய கதை இவனுக்கும் தெரியும்.

ஒரு நாள் விளையாடி விளையாடி, இரண்டு வீடு தள்ளி யிருக்கும் விறகுக்கடை வேலுப்பிள்ளையின் மகன் நாராயணன் – அவனுக்குத் தன் வயசுதான் இருக்குமே ஆனாலும், தன்னைப் போல் சோனி அல்ல, நல்ல ஆரோக்கியசாலி. தன் நெஞ்சில் வட்டத்தில் கடித்துக்குதறிவிட்டான். பாட்டியும் அம்மாவும் நாராயணனின் அம்மாமீது போர் தொடுத்தார்கள். தெருச் சண்டை மற்றவர்கள் கண்களுக்குக் குளுமையாக இருந்தது.

இரவு கடை பூட்டி வந்த அப்பா நடந்ததை அறிந்து துடிதுடித்துப் போனார்.

‘அருமாந்த ஆம்புளைப் பிள்ளையை இப்படி அந்த வேலுப்பிள்ளையின் மகன் வெறிநாயாகக் கடித்துக் குதறி

விட்டிருக்கிறானே! நீ போய் அவன் அப்பன்கிட்டே சொல்லி மகனைத் தட்டி விலக்கச் சொல்லு, அவன் அம்மா அந்த ராங்கிக்காரி ரங்கம்மாவிடம் சொன்னபோது 'உங்க புள்ளையும் ஏதாவது செஞ்சிருப்பான். சும்மா என் மகன் கடிப்பானா என்று வளமை பேசுகிறாள்' என்றாள் பாட்டி.

அப்பா தன்னை வந்து பார்க்கிறார். தன் நெஞ்சைப் பார்த்துக்கொண்டு நிற்கும் அவர் விழிகள் நிறைவது தெரிகிறது. கடையிலிருந்து வந்த காலுடன் வெளியில் இறங்கிச் செல்கிறார்.

சற்றுக் கழித்துத் திரும்பி வந்தார். 'சின்னப் புள்ளைகள் சண்டையில் பெரியவங்க இடைமறிக்கக் கூடாது. இன்னைக்கு அவுங்க ரெண்டுபேரு சண்டை போடுவாங்க... நாளைக்கு ஒண்ணாவாங்க – அப்படீன்னு வேதாந்தம் பேசுகிறான் வேலுப்பிள்ளை. உம், இவனைச் சொல்லணும். ஏன்டா, இந்த மாதிரி போக்கிரிப் பயல்கள்கூட விளையாடப் போறே?' என்றார் அப்பா எரிச்சலும் சங்கடமும் எல்லாம் பொங்கியெழ.

'ஆமாமா, பெற்ற தகப்பன் எதுக்கோ ஏசிவிட்டா ரென்று அவர் செத்தபிறகு கொள்ளிவைக்க முடியாதென்று ஊர்க்காரங்களிடம் அடித்துச் சொல்லிவிட்டுப் பட்டாளத்தில் போய்ச் சேர்ந்துட்டு வந்தவனல்லவா! அமாவாசி, அப்பாவின் திதி அன்னைக்குப் பார்த்து வேண்டுமுன்னு வீட்டில் இறைச்சிக் கறியென்ன, மீன் குழம்பென்ன என்று அமர்க்களப்படுத்துகிற படுபாவியல்லவா? அப்படிப்பட்ட அந்த வேலுப்பிள்ளை இப்படி மட்டுமா சொல்லுவான்? அவன் மகன் அந்தத் தடிப் பயலை விட்டுக்கொடுப்பானா? கண்டிச்சு வளர்க்காமல் அவன் போக்கில் விட்டிருக்கிறான். அவன் போக்கிரியாய்த் தகப்பனைப் போல் வெறிநாயாய் அலைகிறான்..!' என்றெல்லாம் பாட்டி திட்டுவதும், கடிவாய் விண்விண் என்று எரிவதைப் பொறுக்க முடியாமல் புரண்டுகொண்டிருந்த தன் காயத்தில் மருந்து போடுவதுமாக இருந்தாள். அன்றிரவு அப்பாவும் அம்மாவும் பாட்டியும் சரியாகத் தூங்கவில்லை.

மூன்றாவது நாள் இரவில் ஒரு கனவு...

ஒரு பெரிய பூந்தோட்டம். நிறைய ரத்த நிற மாதுளைப் பூச்செடிகள். கொத்துக்கொத்தாய்க் காய்த்துக்கிடக்கும் மாதுளைப் பழங்கள். தரையெல்லாம் வெடித்துச் சிதறிக் கிடக்கும் செக்கச் சிவந்த மாதுளை முத்துக்கள். அதை வாரியிறைத்து விளையாடி நிற்கும் ஒரு சௌந்தர்யமிக்க யுவதி. அவளைப் பார்த்துக்கொண்டிருக்கையில், தனக்கு என்னமோ ஒரு கிளர்ச்சி சம்பவித்தது போல்... திடீரென்று அவள் தன்னை நோக்கிக் குலுங்கிக் குலுங்கிச் சிரிக்கிறாள். மேலிருந்தும் உதிரும் மாதுளை

முத்துக்கள் அவள் சிரிப்பிலிருந்தா, இல்லை செடியிலிருந்தா என்றும் தெரியவில்லை. முத்துக்களைக் கைநிறைய வாரித் தன்னை நோக்கி இறைக்கிறாள்.

அதிகாலையில், விழிகளைத் திறக்க முடியவில்லை. பயங்கர தலைவலி; தீய்க்குள் கிடப்பதைப் போல் ஜுரம்; உடம்பெல்லாம் தகிக்கிறது. குரல் வெளியில் வராமல் தொண்டை அடைத்தது. பாட்டி வந்து பார்த்துவிட்டு, அப்பாவையும் அம்மாவையும் கூட்டிக்கிட்டு வந்து காட்டி 'அம்மை கண்டிருக்கிறாள்' என்று அறிவித்தாள்.

பிறகு அன்று முதல், வீட்டில் கூட்டுகளுக்கு ஒன்றும் கடுகு வறுப்பதில்லை. நல்லெண்ணெய்யை யாரும் தீண்டுவதில்லை. அடுப்பில் தோசைக்கல், வாணலி இவையொன்றும் காயப் போடக் கூடாது. பிச்சைக்காரர்களைக் கூட 'அம்மை கண்ட வீடு' என்று அண்டவிடுவதில்லை. வீட்டிலிருந்து சிறியவர்கள், பெரியவர்கள் யாரும் வெளியே எந்த சமூகச் சடங்குகளிலும் பங்கெடுப்பதில்லை. சதா நேரமும் சாம்பிராணித் துகள் புகைந்தது...

அரசுமூடு வைத்தியர் வந்து பார்த்து, 'மனுஷப் பல்லுக்கு பாம்பின் பல்லைவிட பத்து மடங்கு விஷம்' என்று ஒரு பாட்டை நீட்டிப் பாடிவிட்டு மருந்து தந்து சென்றார்.

'அந்தப் பாவி நாராயணன் என் பிள்ளையைக் கடிச்சதனால், உடம்பில் விஷம் பரவி உஷ்ணம் இளகி, இப்போ அம்மை வந்து விட்டாள். அவன் நல்லா இருக்க மாட்டான்' என்று திட்டியபடி, பாட்டி ராப்பகல் தன் அருகிலேயே மருந்தும் தண்ணீரும் தந்தபடி உட்கார்ந்திருக்கிறாள். உடம்பில் அரிப்பு வரும்போது பாட்டி வேப்பிலைக் கொத்தால் தடவித் தருகிறாள். அப்பா அடிக்கடி பக்கத்தில் வந்து உட்கார்ந்துகொண்டு, தன் தலையை மடியில் எடுத்துவைத்து ஏதாவது சொல்லித் தன்னைச் சந்தோஷிக்க வைத்துக் கொண்டிருப்பார். அப்பா பக்கத்தில் வரும்போதே, தனக்கு வேறெங்கும் கிடைக்காத ஒரு ஆறுதல்; ஒரு பாதுகாப்பு!

அடிக்கடி தூக்கத்தில் அக்காளின் அந்தக் களையான முகம் தெரிந்துகொண்டிருக்கிறது.

'நல்லவேளை, பெரியம்மை அல்ல... சிறியம்மை' என்று பாட்டி தனக்குத் தானே தேற்றிக்கொள்வாள்.

இருபத்தியொரு நாட்கள் கழித்து, தன்னைக் குளிப்பாட்டினார்கள்.

உறவுகள்

## 19

வார்டில் டாக்டர் சாரதி ஜூனியர் டாக்டர்கள், நர்ஸ் புடைசூழ வந்துகொண்டிருக்கிறார். அப்பாவின் பெட் முன் வந்ததும் 'டாக்டர், பெயின் ஒரு குறைவும் இல்லை. நேற்றைக்கு ராத்திரியும் இருந்தது...' என்றான் இவன்.

'எல்லாம் குறையும். வந்து இன்றோடு நாலு நாள்தானே ஆகுது. மூன்று வார பெட்ரெஸ்ட் சொல்லியிருக்கிறேன் அல்லவா' என்றவாறு வழக்கம்போல் அப்பாவைப் பரிசோதிக்கத் தொடங்கினார். ஸ்டெதஸ்கோப்பை நெஞ்சில் வைத்துச் செவியோர்த்தார். 'பெயின் எங்கே வருது?' என்று அப்பாவிடம் தொட்டுக்காட்டச் சொல்லி அங்கே அழுத்திப் பார்த்தார்.

'என்ன பரமேஸ்வரன் பிள்ளை, பயப்பட வேண்டாம், வந்ததுக்குக் கொஞ்சமும் குறைவில்லையா?' என்று கேட்டு அப்பாவை உற்சாகப் படுத்த முயன்றார்.

'சரியாக மோஷன் போகமாட்டேங்குது டாக்டர்...' என்றார் அப்பா அடிவயிற்றை ஒருவித கவலையுடன் தடவியவாறு.

'படுத்தே கிடப்பதால் சிலருக்கு கான்ஸ்டிப்பேஷன் – மலச்சிக்கல் இருக்கும். அதுக்கு இப்போ பயப்பட வேண்டாம்' என்றார் டாக்டர்.

சார்டில் டாக்டர் சொன்னதையெல்லாம் நர்ஸ் எழுதிக்கொண்டதும், அவர் அடுத்த பெட்டுக்குச் சென்றார்.

சற்று நேரத்தில் வார்டு பழையபடி அமைதியாகிவிட்டது.

'அப்பா, கொஞ்சம் பால் சாப்பிடறேளா?' என்று கேட்டான்.

‘எப்போதும் இப்படிப் படுத்துக் கிடந்தால் வயிற்றில் எப்படிப் பசி வரும்?’ என்று அப்பா மறுத்தும் கேட்காது, நிர்ப்பந்தித்துப் பாலை பிளாஸ்கிலிருந்து டம்ளரில் விட்டுக் கொஞ்சம்கொஞ்சமாய் வாயில் ஊற்றிக் கொடுத்தான். இரண்டு மடக்கு குடித்துவிட்டுப் போதுமென்று கூறிவிட்டார்.

நர்ஸ் மாத்திரை கொடுத்துவிட்டுச் சென்றாள்.

ஒரு ஹௌஸ் ஸர்ஜன் வந்து பரிசோதனைக்கு வைத்திருந்த சிறுநீரை எடுத்துச் சென்றார்.

வார்டில் உஷ்ணம் வரத் தொடங்கிவிட்டது. இவன் விசிறியை எடுத்து அப்பாவுக்கு விசிறத் தொடங்கினான்.

கிரிச்…

கிரிச்…

வெகுதூரத்தில் வார்டுக்குள் எங்கோ இருந்து மெல்ல மெல்ல அந்தத் துருப்பிடித்த சக்கரங்கள் தரையில் உராயும் சத்தம்.

இவன் இதயம் படக் படக்கென்று அடித்துக்கொள்கிறது.

அப்பாவைப் பார்த்தான். விழிகள் மூடியிருந்தன. தூங்கு கிறாரா, இல்லை கேட்டுக்கொண்டுதான் இருக்கிறாரா…

இவன் எதுக்கும் முன்னெச்சரிக்கையாய் எழுந்து நின்றான். அப்பா கிடக்கும் கட்டிலுக்கும் அடுத்த கட்டிலுக்கும் இடையில் சுவர் இல்லாத வெளியை அடைத்துக்கொண்டு, இவன் அப்பா வுக்கு வீசியவாறு நிற்கிறான்.

இதோ மெல்ல மெல்ல அந்த ஓசை நெருங்குகிறது…தூரத்து அடிவானத்தில் கறுபிறு என்று முனங்கிக்கொண்டிருக்கும் இடியோசை மெல்ல மெல்ல தலைக்குமேல் வந்து ஆர்ப்பாட்டமாய் முழங்குவதுபோல் இதோ மிக மிக நெருங்கி விட்டது.

அப்பா கண்களைத் திறக்கிறார்.

இவன் முகத்தைப் பார்க்கிறார்.

இவன் அப்பாவின் பார்வையைத் தவிர்க்கிறான். இதோ செவி அருகில் கேட்கிறது. அப்பா தலை திருப்பிப் பார்க்கிறார். இவன் கால்கள் இடைவழியே அந்த வண்டியின் சக்கரங்கள் அவர் கண்களில் ஒருவேளை பட்டிருக்கலாம். இவனும் ஆவலை அடக்க முடியாமல்—ஒரு பயம் கலந்த ஆவல்தான். ஒரு கணம் திரும்பிப் பார்த்துவிட்டு, தலையைத் திருப்பும்போது…

வெள்ளைத் துணியால் உச்சிமுதல் உள்ளங்கால்வரை போர்த்திய ஒரு உருவத்தின் காட்சி மூளையில் போய்ப் பதிகிறது.

மனசுக்குள் விளக்கத் தெரியாத சூன்ய உணர்வுப் பிரமைகள்...

சற்று நேரத்தில் வார்டில் மறுபடியும் அமைதி சூழ்ந்து கொள்கிறது.

மணி பனிரெண்டு ஆகிக்கொண்டிருந்தது. அப்பா ஒண்ணுக்குப் போகணும் என்று சொன்னார். இவன் யூரின் கேனை எடுத்துக்கொண்டு வந்து, படுத்துக்கொண்டே ஒண்ணுக்குப் போக சௌகரியப்படுத்திக் கொடுத்தான். ‘உம் – படுத்திருக்கும்போது ஒண்ணுக்குப் போக எவ்வளவு கஷ்டமா இருக்குது தெரியுமாடா –’ என்று கூறிவிட்டு அப்பா மிகவும் சிரமப்பட்டு முயற்சித்தார்.

இவன் கேனை எடுத்துக்கொண்டு பாத்ரூமுக்குப் போய் சுத்தப்படுத்திக்கொண்டு வந்து கட்டிலின் அடியில் வைத்தான். ஒவ்வொரு நோயாளிக்கும் ட்ரோலியில் உணவைக் கொடுத்தவாறு செல்கிறார்கள் இரண்டு நர்ஸுகள் –

சற்று நேரம் கழிந்து, ‘வயிறு பசிக்குது. அம்மா வரல்லையா’ என்று கேட்டபோது, ‘வருகிற சமயம்தான்’ என்றவாறு வார்டின் முனையைப் பார்த்துக்கொண்டிருந்தான்.

சில நிமிடங்கள் ஊர்ந்தன. தூரத்தில் அம்மா வருவது தென்படுகிறது. அம்மாவின் கறுத்த முகம் வியர்வையில் மேலும் கறுத்துப்போய்த் தெரிகிறது. கையில் பையுடன் முகத்தில் கவலைக்குறியுடன் அம்மா விறுவிறுவென்று நடந்துவருவதைக் காண இவன் அகத்தில் ஒரு சோகம் தன் கூரிய நகத்தால் பிறாண்டியது.

‘அம்மா வருகிறாள் அப்பா’ என்றபோது, ‘வந்துட்டாளா –’ என்று அப்பாவின் முகத்தில் ஒரு ஆசுவாசக் குறி தென்பட்டது.

‘பஸ்ஸில் என்ன கூட்டம்! வீட்டிலிருந்து பத்துமணிக்கே இறங்கிட்டேன்’ என்று வியர்த்து விறுவிறுத்து மேல்மூச்சு கீழ்மூச்சு வாங்க அம்மா வந்தாள். அம்மா பையிலிருந்து டிபன் கேரியரையும் பிளாஸ்கையும் எடுத்து ஷெல்ஃபில் வைத்துவிட்டு, ‘உங்களுக்கு எப்படியிருக்குது? நேற்றைக்கும் வலி வந்துட்டதாமே, ராமகிருஷ்ணன் சொன்னான் –’ என்று மிகுந்த கவலையுடன் அப்பாவிடம் விசாரித்தபோது ‘அப்பா கொஞ்ச முந்தியே வயிறு பசிக்குதுன்னு சொல்லிக்கிட்டு இருக்கிறார்...’ என்றான் அவன்.

‘சாப்பிடறேளா...’ என்று அம்மா கேட்டபோது, ‘தாயேன்’ என்கிறார் அப்பா.

அம்மா சாதத்தைப் பிசைந்து அப்பாவுக்கு ஊட்டினாள். விசிறியை எடுத்து விசிறலானான் இவன்.

சாப்பாடு முடிந்ததும் அப்பாவின் வாயைக் கழுவி, துண்டால் துடைத்துவிட்டு, அம்மா பாத்திரங்களையும் எடுத்துக்கொண்டு குழாய் இருந்த பாத்ரூமுக்குச் செல்லத் திரும்பியதும், 'அங்கே வழுக்கும்... கவனமா போ' என்று அப்பா எச்சரித்தார்.

அப்பாவின் நெஞ்சிலும் நெற்றியிலும் எல்லாம் வியர்வைத் துளிகள் – இவன் துண்டை எடுத்து அழுத்தித் துடைத்தான்.

அம்மா வந்து பாத்திரங்களை வைத்துவிட்டு, ஸ்டூலை சுவர் பக்கம் – அப்பா தலைமாட்டில் நீக்கிப் போட்டுவிட்டுச் சுவரில் சாய்ந்து 'அப்பாடா...' என்று உட்காருகிறாள். அப்பா கேட்டார்.

'ராமகிருஷ்ணன் போயிட்டானா?'

'நான் வீட்டிலிருந்து இறங்குவதுவரை போகல்லே... சாப்பிட்டுவிட்டு மத்தியானம் போவான்.'

மேலும் பேச்சு வளர்ந்துகொண்டே போகுமோ என்று இவன் தடுத்தான்.

'நீ சும்மா அப்பாவிடம் தொணதொணவென்று பேச்சு கொடுத்துக்கொண்டே இருக்காதே. டாக்டர் சொல்லி யிருப்பது தெரியுமில்லே?'

அப்பாதான் சிரித்தவாறு பதில் சொன்னார்: 'ஒண்ணும் இல்லேடா, நேரம் போகாண்டாமா? நீங்களாவது ஏதாவது பேசுங்கள். நான் ஒண்ணும் பேசாமல் கேட்டுக்கொண்டே கிடக்கிறேன்...'

இவனுக்கு வருத்தமாகவும் ஆத்திரமாகவும் இருந்தது. தொடர்ந்து அரைமணி நேரம்கூட ஒரே இருப்பில் உட்காராத அப்பாவைப் பிடித்து, கட்டிப்போட்டதுபோல் இப்படிப் படுக்க வைத்து, வாயைத் திறந்து ஒரு வார்த்தை கூடப் பேசலாகாது என்று கட்டுப்பாடும் விதித்திருப்பது எவ்வளவு பெரிய தண்டனை என்பதை நினைத்துப் பார்க்கும் போது, இவனுக்குக் கஷ்டமாகத்தான் இருக்கிறது. ஆனால் – நோய் குணமாக வேண்டாமா? டாக்டர் சொல்லியிருக்கிறாரே–!

'மணி என்ன?' அப்பாதான் கேட்டார்.

'ஒண்ணு...'

'சரி, நான் ஒண்ணும் பேசாமல் படுத்திருக்கிறேன்... நீ வீட்டுக்குப் போய்ச் சாப்பிடு. காலம்பரவே வந்தது – முகமெலாம் வாடிப்போய்க் கிடக்குது.'

அம்மாவும் நிர்ப்பந்தித்தாள்.

'சுந்தரமோ பாலச்சந்தரோ கூட வரட்டும்... சரி, அப்பா கொஞ்ச நேரம் தூங்குங்கோ –' என்று கூறிவிட்டு, சற்று விலகி வார்டு முனையில் கிடந்த பெஞ்சியில் வந்து உட்கார்ந்தான்.

நெஞ்சில் ஒருவித சூன்யம். இந்த சூன்யத்தைக் கீழ்ப் படுத்தியவாறு ஒன்றுக்கொன்று பொருத்தமில்லாத என்ன வெல்லாமோ நினைவு வட்டங்கள் மேலே மேலே படர்ந்து செல்கின்றன. உடம்பு களைந்து துவண்டிருந்தாலும் அப்படியே பிடித்து வைத்திருப்பதைப் போல் உட்கார்ந்திருக்கவும் முடியாத ஒரு பதைபதைப்பு –

எழுந்து அந்த வராந்தா வழி இடப்பக்கம் மாறிமாறி வரும் ஐந்தடி இடைவெளிக்கும் சுவர்களுக்கும் உள்ளே ஆட்பட்டுக் கிடந்த வார்டைப் பார்த்தவாறு இந்த முனையிலிருந்து மறு முனைவரை நடந்தான். அப்பா தூங்கிக்கொண்டிருப்பது தெரிகிறது. ஸ்டூலில் விசிறியும் கையுமாய் உட்கார்ந்திருந்த அம்மாவும் தூங்கி வழிகிறாள். ராமநாதனின் அப்பாவும் உண்ட மயக்கத்தில் உறங்கிக் கொண்டிருப்பது தென்படுகிறது. பிறகு இதற்குமுன் முன்பின் அறிமுகமில்லாத நோயாளிகளின் வேதனை விம்மும் முகங்கள்.

வாலிபர்கள்...

வயோதிகர்கள்...

எல்லோரும் தத்தம் வேதனைகளுடன் ஏகாந்தமாய்ச் சல்லாபித்தவாறு சென்ற காலத்தில் பார்வையை நட்டுக் கிடக்கிறார்கள். இவர்களுக்கு நிகழ்காலம் – நிஜபாவம் இந்த வலி, வேதனை! வருங்காலம் பற்றி இவர்கள் கவலைப்படுகிறார்களா?

அந்த ஒவ்வொரு முகத்தையும் பார்த்துத் தன் உள்ளத்தில் வெந்துகொண்டிருக்கும் ஏகாந்த சோகத்தை வடித்துத் தெளிய இவன் முயற்சித்துக்கொண்டிருந்தான்.

இது யார்?

இந்த வார்டின் கோடியில் சுவர் அருகில் விழிகளை மூடிக் கிடக்கும் இவர்.

இவர்...

எங்கோ காலத்தின் மறுகரையில் என்றோ கண்டு மறந்த முகம். வயோதிகத்தின் கொடும் தழும்புகள் மிதமிஞ்சி ஆக்கிரமித்து அடிபடுத்திவிட்ட திரேகம்.

சட்டென்று ஒரு மின்வெட்டில் இவனுக்குப் புலப்பட்டது. இது... இது... குயில்பாலம் ஹைஸ்கூலில் பிரிப்பரட்டரி வகுப்பில் போய்ச் சேர்ந்த தன்னைக் கையில் சதா இருக்கும் பிரம்பால்

நடுநடுங்க வைத்த நம்பி வாத்தியார் அல்லவா? இப்போதும் இவன் மனம் லேசாய் நடுங்கியது.

எப்படியிருந்தார், வாட்டசாட்டமாய், செக்கச்சிவப்பாய்–! குயில்பாலம் உயர்நிலைப் பள்ளியில் பிரிப்பரட்டரி மாணவர்கள் மட்டுமல்ல, அப்போதைய ஆறாம் படிவ பெரிய மாணவர் – இவர் என்றால் சிம்ம சொப்பனம்.

இப்போ...

இப்படி வயோதிகத்தின், நோயின் உபாதையில் அடிபட்டு இந்தக் கோலத்தில்.

வராந்தாவில் அவர் தலைமாட்டில் நின்று சற்று நேரம் உற்றுப்பார்த்துக்கொண்டிருந்தான்.

தூக்கம். தூக்கமோ, மயக்கமோ?

பக்கத்தில் யாரும் இல்லை.

எழுப்பலாமென்றால், ஏனோ இப்போதும் அவர் எதிரில் போக உள்ளுக்குள் ஒரு பயம், உதறல்...

மெல்ல மெல்ல மறுகோடியில் கிடந்த பெஞ்சியை நோக்கி நகர்ந்தான். குயில்பாலம் உயர்நிலைப் பள்ளியைச் சுற்றிச் சுற்றி வட்டம்போட்டுக்கொண்டிருக்கும் மனம்.

ஆரம்பப் பள்ளியில் நான்காம் வகுப்பு பாஸான பிறகு தான், வீட்டிலிருந்து கிழக்கே இரண்டு பர்லாங் தொலைவிலிருக்கும் இந்த குயில்பாலம் அரசாங்க உயர்நிலைப் பள்ளியில் பிரிப்பரட்டரி வகுப்பில் தன்னைக் கூட்டிக் கொண்டு போய்ச் சேர்க்கப்பட்டது. ஆரம்பப் பள்ளியில் செல்லப்ப மாமா தன்னைக் கூட்டிக் கொண்டு போய்ச் சேர்த்தது ஞாபகம் இருக்கிறது. ஆனால் இந்தப் பள்ளியில் தன்னை யார் கூட்டிக்கொண்டு போய்ச் சேர்த்தார்கள் என்பது கொஞ்சம் கூட ஞாபகம் இல்லை. அப்பாவாக இருக்கும் என்று யூகிக்க மட்டுமே முடிகிறது.

இந்த ஸ்கூலின் முன்பக்கம்தான் குயிலாறு ஓடிக்கொண் டிருக்கும். குயிலாற்றின் மீது கிழக்கு மேற்காய்க் குயில்பாலம்; எனவேதான் ஸ்கூலுக்கு இந்தப் பெயர்.

ஸ்கூல் முற்றத்தில் இலைகளே இல்லாது வெறும் வெள்ளை மலர்களைக் கொண்ட பெயர் தெரியாத ஒரு பூ மரம்; தன் கீழ் வெள்ளை மெத்தையாய் உதிர்ந்துகிடக்கும் வெண்மலர்கள்; அங்கே நாக பிரதிஷ்டை செய்திருக்கும் ஒரு சிறு கோயில்; முன்னால் குயிலாறுக்கு ஒழுகிக்கொண்டிருக்கும் ஒரு நான்கடி தண்ணீர் டாங்க்.

அங்குமிங்குமாய் நெடுநீளத்தில் கொல்லம் ஓடு வேய்ந் திருக்கும் ஷெட்கள்... மூன்று நான்கு பூப்பந்தாட்ட, கால்ப் பந்தாட்ட விளையாட்டு மைதானங்கள்... தெற்கு காம்பவுண்டு சுவரோரத்தில் தன் ராட்சஸக் கிளைகளை விரித்து வானோக்கி நின்ற ஒரு புளியமரம்.

–இதற்கெல்லாம் நடுநாயகமாய், உள்ளே நடுவில் வெட்ட வெளியான விஸ்தாரமான ஒரு அங்கணமும், சுற்றிலும் ஆறாம் படிவ – ஸ்கூல் ஃபைனல் வகுப்புகள் நடக்கும் வகுப்பறை களைக் கொண்ட நாலுகெட்டு.

அப்பாவும் இந்தக் குயில்பாலம் பள்ளியில்தான் மூன்றாம் படிவம்வரை படித்திருக்கிறார் என்ற ஒரு பெருமிதம்.

ஏழு ஆண்டுகள்.

பிரிப்பரட்டரி வகுப்பிலிருந்து ஆறாம் படிவம் – எஸ்.எஸ். எல்.ஸி. வரை ஒரு வகுப்பிலும் தோற்காமல் ஏழு ஆண்டுகள் இந்த ஸ்கூலில்தான் படித்தான்.

எத்தனை எத்தனையோ விசித்திரமான, இனிமையான, வேதனையான அனுபவங்கள்...

தன் பிஞ்சு நாளில் – பிள்ளைப் பருவத்தில் அப்படி அசட்டை செய்யமுடியாத ஏழாண்டுகால இந்தப் பள்ளி வாழ்க்கை தன் குணவார்ப்பு – சுபாவ அமைப்பு கருப் பிடிக்க எவ்வளவு தூரம் உதவியிருக்கும்!

இப்போ நினைக்கையில், மேல் குறிப்பிட்ட சில காட்சிகள் தவிர வேறெதுவும் சீக்கிரம் ஞாபகம் வரமாட்டேன்கிறது.

இருந்தும் சில மின்வெட்டுகள்...

வாங்கவேண்டிய புஸ்தகங்கள், நோட்டுகளின் பட்டியலை வகுப்புக் கரும்பலகையில் வாத்தியார் எழுதிப் போடுகிறார். அதைப் பார்த்து எழுதிக்கொண்டு போய் அப்பாவிடம் ஆவலுடன் சேர்ப்பிக்கிறான். அப்பா கடையிலிருந்து வாங்கிவரும் சூட்டோடு புது புஸ்தகங்களின் சுகமான மணத்தை முகர்ந்து போதைகொள்ள, தூங்காமல் இரவு ஒரு மணி இரண்டு மணி வரை விழித்திருக்கிறோம். வாங்கிவரும் புத்தகங்களில், அப்பா தன் மேஜையிலிருந்து சின்ன கத்திரியை எடுத்துக் காகிதத்தை நேர்த்தியாய்க் கத்திரித்து, அழகழகாய் அட்டைப் போட்டு தருகிறார். அப்பாவிடம் அப்போதிருந்த பிளாக் பேர்டு பென்னால் வடிவொத்த எழுத்துக்களில் தன் பெயர், வகுப்பு, பிரிவு எல்லாம் ஜோராய் ஆங்கிலத்தில், எழுதித் தருகிறார். இதெல்லாம் ஆனபிறகும்

புத்தகங்களைத் திரும்பவும் திரும்பவும் எடுத்து முகந்து பார்த்து அந்த மணத்தில் கிறுகிறுங்கிய அந்த நாட்கள்.

பிரிப்பரட்டரி வகுப்புப் புத்தகங்களை வாங்கி வந்த நாள் இரவில், இரண்டு மணி சுமாருக்கு, அப்பா சாப்பிட்டுவிட்டு வந்து துணைப்பாடப் புத்தகத்திலிருந்து நீலத்தாடியின் கதையை, அம்மா, சிவகாமி பாட்டி, தான், யாவரும் கேட்குமாறு சொன்னது இப்போதும் ஞாபகம் இருக்கிறது. குறிப்பாக நீலத்தாடி வெளிநாடுகளுக்குப் பயணம் செல்லும் முன், தன் இளம் மனைவி ஆனியிடம் வீட்டுச் சாவிக் கொத்தைக் கொடுத்துவிட்டு, எக்காரணத்தாலும் திறந்து பார்க்கக் கூடாது என்று எச்சரித்திருந்த ஒரு அறையை, அடக்கமுடியாத ஆவலில் அவள் திறக்க,

உள்ளே தளம் கெட்டி நின்ற ரத்த வெள்ளம்...

நூற்றுக்கணக்கான இளம் இளம் அழகுப் பெண்களின் தலைகளைத் தலைமயிரில் கட்டித் தொங்கவிடப்பட்டிருந்த கோரக் காட்சி.

–நிசியின் நிசப்தத்தில் ஒரு பிரத்யேகத் தாள லயத்தில் அப்பா அதை வாசித்துக் கேட்டதை நினைக்கையில் இப்போதும் மெய் சிலிர்க்கிறது.

கேட்கும் கேள்விகளுக்கு ஆலோசித்து நிற்காமல் உடனடிப் பதில் சொல்லாவிடில் தயை தாட்சண்யம் இல்லாமல் தாக்கும் இந்த நம்பி வாத்தியாரின் பிரிப்பரட்டரி வகுப்புகள்கூட எவ்வளவு சுவாரஸ்யமாக இருந்தன? பவழத் தீவுக்கும் முத்துத் தீவுக்குமெல்லாம் ஆழ்கடலில் நீந்திச் சென்ற யுவர்களின் கதை யைத் தன் அங்க அசைவுகளாலும் குரலின் ஏற்ற இறக்கத்தாலும் அற்புதமாய்ப் படம்பிடித்துக் காட்டிக் கற்பித்த இவரை எப்படித் தன்னால் மறந்துவிட முடியும்?

பாடங்களைத் திரும்பத் திரும்பச் சொல்லி மனசில் பசுமரத்தாணிபோல் பதியவைத்துவிடும் ஒரு பாஸ்கர பிள்ளை சார் – ஒற்றை நாடி உடம்பு; ஆறடி உயரம்; முகத்தில் எப்போதும் தங்கிநிற்கும் அந்த சீரியஸ் ஆன சோகமயமான பாவம்.

தான், பிரிப்பரட்டரி வகுப்பில் படிக்கும்போதுதான் ஒரு நாள், 'நாளை ஆகஸ்ட் பதினைந்து. நமக்குச் சுதந்திரம் கிடைக்கப் போகிறது – எல்லோரும் கொடிகளுடன் வரவேண்டும்' என்று நம்பி வாத்தியார் வகுப்பில் பிரகடனம் செய்தார். வீட்டில், தானும் தம்பிமார்களும் புடைசூழ்ந்து அமர்க்களப்படுத்த அப்பா பெரிய வெள்ளைத்தாளில், தன் டிராயிங் கிளாஸ் வாட்டர் கலர் பாக்ஸிலிருந்து தூரிகையில் சாயத்தைக் குழைத்துத் தேய்த்து

மூவர்ணக் கொடிகள் செய்துவிட்டு முற்றத்தில் அழகாகக் கட்டியது, ஸ்கூலுக்குக் கொண்டுசெல்ல தன் கையில் தந்தது.

முதல் படிவத்தில் படிக்கையில், குச்சு உடம்பு காரணமாக குண்டூசி சார் என்ற பட்டப் பெயர் கொண்ட லட்சுமண ஐயர் சார் வகுப்பில் பாடம் எடுக்க ஒருநாள் வந்தபோது, 'நேற்றைக்கு ராத்திரி நான், என் ஆத்துக்காரி, மகள் எல்லோருமா ரெண்டாவது ஆட்டம் சினிமா பார்த்துவிட்டு வரச்செ பெரியசாலை கிராம திருப்பத்தில், அந்தக் குழாயடி இருட்டில் ஒளிந்திருந்துகொண்டு என்னைக் குண்டூசி, குண்டூசி என்று கூப்பிட்ட போக்கிரி இதோ என் கண்முன்னால் உட்கார்ந்திருக்கிறான். மரியாதைக்கு எழுந்து குற்றத்தை ஒப்பன் கிளாஸில் ஒப்புக்கொள்; இல்லாட்டி ஹெட்மாஸ்டரிடம் ரிப்போர்ட் பண்ணி ...'

– இப்படி கெட்டிக்காரத்தனமாய்க் கூறி வகுப்பின் ஒரு கோடியிலிருந்து மறுகோடிவரை தலை திருப்பிப் பார்த்து, உண்மையில் இன்னாரென்று அவருக்கு அந்நேரம்வரை தெரிந்திராத குற்றவாளியை, கொலை நடுக்கத்துடன் அலறிக் கொண்டு தானாகவே எழுந்து நிற்கவைத்து ஓவென்று அழ வைத்த ஒரு சம்பவம்.

அப்போ ஒருநாள் மாலையில், எதிர்வீட்டு கௌரி அக்காளின் வீட்டு ரேடியோவில் மகாத்மா காந்தி சுட்டுக் கொல்லப்பட்டார் என்ற செய்தி சொல்லக் கேட்டு, பஜாரில் கடைகளை மூடச்சொல்ல கறுப்புக் கொடிகளைத் தாங்கி ஊர்வலமாய்ச் சென்றவர்களின்கூட, தானும் இன்னும் சில பொடியன்களும் சென்றது.

ஊரில் எந்தக் குழப்பம் நடந்தாலும் முதலில் இந்தக் குயில் பாலம் ஸ்கூலில்தான் பிரதிபலிக்கும். போக்குவரத்துத் தொழிலாளர்கள் வேலைநிறுத்தம் செய்தபோது, மிலிட்டரி காரர்கள் ஓட்டிவந்த டிரான்ஸ்போர்ட் பஸ்களை, தொழிலாளர் களுக்கு ஆதரவு தெரிவிக்கும் பொருட்டு பள்ளிக்குள் நின்று கொண்டு இந்தப் பள்ளி மாணவர்கள் கல்லால் அடிக்க போலீஸ் துரத்தியடிக்க, விழுந்தடித்துக்கொண்டு குற்றம் செய்யாத தானும் ஓடிய வரலாறுகள் ...

குயில்பாலம் ஸ்கூல் மாணவர்கள் என்றால் ஏனைய பள்ளி மாணவர்கள் எல்லோருக்குமே ஒரு கிலி. ஒரு தடவை இரணியல் ஸ்கூல் மாணவர்கள் பூப்பந்தாட்டப் போட்டிக்கு இங்கே வந்திருந்தார்கள். விளையாட்டுப் போட்டி கடைசியில் பரஸ்பரம் அடிதடியில் முடிய, ஸ்கூலுக்கு வெளியே கடைகளும் வீடுகளும் எல்லாம் மலைப்பிஞ்சு அபிஷேகத்தில் வந்து முடிந்த கோலாகலம்.

அடிக்கடி வகுப்பில், 'கொஞ்ச நேரம் அசையாமல் உட்கார்ந்து தான் பாருங்களேன்; ஷோக்காய் ஷேவ் பண்ணி விடுகிறேன்' என்றும் 'ஆடு அறுத்து முடியட்டும், அதற்குள் பலூனைக் கேட்டால்' என்றெல்லாம் கூறி வகுப்பைச் சிரிப்பு வெடியில் அதிரவைக்கும் சீனிவாசன் சார்...

வாழைக்காய் பஜ்ஜி என்ற காரணப் பெயர் கொண்ட கணபதி சார் ஒரு தடவை வகுப்பில் வரும்போது, இரண்டு பஜ்ஜிகளை ஒரு நூலில் கட்டி மேலே உத்தரத்தில் தொங்க விடப்பட்டிருப்பதைக் கண்டு அவர் கோபத்தில் குதித்த நிகழ்ச்சி.

ஒரு தீபாவளி சீசனில், செல்லம்மா டீச்சர் வகுப்பில் சரித்திரப் பாடம் சொல்லித் தந்துகொண்டிருக்கும்போது, அவள் கரும்பலகையில் என்னவோ எழுதத் திரும்பினதும், ஒருவன் ஒரு சரவெடியைக் கொளுத்தி அவள் பக்கத்தில் எறிய, அது அவள் காலினடியில் சாரியின் கீழ் வீழ்ந்து வெடித்துச் சிதற, பயந்து, விழிகள் பிதுங்க ஸ்தம்பித்துப் பரிதாபமாய் அவள் நின்ற கட்டம்.

மழை நாட்களில் நிரம்பி வழியும் குயிலாற்றில் நீச்சல் நிபுணர்களான மாணவர்கள் டைவ் பண்ணிக் கும்மாளமிட்டுக் குளிக்கும் வைபவம்.

விடுமுறை நாட்களில், அமைதியில் ஆண்டு கிடக்கும் இந்த ஸ்கூலுக்கு வந்து, காற்றில் பறந்து மீண்டும் தரையில் விழுந்து கிடக்கும் சருகுகளைப் பொலபொலக்கச் செய்து மிதித்து நடப்பதில்தான் என்ன ஆனந்தம்?

இந்தப் பள்ளியில் நண்பர்கள்...

இப்போ பல வழிகளில் பிரிந்துசென்று விட்டார்கள். பஸ் கண்டக்டராக, ராணுவ வீரனாக, அரசாங்க என்.ஜி.ஓ.வாக, கடை முதலாளியாக, தொழிலாளியாக, எப்போதாவது, எங்காவது வைத்து ஒருசிலர் தென்படுகிறார்கள். வெறும் ஒரு சிரிப்பு, ஒரு தலைக் குலுக்கல்; இல்லாவிட்டால், 'என்ன? எங்கே?' அவ்வளவுதான்... அவரவர் அவரவர் வழிக்கு மீண்டும் பிரிந்து செல்கிறார்கள்... ஆத்ம நண்பர்கள் என்று சொல்லத் தகுந்த சில சக மாணவர்கள், கங்காதரன், சசாங்கன், மாணிக்கம் ஆசாரி, அருள்தாஸ், சங்குண்ணி, ஷாகுல் ஹமீத்... இப்படி வெறும் பெயர்களாக இவர்கள் இப்போது மிஞ்சுகிறார்கள்.

– இப்படி இப்படி இந்தப் பள்ளியைச் சுற்றியும் தன் உறவுகள் மேலெழும்பி, ஊடாடி, விருத்தியடையத்தான் செய்திருக்கின்றனவா?

# 20

மணி மூன்றாகிவிட்டது. அப்பா தூங்கிக் கொண்டிருந்தார். அப்பாவைப் பார்த்தவாறே இவன் நின்றான்.

அப்பா விழிகளைத் திறந்தார். இவன் விழிகளுடன் அவர் விழிகள் மோதின. முகத்தில் நிரம்பிநின்ற வேதனையை விலக்க அப்பா முயற்சி செய்வது தெரிகிறது. இவனை எப்போதும் புதுத் தெம்பு அடையச் செய்யும், தூக்கிவிடச் செய்யும் அந்தப் புன்னகை அங்கே விரிகிறது.

'நீ இன்னும் சாப்பிடல்லையேடா. வீட்டுக்குப் போடா. உடம்பு என்னத்துக்கு ஆகும்? போடா. சரளாவும் சாப்பிடாமல் காத்துக்கிட்டிருப்பாள். போ... போயிச் சாப்பிடு...' என்றார்.

அம்மாவும் ஒத்துப் பாடினாள்.

இனியும், தான் இங்கிருந்து சாப்பிடப் போகா விட்டால், அப்பாவுக்கு அது ஒன்றே போதும் கவலைப்பட என்று இவனுக்குத் தெரியுமாதலால், அப்பாவிடமும் அம்மாவிடமும் விடை பெற்றுக் கொண்டு, பிளாஸ்கையும் பாத்திரத்தையும் எடுத்துப் பையில் போட்டு எடுத்துக்கொண்டு இவன் வெளி யேறினான்.

பஸ் நிறுத்தத்தில் வழக்கம்போல் கூட்டத் திற்குக் குறைச்சல் இல்லை. வெயிலில் பஸ்ஸுக் காகக் காத்து நிற்கும்போதும் இரண்டாவது வார்டில் ஆறாவது படுக்கையில் அப்பாவின் அருகிலேயே நிற்பதுபோல் ஒரு பிரமை.

வீட்டில் குழந்தைகள் வடிவில் அங்கத் தினர்கள் பெருகப் பெருக, அத்தியாவசியப் பொருள்களுக்கு நிலவிவந்த பற்றாக்குறையை, தாங்கள் அறியாதிருக்க அப்பா கடுமையாய்ப்

நீல. பத்மநாபன்

பாடுபட்டுக்கொண்டிருந்ததெல்லாம் சில நேரங்களில், தான் உணராமல் இருக்கவில்லை. ஆனால் அதை அதற்குரிய கௌரவத்தில் அப்போது, தான் எடுத்துக் கொண்டோமோ என்று இப்போது இவனுக்கு சந்தேகம் வந்தது.

தன் படிப்பு தொடர்ந்துகொண்டிருக்கும்போதே, தன் தம்பிமார்கள், தங்கச்சிகள் இரண்டு இரண்டு வகுப்புகள் இடைவிட்டுத் தன்னைப் படிப்பில் பின்தொடர்ந்து கொண்டிருந்தார்கள். இந்தப் படிப்புச் செலவு,

உணவுக்கு...

உடைக்கு...

மருந்துக்கு...

இப்படி எத்தனை எத்தனையோ செலவுகள்...

அடிக்கடி வீட்டில் தனக்கும் தன் இளைய தம்பி சுந்தரத்துக்கும் துவந்த யுத்தம் நடக்கும். தன்னைவிட ஆரோக்கியமாயிருந்த தம்பியிடமிருந்து தான் வாங்கிக்கட்டிக்கொள்ளும் சந்தர்ப்பங்கள் தான் அனேகம்! இருந்தும், வீட்டில் பாட்டியும் அம்மாவும் 'உனக்கு இளையவன்தானே அவன், மூத்தவன் நீதான் பொறுத்துப் போகணும் –' என்று சுந்தரத்தின்மீது தப்பிருந்தாலும் அவன் கட்சியே பேசும்போதும், அப்பா இருபக்க வாதங்களும் கேட்டே தீர்ப்பு வழங்குவார்.

கைக்கடிகாரம் மூன்றரை என்று காட்டுகிறது – வெயிலின் சூடு தணிய ஆரம்பிக்கவில்லை. இன்னும் பஸ்ஸைக் காணவில்லை.

இப்போது ரோட்டின் இடப்பக்கமிருந்து ஒரு டாக்ஸி கார் விரைந்து வந்து இவனைக் கடந்து முன்னால் ஆஸ்பத்திரிக்குள் செல்கிறது. இவன் விழிகள் காருக்குள் சென்று, மூளையை உணர்த்தும் முன் கார் ஆஸ்பத்திரிக்குள் சென்றுவிடுகிறது.

காருக்குள் உட்கார்ந்திருப்பது மகாதேவன் பிள்ளை பெரியப்பாவும் அம்மாவின் அக்காள் கல்யாணி பெரியம்மாவும் அல்லவா! அவர்கள் மகன் மதனனின் – அவன் தன்னை விட இரண்டு வயசுக்கு மூத்தவன், டாக்ஸி கார் அல்லவா? முன் ஸீட்டிலும் யாரோ உட்கார்ந்திருக்கிறார். சரியாகத் தெரிய வில்லை – ஒருவேளை மதனனாக இருக்கலாம்!

அப்பாவைப் பார்ப்பதற்காகத்தான் போகிறார்கள் போலிருக் கிறது... அங்கே திரும்பச் செல்ல வேண்டுமா? ஓய்வுக்காக உடம்பு கெஞ்சிய... உம்... அம்மா இருக்கிறாளே, கவனித்துக்கொள்வாள்.

இந்த மகாதேவன் பிள்ளை பெரியப்பா வருமானவரி ஆபீஸர் வேலையிலிருந்து ரிட்டையராகி இப்போ ஒரு பத்து வருஷம் இருக்காதா? கூடுதல் இருக்கும்; இருந்தும் இப்போதும் சுறுசுறுப்புக்கும் ஆரோக்கியத்துக்கும் குறைவில்லை. இப்போ ஆரல்வாய்மொழியில் புதுமுறையில் நெல் சாகுபடி செய்து பரிசுகள் வாங்கிக்கொண்டிருக்கும் நல்ல ஒரு விவசாயி. இத்தனைக்கு நலம்நாடிக் குண அமைப்பு கொண்ட வேறொருவரைத் தான் பார்த்ததில்லை. ஒருபோதும் அவர் உணர்ச்சிவசப்பட்டு தான் இன்றுவரை கண்டதில்லையே! கல்யாணி பெரியம்மாவுக்குத்தான் இப்போ கொஞ்ச நாள் முன் யூட்டரஸில் ஏதோ வியாதி என்று ஒரு ஆப்பரேஷன் நடந்தது. அவளுக்குப் பெரியப்பாவைப்போல் ஆரோக்கியம் இல்லை. மூத்த மகள் லட்சுமி அக்காளுக்கு... தக்கனூர் பாட்டியின் பெயர், தன்னைவிட ஒரு பத்து வயசாவது கூடுதல் இருக்கும். லட்சுமி அக்காளின் மூத்த மகள் ஜயாவுக்குக் கல்யாணமாகி இப்போது ஒரு குழந்தையும் இருக்கிறது! மதனன் படிப்பில் மக்காக இருந்தாலும், கார் மெக்கானிஸத்தில் அபார ஆர்வம். இப்போ குழித்துறையில் ஒரு பெரிய மோட்டார் வொர்க்சாப் சொந்தமாய் நடத்துகிறான். நல்ல வரும்படி என்று கேள்வி. இரண்டு கார்கள் வேறு வாங்கி வாடகைக்கு விட்டிருக்கிறான். மதனனின் தங்கச்சி ஷீலாவுக்குத் தன் வயசு இருக்கும். அவளுக்கும் கல்யாணமாகிவிட்டது; மார்த்தாண்டத்தில் இருக்கிறாள். கடைசிப் பையன் கதிரேசன் சென்னையில் சார்ட்டட் அக்கௌண்டன்ஸி கோர்ஸ் படித்துக் கொண்டிருக்கிறான்.

அம்மாவின் ஏனைய ஆறு சகோதரிகள் குடும்பத்தை விட, இந்தப் பெரியப்பா – பெரியம்மா குடும்பத்துடன் மிகவும் அந்நியோந்நியமான ஒரு நெருக்கம்; ஒட்டுதல்; இதற்குக் காரணம் இருந்தது.

தன் பள்ளிப் பருவத்தில் – பிஞ்சு நாளில் இருந்தே வேர் விட்ட ஒரு உறவு இதுவென்று கூறலாம். தக்கனூர் தாத்தாவும் பாட்டியும் சண்டைபோட்டுக்கொண்டு விலகிக்கொண்டதால், பள்ளி விடுமுறை நாட்களில் அதற்கு முன்போல் தக்கனூர் செல்ல முடியாத நிலைமை. முன்பு தக்கனூர் தாத்தாகூட ரம்யமாக இருந்த காலத்தில், அங்கே செல்லும்போது, தன்னைப் பாடச் சொல்லி ஒவ்வொரு பாட்டுக்கும், வீட்டுக் கொல்லையில் நிற்கும் மாமரத்தில் காய்த்த மாம்பழங்களைத் தந்து ஊக்குவித்த நினைவுகள் எல்லாம் பழங்கதையாய் மனசில் உறுத்த கோடை விடுமுறை நாட்களில் மாற்றத்தை நாடி மனம் பேதலிக்கிறது.

அப்போதான் இந்த மகாதேவன் பிள்ளை பெரியப்பா அபயக் கரம் நீட்டுகிறார். அவர் அப்போது வருமான வரி இலாகாவில்,

ஊரூராக மாற்றலாகி வேலைபார்த்துக் கொண்டிருந்ததால், அங்கெல்லாம் மாறிமாறிக் குடும்பத்தையும் கூட்டிக் கொண்டு போய்க் குடித்தனம் நடத்திக் கொண்டிருந்தார். தக்கனூர் தாத்தா, தங்களுடன் பகை பாராட்டி விலகிக்கொண்டபோது, தாத்தாவின் ஏனைய புத்திரிகளின் மாப்பிள்ளைமார்களும் தாத்தாவிடம் பயந்து தங்களிடம் அதிகமாய்ச் சொந்தம் பாராட்டிக் கொண்டிருக்கவில்லை. அக்காளின் மரணத்தினால் சிவகாமி பாட்டி முதலில் அக்காளை சிகிட்சை செய்த வைத்தியர் முருகய்யா பிள்ளை சித்தப்பாவைப் பற்றிக் குறைவாகப் பேசிவிட்டாள் என்ற ஒரு காரணத்தையும் கூட கற்பித்து அவர் குடும்பமும் விலகிக்கொண்டது. அப்பாவிடம் தாத்தாவுக்குப் பகை வந்தது தாத்தாவின் விரோதி அப்பாவினுடையவும் விரோதிதான் என்ற தாத்தாவின் கொள்கையை அப்பா அங்கீகரிக்க மறுத்தது என்பது அவர்களுக்கும் தெரியும். தாத்தாவுக்குச் சுமுகமான உறவு இல்லாத அப்பாவிடம் அதிகமாய் நெருங்கினால், மேற்படி காரணத்தைத் தங்களுக்கும் ஆபத்து வரலாம் என்பதனால் அவர்கள் ஒரு தற்காப்பு எல்லைக்குள் விலகியே நின்றிருந்தார்கள். மகாதேவன் பிள்ளை பெரியப்பா – பெரியம்மா மட்டும் இதற்கு விதிவிலக்கு. தாத்தாவிடம் அவர் கொள்கைப் பிரமாணத்தை எதிர்த்துப் பேசும் துணிவு பெரியப்பாவுக்கு இல்லாமலிருந்தாலும், தங்கள் குடும்பத்துடன் நெருங்க அவர் தயங்கவில்லை. எனவேதான், கோடை விடுமுறைக் காலங்களில் அவர் குடும்பம் சென்ற ஊர்களுக்கெல்லாம் போய் டேரா போட தனக்கும் தன் தம்பிமார்களுக்கும் முடிந்தது.

மதனன்கூட விளையாடுவதென்றால் அதுவே ஒரு தனி குஷி. எந்தப் பெரிய மரமானாலும் சரசரவென்று மேலே ஏறுவது, எவ்வளவு அகலமிக்க ஏரியாக இருந்தாலும் டைவ் பண்ணி நொடிப்பொழுதில் நீந்திச் சென்று அக்கரையைத் தொட்டுவிட்டுத் திரும்ப வருவது – இப்படி எதுக்கும் அவன் தயார். ஒரு தடவை செங்கோட்டையில் வைத்துப் பெரியப்பா ஒரு போட்டி வைத்தார். யார் அதிகமான இட்டலி சாப்பிடுகிறார்களோ அவனுக்கு ஒரு அருமையான பரிசு! தானும் சுந்தரமும் மதனனும் ஷீலாவும் போட்டியில் பங்கெடுத்துக்கொண்டோம். கல்யாணி பெரியம்மா வீட்டு இட்டலியோ ஒரு கருப்பட்டி அளவுக்குப் பொத்தை. முதல்ரவுண்டிலேயே, தான் அவுட். நான்காவது இட்டலியை விண்டு வாயில் வைக்கும்போதே தனக்குக் குமட்டல் ஆரம்பித்துவிட்டது. அடுத்தது ஷீலா அவுட் ஆனாள். சுந்தரம் கண்ணில் நீர் ஒழுக ஏழுவரை ஒருவாறு சமாளித்து நின்றான். ஒரு டஜன் ஆகியும் மதனன் – படுபாவி, சளைக்கவில்லை... பரிசு அவனுக்கே சென்றது.

ஒரு தடவை பேச்சு, அது கோழிக்கோட்டில் வைத்து என்று ஒரு ஞாபகம், தக்கனூர் தாத்தா – அப்பா விரோதத்துக்குத் தாவியது. பெரியப்பா சொன்னார்: 'பெரியவங்க விரோதித்துக் கொண்டாங்கண்ணா நீ சின்ன பையனும் இந்த விரோதத்தை யெல்லாம் பெரிசாய்ப் பாராட்டிக் கொண்டிருக்கலாமா? தாத்தா வந்தால் என்ன ஏதென்று பேச நீ தயங்கக் கூடாது.' இதைக் கேட்டதும் தனக்குச் சகிக்க முடியாத ஆத்திரம் வந்தது; 'எங்க அப்பா வேறெ, நான் வேறெ ஒண்ணும் அல்ல. எங்க அப்பாவை வேண்டாத ஆளுக்கு நான்மட்டும் எதுக்காம்? தாத்தா அப்பாகிட்டே சண்டையின்னால் எங்கிட்டையும் சண்டை தான். நானும் அவர்கிட்டே டூதான். பிறகு எதுக்குப் பேசணும். அவ்வளவு தூரம் சொரணை இல்லாதவனில்லே நான்.'

– இப்படி எத்தனையோ நிகழ்ச்சிகள்...

பெரியப்பா குடும்பத்துடன் போய், பத்து நாட்கள் அவர்கள் இருக்கும் ஊரில் தங்கும் முன் அப்பாவை, பாட்டியை, அம்மாவை எல்லோரையும் பார்க்கணும் என்று வீட்டு நினைப்பு தன்னை உறுத்தத் தொடங்கிவிடும். மனசில் பற்பல கற்பனைகள். பிறகு வீட்டில் போய்ச் சேர்ந்து எல்லோர் முகங்களையும் பார்ப்பதுவரைக்கும், தன்னால் சரியாச் சாப்பிட முடியாது, விளையாட முடியாது. இப்படி ஒரு அவஸ்தை; பெரியப்பா லீவ் எடுத்துக்கொண்டு திரும்ப வீட்டுக்குக் கொண்டுவந்து விட்டுவிட்டுப் போவார். இனி இப்படி வீட்டை விட்டு வேறெங்கும் போகக்கூடாது என்று வீண் சங்கற்பங்கள்... அடுத்த கோடை விடுமுறையிலும் மறுபடியும் பழைய கதைதான்!

ஒரு தடவை இந்தப் பெரியப்பாவின் மூத்த மகள் லட்சுமி அக்காளின் கல்யாணத்திற்குப் பெரியப்பாவிடமிருந்து அழைப்பு வந்தது. கல்யாண வீட்டில் தங்கள் சண்டைக்காரர்கள் தக்கனூர் தாத்தா, பாட்டியைப் பார்க்க வேண்டி வந்துவிடும் என்று தெரியும். இருந்தும், பெரியப்பாவின் அழைப்புக்கு மதிப்புக் கொடுக்காவிடில், அவருக்கு மனக்கசப்பு வரும். அது இனி அவர் குடும்பமுமாக தற்போது இருக்கும் சுமுக உறவிலும் விரிசலை ஏற்படுத்திவிடும் என்று அப்பா அந்தக் கல்யாணத்திற்குப் போய் வந்துவிடுவது என்று தீர்மானித்தார். அப்பாவின் கூட தானும் சுந்தரமும் கோட்டார் சென்றது ஞாபகம் இருக்கிறது. அதிகாலையில் கல்யாணமாதலால் இரவில் கடைசி பஸ்ஸில் போகிறோம். தனக்கானால் பஸ்ஸில் ஏறினால் உடனே வாந்தி தொடங்கிவிடும். எப்படியோ மூன்று மணிநேரம் குமட்டி வாந்தியெடுத்து அர்த்த ராத்திரி கோட்டார் போய்ச் சேருகிறோம். பஸ்ஸிலிருந்து இறங்கும்போது அடை மழை. பெரியப்பாவின் ஒரு தம்பி அருணகிரி சித்தப்பாவின்

கூட, செட்டித்தெரு பக்கத்திலிருந்த தேசிக விநாயகம் ஸ்கூலில் போய்த் தூங்கியெழுந்து, காலையில் குளித்து உடை மாற்றிவிட்டு, கல்யாண வீட்டுக்குப் போகும் வழியில் காப்பி சாப்பிடலாமென்று ஒரு ஹோட்டலில் ஏறினால், சொல்லி வைத்தாற்போல் அங்கே தக்கனூர் தாத்தா, லட்சுமி பாட்டி, ஷண்முகம் பிள்ளை மாமா ஆகியோரும் காப்பி சாப்பிட்டுக்கொண்டிருக்க, தாங்களும் அவர்களும் பெரிய தர்மசங்கடத்திற்கு உள்ளாக, பிறகு எப்படியோ சமாளித்துக்கொண்டு வெளியே வந்து கல்யாண வீட்டுக்கு வருகிறோம். அங்கேயும் தக்கனூர் தாத்தா, பாட்டி, ஷண்முகம் பிள்ளை மாமா, மாது, ஷண்முகம்பிள்ளை மாமாவின் தம்பி நாகசாமி மாமா, அவர் தம்பி ராமதாஸ் மாமா இப்படி தாத்தா வீட்டுக்காரர்கள் ... அவர்களைப் பார்க்க சின்ன பையன் தனக்கே இவ்வளவு கூச்சமும் மனக்குடைச்சலும் என்றால், பாவம் அப்பாவுக்கு எவ்வளவு கஷ்டமாக இருந்திருக்கும்? இதையெல்லாம் விட, விஷயம் தெரிந்த மற்ற உறவினர்கள் அப்பாவையும் தன்னையும் தாத்தா பாட்டியையும் மாறி மாறி விஷமத்துடன் பார்த்த பார்வைகள்தான் எவ்வளவு கொடூரமாய்த் தங்களைச் சுட்டெரித்தன!

## 21

பஸ்ஸைப் பிடித்துக்கொண்டு வீடுவந்து சேரும்போது நேற்றைய நேரம் கழித்து விட்டிருந்தது.

வீட்டுக்குள் ஏறும்போது பசி மயக்கத்தில் கண்கள் இருண்டன. சரளா கவலையுடன் 'மாமா வுக்கு எப்படி இருக்குது?' என்று விசாரித்தாள். 'ஹூம், இருக்குது...' என்றவாறு இவன் வியர்வையில் நனைந்து குதிர்ந்திருந்த ஆடைகளைக் கழற்றிக் கொடியில் போட்டான்.

இளைய குழந்தைகள் முரளியும் சவிதாவும் கவலையின்றி விளையாடிக்கொண்டிருந்தார்கள். வித்யாவும் அநிதாவும் இவனைப் பார்த்தவாறு நிற்கிறார்கள்.

இவன் சாப்பிட்டுவிட்டு வரும்போதும் குழந்தை கள் கூடத்தில் விளையாடிக் கொண்டிருந்தன. 'என்ன வித்யா, உனக்குத் தாத்தாவைப் பார்க்க வேண்டாமா?' என்று இவன் கேட்டான். 'பார்க்க ணும்' என்றாள் அவள். குழந்தைகளையும் சரளாவை யும் கூட்டிக் கொண்டுபோய்க் காட்டணும் என்று மனசில் சொல்லிக்கொண்டான்.

மணி ஐந்தாகிக்கொண்டிருந்தது. நான்கு குழந்தைகளையும் அவளையும் கூட்டிக்கொண்டு பஸ் ஸ்டேண்டுக்குப் போய் பஸ்ஸைப் பிடித்து ஆஸ்பத்திரிக்குப் போவதற்குள் ஆறுமணி கழிந்து விடும். ஆறுமணிக்கு மேல் வார்டுக்குள் பாஸில்லாமல் போவதும் கஷ்டம். எனவே ஒரு டாக்ஸி பிடித்துக் கொண்டு வந்தான்.

குழந்தைகளும் சரளாவும் டாக்ஸியில் ஏறும் போது இவன் வீட்டின் வெளிக்கதவைப் பூட்டினான். சாவியை அவள் கையில் கொடுத்துவிட்டு இவனும் காரில் ஏறியதும் டாக்ஸி புறப்பட்டது.

மனசில் அப்பாவின் முகம்; அந்தக் கிடப்பு...

வீதியில் இரு பக்கங்களிலும் நடந்து செல்லும் மனிதர்கள், கார்கள், பஸ்களில் விரையும் மனிதர்கள், ரோட்டோர வீடுகள், கடைகளில் தென்படும் மனிதர்கள்.

இந்த மனிதர்கள் யாவரும் ஒவ்வொரு தந்தைக்குப் பிறந்த தனயர்கள்தானே. இவர்கள் எல்லோருக்கும் தன்னைப் போலவே அப்பாமீது, அம்மாமீது, சகோதரர்கள் மீது, மனைவி மக்கள்மீது – இப்படி இப்படி சமுதாயத்தில் பலதரப்பட்ட மனிதர்கள்மீது உறவு முறைகள் இருக்கக் கூடும். இந்த உறவு முறைகள் சின்னச்சின்ன இழைகளாய்ச் சுற்றிலும் வலையாய்ப் பின்னப்பட்டு அதன் மையத்தில், இந்த ஒவ்வொரு உறவின் அசைவினாலும் பாதிக்கப்படும் தன்னைப்போல் இவர்களும் அவஸ்தைக்கு உள்ளாகிறார்களா?

சரளா என்னமோ கேட்கிறாள். ரோட்டில் வேடிக்கைப் பார்க்கும் குழந்தைகள் எதையோ கீச்சுக்குரலில் சொல்லிச் சிரிக்கிறார்கள். இந்த டாக்ஸியும், வீதியில் பிரவகித்துக்கொண்டிருக்கும் ஏனைய வாகனங்களும் எழுப்பும் ஹாரன் ஒலிகள்.

– இவையெல்லாம் வெளிப்புலன்களுக்குப் புலனாகியும் புலனாகாத ஒரு உணர்வு மட்டத்தில் எட்ட முயற்சிக்கின்றன. ஆனால் அதையெல்லாம் மீறி 'அப்பா' என்ற உறவின் தத்துவத்தில் இவன் மனம் இன்னது என்று சொல்லித் தெரியாத ஒரு பிரக்ஞை ஆழத்திற்கு உத்வேகமாய்ச் சென்று சென்று லயித்துக் கொண்டிருக்கிறது. அப்பா தவிர தனக்கு நினைக்க வேறெதுவுமே தற்போது இல்லையா? முந்தாம் நாள் காலையில் புனல்புரத்தில் காரியாலயத்தில் இருக்கும்போது ராமகிருஷ்ணனின் கடிதம் கண்ட நொடியிலிருந்து இக்கணம்வரை அப்பா என்ற உறவிலிருந்து மீறி வேறு உறவுகளை நாடிச்செல்லும் நினைவுகூட, ஒரு விதத்தில் பார்க்கப்போனால் அப்பா என்ற உறவிலிருந்து வேரறுக்க முடியாது உழலத்தான் செய்கிறதா?

கார் ஆஸ்பத்திரிக்குள் பிரவேசித்து, வார்டுகளைச் சுற்றிக் கொண்டு பின்பக்கவாசல் முன்வந்து நின்றது. மாடிப்படிகளை ஏறும் சிரமம் இல்லாமல், வார்டுக்குள் பிரவேசித்தார்கள். பார்வையாளர்கள் நேரம் முடியும் தறுவாயை நெருங்கிக் கொண்டிருந்ததால் வார்டு கலகலப்பாக இருந்தது. அப்பா பக்கத்தில் அம்மாவும் சுந்தரமும் இப்போது நிற்கிறார்கள்.

அப்பா படுக்கையில் கிடந்தவாறே தலையைத் திருப்பி இவர்களைப் பார்க்கிறார். குழந்தைகளைக் கண்டதும் அவர் முகம் முழுதும் நிறைந்த பிரகாசத்தை இவன் கவனித்தான். குழந்தைகளிடம் அப்பாவுக்கு இருக்கும் இந்த அன்பே அலாதியானதுதான்.

‘இங்கிருந்து நீ இறங்கும்போதே மணி மூணு கழிந்து விட்டதே, அதுக்குள்ளே பஸ்ஸைப் பிடிச்சு, வீட்டுக்குப் போய் இவுங்களையெல்லாம் கூட்டிக்கிட்டு மறுபடியும் வந்து விட்டாயே ... பஸ் கிடைச்சுதா?’

‘இப்போ டாக்ஸியில் தான் வந்தேன்’ என்று சுருக்கமாய் அம்மாவிடம் சொல்லிவிட்டு ‘வலி வரல்லையே?’ என்று கேட்ட போது ‘இல்லை’ என்றான் சுந்தரம்.

அப்பா முரளியை ‘வா, கண்ணே’ என்று கூப்பிட்டுக் கட்டிலில் தன் அருகில் உட்காரவைத்துக்கொண்டார்.

வித்யாவும் அநிதாவும் அப்பாவைப் பார்த்தவாறு பக்கத்தில் நிற்கிறார்கள். அப்பா அவர்கள் ஒவ்வொருவரின் கைகளையும் பிடித்து முகம் மலரச் சிரித்தார்.

சரளாவின் கையிலிருந்த சவிதாவும் தாத்தா ... தாத்தா ... என்று அப்பாவிடம் தாவினாள். அவளையும் தன் பக்கத்தில் முரளியின் அருகிலாக உட்கார வைக்குமாறு அப்பா சொல்ல,சரளா உட்கார வைத்தாள். சவிதாவின் பிஞ்சு விரல்களைத் தன் முகத்தில் பதித்து முத்தம் வைத்து அப்பா கொஞ்சிக்கொண்டிருந்தார்.

குழந்தைகள் சூழ அப்பா இப்படிப் படுத்திருப்பதைக் காணக் காண இவன் உள் மனசில் மெல்லிய உணர்வுகள் மீண்டும் கசியத் தொடங்கின. என்னதான் குழந்தைகள் அடம்பிடித்து அழுதாலும், அப்பா நாசூக்காக எடுத்துத் தோளில் போட்டுக்கொண்டு ஆ... ஊ ... என்று ஒரு சில ஒலிகள் உதிர்த்துக் கொஞ்சும்போது குழந்தைகளுக்கு அழுகை மறந்து போகும். பிறகு வாய் நிறையச் சிரிப்புத்தான்.

தான் சின்னப் பையனாக இருக்கும் காலத்தில், வீட்டில் தன் தம்பி தங்கச்சிகளை அம்மா மணிக்கணக்கில் தூளியில் போட்டுப் பாட்டுப் பாடி ஆட்டி ஆட்டி, பிறகும் தூங்காமல் கொட்டு கொட்டுன்னு விழித்துக்கொண்டிருப்பதைக் கண்ணுற்று, அம்மா அலுத்துக்கொள்ளும்போது, அப்பா ராரிர ராராரோ என்று ஒரு பிரத்யேகமான கம்பீரக் குரலில், சுகமான ஒரு ராகத்தில் பாடியவாறே தூளியை ஆட்டும்போது, இவனுக்குக் கூட கண்ணைக் கிறக்கும். தூக்கம் வந்துவிடும். ஐந்து நிமிடத்தில் தூளியில் கிடக்கும் குழந்தை இனிய தூக்கத்தில் ஆழ்ந்துவிடுவதையும் பார்த்திருக்கிறான். அப்போதெல்லாம், இந்த அப்பா தன்னையும் இப்படித்தானே தாலாட்டுப் பாடி, ஆட்டித் தூங்கவைத்திருப்பார் என்று மனம் நெகிழ்ந்து போகும்.

இந்த வித்யா பிறந்தபோதுதான் அப்பா எவ்வளவு சந்தோஷப் பட்டார். ஒரு நாள் இரவு, வலி வந்து சரளாவைத் தைவிளை

ஆஸ்பத்திரியில் அட்மிட் செய்யப்பட்டது. ஆஸ்பத்திரி வராந்தாவில் மாமனார் மாமியார்கூட அப்பாவும் இவனும்! உள்ளே லேபர்ரூமிலிருந்து இவன் அம்மா வந்து, ‘பெண்குழந்தை’ என்று சொன்னபோது அப்பாவின் முகத்தில்தான் என்ன பிரகாசம்? இவனுக்கு மனசுக்குள் அந்தரங்கமாய் ஆண் குழந்தையாக இருக்கும் என்றெண்ணி எதிர்பார்த்திருந்த ஏமாற்றம். இவன் மனசைத் தெரிந்து கொண்டவர்போல், ‘மூத்தது பெண் குழந்தையாகத்தான் இருக்கணும்டா. அப்போதான் குடும்பம் சீக்கிரம் விருத்தியாகும்...’ என்று அப்பா சொல்லும்போதுதான் அந்த முகத்தில் எவ்வளவு பெரிய பெருமிதம் பொங்கிப் பூரித்துக் கொண்டிருந்தது. அதைக் கண்டபோது, தனக்கும் சமாதானமாகி விட்டது.

அடுத்ததும் பெண் குழந்தை – அநிதா! இது ஆணாக இருந்தால், குடும்பத்தைக் கட்டுப்படுத்திவிட வேண்டுமென்று நினைத்திருந்த இவனுக்கு இது பெருத்த ஏமாற்றமாகிவிட்டது.

‘டேய், அன்பும் பாசமும் எல்லாம் பெண்ணிடமிருந்துதான் ஆரம்பமாகிறது...’ என்று அவனுக்கு ஆறுதல் சொன்னார் அப்பா.

அடுத்தது முரளி பிறந்தபோது, தன்னைவிட அப்பா ஆனந்தப்பட்டார். முரளியுடன் குடும்பத்தைக் கட்டுப்படுத்திவிட வேண்டுமென்று இவன் நினைத்தான். ‘ராஜா, இயற்கைக்குப் புறம்பான காரியத்தைச் செய்யக்கூடாது. அதனால் அதை நான் ஆதரிக்கமாட்டேன். பிறகு உன் இஷ்டம்...’ என்று சொல்லி அப்பா நிறுத்திக்கொண்டார். ஆனால் சரளாவின் அப்பாவும் அம்மாவும் கண்மூடித்தனமாய் ஒரேயடியாக எதிர்த்தார்கள்.

அடுத்தது சவிதா பிறந்தபோது, மீண்டும் இவன் சொன்னபோது, அப்பா சொல்வார்: ‘நான் போன தலைமுறையைச் சேர்ந்தவன். அதனால் இதை ஆதரிக்க எனக்குக் கொஞ்சம் கஷ்டமாகத்தான் இருக்குது. ஆனால் நீ சொல்வதும் சரியே. குடும்பம் கட்டுப்பட்டு இருப்பது நல்லதுதான்.’

அனுபவ ஞானமும் பிரயோகப் புத்தியும் அப்பாவிடம் இருந்தது. ஆனால் இதற்கு நேர்மாறான குணமுள்ள சரளாவின் பெற்றோர்கள், தங்கள் மகளைக் கொலை செய்யப் போவதைப்போல் கண்மூடித்தனமாய் எதிர்த்தார்கள். கர்ப்பமாயிருந்த காலத்தில் கருத்தடை ஆப்பரேஷனுக்குச் சம்மதித்திருந்த சரளாவும் கடைசியில் ஆஸ்பத்திரியில் வைத்து அவள் பெற்றோர்கள் கட்சியில் சேர்ந்துகொண்டு தன்னைக் காலை வாரிவிட்டதால், அப்போதும் நடக்கவில்லை.

## 22

வார்டில் இப்போது லைட்கள் எல்லாம் எரியத் தொடங்கிவிட்டன.

'இன்னைக்கு ராத்திரி நான் நிக்கிறேனே' என்று இவன் சுந்தரத்திடம் சொல்லும்போது, அப்பா இடைமறித்து 'எதுக்குடா? ராத்திரி யாரும் இங்கே படுக்க வேண்டாம். இங்கே ஒரே குளிர். சரியா தூங்க முடியாது...' என்று தடுத்தார். இவனுக்குக் கோபம் வந்தது. 'அப்பா, சும்மா படுத்திருங்கோ' என்று மட்டும் சொன்னான்.

'இன்னைக்கு ராத்திரி பாலச்சந்தர் வருவதாகச் சொல்லியிருக்கான். நாளைக்கு நாம் யாராவது நிற்போம்' என்றான் சுந்தரம்.

'ஆமா, அப்படி மாறிமாறி நின்னால் களைப்பு இருக்காது' என்று ஆமோதித்தாள் அம்மா.

'மாமாவுக்கு இப்போ எப்படியிருக்குது? இங்கே வந்ததுக்குக் குணமுண்டா?' என்று முகத்தில் கவலைக்குறியுடன் சரளா விசாரித்தாள்.

'உம், பரவாயில்லே...' என்றார் அப்பா லேசாய்ச் சிரித்தவாறு.

அப்பா சரளாவைச் சற்றுநேரம் பார்த்துக் கொண்டிருந்துவிட்டு அம்மாவிடம், 'கல்யாணமாகி எட்டு வருஷம் ஆகுது. இவள் உடம்பு இன்னும் தேறல்லே' என்ற பின், இவனிடம் 'ராஜா, இவளுக்கு நல்ல டானிக் ஏதாவது வாங்கிக் கொடுத்து உடம்பைத் தேற்றுடா. நாலு குழந்தைகளை வளர்ப்பது என்பது சும்மாவா? அவள் நல்லா வலுவோடு இருந்தாத்தானே இந்தப் பிள்ளைகளும் புஷ்டியோடு வளரும்' என்றார்.

இங்கே நோய்வாய்ப்பட்டுக் கிடக்கும் அப்பாவுக்கு இப்போது தன் உடம்பைவிட, தன்னைச் சுற்றி நிற்கும் தன் குடும்பத்தின் ஆரோக்கியத்தில்தான் கவலை அதிகமாய் இருக்கிறது என்பதைக் காணும்போது இவன் நெஞ்சின் அடி ஆழத்தில் உதிரம் கொட்டுகிறது.

அப்பாவால் இது எப்படி முடிகிறது?

இது எல்லோருக்கும் சாத்தியமா? ஒரு சிறு தலைவலி இருந்தால்கூட, கிட்டே வரும் மனைவிமக்கள்மீது எரிந்து எரிந்து விழத்தான் தன்னால் முடிகிறது. போர்த்திக்கொண்டு ரோகியாய்ப் படுத்திருக்கும்போது, வேறு யாரைப் பற்றியும் கவலைப்பட முடிகிறதா? மாறாக, இத்தருணங்களில் யாரும் சிரித்துப் பேசுவதைக்கூட தன்னால் சகித்துக்கொள்ள முடிவதில்லையே–அப்படியிருக்கையில், இதயத்தில் கோரமான வலி துளைத்துக் கொண்டிருக்கும்போதும், அப்பா தன் பாச உலகிலிருந்து கிஞ்சித்தும் பிறழாமல் பிள்ளைகள், அவர்கள் மனைவிமார்கள், பேரக் குழந்தைகள் – இப்படி அன்பு வட்டத்தை–உறவு வலையை விஸ்தரித்துக்கொண்டே இப்படி வாழ்கிறாரே, உறவுகளில் உதாசீனம் இல்லாத இந்த பண்பு...

திடீரென்று வார்டில் லைட்கள் யாவும் அணைந்தன. வெளியிலும் மின் விளக்குகள் அணைந்துவிட்டிருந்தன. ஒரே இருட்டு; இவன் மனசில் ஒரு அதிர்ச்சி; இதென்ன அப சகுனமாய்.

இருளில் நனைந்தவாறு நின்றுகொண்டிருந்தார்கள். மனசில் என்னவோ ஒரு சூன்ய உறுத்தல்.

சற்று நேரத்தில் விளக்குகள் வரும்போது குழந்தைகளை அணைத்துக்கொண்டு அப்பாவும் ஒரு குழந்தையாகத் தூங்கிக் கொண்டிருக்கும் காட்சி. சவிதாவும் முரளியும் அப்பாவைக் கட்டிப்பிடித்துக்கொண்டு கிடக்கிறார்கள்.

இவன் விழிகள் நிரம்பின. இந்த அப்பாவும் அம்மாவும் சதா குடும்பம், குழந்தைகள் என்றே வாழ்ந்துகொண்டிருக்கிறார்களே, இனியாவது எங்காவது தீர்த்த யாத்திரை கூட்டிக்கொண்டு செல்ல வேண்டுமென்று இவன் பல நாட்களாய், பல முறை திட்டம் தீட்டியிருந்தும், ஒரு தடவைதான் தன் ஆசை நிறைவேறியது. அது இந்த முரளியின் முதல் பிறந்த நாள் அன்று! முதலில் பிறந்த இருவரும் பெண் குழந்தைகள் ஆகிவிட்டதினால், மூன்றாவதாக சரளா கருத்தரித்தபோது, இவனும் சரளாவும் குருவாயூரப்பனை வேண்டியிருந்தார்கள். இது ஆண் குழந்தையாக இருந்தால் குருவாயூருக்குக் குழந்தையை எடுத்துக்கொண்டு

சென்று அந்த குருவாயூரப்பன் பெயரையே சூட்டுவதாய் அவர்கள் வேண்டியிருந்தது வீண்போகவில்லை. ஆண் குழந்தை – ஒரு வயசு திகைவதற்கு முந்திய நாள் காலையில் தன் அப்பா, அம்மா, அவள் அப்பா, அம்மா, குழந்தைகள் வித்யா, அநிதா, முரளி, தன் இளைய தங்கச்சி பிரபா, சரளா, தான் இத்தனை பேரும் காரில் புறப்பட்டோம். அப்பா அம்மாவுக்குப் பெருமை பிடிபடவில்லை. குருவாயூர் போய்ச் சேரும்போது இரவு மணி இரண்டாகிவிட்டிருந்தது. ஒரு அறை வாடகைக்கு எடுத்துப் படுத்துத் தூங்கிவிட்டு அதிகாலையில் குளித்து முழுகி எல்லோரும் கோவிலுக்குச் சென்றோம்.

குருவாயூரப்பன் கோவில் சன்னிதானத்தில் நிற்கும்போது இன்னதென்று விளக்கிச் சொல்லத் தெரியாத ஒரு ஆனந்த அனுபூதி... ஒரு ஆத்ம நிர்விருதி... கோயில் திருவிழாக் கோலம் பூண்டு கலகலப்பாக இருந்தது. கூட்டத்தில் முண்டியடித்து குருவாயூரப்பனைக் கண்நிறைய வணங்கி வந்தோம். முன்னால் வரிசையாய்ப் போடப்பட்டிருந்த வாழையிலைகளில் ஒரு இலையின் முன்னால் குழந்தையை மடியில் வைத்துக்கொண்டு உட்கார்ந்து, கோவில் திருமேனி தந்த தும்பைப்பூ போன்ற வெண்மை நிற அன்னத்தை குருவாயூரப்பனை வணங்கி அவனைச் சாட்சி நிறுத்தி ஊட்டும்போது, அப்பாவின் விழிகளில் ஆனந்த பாஷ்யம் நிறைந்தன. தான் குழந்தையின் கழுத்தில் நகைபோடும் போது அப்பா மடியிலிருந்து தங்க அரைஞாணை எடுத்து முகத்தில் பெருமை துலங்க முரளியின் இடையில் அணிவித்த காட்சி. வழிபாட்டுப்படி குருவாயூரப்பன் பெயரையும் குடும்ப வழக்கப்படி அப்பாவின் பெயரையும் இணைத்து முரளீபரமேஸ்வரன் என்று, தான் பெயர் சூட்டும்போது அப்பாவின் முகத்தில்தான் என்ன பெருமிதம்...

முரளியிடம் அப்பாவுக்கு அபார வாஞ்சை. அவனுக்கும் அப்பா என்றால் உயிர். இப்போ என்ன நிம்மதியாய் அவன் அப்பாவைக் கட்டிப்பிடித்துக்கொண்டு தூங்குகிறான்.

மணி எட்டை நெருங்கிக்கொண்டிருக்கிறது. வெளியில் டாக்ஸி வேறு காத்துக் கிடக்கிறது.

'பாலச்சந்தர் வரும்வரை சுந்தரம் நிற்பான்; நீயும் காரிலேயே போ ...' என்று அம்மாவிடம் அப்பா சொன்னார். இவனும் அம்மாவை அழைத்தான்.

சுந்தரம் அப்பாவின் அருகில் உட்கார்ந்திருக்க, அம்மா, சரளா, குழந்தைகள், இவன் எல்லோரும் அப்பாவிடம் விடைபெற்றுக்கொண்டு வெளியில் வந்து காரில் ஏறும் போதும், மனம் தத்தளித்துக்கொண்டே இருந்தது.

பாதையில் அங்கங்கே தென்பட்ட தெருவிளக்குகளின் அடியிலும் கடைகளிலும் வெளிச்சம் சிறைப்பட்டுக் கிடந்தது. காரின் முன்னால் சஞ்சரிக்கும் வெளிச்சம்; பக்கவாட்டில் பாய்ந்துவந்து கடந்துசெல்லும் வெளிச்சம்.

காரின் உள்ளே இருள். இருளில் ஆண்டுபோன உள்ளத்தில் ஒரே ஒரு ஒளிக்கோட்டை துழாவியவாறு இவன். குளிர்ந்த காற்று எதையோ தேடி உள்ளே புகுந்து ஏமாற்றத்துடன் வெளியேறுகிறது. தூங்கிவிட்ட சவிதா சரளாவின் கையிலும், முரளி அம்மாவின் மடியிலும் கிடக்கிறார்கள். தூக்கத்தில் அவர்கள் சிணுசிணுப்பு. வித்யாவும் அநிதாவும் தூக்கக் கலக்கத்தில் பேசாமல் உட்கார்ந்திருக்கிறார்கள்.

மனதின் வெளியில் அந்த மோனக் கோலம் அப்பா என்ற நடுப்புள்ளியிலிருந்து மேலும் கீழும் ஒரு சில புள்ளிகளுக்குப் போய் மீண்டும் மீண்டும் நடுப்புள்ளிக்கே திரும்பிக் கட்டுண்டு போய்க் கிடக்கிறது. தனது ஏனைய உறவுகளில் அப்பா என்ற இந்தப் பந்தத்தின் ஸ்தானம் எங்கே இருக்கிறது?

# 23

வீட்டுக்கு வந்த சற்று நேரத்தில் மருதநாயகம் சித்தப்பா வந்தார். அம்மாவின் மூன்றாவது தங்கை சௌந்தரம் சித்தியின் கணவர் இந்தச் சித்தப்பா.

'ஒரு வாரமாக நான் ஊரில் இல்லை. ட்டூர் போயிருந்தேன். கொஞ்சம் முந்திதான் தெரியும் அண்ணாச்சிக்கு சுகமில்லாமலாகி ஆஸ்பத்திரியில் அட்மிட் செய்திருப்பதாக! உம்... என்ன?'

பேன்ட்ஸ் ஜேபியிலிருந்து கைக்குட்டையை எடுத்து வழுக்கைத் தலையிலும் முகத்திலும் அரும்பி நின்ற வியர்வையைத் துடைத்தவாறு கவலையுடன் கேட்டார்.

'ஒரு மைல்ட் ஹார்ட் அட்டாக், இப்போ பரவாயில்லே . . .' – இப்படி உபச்சாரத்திற்குச் சொல்லும்போது, தன்னைத் தானே ஏமாற்றிக் கொள்கிறோமோ என்று இவன் மனசில் ஒரு உறுத்தல்.

'மெடிக்கல் காலேஜ் ஆஸ்பத்திரிதானே?'

'ஆமாம்.'

'வார்ட்?'

'இரண்டாவது வார்டு, ஆறாவது பெட்.'

'சரி, நாளைக்கு நான் போய்ப் பார்ப்பேன். டாக்டர் யாரு?'

'டாக்டர் சாரதி, கார்டியாலஜிஸ்ட்தான்.'

'சரி, ஆஸ்பத்திரியில் இப்போ யார் இருக்கிறாங்க?'

'நாங்க எல்லோரும் இப்போதான் அங்கிருந்து வந்தோம். இன்னைக்கு ராத்திரிக்கு பாலசந்தர் நிக்கிறான்.'

‘குழந்தைகள் தூங்கிவிட்டாங்களா?’

‘ஆமாம்.’

சரளா இப்போது வந்து எட்டிப் பார்க்கிறாள். ‘மாமாவா..! அத்தை எல்லாம் சுகம்தானா?’

‘ஆமா, சரி... அப்போ நான் வாறேன். மணி பத்தாகப் போகுது. இனிமேல் பஸ்ஸைப் பிடிச்சு திருமல்லை வரைப் போகணுமே.’

‘காப்பி கொண்டுவாறேனே...’

‘வேண்டாம், வேண்டாம்... இப்போ எதுக்கு?’ அவர் சென்றுவிட்டார்.

தக்கனூர் தாத்தாவுக்கும் அப்பாவுக்கும் இடையில் மனஸ்தாபம் ஏற்பட்ட பிறகு முதலில் தாத்தா வீட்டில் நடந்தது இந்த மருதநாயகம் – தாத்தாவின் ஐந்தாவது மகள் சௌந்தரம் சித்தி கல்யாணம்தான்! அப்பாவுக்கு அழைப்பில்லை. தாங்கள் யாரும் பங்கெடுக்காமல் இந்தக் கல்யாணம் நடந்தேறியது. இருந்தும் பல வருடங்களுக்குப் பின் சமரசம் ஆன பிறகு, தக்கனூர் பாட்டியிடமிருந்து இந்தக் கல்யாணம் பற்றிய செய்திகள் தன்னை வந்தடையத்தான் செய்தன. பெண்ணும் மாப்பிள்ளையும் சேர்ந்து சேர்ந்து செல்வதைப் பார்த்தவர்கள் ‘எலுமிச்சம் பழத்தைக் காக்கை கொத்திக்கொண்டு போகுது’ என்று கேலி பண்ணினார்களாம். ஆமாம், சௌந்தரம் சித்திக்கு எலுமிச்சம் பழநிறம்; சித்தப்பா கன்னங்கறுப்பு, ஆறடி உயரம்; அதோடு சித்தியை விட இரண்டு வயசுதான் கூடுதல். ஆனாலும், தலையில் ஒரு மயிர்கூட இல்லாத வழுக்கைக் காரணமாய் ஒரு முதுமைத் தோற்றம். அது ஒரு காதல் கல்யாணம் என்று கூட அறிந்தபோது இவனுக்கு ஆச்சரியம் சொல்லி முடியாது. சித்தி இங்கே மகளிர் கல்லூரியில் பி.ஏக்குப் படித்துக்கொண்டிருக்கையில், பாளையங்கோட்டையிலிருந்து பி.ஏ. ஹானர்ஸ் பாஸாகியிருந்த இந்தச் சித்தப்பா அடிக்கடி இங்கே வருவாராம். பார்வைப் பரிமாற்றங்கள், கடிதத் தொடர்பு, ஒரு வார்த்தை சம்பாஷணைகள் – அப்போது பி.ஏ. வகுப்புக்கு ஷேக்ஸ்பியர் பாடம் ஒதெல்லோ! கடைசியில், விஷயம் தாத்தாவின் செவியில் விழுந்தது. சித்தியிடம் கேட்டபோது, ‘நான் அவரைத்தான் கல்யாணம் செஞ்சுக்குவேன்’ என்று சித்தி சாதித்தாளாம். சுயஜாதிப் பையன்தான்; குடும்பமும் மோசமில்லை. படிப்பும் உயர்ந்ததுதான். ஆனால் கிளிபோல் இருக்கும் பெண்ணை எப்படி அந்தப் பையனுக்கு... – இதுதான் தாத்தா – பாட்டியின் பெரிய கவலை.

‘அதைப்பற்றி நீங்க கவலைப்பட வேண்டாம்; எனக்கு அவர் போதும்...’

பிறகென்ன, கல்யாணம்! மருதநாயகம் சித்தப்பாவுக்கு இந்த ஊரிலேயே வேலையாகியது. சௌந்தரம் சித்திக்கும் அப்போ இங்கே விற்பனை வரி இலாகாவில் வேலை... தங்கள் பழைய வீட்டின் பக்கத்தில் மரக்கடை ரோட்டில் ஒரு வீட்டில் வாடகைக்குக் கொஞ்சம் நாள் இருந்தார்கள். அப்போது, தான் மூன்றாவது படிவத்தில் படித்துக்கொண்டிருந்ததாக ஒரு ஞாபகம் . . . சில வேளைகளில் சித்தப்பாவும் சித்தியும் வீட்டுக்கு வருவார்கள்... சில நாட்கள் இவனும் சித்தப்பா வீட்டிற்குப் போயிருக்கிறான். அப்படி ஒரு நாள் காலையில் அங்கே போனபோது தக்கனூர் தாத்தாவை அங்கே வைத்து எதிர்பாராதவிதமாய்ச் சந்திக்க நேர்ந்தது.

பணத்திலும் பிரதாபத்திலும் செல்வாக்கிலும் அப்பாவை விட எவ்வளவோ உயரத்திலிருந்த தக்கனூர் தாத்தாவிடம் நியாயம், சுயமரியாதை இவைகளுக்கு மதிப்புக் கொடுத்து ஆத்மதைரியத்துடன் ஒண்டியாய்ப் போரிட்டுப் பத்தாண்டுகள் வரை சளைக்காமல் நின்ற அப்பாவின் செய்கை, நாள் செல்லச் செல்லதன் அறிவு வளர வளர அதன் காரண காரிய கௌரவத்துடன் தன்னையும் வந்து தாக்கி ஆகர்ஷித்துக்கொண்டிருந்தது. இடையில் எத்தனையோ சோதனைகள். பொது உறவினர்கள் வீட்டு விசேஷங்கள், திருவிழாக்கள் இங்கெல்லாம் நேருக்கு நேர் சந்திக்க வேண்டி வந்துவிட்ட சந்தர்ப்பங்கள். அப்போதெல்லாம் எப்படியோ சமாளித்து மீண்டிருக்கிறான். இப்போது மருத நாயகம் சித்தப்பா வீட்டுக் கூடத்தில் வைத்துச் சரியாக அகப்பட்டுக்கொண்டான். தாத்தா இவனைப் பிடித்திழுத்து தன் இரு துடைகளின் இடையில் நிறுத்திக் கெட்டியாய்ப் பிடித்துக் கொள்கிறார். அவர் விழிகள் நிறைவது போல். இந்த ஜம்புலிங்கம் வக்கீல் தாத்தாவும் உணர்ச்சிவசப்படுவாரா? சித்தப்பாவும் சித்தியும் பார்த்துக்கொண்டு நிற்கிறார்கள். அப்பாவுக்குத் தாத்தா செய்த அவமானம், தனக்குச் செய்வதை விட பெரியது என்ற ஒரு வீறு யாரும் சொல்லித் தராமலேயே தன் அகத்தில் சிலிர்த்துக் கொண்டு நிற்பதால், தான் அவர் உடும்புப் பிடியிலிருந்து திமிறிக்கொண்டு விலகி வெளியேறக் கையையும் காலையும் போட்டு உதறிக்கொண்டிருக்கையில் அவரோ சுவாசமுட்ட தன்னை முரட்டுத்தனமாய் அவர் மார்புடன் நெருக்கித் தன்னை உச்சிமுகர்கிறார். தன் அப்பாவின் விரோதி – அது தன் அம்மாவின் அப்பாவாக இருந்தாலும் சரி, தனக்கும் சத்துருதான் என்ற ஒரு உணர்ச்சி, முழுமூச்சுடன் வேலை செய்ய அவரிடமிருந்து விடுதலை பெற ஆனமட்டும் முயற்சித்துத் திமிறிக்கொண்டு

அவர் உடும்புப் பிடியிலிருந்து பிய்த்துக்கொண்டு தலைதெறிக்க ஓடி வீட்டுக்கு வந்துவிடுகிறான்.

இதன் பிறகு, தக்கனூர் தாத்தா வீட்டில் இரண்டு கல்யாணங்கள். ஒன்று, சௌந்தரம் சித்தியின் தங்கை தங்கமணி சித்தியின் கல்யாணம்; இன்னொன்று, ஷண்முகம் பிள்ளை மாமாவின் கல்யாணம். தங்கள் வீட்டில் யாரும் அழைக்கப் படாமல் நடந்தேறின. பிறகு ஒருநாள் மத்தியானம், அப்போது இவன் நான்காவது படிவத்தில் படித்துக்கொண்டிருக்கிறான்... பரீட்சை சமயம், அன்று கணக்கு பரீட்சை எழுதி முடித்துவிட்டு வீட்டுக்குப் பரீட்சை கேள்வித்தாளும், விடைத் தாள் வைத்து எழுதக் கொண்டுபோயிருந்த அட்டையுமாக ஓடிவரும்போது, வீட்டில் நடுக்கூடத் திண்ணை பெஞ்சியில் அப்பாவின் அருகில் ஷண்முகம் பிள்ளை மாமா சிரித்துப்பேசிக்கொண்டிருக்கிறார். தக்கனூர் லட்சுமி பாட்டி தனக்கே உரித்த பாணியில் மூச்சுவிடாமல் தமாஷாக அம்மாவிடம் கலகலப்பாகப் பேசிக்கொண்டு நிற்கிறாள். தாத்தா வரவில்லை. சற்றும் எதிர்பாராமல் அவர்களைத் தன் வீட்டுக்குள் பார்த்ததும் இவனுக்கு என்னவோ மாதிரியாகி விட்டது. இவர்கள் பேசிச் சிரித்துக்கொண்டிருப்பதைப் பார்த்தால், இவர்கள் இத்தனை நாள் சண்டைக்காரர்களாக இருந்தவர்கள் என்பதற்கு ஒரு அடையாளமும் தெரியவில்லை. அப்பா அம்மாவைத் தக்கனூர் தாத்தாவின் ஷஷ்டியப்த பூர்த்திக்கு நேரில் அழைக்க வந்திருக்கிறார்களாம்; அப்படியாக அந்தப் பத்தாண்டுக் கால சண்டைக்கு மங்களம் பாட!

‘ராஜா, வாடா வா... உன் கொஸ்டின் பேப்பரைப் பார்க்கட்டும். எல்லாம் சரியா செய்திருக்கையா?’ என்று கேட்டவாறு தன் கேள்வித்தாளை ஷண்முகம் பிள்ளை மாமா வாங்கிப் பார்க்கிறார். ஷண்முகம் பிள்ளை மாமா பி.எல்.லில் மாகாணத்தில் முதல்வராகப் பாஸாகித் தாத்தாவின் கூட அட்வகேட்டாக பிராக்டீஸ் செய்யத் தொடங்கிவிட்டிருந்தார்.

விடைத்தாளில் கணக்கு போடும்போது தனக்குக் கிடைத்த விடைகளைக் கேள்வித்தாளின் அந்தந்தக் கேள்விகளின் நேர் இவன் எழுதியிருந்தான். ஒவ்வொரு கணக்கையும் மனக் கணக்காகப் போட்டு, இவனுக்குக் கிடைத்திருந்த விடைகளுடன் சரிபார்த்துவிட்டு, ‘உம், கணக்கெல்லாம் தப்பாகச் செய்திருக்கையே. பாஸ் மார்க்தான் கிடைக்கும்’ என்கிறார் ஷண்முகம் பிள்ளை மாமா.

‘டேய் ராஜா, நீயும் தாத்தாவின் ஷஷ்டி பூர்த்திக்கு வரணும்...’ என்று, இடையில் பின்னிட்ட பத்தாண்டுக் காலத்தை மறந்து மழுங்கடிக்க முயன்ற ஒரு சகஜ பாவத்துடன், ஒட்டுரிமையுடன் இவனுக்கும் அழைப்பு விடுத்தாள் லட்சுமி பாட்டி.

'எனக்குப் பெரிய பரீட்சை. எப்படி வருவேன்?'

அது தனக்கும் சுந்தரத்திற்கும் பாலச்சந்தருக்கும் ஆண்டு இறுதிப் பரீட்சை சமயம். எனவே தானும் இந்தத் தம்பிமார்களும் போகவில்லை. வீட்டில் சிவகாமி பாட்டியின் கூட நின்றோம். அப்பா, அம்மா, ஜகதீசன், ராமகிருஷ்ணன், வனஜா, சரஸா எல்லோரும் தக்கனூர் போனார்கள். அறுபதாண்டு விழாவின் போது தாத்தாவின் பாதங்களில் போட்டுக் கும்பிட தங்க, வெள்ளிப் பூக்களுடன் தக்கனூருக்குச் சமரச யாத்திரை சென்றுவிட்டு, தாத்தா, பாட்டி ஏனைய குடும்ப அங்கத்தினர்கள் அனைவரும் ஒன்றாய்ச் சேர்ந்து எடுத்துக்கொண்ட ஒரு குரூப் போட்டோவுடன் திரும்பி வந்தார்கள். அப்படி அந்தச் சண்டை தீர்ந்து சமரசமாகிப் பழையபடி உள்ள சுமுக உறவு தொடரத் தொடங்கியதும், அம்மாவின் முகத்தில் இதுவரை இருந்த இருள் விலகி, ஒரு மகிழ்ச்சி பளிச்சென்று துலங்கத் தொடங்கியதை இவன் கண்டு கொண்டான்.

அடுத்து நடந்த ஜலஜா சித்தியின் கல்யாணத்திற்கு அப்பா அம்மா கூட தக்கனூருக்கு இவன் சென்றிருந்தான். அப்பாவின் அருகில் கல்யாண வீட்டில் உட்கார்ந்திருக்கும்போது, ஜலஜா சித்தியின் தங்கை – தாத்தாவின் கடைசி மகள் புஷ்பா சித்தி, தன்னை அழைத்தாள். என்னவோ தனக்கு ஒரு கூச்சம். அந்த ஊரும் தாத்தாவின் வீடும் மனிதர்களும் எல்லாம் ஏதோ ஒரு ஜென்மத்தில் கண்டு மறந்தது போல்...

இதன்பிறகு ஸ்கூல் அடைத்தபின் அம்மா, இவன், ஏனைய தம்பி, தங்கைகள் எல்லோரும் தாத்தா வீட்டுக்குச் சென்று இரண்டு மாச காலம் கேம்ப் செய்த பிறகுதான், அங்கே எல்லோரிடமும் சுமுகமாய்ப் பழகுவதற்குள்ள மனோ திடம் வந்தது.

அடுத்தது அம்மா பெற்ற தன் தங்கைக்கு, தக்கனூர் பாட்டியின் பெயர் லட்சுமி என்று வைக்கப்பட்டது. அந்தப் பிரசவத்தின்போது உதவிக்கு லட்சுமி பாட்டி ஒரு மாத காலம் இங்கே வீட்டுக்கு வந்து தங்கியிருந்தாள். அடிக்கடி தாத்தாவும் வீட்டுக்கு வரத் தொடங்கினார்.

# 24

வெளியே ரோட்டில் கார்கள் விரையும் சந்தடி. உள்ளே குழந்தைகளின் விளையாட்டு மும்முரம். மறுபடியும் ஒரு இரவின் பிரேதக் குழியிலிருந்து அடுத்த நாள் உதயமாகிறது.

கைகால்கள் சோர்ந்துபோய் எழுந்திருக்கவே முடியாத அசதி இருந்தும் நேற்றிரவு ஆஸ்பத்திரியில் என்னென்ன சம்பவித்திருக்கிறதோ என்ற கற்பனை களில் தாக்கப்பட்டுச் சடக்கென்று கட்டிலில் இருந்து எழுந்தான் இவன்.

குளித்துவிட்டுப் பூஜையறைக்குள் நுழைந்து, 'கடவுளே, கடவுளே ... என் அப்பாவுக்கு ஒன்றும் நேர்ந்துவிடக் கூடாது' என்று, ஒரே பிரார்த்தனை யைத் திரும்பத் திரும்ப மனசுக்குள் சொல்லி ஊதுவத்தியை ஏற்றித் தொழுதுவிட்டு வந்தான்.

காப்பியை அருந்திவிட்டு, டிரஸ் மாற்றிக் கொண்டு தென்னைவிளாகம் தெருவுக்கு வந்தான்.

தெரு விழித்துக்கொண்டு இயங்கத் தொடங்கி விட்டிருந்தது.

கௌரிபாயின் கிழத்தாய் நானி இறந்த பிறகு மகன் கிருஷ்ணசிங்கின் கல்யாணம், மகள் ஸதீபாயின் கல்யாணம் எல்லாம் நடந்தேறியது. பிறகு முத்தய்யா முதலாளியிடமிருந்து பிறந்த மகள் சுபத்ராவுடன் – அவளுக்கு இப்போ முப்பது வயசு இருக்கும், ஆயிரம்சாலை ரோட்டில் முதலாளி கட்டிக் கொடுத்த வீட்டுக்கு கௌரிபாய் அக்கா குடி மாறிப் போய்விட்டாள். இப்போ அங்கே பஜாரில் பொன் வாணிபக் கடைபோட்டிருக்கும் ஒரு செட்டியார் குடியிருக்கிறார். பிறகு பனையோலை விசிறியால் மழை, பனி, வேனல் இப்படி ரிது பேதங்களைப் பாராமல் சதா விசிறியவாறு, தெருக் குழந்தைகளை

விரட்டியடிப்பதுடன், ஒட்டுத்திண்ணையில் நின்றுகொண்டு ஹிட்லர், சர்ச்சில் என்று சர்வலோக அரசியலையும் அலசுடா அலசென்று அலசிவிடும் தாடிக்காரர் சிவனடியார் இப்போ சிவனடி போய்ச் சேர்ந்துவிட்டார். அவர் மகன் அவருக்கு நேர் எதிர். ஆள் பரம சாது. வீட்டில் இருப்பதே தெரியாது… அவர்கள் குடும்பம் டும் டும் என்று ராப்பகல் பாராமல் தெருவைக் கலகலக்க வைக்கும் கொட்டுக்காரர் அண்ணாவி, விறகுக் கடையிலிருந்து பிராந்திக் கடையாகி, இப்போ எக்கச் சக்கமான சொத்துக்கு அதிபதியாகிவிட்ட வேலுபிள்ளை குடும்பம், முத்தம்பெருமாள் ஆசாரிக்குப் பதில் ணங்…ணங் என்று தெருவில் சதா சொர்ணநாதம் எழுப்பிக்கொண்டிருக்கும் அவர் மகன் பழனிச்சாமி ஆசாரி யின் குடும்பம்.

–இப்படி இப்படி இந்தத் தென்னைவிளாகம் தெருவில் தான் ஜாதி வித்தியாசமின்றி எத்தனை எத்தனை ரசமான குடும்பங்கள்! அந்தக் குடும்பங்களில் ஒவ்வொரு நபருக்கும் நெருக்கமான உறவினர்களைப் போல், தன்னுடன், தன் குடும்பத்துடன் பரஸ்பரம் அன்னியோன்னியமான உறவு நெருக்கம்; சிலபோதெல்லாம் மனஸ்தாபங்கள் நேர்வதுண்டு. ஆனால் – தான் அறிந்தவரையில், அப்பா என்றால் அனை வருக்கும் மதிப்புத்தான், மரியாதைதான்… எந்த வீட்டுக்குத் தான் சென்றாலும் 'மரக்கடை பரமேஸ்வரன் பிள்ளையின் மூத்த மகன்' என்று அப்பாவின் அந்த மதிப்பும் மரியாதையும் எல்லாம் தனக்கும் கிடைப்பதுண்டு… இப்படி எல்லோரையும் தன்பால் ஈர்க்கும் அளவுக்கு அப்பாவிடம் என்ன இருக்கிறது? எல்லோரிடமும் வளவளவென்று பேசிக்கொண்டிருக்கும் சுபாவம் அப்பாவிடம் இல்லை. வழியில் எதிரில் தெரிந்தவர் களைச் சந்திக்கும்போது, நின்று பேசுவதைக்கூடச் சாதாரண மாய்த் தான் கண்டதில்லை – ஒரு புன்சிரிப்பு, அவ்வளவுதான்! ஆனால் அந்தச் சிரிப்புத்தான் இவர்கள் எல்லோரிடமும் என்னமாய் இப்படி ஆதிக்கம் செலுத்துகிறது.

இவன் வீட்டிற்கு விரைந்து சென்று பிளாஸ்கையும் பாத்திரத்தையும் அம்மாவிடமிருந்து வாங்கிக்கொண்டு இறங்குகையில் செல்லப்ப மாமாவின் மனைவி–முருகேசனின் அம்மா பார்வதி அத்தை – 'ராஜா? அப்பாக்கு எப்படி இருக்குது?' என்று அவள் வீட்டு நடையில் நின்றவாறு கேட்டாள். 'உம், பரவாயில்லே…' என்று கூறிவிட்டு இவன் நிற்காமல் நடந்தான்.

அப்பாவுக்கு வாழ்க்கையில் குடும்பப் பொறுப்புகள் கூடிக்கொண்டே இருந்தன. வீட்டில் குழந்தைகள் நிறைந்து விட்டன. அத்தியாவசியச் செலவுகளுக்குப் போதாத வரவு – எப்போதும் ஆழ்ந்த சிந்தனையில் வயப்பட்டிருக்கும் அப்பா.

இம்மாதிரி வேளைகளில் அப்பா அடுத்த வீட்டில் குடியிருந்த செல்லப்ப மாமாவைக் கூப்பிட்டு மனம் திறந்து பேசி, அவர் ஆலோசனைகளையும் கேட்பதுண்டு. செல்லப்ப மாமாவுக்கு அப்பாவைவிட, பிராயம் மிகுதி மட்டுமல்ல, கெட்டியான மனமும் இருந்தது. எனவே அப்பாவுக்குத் தடுமாற்றம் வரும்போதெல்லாம் செல்லப்ப மாமா அப்பாவுக்கு ஏதாவது ஆறுதல் சொல்லுவதை இவன் பல தடவை கவனித்திருக்கிறான் – அந்த செல்லப்ப மாமாவுக்குத் திடீரென்று உடம்புக்கு சுகமில்லாமலாகிவிட்டது. வீட்டுக்கு வந்து பேசிக்கொண்டிருக்கும்போது அடிக்கடி ஒன்றுக்கொன்று சம்பந்தமில்லாமல் பேசத் தொடங்கினார். அவர் வீட்டில், 'எடீ பார்வதீ... நாளைக்குக் காப்பி தோசையா – இட்டலியா?' என்று வழக்கத்தை மீறிச் சத்தம் போட்டுக் கேட்பது இங்கே வீட்டில் கேட்கும். இங்கே வீட்டுக்கு அடிக்கடி வந்து சிவகாமி பாட்டியிடம் 'அத்தே . . . அத்தே . . .' என்று முறை கொண்டாடி மணிக்கணக்கில் அளவளாவிக்கொண்டிருப்பவர் இப்போது வீட்டுக்கு வரும்போது ஒன்றுக்கொன்று பொருத்தமில்லாமல் ஏதாவது பேசுவார் – 'அத்தே – நீ போயி பாக்கல்லையா ... நேற்றைக்கு உங்க பெரியண்ணா வந்திருந்தாரு' என்பார் திடீரென்று! 'யாரு உன் அப்பாவா? அவரு போயித்தான் வருஷம் எவ்வளவு ஆயாச்சு. இப்போவா வந்துட்டார்!' என்று மூக்கில் விரலை வைப்பாள் சிவகாமி பாட்டி. 'உம், காலேஜுக்கு இந்த வேனா வெயிலில் ஐந்தாறு மைல் என்னைக்கும் சைக்கிளில் போயி, தலையில் சூடேறி, மூளை உஷ்ணமடைந்து விட்டதே இவனுக்கு' என்று விசாரித்தாள் பாட்டி.

'யாரோ செய்வினை செய்துவிட்டாங்க . . .' என்று புகார் சொன்னாள் பார்வதி அத்தை.

யார்யாரெல்லாமோ வைத்தியம் செய்து பார்த்துவிட்டார்கள். நோய் குணமாகவில்லை. நாட்கள் செல்லச் செல்ல சம்பந்தா சம்பந்தமில்லாத செல்லப்ப மாமாவின் உளறல்கள் கூடிக்கொண்டே வந்தன. வேலைக்குப் போவதில்லை என்பதால் பணத்தட்டு வேறு. பார்வதி அத்தை சில நேரங்களில் செல்லப்ப மாமாவை ஏசுவதைக் கேட்கலாம். ஆனால் அதைப் புரிந்து கொள்ளும்படி அவர் சித்தம் சரியாக இயங்கவில்லை. பார்வை இல்லாத சிறுவன் முருகேசன் காரியங்களைச் செவிப்புலனால் சரிவர உணர்ந்துகொண்டதோடு சரி! மற்றபடி அவனால் வேறெதுவும் செய்ய முடியவில்லை. அப்பாவும் யாரெல்லாமோ டாக்டரிடம் மாமாவைக் கூட்டிக் கொண்டு சென்று காட்டினார். பலனெதுவும் இல்லை.

கடைசியில் பார்வதி அத்தையின் பெற்றோர்கள் ஆலோசனைப்படி கமுசம்விளையில் மாந்திரீகம் தெரிந்த ஒரு

வைத்தியனின் சிகிச்சைக்காக செல்லப்ப மாமாவை அங்கே கூட்டிக்கொண்டு சென்றார்கள். அங்கே – பாவம், மாமாவின் தலையில் தப்பளம் போட்டார்கள் – இடைவிடாமல் நீர் விடல் சிகிச்சை நடந்துகொண்டிருந்தது. இரண்டு மூன்று மாசம் கழிந்து தென்னைவிளாகம் தெருவுக்குத் திரும்பக் கூட்டிக்கொண்டு வந்த செல்லப்ப மாமாவைக் கண்டபோது, தன்னால் சகிக்க முடியவில்லை. இப்போ மாமாவின் தலையில் ஒரு மயிர்கூட மீதியில்லை – இங்கிருந்து போகும்போது செழிப்பாக இருந்த செல்லப்ப மாமாவின் முகம் இப்போது ஒட்டி உலர்ந்து போய் விட்டிருந்தது. அவர் விழிகளில் ஒரு ஜீவன் இல்லை. தெரிந்த ஆளுக்கும் தெரியாத ஆளுக்கும், அசையும் ஜீவனுக்கும் அசையாத ஜடப்பொருளுக்கும் எல்லாம் ஒரே மாதிரி பார்வை. அப்பா, 'அத்தான் அத்தான் –' என்று பக்கத்தில் போய் நின்று கொண்டு கூப்பிட்டபோதும் அதே பார்வை – செல்லப்ப மாமாவுக்குச் சுயபோதமே இல்லை – 'ஏதோ ஒரு சொப்பன உலகில் அவர் அப்படி வாழ்ந்துகொண்டிருந்தார். ஒரு நாள் மத்தியானம் சாப்பிட, குயில்பாலம் ஸ்கூலிலிருந்து, இவன் விழுந்தடித்துக்கொண்டு ஓடி வரும்போது, வழியில் வைத்துச் சங்கொலி முழங்க, கண்தெரியாத முருகேசன், இவன் அப்பாவின் கையைப் பிடித்துக்கொள்ள, ஒரு சில உறவினர்கள் உடன் வர, குயில் ஆற்றுக்கு நிர்மால்யத்திற்குச் சென்று கொண்டிருக்கிறார்கள். இவன் நெஞ்சு துணுக்குற்றது. இதன் தாத்பரியம் தனக்கு அப்போ சரிவர புரியவில்லையானாலும், இந்தக் காட்சி ஒரு அதிர்ச்சி கலந்த வேதனையாய் தன்னைத் தாக்கியது. தெருவில் நுழையும்போது செல்லப்ப மாமா வீட்டு நடையில் ஏராளமான பேர் கூடி நிற்பது தெரிகிறது. வீட்டினுள் பெண்களின் ஒப்பாரியோலம். நடையில் நிற்கும் அம்மா இவனிடம் 'சீக்கிரம் சாப்பிட்டு விட்டுப் போ – செல்லப்ப மாமா செத்துப் போனாருடா – பாட்டி அங்கேதான் போயிருக்கிறா – எனக்கும் அங்கே போகணும் – உனக்குச் சோறை விளம்பித் தந்துவிட்டுப் போகலாமுன்னுதான் காத்து நிக்கிறேன்' என்று கூறி அவசரப்படுத்தினாள். இவன் சாப்பிட உட்கார்ந்ததும் அடுத்த வீட்டில் உரத்த குரலில் பார்வதி அத்தையின் அம்மா வேலம்மாள் பாட்டி, 'பாவீ – என் மகளைத் தாலியறுக்க வச்சுட்டு போய்ச் சேர்ந்துட்டியே –' என்று பிலாக்கணம் பாடுவது கேட்கிறது. இவனுக்குத் தொண்டைக்குள் என்னவோ அடைத்துக்கொண்டது போல்... ஒரு கவளம் சோறுகூட இறங்கமாட்டேன் என்கிறது. 'பசியில்லை' என்று எழுந்து கைகழுவிவிட்டு வந்த இவனை 'இப்போ எடுத்து விடுவாங்க... எடுக்கும்போது நீ நிக்க வேண்டாம். ஸ்கூலுக்குப் போயிடு' என்று விரட்டுகிறாள். செல்லப்ப மாமா வீட்டு நடையில் தெருவில் சுவரோரத்தில் சாய்த்துவைத்திருந்த

பாடை இவன் கண்ணில் தட்டுப்பட்டது. நெஞ்சுக்குள்ளிருந்து அழுகை துருத்திக் கொண்டு வர இவன் ஸ்கூலுக்குச் செல்கிறான். பாதி தூரம் வரும்போது, நாலு பேய்க் கரும்பு நுனியில் நாலு மூலையிலும் கட்டப்பட்டுக் காற்றில் பறந்துகொண்டிருந்த சிவந்த சேலையின் கீழ் தலையில் நிறைந்த கிண்டித் தண்ணீரும், நெற்றியில் குழைத்துப் பூசப்பட்டிருக்கும் விபூதிப்பட்டையும், கர்மம் செய்ய தற்காலிகமாய் மார்பில் குறுக்காய்ப் போடப்பட்ட பூணூலுமாய், இடுப்பில் ஈரத்துண்டுடன், குயிலாற்றில் குளித்து, பார்வையில்லாத பெரிய விழி கலங்கி வழிய, இவன் அப்பாவின் கையைப் பிடித்துக்கொண்டு நடந்து வரும் முருகேசன்; பின்னால் பந்து ஜனங்கள். முன்னால் சங்கொலி. மாலையில் ஸ்கூல்விட்டு வரும்போது, வழியெல்லாம் செக்கச் சிவந்த தெற்றிப் பூக்கள். வீட்டுக்குள் இவன் வந்து ஏறும்போது அப்பா குளித்து, தலை வாராததால் முடி கலைந்துகிடக்க, சிவந்த விழிகளுடன் வெற்றிலை போட்டவாறு, சிவகாமி பாட்டியிடமும் அம்மாவிடமும் 'ஹூம், இந்த உலகத்தில் எனக்கு ஒரு ஆலோசனைக்கு, ஆறுதலுக்கு இருந்த ஒரே ஒரு துணையையும் அந்தக் கடவுள் அழைச்சுக்கிட்டார் ...' என்று சொல்லிக்கொண்டிருக்கிறார். மலைப் பிராந்தியத்தில் வேலை மாற்றலாகிப் போயிருந்த ஐயப்ப மாமா அடுத்தநாள்தான் வந்தார். ஆனால் அவர் சகஜமாகப் பேசி விஷயங்களை விசாரித்துக்கொண்டிருந்தார். உடன்பிறந்த தம்பி இந்த ஐயப்ப மாமாவைப் பாதித்திருப்பதைவிட, அப்பாவை செல்லப்ப மாமாவின் மரணம் பாதித்திருப்பதை இவனால் கண்டு கொள்ள முடிந்தது. அப்பாவுக்கு அது ஈடுசெய்ய முடியாத ஒரு பெரிய இழப்பாகிவிட்டது. அடிக்கடி செல்லப்ப மாமாவைப் பற்றிச் சொல்லிக்கொண்டும் இருப்பார். முருகேசனோ, பார்வதி அத்தையோ வீட்டில் ஏதாவது தேவை இருந்ததென்றால், அப்பாவிடம் ஒரு வார்த்தை சொன்னால், அப்பா அதை ஏற்பாடு பண்ணிக்கொடுத்துவிட்டுத்தான் மறு காரியம் பார்ப்பார்! செல்லப்ப மாமாவின் சாவு நேர்ந்து பல காலம் கழிந்தும், வீட்டை விட்டு வெளியே எங்காவது போய்விட்டு வீட்டுக்குத் திரும்பி நடந்துவரும்போதெல்லாம், நெஞ்சுக்குள்ளே கனக்கும் ஒரு அந்தரங்கப் பயத்துடன், இவன் விழிகள் தரையில் ஓரிடத்திலும் அந்தச் செக்கச் சிவந்த தெற்றிப்பூக்கள் தென்பட்டுவிடக் கூடாதே என்று பாதையைத் துழாவிக்கொண்டிருக்கும்.

# 25

வீதி அமைதியில் ஆழ்ந்து கிடந்தது. இன்னும் முழு மூச்சாய் ஜனநடமாட்டம் ஆரம்பமாகவில்லை. பின்னால் இருந்து பிடரியில் வந்துவிழும் காலை வெயில் குளிருக்கு இதமாக இருந்தது. முன்னால் தார்ரோட்டில் நீண்டு நீண்டு செல்லும் தன் நிழல் கோடு...

அப்பா இப்போ என்ன செய்துகொண் டிருக்கிறாரோ!

ரோட்டின் இடப்பக்கம் பி.ஸி. பிள்ளை சன்ஸ் என்ற நெடுநீள பெரிய அலங்கார நியான்போர்டு இவன் தலைதூக்கி நோக்க வேண்டிய அளவுக்கு உயரத்தில் கொலுவீற்றுக்கொண்டிருக்கிறது. கடை இன்னும் திறக்கவில்லை. பிரம்மாண்டமாய்த் தலை தூக்கி நிற்கும் அந்த ஐந்தடுக்குக் கட்டடத்தைக் கடந்து சென்று கொண்டிருக்கும் போது, நெஞ்சு அரங்கில் சம்பந்தா சம்பந்தமில்லாமல் சில நினைவுகள் மிதந்து வருகின்றன.

தன் சிறு பிராயத்தில் இந்தக் கடையைக் கவனித்திருக்கிறான். இந்தக் கடையைத் தாண்டிதான் பாணான்குளம் குழந்தைகள் பூங்கா இருந்தது. ஒரு காலத்தில் குளமாயிருந்த இந்த இடத்தில் அப்போ வெள்ளை நிறக் கடல் மணலைப் பரப்பி, குழந்தைகள் விளையாட ராட்டினம், ஊஞ்சல் முதலியவற்றால் நிரப்பியிருந்தார்கள். இவன் பிராயத்துச் சிறுவர்களுக்கு அது ஒரு சொர்க்கம். மணலில் ஓடி விளையாடி கட்டிப்புரண்டு களிக்க அருமையான இடம். (இதோ இப்போது இந்தப் பாணான்குளம் பார்க் கார்ப்பரேஷன் லாரி ஸ்டேண்டாக உருமாறி எல்லாவித அசிங்கங்களையும் தன்னகத்தில் கொண்டு அருவருப்பாய்க் காட்சி தருகிறது.) அப்போது இந்த விளையாட்டுப்

பூங்காவுக்கு வர அப்பா வேலையில் இருந்த இந்த பி.ஸி. பிள்ளை ஸன்ஸ் மரக்கடையை – அப்போது பி.ஸி. பிள்ளை ஸன்ஸ் என்று ஆகவில்லை. வெறும் பி.ஸி. பிள்ளை என்ற சின்ன போர்டு – ரோட்டில் கடந்துசெல்ல வேண்டும். தன் நண்பர்கள் எல்லோரும் அந்தக் கடையின் முன்வழி நடையைத் தாண்டிச் சென்று விடுகிறார்கள். ஆனால் தான் மட்டும், கடையிலிருந்து அப்பா எங்கே தன்னைக் கண்டுவிடுவார்களோ என்ற மிகுந்த முன் னெச்சரிக்கை உணர்வோடு, ஏதாவது வைக்கோல் வண்டியின் மறுபக்கத்திலோ, நடந்துசெல்பவர்களின் பக்கவாட்டிலோ, தன்னை மறைத்துக்கொண்டு, கடந்து செல்லும் தந்திரம்; இருந்தும், கடையிலிருக்கும் அப்பா சில வேளைகளில் தன்னைக் கவனித்து விட்டிருப்பார். அப்பா காணவில்லை என்ற சந்தோஷத்துடன், விளையாட்டெல்லாம் முடிந்து, சென்றது போல் தன்னை ஒளித்துக்கொண்டு வீடு திரும்பிய பின், இரவில் அப்பா கடை பூட்டி வந்ததும், 'என்னடா, வீட்டிலிருந்து படிக்காமல் எங்கே ஊர் சுற்றப் போனே?' என்று பிடித்துக்கொண்ட நாட்கள் அனேகம்.

அப்போதெல்லாம் இந்தக் கடை எவ்வளவோ சிறிதாகத் தான் இருந்தது. மூங்கில் அழிபோட்ட ஒரு சின்ன தாழ்வாரம். அங்கேதான் பி.ஸி. பிள்ளை முதலாளி, அப்பா, கணக்குப் பிள்ளை சிவராஜபிள்ளை மாமா முதலியோர் உட்கார்ந்திருப்பார்கள். மற்றபடி பெரிய பெரிய உருண்டை மரங்களை ஒன்றுக்குமேல் ஒன்றாய்ப் போட்டிருக்கும் திறந்த வெளி, இப்போது..?

பிரம்மாண்ட ஐந்தடுக்குக் கட்டடம். மேலே ஏதெல்லாமோ அரசாங்கக் காரியாலயங்களுக்கு வாடகைக்கு விடப்பட்டிருக் கிறது.

கீழே மரக்கடை. அதோடு இரும்பு, பெயின்ட், சிமெண்ட் இப்படி கட்டடச் சாமான்கள் அனைத்தும் வியாபாரம் செய்யும் பெரிய கடை... இந்த வரிசையில் இந்தப் பெரிய கடை முதல் பாணான்குளம் லாரி ஸ்டாண்ட்வரை உள்ள கடைகள் அனைத்தும் இவர்களுக்கே சொந்தம். கடையின் பின் பக்கம், இதைப்போலவே பிரம்மாண்டமான மாளிகை – இப்போ பி.ஸி. பிள்ளை முதலாளியின் மூத்தமகன் – இன்றைய முதலாளி பொன்னம்பலம் குடும்பம் வசிக்கிறது.

தவிர, வேறு பல இடங்களில் எக்கச்சக்கமான சொத்து. இரண்டு லாரிகள், ஜீப், கார்கள்... சாதாரண நிலையிலிருந்து ஒரு கடையின் இந்த அபரிமிதமான, பிறர் கண்டு பொறாமைப்

படும் இந்த வளர்ச்சியின் – சம்பாத்தியத்தின் பின், அப்பாவின் கள்ளம் கபடில்லாத ஆத்மார்த்த உழைப்பும் இருக்கவில்லை என்று யாராலாவது – ஏன் இந்த இப்போதைய முதலாளி சந்ததியினராலாவது கூடக் கூற முடியுமா?

அப்படியென்றால் அந்த உழைப்புக்குக் கிடைத்த விலை? இப்போதும் அப்பாவின் குடும்ப – தங்கள் நிலைமை? இதை சிவகாமி பாட்டி அன்றே உணர்ந்திருந்தாள். இல்லாவிடில் அப்பாவிடம் அப்போது அப்படி உபதேசித்திருப்பாளா?

ஆமாம்... அப்பாவுக்குக் கடையில் பொறுப்புகள் மிகவும் அதிகரித்துக் கொண்டே இருந்தது. காட்டானைகள் தொந்தரவு இருக்கும் காட்டுப்பிரதேசக் கூப்புகளுக்கும் மர டிப்போக் களுக்கும் கால்நடையாகக் கூட வெகுதூரம் சஞ்சரித்து, மரத்தின் தரம் நிர்ணயித்து மனசுக்குள் விலை நிச்சயித்து முதலாளிக்கு அபாரமான லாபம் கிடைக்கும் ரீதியில் விலை பேசி ஏராள மரங்களை வாங்கி வருவது, பிறகு கடையில் வைத்து அவற்றை அளந்து, கனம், பெருக்கம் – கன அடியாகக் கணக்கிட்டு, தரத்திற்கு ஏற்றவாறு விலை நிச்சயிப்பது, கணக்குகளைச் சரிக்கட்டிக்கொடுப்பது, இப்படி இப்படி எத்தனையோ பொறுப்பும் கவனமும் சிரத்தையும் மிக்க ஜோலிகள்... அப்போ தான் தென்னைவிளாகம் தெருவின் பக்கத்தில் ஒரு சிறு மரக்கடை விலைக்கு வந்தது. அதை அறிந்த போது, பாட்டியும் அம்மாவும் எப்படியும் அதை வாங்கி, சொந்த வியாபாரம் செய்யவேண்டுமென்று அப்பாவை நச்சரிக்கத் தொடங்கினார்கள்.

'முதலாளிகிட்டெயிருந்து மாசச் சம்பளம் வாங்கி எவ்வளவு நாளைக்கு வாழமுடியும்? இப்போதே வீட்டில் எவ்வளவோ செலவுகள்! பையன்களும் இந்தப் பெண்களும் பிராயமாகிக்கொண்டே இருக்கிறாங்க. இப்போ இந்தச் சின்ன வகுப்புப் படிப்புக்கு, சாப்பாட்டுச் செலவுகளுக்கு ஈடுகொடுக்கவே இந்தச் சம்பளம் போதமாட்டேங்குது. இனி காலேஜ் படிப்பு, பெண்களின் கல்யாணம் இதுக்கெல்லாம் பணத்துக்கு நீ என்ன செய்வே? சொந்த பிஸினஸ் தொடங்கணுமுன்னா இதுதான் சரியான சமயம். வயலையோ நகைகளையோ அடமானம் வைத்தாலும் பரவாயில்லை, எப்படியாவது கடையை வாங்கி விடு' என்று ஒரேயடியாக சிவகாமி பாட்டி அப்பாவைக் கட்டாயப்படுத்தினாள்.

'சரி, சரி... முதலாளிகிட்டெ, கூட கலந்தாலோசிக்கட்டும்' என்று சொல்லிவிட்டு அப்பா கடைக்குப் போய்விட்டார்.

ராத்திரி கடை பூட்டி வந்ததும் பாட்டியும் அம்மாவும் மறுபடியும் அப்பாவிடம் கேட்டார்கள். ‘முதலாளி என்ன சொன்னார்?’

‘எதுக்கு சொந்த பிஸினஸ் ஆரம்பிக்கப்போறே? இந்த பிஸினஸை வச்சிக்கிட்டுப் பணம் புரட்ட நானே எவ்வளவு கஷ்டப்படுகிறேன்னு உனக்குத் தெரியாதா? உன் செலவைப் பற்றி நினைக்காதே. சம்பளம் கொஞ்சம் கூட்டிப் போடறேன். உன் பெண்கள் பிராயமானால் கல்யாணத்துக்கு நான் உதவாமலா இருப்பேன்? உங்க அப்பா ராஜகோபால பிள்ளை என் ஆத்ம சிநேகிதன். இப்போ நம்ம கடை அபிவிருத்தி ஆகி வருகிறது. நீ இங்கே இல்லாவிட்டால் எப்படி? என் மூத்த மகன் பொன்னம்பலம் இப்போ படிச்சுக்கிட்டிருக்கான். வியாபாரத் தைக் கவனிக்கிற வயசு இன்னும் ஆகல்லே. மற்றவங்க எல்லோ ரும் சின்னப் பசங்க.’ – இப்படிச் சொல்கிறார் முதலாளி... நானும் ஆலோசித்துப் பார்த்ததில், இதுன்னா நமக்கு வேறு ஒண்ணும் பார்க்க வேண்டாம். நம்ம ஜோலியைச் செய்ய ணும், மாசாமாசச் சம்பளம் வாங்கணும்... மற்ற பணப் புரட்டல் எல்லாம் அவர் பொறுப்பு. திடீர் திடீரென்று மர லோடு வரும்போது, கொள்முதல் செய்ய ரூபாய் எக்கச் சக்கமாய்த் தேவைப்படும்...’ என்றார் அப்பா.

பாட்டி விடவில்லை.

‘டேய்... வயசான காலத்தில் யாருக்கும் சொந்தமாக வியாபாரம் பண்ணத் தோணாது... அக்கடான்னு இருப்போ முன்னு ஆகிவிடும். இப்போவானால் உனக்கும் அதிக வயசாக வில்லை. ஓடியோடிக் கவனிச்சுக்க முடியும். மர வியாபாரத்தில் உனக்கு நல்லா நோட்டமிருக்கு! படிப்பில் பெரிய சிரத்தை செலுத்தாத ஏதாவது பையனையும் வேணுமுன்னால் இப்போதே பிஸினஸில் ஈடுபடச் செய்யலாம். உங்க அப்பா பஜாரில் சொந்தமா வியாபாரம் செய்தவர்.’

– அப்படி இப்படீன்னு சிவகாமி பாட்டியும், கூட அம்மாவும் சேர்ந்துகொண்டு சொன்னபோது, ‘இல்லே – முதலாளி ரொம்ப நல்லவர். அவர் இப்போ இப்படி விலகக் கூடாது. உன் குடும்பத்தில் எனக்கு மட்டும் அக்கறை இல்லையா என்று சொல்லும்போது, எப்படியானாலும் நமக்கு இத்தனை நாளாகப் படி அளக்கிறவராச்சே... எப்படித் தட்டிக்கிட்டுப் போவது?’ என்றார் அப்பா.

‘அதெல்லாம் எல்லா முதலாளிமார்களும் சொல்லத்தான் செய்வாங்க. எல்லோருக்கும் அவங்கவங்க காரியம்தான் பெரிசு. அவர் மூத்த மூணு பெண்களையும் நல்ல இடங்களில் கட்டிக் கொடுத்துவிட்டார். இனி நாளைக்குப் பையன்கள் தலையெடுத்து வரும்போது நாம் கறிவேப்பிலையாகி விடுவோம்.’ என்றெல்லாம் பாட்டி எவ்வளவோ சொல்லியும் அப்பா முதலாளி வாக்கைத் தட்டமாட்டேன் என்று விடாப்பிடியாகவே நின்றார்.

இப்போ இப்படி...

உனக்கு உதவாமலா இருப்பேன் என்ற முதலாளியின் வார்த்தையைத் தேவ வாக்காய் சுவீகரித்துக்கொண்டு அவருக்காய் உழைப்பதே ஜீவியக் கடனாய் எடுத்துக்கொண்டார் அப்பா. அப்பாவின் உழைப்பு மதிப்புக்கொண்ட நல்ல இளமைக் காலம் முழுதும் முதலாளிக்காகச் செலவிடப்பட்டது. கடைசியில் என்ன நிகழ்ந்தது?

செல்லப்ப மாமா காலமாகி ஆறுமாசம் இருக்கும். ரத்தக் கொதிப்பென்று முதலாளியை ஆஸ்பத்திரியில் சேர்த்தார்கள். ஒருநாள் காலையில் கடையிலிருந்து ஒரு ஆள் வந்து சொன்னான்: ‘முதலாளி செத்துப்போனார்’ என்று. அப்போ முதலாளிக்கு ஐம்பதி ஐந்து வயசு! அவர் மரணத்தால் அப்பா நிலைகுலைந்து போனார்.

‘என் அப்பா இறக்கும்போது எனக்குச் சரியாக அறிவு வரல்லே. இப்போ எங்க முதலாளியின் இந்தத் திடீர் சாவில் சொந்த அப்பா இறந்து போனதைப்போல் மனசு வேதனைப்படுது’ என்று அப்பா அம்மாவிடம் சொன்னதைக் கூட இவன் கேட்டிருக்கிறான்.

பிறகு?

மூத்தமகன் பொன்னம்பலம் அப்போ எஸ்.எஸ்.எல்.ஸி. படித்துக்கொண்டிருந்தவன் படிப்பை நிறுத்தி, வியாபாரப் பொறுப்பை ஏற்றுக்கொண்டான். துணைக்கு அவன் மூத்த அக்கா இரண்டு பேரின் கணவன்மார்கள் – அவன் அத்தான்மார்களும் சேர்ந்துகொண்டார்கள். சின்ன முதலாளிக்கும் அவன் அத்தான்மார்களுக்கும் அவர்கள் இப்போதைய வளர்ச்சியின் பின்னால் இயங்கிய அப்பாவின் அசுர உழைப்பை அத்தனை சீக்கிரம் மறந்துவிட முடியாதே; ஆனாலும் அனாவசியமாய் அதற்கு நன்றி பாராட்டிக்கொண்டிருக்க வேண்டியதாக இருக்க வில்லை.’ சும்மாவா உழைத்தார்? அதுக்குத்தான் சம்பளம் கொடுத்தோமே’ என்று உழைப்புக்கு சமம் சம்பளம் என்ற ரீதியில் சொல்லித் தீர்க்கும் அளவுக்கு இன்று நிலைமை முன்னேறிவிட்டது.

இப்போது! அப்பா இந்தக் கடைக்குச் சம்பளத்துக்கு வந்து சேர்ந்து இருபது ஆண்டுகளுக்குப் பிறகு இந்தக் கடைக்கு சம்பளத்துக்கு வந்து ஒரு ஐந்தாண்டு இங்கே வேலைபார்த்தபின் இந்தக் கடையை விட்டு விலகி சுயமாய் வியாபாரம் ஆரம்பித்த வைத்தியலிங்கம், இன்று பி.ஸி. ஸன்ஸிடம் போட்டி போடும் அளவுக்கு வியாபாரத்தில் முன்னேறி நன்றாக வாழ்ந்துகொண்டிருக்கிறார். என்னதான் உடம்புக்கு முடிந்தாலும், முடியாவிட்டாலும், தரும் சம்பளத்தில் திருப்திப்பட்டுக்கொண்டு, வீட்டின் பற்றாக்குறையில் பொருமிக்கொண்டு கடைக்குப் போய் வருகிறார் அப்பா, அன்றாடம் காய்ச்சி நிலைமைதான்... ஏதோ நிலைமையைப் புரிந்துகொண்டு உயிரைவிட்டுப் படித்தோம். அதனால் ஏதோ பரவாயில்லை... இருந்தும் செழிப்பு?

# 26

'அப்பாவுக்குப் பல்தேய்ச்சாச்சு' என்றான் பாலச்சந்தர். இரவில் தூங்காததால் அவன் விழிகள் சிவந்து, முகம் சோர்ந்துபோய்க் காணப்பட்டது.

இவன் நெஞ்சில் படபடப்பு அடங்கவில்லை. என்றும் இப்படித்தானே! வீட்டிலிருக்கையில், வீட்டிலிருந்து இறங்கி பஸ் நிலையத்திற்கு நடக்கையில், பஸ்ஸில் பயணம் செய்கையில் எல்லாம் சற்று உள்ளுக்குள் அமுங்கி இயங்கிக் கொண்டிருக்கும் இந்த படபடப்பு, இப்படி பஸ்ஸிலிருந்து இறங்கி, நடந்து வார்டுக்குள் நுழைந்து அப்பாவின் படுக்கையை நெருங்க நெருங்க அதன் உச்சக்கட்டத்தை அடைந்து விடுகிறது... அப்பாவை அப்பாவாய்ப் பார்க்கும் போது சற்று சமனம் அடைந்து, பழையபடி, உள்ளுக்குள் வேலை செய்யத் தொடங்குகிறது.

அப்பாவின் முகத்தில் நேற்றைவிட ஒரு மங்கல்...

இவன் ஸ்டூலை அப்பா பக்கத்தில் நீக்கிப் போட்டு விட்டு, இட்டலித் துண்டுகளை ஸ்பூனில் எடுத்து ஊட்டத் தொடங்கினான். அப்பா இவனையே பார்த்தவாறு மென்றுகொண்டிருந்தார். இவனுக்கு அப்பாவின் விழிகளை நேருக்கு நேர் சந்திக்கும் போதே மனசுக்குள் ஒரு அதைரியமும் நெகிழ்ச்சியும்.

பாலச்சந்தர் காம்ப்ளானைப் பாலில் கரைத்துத் தந்தான். அதையும் ஸ்பூனில் கொஞ்சம் கொஞ்சமாய்க் கொடுத்துவிட்டு அப்பாவின் வாயைத் துடைத்தான். உடம்பில் அதற்குள் அரும்பிவிட்ட வியர்வையைத் துடைத்தான்.

'நேற்றைக்கு ராத்திரி நான் போன பிறகு வலி வந்ததா?'

‘வலியால் அப்பா துடிச்சுப்போனார்’ என்றான் பாலச்சந்தர்.

‘டாக்டர் வந்து பார்த்தாரா?’

‘டியூட்டி டாக்டர் வந்து பார்த்தார், பித்திடினோ என்னவோ இன்ஜெக்சன் போட்டார். தூக்கமாத்திரையும் கொடுத்தார். ஆனால் வலி வழக்கம்போல் நாலைஞ்சு நிமிஷ நேரம் ரொம்ப கஷ்டப்படுத்திவிட்டுத்தான் நின்றது.’

இவன் மனசில் மீண்டும் அந்தப் பீதி கலந்த வேதனை...

அப்பா சொன்னார்: ‘ஹூம்... அவுங்க சரியான டிரீட்மென்டு தான் எனக்கு செய்யறாங்களா? டாக்டர் இப்போ டயகினிஸ் செய்திருக்கும் வியாதிதானா எனக்கு?’

‘அப்பா பேசாமல் படுத்திருங்கோ. டாக்டருக்குத் தெரியாததா நமக்குத் தெரியப் போகுது’ என்று அப்பாவிடம் சொன்னானே ஆனாலும், அப்பா இவனிடம் கேட்ட கேள்வியை இவன் விஞ்ஞான மூளை மீண்டும் மீண்டும் தனக்குத்தானே கேட்டுக்கொண்டிருந்தது.

மருந்துக்கு மேல் மருந்து கொடுக்கிறாங்க – மருந்து மாற்றி மாற்றிக் கொடுக்கிறாங்க... இங்கே வந்து இன்றோடு ஐந்து நாட்கள் ஆகிவிட்டன. அப்பாவுக்கு ஜுரம் வரவில்லை. உடம்பில் வேறு குழப்பங்கள் தென்படவில்லை. பசி ருசிக்கும் குறைவில்லை. இப்படியெல்லாம் இருந்தும் இந்த கொடுமையான பயங்கரமான வலி மட்டும் இப்படி அடிக்கடி வந்து தன் கைவரிசையை முழு மூச்சாய்க் காட்டி அப்பாவைக் கசக்கிப் பிழிகிறதென்றால்..?

‘இல்லேடா... முன்னால் எனக்கு அடிக்கடி ஜலதோஷம் வரும் – அதன்கூட பித்த மண்டை இடி. அப்போ மூக்கைச் சிந்தினால் சளியின்கூட ரத்தமும் வரும். பீனிஸம்! ஒரு வேளை நெஞ்சில் சளி கெட்டித்தான் இப்போ இப்படி வலி வருதோ?

...இப்படி அப்பா விளக்கிப் பேசுவதைக் கேட்க இவனுக்கு மிகவும் சங்கடமாயிருந்தது. தான் என்ஜினியரிங் படிக்கப் போனது, மெடிஸனுக்குப் போயிருந்தால் இப்போ எவ்வளவு சௌகரியமாக இருந்திருக்கும் என்ற மாதிரி ஒரு உறுத்தல். அப்பா சொல்வதுபோல் ஹார்ட் அட்டாக் இல்லாமலாக இருந்துவிடாதா என்று மனம் ஆசைப்படுகிறது.

“அப்பா... டாக்டர் சொல்லியிருப்பது மறந்துபோச்சா. பேசவே கூடாது! முதலில் நமக்கு நடக்கும் சிகிச்சையில் நம்பிக்கை வேண்டும். சிகிச்சை செய்யும் டாக்டரிடம் நம்பிக்கை வேண்டும்... அல்லாமல் வேறு வழி? டாக்டர் சும்மாவா டயகினிஸ் செய்து

டிரீட்மெண்ட் நடத்துகிறார். ரத்தம், கபம், சிறுநீர் எல்லாம் டெஸ்ட் பண்ணிவிட்டார். எக்ஸ்ரே எடுத்துப் பார்த்தார். ஈ.ஸி. ஜி. எடுத்திருக்கிறார். இதையெல்லாம் பார்த்துதானே மருந்தை நிச்சயித்திருக்கிறார்.'

'அதெல்லாம் சரிதான்டா. இதெல்லாம் செய்தும் என் வலி குறையவில்லையே. என்றைக்கும் ரெண்டு மூணு தடவை உயிர் போய்விடுகிறது.'

அப்பாவை என்ன சொல்லித் தேற்றுவது என்று இவனுக்குத் தெரியவில்லை.

வாழ்க்கையில் முதல்முறையாக இவன் மனம், அப்பா வுக்கு உடன்பிறந்த ஒரு அண்ணாவோ, இல்லை தம்பியோ இப்போ இங்கே இருக்கக்கூடாதா என்று ஏங்கியது. தங்களுக்கு, மிகவும் நெருங்கிய சொந்தக்காரர்களுக்கு ஒன்றும் பஞ்சமில்லை. அம்மாவின் அப்பா, அம்மா, தம்பிமார்கள், அம்மாவின் அக்கா – தங்கைகளின் கணவன்மார்கள், தன்னுடைய – தன் இரண்டு தம்பிமார்களுடைய – இரண்டு தங்கைமார்களுடைய மாமனார்கள் – இப்படி இப்படி எத்தனையோ பெரியவர்கள்... வயசாலும் அனுபவத்தாலும் பக்குவமிகுந்த இவர்களில் யாராவது இப்போ இங்கே இருந்து, அப்பாவிடம் ஏதாவது தேறுதல் சொன்னால் அப்பாவுக்கு, தன் மனசுக்குக்கூட அது எவ்வளவு ஆறுதலாக இருக்கும்? இப்போது கொஞ்சம்கூட திடச்சித்தமோ, அனுபவ ஞானமோ இல்லாத, இல்லாத கற்பனை களையெல்லாம் மேலேமேலே கட்டியெழுப்பித் தனக்குத் தானே எரிந்துருகிக்கொண்டிருக்கும் வெறும் சஞ்சலப் புத்திக்காரனான, தான் அப்பாவிடம் என்ன ஆறுதல் சொல்வது, எப்படிச் சொல்வது?

பாலச்சந்தர் விடைபெற்றுக்கொண்டு காலி பிளாஸ்கையும் பாத்திரத்தையும் எடுத்துக்கொண்டு சென்றான்.

வெண்ணிற ஆடை தரித்திருந்த நர்ஸ் வாளியில் தண்ணீர், சோப், பவுடர் இவற்றுடன் வந்தாள். இவன் விலகி நின்றான். அவள் ஒரு ஸ்க்ரீனைத் தள்ளிக்கொண்டுவந்து அப்பாவின் கட்டிலைச் சுற்றி நிமிர்த்தி நிறுத்திவிட்டு, அப்பாவின் உடம்பை சோப் நீரால் துடைத்தாள். பிறகு, உலர்ந்த டவலால் அழுத்தித் துடைத்துவிட்டு நெஞ்சில், கழுத்திலெல்லாம் பவுடர் போட்டாள். அப்பாவைச் சிறிது தாங்கிப்பிடித்துக்கொள்ள இவனிடம் சொல்லி, இவன் ஸூட்கேஸிலிருந்து எடுத்துக் கொடுத்த சலவை செய்த போர்வையைச் சுருக்கங்கள் இன்றி நன்றாய்ப் படுக்கையில் விரித்துவிட்டு அப்பாவைச் சௌகரியமாய்ப் படுக்க வைத்தாள். இவன் டிரங்கிலிருந்து ஒரு சலவை செய்த வேஷ்டியை

எடுத்து, அப்பாவின் கசங்கிய வேஷ்டியை மாற்றிவிட்டு, உடுத்தினான்.

இப்போது அப்பாவின் முகத்தில் மிளிரும் அந்த உருவப் பொலிவைக் காண இவனுக்குப் பெருமிதமாக இருந்தது. அப்பாவின் சந்தன நிறமும் ஐஸ்வரியம்மிக்க முகமும், விட்டுவிட்டு வரும் வேதனையால் சற்று வாடித்தான் போயிருக்கிறது. ஷேவ் செய்யாததால் ஒரு மங்கல்; இருந்தும் அப்பாவின் இந்தச் சிரித்த முகம் மனசைத் தெம்படைய வைக்கிறது...

ஆரஞ்சை எடுத்து உரித்துச் சுளைகளை ஒவ்வொன்றாய்க் கொடுத்தான். சக்கையை ஒரு பேப்பரில் எடுத்துக் குப்பைத் தொட்டியில் கொண்டுசென்று போட்டுவிட்டு வந்தான்.

பரிசோதனைக்குச் சின்ன குப்பியில் சிறுநீர் எடுத்து வைத்தான்.

சிஸ்டர் வந்து மருந்து கொடுத்துச் சென்றாள். இங்கே ஆஸ்பத்திரியில் இல்லை என்று வெளியில் மருந்துக் கடையிலிருந்து வாங்க டாக்டர் எழுதித்தந்து, வாங்கி வைத்திருந்த மாத்திரையையும் டானிக்கையும் இரும்பு அலமாரிக்குள்ளிருந்து இவன் வெளியே எடுத்தான். மாத்திரையை அப்பாவின் வாயில் இட்டுச் சற்று வெந்நீரையும் கொடுத்தான். டானிக்கை ஸ்பூனில் ஊற்றிக் கொடுத்தான்.

'உடம்புக்கு அப்படிப் பெரிய களைப்பு ஒண்ணும் இல்லேடா. இப்படியே எப்போதும் படுத்துக்கிடப்பதால் ஒரு சோம்பல், அவ்வளவுதான். இந்த வலி வருவது மட்டும் நின்னுட்டால் வீட்டுக்குப் போய்விடலாம்.'

அப்பாவின் முகத்தில், வீட்டுக்குத் திரும்ப வந்துவிட தெறித்துக்கொண்டு நிற்கும் ஆவலும் ஆசையும் எல்லாம் அவர் எவ்வளவு சுபவிசுவாசத்தோடு இருக்கிறார் என்பதை இவனுக்குப் புலப்பட வைத்தன.

வார்டின் முனையில் டாக்டர் சாரதி, ஹௌஸ் சர்ஜன்மார்கள், நர்ஸ் புடைசூழ வருவது தெரிகிறது. சலசலத்துக் கொண்டிருந்த வார்டு இப்போது நிசப்தமானது. நோயாளிகளுடன் வந்திருப்பவர்கள் சற்று விலகி மரியாதையோடு நிற்கிறார்கள்.

அப்பாவின் கட்டிலின் எதிர்க்கட்டிலில் நேற்று படுத்திருந்த பையன் அல்ல, ஒரு புதிய ஆள் படுத்திருப்பதை இப்போதுதான் இவன் கவனித்தான்.

'பாவம்... அந்தப் பையன் நேற்றைக்கு ராத்திரி போயிட்டான்...'

—இப்படி அப்பா சொல்லிக் கேட்டதும் இவன் நெஞ்சம் துணுக்குற்றது. நேற்று இரவில் சரளா, குழந்தை இவர்களின் கூட, தான் அப்பாவிடம் விடைபெறும்போதும் கவனித்தோமே... முகம் வெளுத்துச் சோர்ந்துபோய்க்கிடந்த ஒரு பதினெட்டு வயசுப் பையன்.

'ஹூம்...சின்ன பையன்...அவனுக்கும் ஹார்ட்டில்தான் ஏதோ கோளாறாம்' – என்றுகூட அப்பா சொன்னபோது, இவனுக்கு என்னமோ போலிருந்தது. மனசில் பொங்கி வந்த ஒரு பயத்தையும் கிலேசத்தையும் அடக்கச் சிரமப்பட்டான்.

'ஆஸ்பத்திரியில் இதெல்லாம் சர்வ சகஜம்... அப்பா எதுக்கு இதையெல்லாம் கவனிக்கணும்? எத்தனை பேர் குணமாகி வீட்டுக்குப் போறாங்க...' என்று ஒரு பொது தத்துவத்தை இவன் சொல்லிக்கொண்டிருக்கும்போது, வராந்தாவின் கோடியிலிருந்து கரிச் புரிச்சென்று இரும்புச் சக்கரங்கள் தரையில் உராயும் கர்ண கடூரமான ஒலி மெல்ல மெல்ல அருகில் வந்து கொண்டிருக்கும் சந்தடி...

இது அப்பாவின் செவியிலும் விழுந்திருக்க வேண்டும், அப்பாவின் முகம் ஒருமாதிரி மாறியது...

நீல. பத்மநாபன்

# 27

'இன்னிக்கு எப்படியிருக்குது?' என்று வழக்கம் போல் கேட்டவாறு அப்பாவின் அருகில் வந்தார் டாக்டர் சாரதி. 'வலி இப்போதும் அடிக்கடி வந்துகிட்டுதான் இருக்குது டாக்டர்... ஒண்ணும் குறைவில்லேன்னு சொல்லி அப்பா வருத்தப்படுகிறார்' என்றான் இவன்.

டாக்டர் சாரதி சிரித்தார்.

'என்ன பரமேஸ்வரன் பிள்ளை, எல்லாம் சரியாகப் போயிடும். வருத்தப்படாதீங்க. உங்க நோய்க்கு இப்போ இங்கே உங்களுக்குக் கிடைச்சுக்கிட்டிருப்பதை விட வேறெ எந்த பெஸ்ட் டிரீட்மென்டும் இந்தியாவில் வேறெங்கும் உங்களுக்குக் கிடைக்கப்போவதில்லை. அதனால் நீங்க மனசை அதைரியப் படவிடாதீங்க...' என்று அப்பாவிடமும் இவனிடமும் பொதுவாகச் சொல்லிவிட்டு அவர் வழக்கம்போல் அப்பாவின் உடம்பில் ஒவ்வொரு பாகத்தையும் தொட்டு அழுத்தித் தட்டி, 'இங்கே வலியிருக்குதா, இங்கே வலிக்குதா' என்று கேட்டுக்கொண்டே இருந்தார். அப்பாவிடம் மூச்சை இழுத்துவிடச்சொல்லி விட்டு, நெஞ்சில் ஸ்டெதெஸ்கோப்பை வைத்துப் பரிசோதித்தார். சார்ட்டை எடுத்துப் புரட்டிப் பார்த்துக்கொண்டே இவனிடம் சொன்னார்:

'செவ்வாய்க்கிழமை ஆறாம் தேதி இங்கே அட்மிட் செய்யும் அன்னிக்கு இ.ஸி.ஜி. எடுத்துப் பார்த்தது. அதன் பிறகு எடுக்கவில்லை. இன்னிக்கு சனிக்கிழமை? தேதி பத்தாகிவிட்டதல்லவா. இங்கே ஆஸ்பத்திரியில் உள்ள யந்திரம் இன்னும் சரியாகவில்லை. நான் அன்னிக்குச் சொன்னது போல் கோவாப்பரேட்டிவ் ஆஸ்பத்திரி டாக்டர் சர்மாவுக்குக் கடிதம் தாறேன். அங்கிருந்து ஆள்

இங்கே கார்டியோகிராபைக் கொண்டு வந்து இ.ஸி.ஜி. எடுத்துத் தந்து விட்டுப் போய்விடுவாங்க.'

'ஆகட்டும் டாக்டர். கடிதம் தந்தீங்கன்னா இன்னைக்கே கூட்டிக்கிட்டு வந்து எடுக்கச் சொல்கிறோம்.'

'சரி, வார்ட் டியூட்டி முடியட்டும். பிறகு தாறேன்,' என்று கூறிவிட்டு அப்பாவிடம், 'வலி எப்போதும் ஒரே இடத்தில்தான் இருக்குதா, இல்லை மாறி மாறி வருதா?' என்று கேட்டார்.

'மார்பில்தான் பயங்கர வலி. ஆனால் தோள், இடுப்பு இங்கெல்லாம் வலி பரவுது.'

'இதுதான் ரேடியேட்டிங் பெயின்,' என்று, கூட நின்ற ஜூனியர்களிடம் கூறி அவர்களைச் சற்றுநேரம் படிப்பிக்கவும் தவறவில்லை அவர். மெடிக்கல் காலேஜில் அஸிஸ்டன்ட் ப்ரொபசர் ஆச்சே!

'எதுக்கும் ஒரு டேப்லட்கூட எழுதித் தாறேன். இங்கே ஆஸ்பத்திரியில் இருக்காது, வெளியில் இருந்துதான் வாங்கணும்.'

'எழுதித் தாருங்க டாக்டர்—வாங்கிக்கிறோம்.'

'நாலுமணி நேரத்துக்கு ஒருமுறை கொடுக்கணும்' என்று கூறிவிட்டு ஒரு மருந்தின் பெயரைச் சீட்டில் எழுதித் தந்தபின் அடுத்த கட்டிலுக்கு அவர் நகர்ந்தார்.

வெளியில் அதற்குள் வெயில் சூடேறத் தொடங்கி விட்டிருந்தது. மரங்களில் அடர்ந்து நின்ற பச்சை இலைகளின் கீழ் நிழல் சிறைப்பட்டுக் கிடந்தது.

மனசு வெறுமையில் கிடந்து தவிக்கிறது. அப்பா அங்கு மிங்கும் புரண்டு படுத்துக்கொண்டிருந்தார். அவர் அடிக்கடி முகம் சுழிக்கத் தொடங்கினபோது, 'அப்பா... என்ன வலி வந்து விட்டதா?' என்று பதறிப் போய்க் கேட்டான்.

'இல்லேடா, வயிறு சங்கடப்படுத்துது.'

இவன் எதிரிலிருந்த பாத்ரூம் பக்கம் சென்று பெட்பேனை எடுப்பதைக் கண்டு ஆஸ்பத்திரி சிப்பந்தி வாசு, 'என்ன சார், நான் எடுத்துகிட்டு வாறேன்' என்று அதை எடுத்துக்கொண்டு வந்தான். வார்டின் ஒரு கோடியிலிருந்த துணி ஸ்க்ரீனை உருட்டிக் கொண்டு வந்து அப்பாவின் கட்டிலைச் சுற்றி நிறுத்தினான். பிறகு இவன் அப்பாவின் பிருஷ்ட பாகத்தைச் சற்று மேலே தூக்க, வாசு பெட்பேனை அங்கே வைத்தான்.

பிறகு, சற்று விலகி கர்ட்டனின் வெளியே நின்றான். வாசு வார்டின் கோடிக்கு விலகிச் சென்றான்.

அப்பாவின் முகம் தெரிகிறது. அவர் மிகவும் பிரயத்தனப் படுகிறார். முகம் செம்பருத்திப் பூவாய்ச் சிவப்பதைக் காண இவனுக்கு பயமாய் இருந்தது.

‘ஊஹூம், போக மாட்டேங்குதுடா... இப்படி படுத்துகிட்டு போக ஒரு வசதியும் இல்லை.’

அப்பாவின் அவஸ்தையைக் காண இவனுக்குக் கஷ்டமாக இருந்தது.

‘வயிற்றுக்குள்ளே சங்கடமா இருக்குது. ஆனா, இப்படிப் படுத்துவிட்டு முடியமாட்டேங்குது.’

சற்று நேரம் கழித்து வாசு வந்தான். தண்ணீரைவிட்டு இவன் கழுவும்போது, சரளா நான்காவது குழந்தை சவிதாவைப் பெற்று ஆஸ்பத்திரியில் கிடக்கும்போது நடந்தது ஞாபகம் வருகிறது. அப்போ மகன் முரளிக்கு இரண்டு வயசுதான் இருக்கும். முரளி, மூத்த ரெண்டு குழந்தைகளுடன் தன் பெற்றோர்கள் கூடவும், சரளாவின் பெற்றோர்கள் கூடவும் நிற்கமாட்டான். இவனுக்கு மற்ற குழந்தைகளைவிட முரளியிடம் ஒரு ஒட்டுதல். கடைசியில் அவள் ஆஸ்பத்திரியிலிருந்து வீட்டுக்கு வரும்வரையிலும் ஒரு வார காலத்துக்கு, முரளிக்கு ஆகாரம் கொடுப்பது, அணைத்துக்கொண்டு தூங்க வைப்பது எல்லாம் இவன்தான். அப்போது முரளியையும் இப்படித்தானே கழுவிச் சுத்தப் படுத்தியிருக்கிறான்...

மகனிடம் அப்போ செயலாற்றும்போது நேர்ந்த அதே உணர்ச்சிதானே இப்போ அப்பாவிடமும்!

அப்பா இப்போது மிகவும் களைத்துப்போய்க் காணப் பட்டார். இவன் துண்டால் துடைத்தான். காற்று வரும் பொருட்டு ஸ்க்ரீனைச் சுவரோரத்தில் விலக்கி வைத்தான். விசிறியை எடுத்து விசிறிக்கொண்டிருந்தான்.

அப்பா விழிகளை மெல்ல மூடித் தூங்கிக்கொண்டிருந்தார். அப்பா எப்போதுமே இப்படி மல்லாந்து கிடந்துதான் நித்திரைகொள்வார். சின்ன நாட்களில் பாயில் ட வடிவில் இவன் சுருண்டு மடங்கிப் படுத்துக் கிடந்து தூங்க முயற்சிக்கும் போதெல்லாம், ‘டேய்... நேரா நிமிர்ந்து தலையைப் போட்டு அங்குமிங்கும் உருட்டாமல் உயர்த்தி வச்சு உறங்கணும். அப்போதான் ஒரே சீராக சுவாசம் விடமுடியும்’ என்பார் அப்பா.

எந்த மழையானாலும் சரி, வெயிலானாலும் சரி, பனியானாலும் சரி... அப்பா இப்போ இதோ படுத்திருப்பது போல்தான், உடம்பில் சட்டை இருக்காது. தென்னைவிளாகம் தெருவில் வராந்தாவில் கீழே பாயை விரித்து, ஜமுக்காளத்தை அதன்மீது பரப்பி, தலைக்கு ஒன்று, காலுக்கு ஒன்று என்று இரண்டு தலையணைகளை வைத்து நிமிர்ந்து படுத்துதான் தூங்குவார். அப்பாவிடமிருந்து ஒரே சீராக, ஒரு பிரத்யேகத் தாள லயத்தில், அது கேட்பவர்களை எந்த விதத்திலும் உபத்திரவம் செய்யாது, குறட்டை வந்துகொண்டிருக்கும். காலையில் ஆறுமணிக்கு அப்பா படுக்கையை விட்டு எழும்போது, அதில் ஒருவர் படுத்துத் தூங்கி எழுந்திருந்த அடையாளமே இருக்காது. ராத்திரி படுக்கை விரித்துப் போட்டபோது எப்படி இருந்ததோ அப்படியே ஜமுக்காளத்தில் ஒரு சுருக்கமோ கசங்கலோ ஒன்றும் விழுந்திருக்காது. அப்போதான் விரித்துப் போட்டது போல் அப்படியே இருக்கும். தூக்கத்தில் அப்படி இப்படிப் புரளும் ஏற்பாடே அப்பாவிடம் கிடையாது. அப்பாவைப் போல் கம்பீரமாய்த் தூங்க வேண்டுமென்று எத்தனையோ முறை தானும் நினைத்ததுண்டு. ஆனால் இன்று வரை இந்த விஷயத்தில் தனக்குத் தோல்விதான். அப்படியும் இப்படியுமாய் விடிவதற்குள் ஒரு ஆயிரம் தடவையாவது புரண்டு புரண்டு படுத்து ஜமுக்காளம், போர்வை, தலையணை எல்லாவற்றையும் தாறுமாறாக்காமல் பள்ளியெழும் வழக்கமே தனக்கில்லை. அப்பாவின் இந்தக் கம்பீரத் தூக்கம் தனக்குக் கைவராத கலையாகவே இப்போதும் மிஞ்சுகிறது.

# 28

‘அப்பா என்ன தூங்கறாரா? ராஜா, அப்பா வுக்கு எப்படி இருக்குது, குணமுண்டா?’

இவன் திடுக்கிட்டுத் தலைதூக்கிப் பார்த்தபோது சிவராஜ பிள்ளை மாமா குடையும் கையுமாய் நின்று கொண்டிருக்கிறார். வெயிலில் வந்த களைப்பு முகத்தில் தெரிகிறது.

இவன், ‘உட்காருங்க மாமா’ என்று கூறியவாறு எழுந்தான். அவர் ஸ்டூலில் உட்கார்ந்துகொண்டு அப்பாவையே பார்த்துக்கொண்டிருந்தார்.

இவனுக்கு மனதில் ஒரு நெகிழ்ச்சி... அப்பா வைப் போல் ஐம்பது வருஷங்கள் இல்லாவிட்டா லும், அப்பாவுக்கு அடுத்தபடி பி.ஸி. ஸன்ஸ் கடை யில் கூடுதல் சர்வீஸ் உள்ளவர். அப்பாவை விட இரண்டு வயசுக்கு மூத்தவர் என்று அப்பா சொல்லி இவன் கேள்விப்பட்டிருக்கிறான். அப்பாவின் கடைசிச் சிநேகிதர்.

‘உம்... பரவாயில்லே மாமா’ என்று அவர் முகத்தைப் பார்த்துச் சொல்லும்போது, ஏனோ இவன் விழிகளில் ஒரு ஈரக்கசிவு. அதை அவர் கவனித்திருக்க வேண்டும்.

‘உங்க அப்பாவுக்குக் கடவுள் ஒரு ஆபத்தும் செய்ய மாட்டார். நீ மூத்தவன், தைரியமா இருக்க ணும்.’

அப்பா இப்போது கண் விழித்தார். தலையை இரு பக்கமும் திருப்பிப் பார்க்கும்போது பக்கத்தில் சிவராஜ பிள்ளை மாமா உட்கார்ந்திருப்பதைக் கண்டார்.

‘யாரு சிவராஜ பிள்ளையா... எப்போ வந்தேள்?’

'இப்போதான் வந்தேன்...' என்று கூறிவிட்டு சிவராஜ பிள்ளை மாமா எழுந்து அப்பாவின் பக்கத்தில் கட்டிலில் போய் உட்கார்ந்தார்.

'இப்போ விஸிட்டேர்ஸ் நேரமல்லவே... உள்ளே வர சிரமப்பட்டிருப்பேளே...'

'ஆமா... அந்த கேட்கீப்பரை எனக்குக் கொஞ்சம் பழக்கம் உண்டு. அதனால் உள்ளே விட்டுட்டான்.'

'கடையில் என்னவெல்லாம் விசேஷம்?' என்று அப்பா தொடங்கியபோது இவன் எச்சரிக்க நினைத்ததும், சிவராஜ பிள்ளை மாமாவே, 'எல்லாம் நடக்குது... நீங்க அதைப்பற்றி எல்லாம் இப்போ எதுக்குக் கவலைப்படுறீங்க?' என்று பேச்சை முறித்துவிட்டதைக் கண்டு இவனுக்கு ஆசுவாசமாக இருந்தது.

சற்று நேரத்தில் விடைபெற்றுக்கொண்டு அவர் திரும்பும் போது, 'அவர் மகன் பசுபதி எப்படி இருக்கான்?' என்று வாய் தவறிக் கேட்டுவிட்டு, கேட்க வேண்டாமாக இருந்தது என்று இவனுக்கு மனசுக்குள் ஒரு ஆதங்கம்.

'உம்... உம்... இருக்கான்... அவனுக்கும் எனக்கும் உறவே முறிஞ்சாச்சே' என்று கூறிவிட்டு அவர் போய்விட்டார்.

ஒரு பார்வைக்கு இந்த சிவராஜ பிள்ளை மாமாவை அறுபது கழிஞ்சு நான்காண்டு ஆனவர் என்று சொன்னால் நம்ப முடியுமா?

அப்பாவைவிட உயரம்... ஒற்றை நாடிச் சரீரம்... தலை யில் அங்கங்கே நரை, முகத்தில் மட்டும் முதுமை, கண்ணில் கண்ணாடி.

முன்னால் எப்போதாவது கடைபூட்டி வந்தபிறகு அப்பா இரண்டாவது ஆட்டம் சினிமாவுக்குப் போவதென்றால் இந்த சிவராஜ பிள்ளை மாமாவின் கூடத்தான் போவார். கூட இவனும் எத்தனையோ தடவை போயிருக்கிறான். வேறு சொந்தம் ஒன்றும் இல்லாவிட்டாலும் அந்தச் சிறுபிராயத்திலிருந்தே அவரை மாமா, மாமா என்று முறை கொண்டாடிப் பழக்கம். அவர் கூட வரும் பசுபதியும் அப்பாவை மாமா மாமா என்றுதான் அழைப்பான்.

சிவராஜ பிள்ளை மாமாவின் பொருளாதார நிலைமை யும் அப்படி மெச்சத் தகுந்த நிலைமையில் இல்லை என்பது போகட்டும், குடும்ப நிலைமை?

பசுபதிக்கும் அவருக்கும் இடையில் உள்ள அப்பா – மகன் உறவு முறிஞ்சாச்சே என்கிறார். அப்போ அப்படி முறிச்சா முறிஞ்சுவிடும் அளவுக்கு ஒரு சாதாரண உறவுமுறைதானா தந்தை – தனயன் பந்தமும்?

பசுபதியைத் தேடித் தன் சிறுவயது நாட்களில் அவர்கள் வீட்டுக்கு – பெரிய சாலையில் ராசிபுரத்திலிருந்த ஒரு சிறு வீடு, இவன் எத்தனையோ தடவை போயிருக்கிறான். அவன் அம்மா – இந்த மாமாவின் பெண்டாட்டிக்கு என்னவோ வியாதி! எப்போதும் படுக்கையில்தான்; பேசுவதைக் கேட்கப் பயமாய் இருக்கும். வார்த்தைகள் ஒன்றும் உருவாகாமல் ஒ... ஒ... என்ற ஒரு அச்சம் விளைவிக்கும் சத்தம் மட்டுமே வாயிலிருந்து வெளிவரும். தனக்கு ஒன்றையுமே புரிஞ்சுக்க முடியாது. ஆனால் பசுபதி, அவன் அக்காள் ஆனந்தம், தங்கை வசுமதி, அவன் அப்பா எல்லோருமே எளிதில் புரிந்துகொள்வதைக் காணத் தனக்கு ஆச்சரியமாக இருக்கும்.

பத்து ஆண்டுகளுக்கு முன் அவள் இறந்து போனாள். வீட்டில் பசுபதி மட்டும்தான் ஆண்... மற்றவர்கள் எல்லோரும் பெண்கள்; சின்னச் சின்ன குழந்தைகள் வேறு! பசுபதி எப்படியோ பி.ஏ. பாஸாகி ஐ.ஜி. ஆபீஸில் ஒரு குமாஸ்தா வேலை கிடைத்தது. சிவராஜபிள்ளை மாமா அடிக்கடி, பெட்டிக் கடைகளில் வெற்றிலைப் பாக்கு போடப் போகும்போது, விலை குறைந்த நாட்டுச் சரக்குகளைக் குடித்துவிட்டு வீட்டுக்கு வரத் தொடங்கினார். இதையொட்டி அப்பாவுக்கும் மகனுக்கும் அடிக்கடி சண்டைச் சச்சரவுகள்... இதன்கூட கணவன் வீட்டிலிருந்து பசுபதியின் அக்கா ஆனந்தம் கோபித்துக்கொண்டு, வாழா வெட்டியாக இங்கே வந்து சேர்ந்துகொண்டாள். பசுபதியின் கல்யாணம் நடந்து ஒரு வருஷம்கூட ஆகியிருக்காது. வாமனபுரத்துக்குப் போய் சிவராஜபிள்ளை மாமாவும் இரண்டாவதாக ஒரு கல்யாணம் செய்துகொண்டு பெண்டாட்டியுடன் வீட்டுக்கு வந்து ஏறியதோடு, அப்பா – மகன் உறவு, சற்றுமுன் அவர் சொன்னதுபோல் ‘முறிந்து’ விட்டது. பசுபதி அவன் மனைவியுடன் வேறொரு வீட்டுக்குப் பிரிந்துபோய்விட்டான். இவருக்கு ரெண்டாவது மனைவியிடம் மூணு குழந்தைகள் வேறு புதிதாய்! குடியும் கூடிவிட்டதாய்க் கேள்வி. பசுபதியை எப்போதாவது வழியில் வைத்துக் காணும்போது அவன் அப்பா இவரைப் பற்றிப் பேச்செடுத்தால், இப்போ இவர் சொன்னதைவிடக் கொடுமையாய் நிர்தாட்சண்யமாய்ப் பேசுவான்.

‘ரெண்டாவது பெண்டாட்டியின் வலையில் விழுந்த காமக்கிறுக்கன்.’ ‘குடிபோதையில் பொறுப்பை மறந்தவன்’ – இப்படி இப்படி...

ஆனால்... தங்கள் குடும்பத்தைப் பொறுத்த வரையில், சிவராஜ பிள்ளை மாமாவிடம் பெரிய மாற்றம் எதையும் காணவில்லை. முன்னாள்போல் அமைதியாகவே காட்சி யளிக்கிறார். செல்லப்ப மாமாவுக்கு அடுத்தபடியாக, இந்த சிவராஜ பிள்ளை மாமாவிடம்தான் அப்பா மனம்விட்டுப் பேசுவதைப் பார்க்கலாம். அப்படியென்றால் ஒரு மனிதனிடமே எத்தனை எத்தனை முகங்கள்!

இதற்கெல்லாம் அவர் தங்கள் உறவினர் ஒன்றும் அல்ல. இருந்தும், அவரிடம் ஒரு பெரிய ஈடுபாடு. தன் உறவுகளில் இவருக்கும் ஒரு முக்கியமான இடமுண்டு. அது ஏன்?

மணி பனிரெண்டாகிக்கொண்டிருந்தது. அம்மா வருவது தெரிந்தது. ஆவலும் வேதனையும் கலந்த அதே நடை... வெயில்பட்டுக் கறுத்த முகம்...

அப்பாவுக்கு அம்மா சோறூட்டி முடிந்ததும், அப்பா இவனிடம் வழக்கம் போல், 'இனி நீ வீட்டுக்குப் போய் சாப்பி டேன்டா...' என்றார். அம்மாவும் நிர்ப்பந்தித்தாள்.

அப்பாவின் எதிர்க் கட்டிலில் இவன் விழிகள் மீண்டும் தாவின. நேற்று இந்த நேரத்திலும் அங்கே கிடந்த அந்தப் பையனின் முகம் மனதில் நிழலாடியது. அவன் மறைவைப் பற்றிய நினைவிலிருந்து மனம் இன்னும் சரியாக விடுபட்டிருக்கவில்லை. சற்று நேரம் இந்தச் சூழ்நிலையிலிருந்து விலகி நிற்க வேண்டும் போலிருக்கிறது. அதோடு தொண்டையிலும் ஒரு வறட்சி.

'வீட்டுக்குப் போக கொஞ்ச நேரம் கூட கழியட்டும். இப்போ கீழே போய் ஒரு காப்பி குடித்துவிட்டு வந்துவிடுகிறேன்' என்று கூறிவிட்டு, இவன் வெளியில் வந்தான்.

காபி ஹௌஸில் இவன் நுழையும்போது, அங்கே பால் வித்தியாசமின்றி டாக்டர்கள், ஹௌஸ் சர்ஜன்மார்கள் அரட்டையடித்தவாறு காப்பி சாப்பிட்டுக்கொண்டிருக்கிறார்கள்.

ஒரு மூலையில் போய் உட்கார்ந்தவாறு அவர்களைக் கவனித்தான். அவர்கள் சத்தம்போட்டுச் சிரிப்பதைப் பார்க்கும் போது, அது செயற்கையாய் வரவழைத்துக் கொண்ட சிரிப்பாய்த் தோன்றியது. இந்த நான்குநாட்களாய் இந்த ஆஸ்பத்திரியின் உலகில் நோயாளிகளையே பார்த்துக் கொண்டிருக்கும்போது, தான் எத்தனைக்கு மனம் தளர்ந்து போய்விட்டிருக்கிறோம்... இவர்கள் எப்போதும் இந்த நோயாளிகளின் கூடவே வாழ் கிறார்கள். எத்தனை எத்தனையோ சாவுகளுக்குச் சாட்சியம் வகித்துவிட்டிருப்பார்கள். இருந்தும் இந்தக் காட்சிகளின் கனத்த

கால் சுவடுகளின் அடையாளங்கள்,இவர்களின் அந்தக்கரணங்களி லிருந்து சுத்தமாய்த் துடைத்து மொழுகி விடப்படுகின்றனவா?

ஒரு பட்லர் வந்து 'என்ன வேணும்?' என்று கேட்டான். 'காப்பி' என்றுவிட்டு மீண்டும் சிந்தனை ...

இவர்களுக்கு எந்த உறவும் இல்லாத யார் யாருக்கெல்லாமோ நோய் வருவதால் இவர்கள் ஏன் பாதிக்கப்பட வேண்டும்? அப்படியென்றால், தன்னைப் பொறுத்தவரையில் இப்போகூட அப்பாவின் வியாதிக்காகத் தன் மனம் வருந்துவது நியாயம். தனக்கு முன் பின் எந்த உறவோ பரிச்சயமோ இல்லாத அந்தப் பையனுக்காக, முகம் காட்டாமல் நித்தம் நித்தம் கிரிச் கிரிச் என்று தாறுமாறாய் ஒலியெழுப்பும் வண்டியில் இறுதிப் பயணம் செய்து வெளியேறும் மனிதர்களுக்காகத் தன் மனம் ஏன் அழுது அரற்ற வேண்டும்?

தான் ஒரு கோழை என்பதனாலா?

அப்படியென்றால், மனிதத்தன்மை என்பதும் கோழைத்தனம் என்பதும் ஒன்றா? ஏதோ ஒரு மனிதன் செத்தான் என்றால், தானும் ஒரு மனிதன், அவனும் ஒரு மனிதன் என்ற ரீதியில் ஒரு உறவை அடிப்படையாகக் கொண்டு, தான் மனம் சோர்ந்துபோவது என்பதை மனிதாபிமானம் என்று சொல்லுவதா, இல்லை; இன்று அவன், நாளை தானாக ஏன் இருக்கக் கூடாது என்ற பயம் விளைவிக்கும் அப்பட்டமான கோழைத்தனம் என்று கூறுவதா?

–இவன் மனம் குழம்பியது ...

காபி வந்தது. அதை அருந்திக் கொண்டிருக்கையில், சிம்பிளாக உடை உடுத்தி – அந்த சிம்பிளிஸிட்டியே அழகாய்ப் பரிமளிக்க, நளினமாய் வார்த்தையாடிக்கொண்டிருந்த அந்த இளம் பெண் டாக்டர்களையே பார்த்துக்கொண்டிருந்தான். பெண்கள், இளம் மனசு உடையவர்கள் என்பார்கள். இவர்களை விடவும் தான் கோழையா?

இது கோழைத்தனமா, இல்லை மரண பயமா?

சூடான காப்பியை உறிஞ்சிக் குடித்தபோது சிறிது தெம்பு வந்தது போல் தோன்றியது. சில்லறையைக் கொடுத்துவிட்டு வெளியில் வரும்போது,இப்போது அப்பாவுக்கு எப்படியிருக்கிறதோ என்ற ஒரு கிலி பழையபடி மனசில் இடம்பிடித்துக்கொள்கிறது.

மாடிப்படிகள் வழி இவன் மேலே ஏறிக்கொண்டிருக்கும் போது, ஆறேழு மெடிக்கல் காலேஜ் மாணவர்கள், அவர்களைத்

தொடர்ந்து பட்டாம்பூச்சிகளாய்க் கொஞ்சம் இளம் நர்ஸுகள் இறங்கி வருகிறார்கள். எல்லோருக்கும் கலகலவென்று சிரிப்புதான்!

இந்தச் சிரிப்பும் மகிழ்ச்சியும் எல்லாம் தன்னை விட்டு மறைந்து எவ்வளவு காலமாகிவிட்டது என்று மறுபடியும் ஒரு ஏக்கம், இப்போ நாலைந்து நாட்களாகத்தான்; அப்பா ஆஸ்பத்திரியில் இதய வியாதியால் பீடிக்கப்பட்டுக் கிடப்பதால் என்று காரணம் கூறலாம்.

இதுக்கு முன்போ?

அப்போதும் இப்படித்தானே! இன்ன காரணத்தால் என்று சொல்லத் தெரியாத சின்னச் சின்னத் துக்கங்கள். எப்போதும் எதையாவது நினைத்து அழுதுகொண்டே இருக்கும் மனசு; இல்லாவிட்டால் எரிச்சல் அடைந்துகொண்டே இருக்கும். இதன் காரணம் என்ன? இன்று தேதி பத்து. இருபத்தி ரெண்டாம் தேதி தனக்கு முப்பத்து மூன்று வயசு திகையும். இந்த முப்பத்து மூன்று வருடங்களில் ஒரு முன்னூறு ஆண்டுகாலம் வாழ்ந்துவிட்ட களைப்பு; மனசுக்கு ஒரு வயோதிகம்; இது எப்படி நேர்ந்தது? ஒருவேளை ... ஒரு வேளை தனக்கு ஏதாவது மனோவியாதி இருக்குமோ? இல்லை இதுதான் எக்ஸன்ட்ரிஸிட்டியோ?

படிகள் முடிந்துவிட்டன. வெள்ளை உடையில் எதிரில் ஒருவன் வந்துகொண்டிருந்தான்.

இது – இது... முகம் நல்ல பழக்கமானது; அந்த முகத்திலும் தெரிந்த ஒரு பாவனை.

இதோ கடந்து போய்விட்டான்...

ஓ, இது இன்டர்மீடியட் வகுப்பில், நாலாப்பாறை கிருஸ்துவ கல்லூரியில் தன் கூடப் படித்த ரஷீத் அல்லவா! இவன் திரும்பிப் பார்த்த அதே தருணத்தில் அவனும் திரும்பிப் பார்க்கிறான். இருந்தும் அவனிடம் பேச்சுக் கொடுக்க இவனுக்கு ஒரு தயக்கம்; இப்படித்தான் பார்த்தும் நினைவில்லாமல் போகும் சில நண்பர்கள்; பார்த்தும் பார்க்காததுபோல் அபிநயத்துச் செல்லும் சில சிநேகிதர்களிடம் வலியப்போய்ப் பேச்சுக் கொடுத்து அவமானப்பட நேர்ந்திருக்கிறது. எனவே சூடுகொண்ட பூனையாய் இவன் ஒதுங்கிப் போனான்.

அப்பா தூங்கிக்கொண்டிருந்தார். விசிறியால் விசிறியபடித் தூங்கிவிழுந்துகொண்டிருந்த அம்மா, 'நீ இன்னும் வீட்டுக்குப் போகல்லையாடா' என்று கேட்டாள்.

இவன் பதிலெதுவும் சொல்லவில்லை. அப்பாவைப் பார்த்தவாறே நின்றுகொண்டிருந்தான். திடீரென்று அம்மா எதிர்க்

கட்டிலைக் காட்டி, 'பாவம்... அந்தப் பையன் போயிட்டானாமே' என்றாள்.

'யாரு சொன்னா?'

'அப்பாதான்!'

'டாக்டர் பேசக் கூடாதுன்னு சொல்லியிருக்கார். நீ சும்மா இப்படி அப்பாகிட்டெ பேச்சுக் கொடுத்துக்கிட்டிருந்தா?'

'நான் என்னடா செய்ய? நான் ஒண்ணுமே பேசாமல் இருந்தால் அப்பா கோபப்படுகிறார். அந்தப் பசங்கதான் அந்தப் பக்கம் திரும்பக் கூடாது, வாய் திறக்கக்கூடாதுன்னு சிறைக்குள்ளே அடைச்சுப் போட்டதைப்போல் ஆளைப் போட்டுக் கஷ்டப் படுத்துகிறான்னா நீயும் எதுக்கு இப்படி உம்முன்னு இருக்கே... அப்படீன்னு ஏசுகிறார்.'

'அப்போ சரி... நீ வீட்டில் இருப்பதா நினைச்சுக்கிட்டு அப்பாகிட்டெ தொணதொணன்னு வம்பளந்துகிட்டே இரு.'

இவனுக்கு ஒரு பக்கம் துக்கம் துக்கமாய் வந்தது. இன்னொரு பக்கம் ஆத்திரமும்; பாவம் – எவ்வளவு நேரம்தான் அப்பா இப்படியே படுக்கையில் சும்மா படுத்துக்கிடப்பார் என்று மனசுக்குள் ஒரு குரலும் கேட்டதே ஆனாலும், அப்பாவின் நோய் குணமாக அதை அசட்டை செய்யாமல் வேறு வழி என்று இவன் பகுத்தறிவு சொல்லிக்கொண்டது.

உறவுகள்

# 29

வெயிலின் உக்கிரம் இன்னும் குறைந்த பாடில்லை. ரோட்டில் புழுதியையும் குப்பைக் கூளங்களையும் சிதற அடிக்கும் காற்று...

டீக்கடை ரேடியோக்கள் அடிக்கடி தலைவலி மாத்திரை விளம்பரங்களைத் தொண்டை கிழிய சத்தம் போட்டுச் சொல்லி, அந்த மாத்திரைகளுக்குச் செலவு உண்டுபண்ணி வைக்கும் சினிமா பாடல்களை அமர்க்களமாய் ஒலிபரப்பிக் கொண்டிருக்கின்றன.

அடிக்கடி ஆஸ்பத்திரிக்குள் ஓடிச் செல்லும் டாக்ஸிக் காரர்கள்... மற்றபடி சூன்யமான ரோடு.

– இவையெல்லாம், தான் இங்கே இதே இடத்தில் நிற்பது இன்றையப் பொழுதிலா, இல்லை நேற்றா என்று ஒரு மன மயக்கத்தை ஏற்படுத்துகிறது.

நேற்றென்ன...

நேற்று முன்தினம்...

அதற்கும் முந்திய நாள்...

மத்தியான நேரம் மடிந்துகொண்டிருக்கும் பொழுதுகளில், அப்பாவுக்கு அம்மா சோறூட்டிய பிறகு, பஸ் ஏற இங்கே, தான் வந்து நிற்கும் போதெல்லாம் இதே காட்சி எவ்விதவேறுபாடும் இன்றி இங்கே அபிநயிக்கப்படுகிறது.

இடையில் பின்னிட்ட இருபத்தி நான்கு மணி கணக்கில் நேரத்தை மறந்துவிட்டால், நேற்று நிற்பதாய்த்தான், முந்தா நாள் நிற்பதாய்த்தான்; அதற்கும் முந்திய நாலாம் நாள் நிற்பதாய்த்தான், இன்றும், இப்போதும் இங்கே நிற்பதும் மனசில் தோற்றம் கொள்கிறது.

இரண்டு மூன்று பஸ்கள் வந்து நிற்கும் முந்தியே ஆட்கள் முண்டியடித்துக் கொண்டு

நிரம்பி விட்டார்கள். நேரம் செல்லச் செல்லக் கூட்டம் பெருகிக்கொண்டிருந்தது. இன்று ஏன் இவ்வளவு கூட்டம்?

ஒரு ஸர்குலர் பஸ் வந்தது. நாலாப்பாறையை வளைய வந்து, கொஞ்ச தூரம் ஊர் சுற்றித்தான் இந்த பஸ் டெர்மினஸ்ஸுக்குப் போகும்... இதில் கூட்டம் குறைவாக இருந்தது. வெயிலிலேயே நின்று தலைவலிப்பது போலிருந்தது. கால் வேறு கடுத்தது. இவன் இந்த பஸ்ஸில் ஏறி ஓரத்தில் கிடந்த இடத்தில் உட்கார்ந்தான்.

பஸ் ஊர்ந்தது.

இன்னும் இங்கே திரும்பி வருவதற்காகத்தானே இப்போ இங்கிருந்து போகிறோம்? சாவத்தானே பிறக்கிறோம் என்பது போலவா?

புனரபி ஜனனம்... புனரபி மரணம்...

மத்தியானச் சூடு தன் மூளையையும் பாதித்துவிட்டதா? எந்த உஷ்ணத்துக்கும் குளிருக்கும் பாதிக்கப்படாத மூளை யென்ற ஒன்று ஏதாவது மனிதர்களுக்கு இருக்குமா? சமநிலை என்பதற்கு ஏதாவது அளவுகோலோ, ஒரு வரி விளக்கமோ உண்டா? எல்லோருக்கும் பிறத்தியார் சமநிலை பிறண்டவர் களாகத் தோன்றுகிறார்கள். 'நாளை' தன்னில் இருந்து விலக்கி நிறுத்தி அம்மணமாய்ப் பார்வை இடும்போது தன் விஷயத் திலும் இதுவே தோன்றுகிறது.

அப்பா இப்போதும் தூங்கிக்கொண்டிருப்பாரா, இல்லை அம்மாவிடம் ஊர் உலகு சமாச்சாரங்களை ஏதாவது பேசிக் கொண்டிருப்பாரா? தான் சற்றுமுன்வரை சாட்சியம் வகித்த, இயங்கிய ஒரு காட்சியிலிருந்து விலகி அடுத்த கட்டத்துக்கு வந்த பிறகும், முந்திய தான் பங்கெடுத்த காட்சியின் தற்போதைய நிலவரத்தைப் பற்றி மன அரங்கில் சங்கற்பம் செய்து பார்ப்பது என்பது ஒரு வியாதி என்றால், தான் இனி எந்த ஆசைக்கும் வழியில்லாத மிகவும் சீரியஸான நிலைமைக்கு ஆளாகிவிட்ட அந்த வியாதியஸ்தன்தானே!

பஸ், நிறுத்தங்களில் எல்லாம் நின்று நின்று ஆமை வேகத்தில் சென்றுகொண்டிருந்தது.

தூரத்தில் நாலாப்பாறை குன்றின்மீது பொம்மைக் கட்டட மாய்க் கிருஸ்துவக் கல்லூரி தெரிகிறது.

பச்சைப் பசேலென்ற சுற்றுப்புறச் சூழ்நிலையில் அமைதியாய் மோனத் தவம் செய்யும் கல்லூரி...

இந்தக் கல்லூரியில்தானே இன்டர்மீடியட் படித்தோம்.

அந்தப் பசுமையான நாட்கள்...

எஸ்.எஸ்.எல்.ஸி. பரீட்சை எழுதும்போதுதான் அப்பாவுக்குத் தன்னைச் சுற்றிப்பற்றி எத்தனை எதிர்பார்ப்புகள் – நம்பிக்கைகள்– வகுப்பில் சராசரி மாணவனாக இருந்த தனக்கு; வீட்டில் இப்படி அப்பா, அம்மா, பாட்டி எல்லோருடையவும் எதிர்பார்ப்பு அத்தனைக்கு உயர முடியுமா என்ற கவலையில் எவ்வளவு சுய இரக்கம் இருந்தது? ஆனால், என்றும் அதிகாலையில் எழுந்து செவந்திட்டை கோயிலுக்குச் சென்று தேவியைத் தொழுதுவிட்டுப் பரீட்சை எழுதச் செல்லல்... கடைசியில் செவந்திட்டை அம்மன் தன்னைக் கைவிட்டு விடவில்லை. தன் வகுப்பில் பரீட்சை எழுதிய நாற்பது மாணவர்களில், தேறிய பத்துப் பேர்களில் தானும் ஒருவன்.

அப்பாவின் முகத்தில் தெரிந்த பூரிப்புக்கும் பெருமிதத்துக்கும் அளவில்லை. தக்கனூரிலிருந்து தாத்தா வந்து 'என் பேரப் பிள்ளைகளில் முதலில் எஸ்.எஸ்.எல்.ஸி. பாஸானவன் நீதான்' என்று சொல்லி இவனைப் பாராட்டி ஒரு பார்ட்டியே நடத்தி விட்டுச் சென்றார்.

பிறகுதான் கல்லூரியில் இடம் தேடிய அலைச்சல் ஆரம்ப மானது. அரசாங்க இடைநிலைக் கல்லூரியில், தான் ஆசைப்பட்ட முதல் குரூப் கணக்கில் இடம் இல்லை. வீட்டிலிருந்து ஏழு மைல் தொலைவிலிருந்த இந்த நாலாப் பாறை கிருஸ்துவக் கல்லூரியில் முதல் குரூப்பில் இடம் கிடைத்தது – அப்படித்தான் இந்த காலேஜில் வந்து சேர்ந்தது.

பஸ் இப்போது நாலாப்பாறை பஸ் நிறுத்தத்தில் நின்று விட்டு, தாசபுரம் நோக்கி ஓடத் தொடங்கிவிட்டிருந்தது. இந்த இடம்தான் இப்போது எவ்வளவு மாறிவிட்டது? பெரிய கடை களும் பிரமாண்டமான வீடுகளும் மாணவர் விடுதிகளும் ரோட்டின் இருபக்கங்களிலும் வரிசையாய்த் தெரிகின்றன.

பதினெட்டு ஆண்டுகளுக்கும் முன் ஒருநாள் காலையில், அப்பாவின்கூடத் தாசபுரம் ஜங்ஷனில் பஸ்ஸில் வந்திறங்கி, இந்த ரோட்டில் – அப்போ வெறும் கட்டை ரோடு விஜனமாய் – ஆள் சந்தடியற்றுக் கிடந்தது, நடந்து வந்தது இவனுக்கு ஞாபகம் வருகிறது.

அப்பா நல்ல வெள்ளை வேஷ்டி சட்டை அணிந்திருந்தார். அப்பாவின்கூட இவன் நடந்துகொண்டிருக்கிறான். பாதை நீண்டு நீண்டு சென்று கொண்டிருக்கிறது... தாசபுரத்திலிருந்து இரண்டு மைலாவது இருக்கும்.

மழைத் தண்ணீர் கட்டை ரோட்டில் அங்கங்கே செந்நீராய்க் குட்டைகளில் தேங்கிக் கிடக்கிறது. ஒரு மணி நேர பஸ் பயணத்தில்

அவன் களைத்துப் போயிருந்தான். கரடு முரடான ரோடில் நடக்கும்போது, இனி என்றும் இந்தப் பாதையெல்லாம் கடந்து இந்தக் காலேஜுக்குப் படிக்க வர வேண்டுமே என்ற ஒரு மலைப்பும் கவலையும் ஒன்று சேர்ந்து தன் மனசைக் குடைந்தெடுத்துக் கொண்டிருக்க, கையிலிருந்த பள்ளி இறுதி ஸர்ட்டிபிகட் புக் தவறி ரோட்டில் விழுந்துவிடுகிறது. நல்லவேளை அங்கே சேறு அதிகமாய் இருக்கவில்லை. அப்பா குனிந்து அந்த ஸர்ட்டிபிகட் புக்கை எடுத்து ‘என்னடா இது – என்ன நினைச்சுக்கிட்டு நடக்கிறே...’ என்று கூறியவாறு தன் தோளில் கிடந்த அங்கவஸ்திரத்தால் துடைத்துவிட்டு அவர் கையிலேயே வைத்துக்கொண்டார்.

இவன் மனம் தளர்ந்துகொண்டிருப்பதை யூகித்து, இவனை உற்சாகப்படுத்தும் ரீதியில் அரசாங்கக் கல்லூரிகளை விட இந்தக் கல்லூரியின் மேன்மையை அப்பா வழி நீள எடுத்துச் சொல்லிக்கொண்டே வருகிறார். காலேஜ் நெருங்க நெருங்கத் தனக்குத் திகிலாக இருந்தது. பாதிரியார் ஏதாவது கேட்பாரா என்ற பயம். ஏனைய மாணவர்களைக் காணும்போது ஒரு சங்கோஜம். அப்பா உடன் இருக்கிறார் என்ற ஒரு தைரியம்.

– இப்படித்தான் இந்தக் காலேஜில் தன் மாணவ வாழ்வு ஆரம்பமானது. காலேஜ் பீஸ், புத்தகங்களின் விலை, இப்படிப் பலவிதச் செலவுகள். வீட்டின் ஏனைய, பல அத்தியவாசியச் செலவுகளின் இடையில் அப்பா எப்படி இவற்றைச் சமாளித்தார்! தன் கல்லூரிப் படிப்பு ஒழுங்காகச் செல்லப் பணம் செலவழிப்பதில் அப்பா தயங்கவே இல்லை.

பள்ளியில் வைத்து ஒழுங்கு தவறாமல் அமைந்திருந்த தன் படிப்பு, கல்லூரியில் வைத்து அந்த ஒழுங்கு முறையை இழந்து விட்டிருந்தது. திடீரென்று பாடங்கள் முழுதும் ஆங்கிலத்தில் மாறிவிட்டதால், சரிவரப் புரிந்துகொள்ள முடியவில்லை. அதிகச் சிரமம் எடுத்துக்கொண்டு பாடங்களில் லயிக்க, எளிதில் களைத்துப் போய்விடும் தன் உள்ளமும் உடம்பும் அனுமதிக்காத கோரம்! வீட்டிலிருந்து காலையில் பஸ் நிலையத்துக்கு நடந்து வந்து பஸ்ஸில் முண்டியடித்து ஏறி, ஏழு மைல் தொலைவு யாத்திரை செய்து, பிறகு பஸ் நிலையத்தில் இறங்கி ஓரிரு மைல் குன்றின் மீது ஏறி காலேஜுக்கு வரும்போது, வகுப்பில் பாடங்களில் சிரத்தையை ஒருமுகப்படுத்த முடியாமல், தன் மனமும் உறுப்புக்களும் ஓய்வுக்காகக் கெஞ்சத் தொடங்கிவிடும். தன் மீது எத்தனை எத்தனை எதிர்பார்ப்புகளை வைத்து அல்லும் பகலும் உழைத்துக்கொண்டிருக்கும் அப்பாவின் முகம் மனதில் நிழலாடும். தன் படிப்பைச் சுற்றி வீட்டில் எத்தனை எத்தனை ஆசைக் கோட்டைகள்... அதையெல்லாம் ஈடுகட்டும் அளவுக்குத்

தன்னிடம் சக்தி இருக்கிறதா? இப்படி ஆத்ம பரிசோதனைகள். ஏனைய மாணவர்கள் கூடப் போட்டி போட முடியாத தன் இயலாமையை நினைத்து ஒரு கழிவிரக்கம்; என்றும் காலையில் பஸ்ஸுக்கு, மத்தியானச் சாப்பாட்டுக்கு, புஸ்தகங்களுக்கு என்றெல்லாம் அப்பாவிடம் பணம் கேட்கும்போது அவர் படும் கஷ்டத்தைக் கண்டு தர்ம சங்கடம்.

– இப்படி இந்தக் கல்லூரி நாட்கள் ஒவ்வொன்றாய் உலர்ந்து விழுந்துகொண்டிருந்தன.

கடமையைக் கருதி வகுப்பறைகளின் நாற்சுவர்களுக்கு நடுவில் பாடம் நிகழ்த்திக்கொண்டிருக்கும் ஆசிரியரின் வாயைப் பார்த்தவாறு உட்கார்ந்திருக்கையில், கவனம் மேலே சுவரில் மாட்டப்பட்டிருக்கும் சிலுவையில்!

மனம் கடிவாளம் இல்லாத குதிரையாய்ப் பல திசைகளிலும் பாய்ந்து கொண்டிருக்கும். அது என்றோ எங்கோ வாசித்த கதையின் ஒரு முக்கியமே இல்லாத கட்டமோ, சிறு பிராயத்தில் பார்த்த நாடகத்தின் காட்சியோ, சிவகாமி பாட்டியிடமோ அம்மாவிடமோ இருந்து பிஞ்சு நாட்களில் கேட்ட கதையின் உலகமோ...இல்லை தொடக்கமும், இறுதியும் இல்லாது சடக்கென்று,

தூரத்து ஒற்றைப்பனை மூடி . . .
பூமியோரத்து நீலத்திரைக்கரை
தொடுவான் சரிவு
புழுதி மண்ணில் நான் . . .
நான் மட்டும் . . .

–இப்படி இப்படி அடுக்கடுக்காய் மேலே மேலே எழும்பிக் கொண்டிருக்கும் சில வரிகள் – அது கவிதையா என்றும் தெரியாமல், உருவாகி அந்த வரிகள் விரிக்கும் ஏகாந்த மோனக் காட்சியில் தான், தான் மட்டும் நிற்பதாய்...

ஆனால் மனம்தான் இப்படி வழி பிறண்டு ஓடிக்கொண் டிருந்தாலும், யந்திர ரீதியில் ஆசிரியர்கள் சொல்லும் குறிப்புகள் தன் நோட் புத்தகங்களில் வடிவம் பெற்றுக்கொண்டே இருக்கும். சிவந்த முகத்தில் நிறைந்து நிற்கும் கன்னங்கரிய தாடி; சாந்தமே உருவான விழிகள்; கலகலவென்று பேசிச் சிரித்து ஷேக்ஸ்பியரை யும் ஸாமுவல் ஜான்சனையும் கோல்ட் ஸ்மிதையும் எல்லாம் தனக்கு அறிமுகப்படுத்திய பாதர் தோமஸ் பணிக்கர்; பல்கலைக் கழக காலேஜிலிருந்து ஓய்வு பெற்று வந்திருந்த, கணக்கு படிப்பித்த ஸகஸ்ர நாமய்யர்; பௌதீகம் கற்றுத் தந்த சேவியர்; ஒற்றை நாடி தேகம், கருத்த நிறம், ஒடுங்கிய முகம், கண்ணாடி, இப்படிக் கவர்ச்சியே இல்லை... ஆனால் திரும்பத் திரும்பப் பாடம்

சொல்லிப் புரிய வைக்கும் நேர்த்தி; நாலைந்து ஆண்டுகளுக்கு முன் மோட்டார் சைக்கிளில் விரையும்போது மியூசியம் காம்பவுண்டு சுவரில் போய் மோதி மண்டை உடைந்து இவர் கொல்லப்பட்ட செய்தி பத்திரிகையில் வாசித்து ஸ்தம்பித்த நிகழ்ச்சி ... காம்போஸிஷன் வகுப்புகளில் வைத்து, ஓடிந்து விழுவதைப் போலிருந்த உடம்பிருந்தும், ஹா ... ஹா ... என்று சிரித்து, சொல்லியும் சொல்லாமலும் அருமையாய்ப் பாடம் நடத்தும் கிருஷ்ணமூர்த்தி ...

ஆசிரியர்களின் லெக்சரைவிட, தனக்குத் தோன்றும்போது புத்தகங்களின் – நோட்டின் அடிப்படையில் சுயமாகச் சிந்தித்து மேலே போக இவனுக்கு நாட்டம் ... காலேஜ் லைப்ரரி, பொது நூலகம் இங்கெல்லாமிருந்து எடுத்து வாசித்த புத்தகங்களோ பாடத் திட்டத்தில் இல்லாதவைகளாகவே அனேகமாய் இருந்தன.

வீட்டுக்கு வரும்போது, அப்பா முன்னால் சின்ன வகுப்பு களில் படிக்கும்போது என்பதைப்போல் அங்கே இங்கே திரும்பும் போதெல்லாம் படி, படி என்று சொல்வதில்லை. ஏதோ தனக்கு ஒரு பொறுப்பு வந்து விட்டதுபோல் ... அப்பா சொல்லாமலேயே தான் சரிவர இயங்குவதாய் ஒரு போக்கு. இதைக் காணும்போதெல்லாம் தன் மனசுக்குச் சம்பவித்துக் கொண்டிருக்கும் ஊனத்தன்மையை நினைத்து உள்ளுக்குள்ளே ஒரு ரத்தக் கசிவு. ஆனால் அறைக்குள் அடைந்துகிடக்கும் போதும் கல்லூரிப் பாடத்தைப் படிப்பதில் ஒரு உற்சாகமும் இல்லை. தென்னைவிளாகம் தெரு முனையில் குழுமும் பொது நண்பர்களோடு அரட்டை அடிப்பது, சினிமா பார்ப்பது, படித்த கவிதை, கதை நூல்களை விமர்சிப்பது, அரசியலை அலசுவது, இப்படியே நாட்கள் சென்றுகொண்டிருந்தன.

அப்போதுதான், இன்டர்மீடியட் வகுப்பின் முதலாண்டு பரீட்சை சமயம் ... பொதுத் தேர்தல் வந்தது. சின்ன நாட்களில் இருந்தே இவன் நெஞ்சில் அரசியல் சம்பந்தப்பட்ட சில ஆதர்சங்கள், இலட்சிய மயக்கங்கள் அரும்பிட்டுக்கொண்டிருந்தன. அந்த மோகன சுந்தர ஆதர்சங்களை, கொள்கைப் பிரமாணமாய் ஏற்றுக்கொண்டிருந்த கட்சியின் பிரதிநிதியாய் விசுவநாத பிள்ளை தேர்தலில் போட்டி இடுவதாய் அறிந்தபோது, அவர் வெற்றிக்காகத் தீவிரமாய் உழைக்க இவனுக்கு ஒரு ஆவேசம்.

வெளியில் தேர்தல் சொற்பொழிவுக் கோஷங்கள் ... வேட்பாளர்களை விமர்சித்து வாக்கு வாதங்கள் ... இவற்றை மீறி அறைக்குள் அடைந்து கிடந்து பரீட்சைக்குப் படிக்க இவனால் முடியவில்லை. தெருத் தெருவாய், வீடு வீடாய் ஏறி இறங்கி விஸ்வநாத பிள்ளையின் சின்னத்தில் வாக்குச் சீட்டுகளைப்

போடக் கேட்டு ஏனைய சில நண்பர்களின்கூட மும்முரமாய் அலைந்து திரியத் தொடங்கிய போது, அப்பா தன்னைக் கூப்பிட்டுச் சொன்னார்: 'உனக்கு என்ன வந்துட்டுதுடா . . . பரீட்சை சமயத்தில் இப்படி எலக்சன் வொர்க் செய்தால் பாஸாகி விடுவாயா?'

ஆனால் எவ்வளவு முயன்றும் தன்னால் அடங்கிக் கிடக்க முடியவில்லை. தேர்தல் நெருங்க நெருங்க ஜுர வேகத்தில் சூடு கூடிக்கொண்டே இருந்தது. சதா தேர்தல் நினைப்பு – இதற்கெல்லாம், அப்போது தனக்கு வோட்டு உரிமைகூடக் கிடைத்திருக்கவில்லை; இருந்தும் ஏன் இந்தத் தீவிர வெறி?

ஒரு வழியாய்ப் பரீட்சை முடிந்தது, தேர்தலும் முடிந்தது. இன்டர் முதலாண்டு பப்ளிக் பரீட்சை இல்லாவிட்டாலும், கிருஸ்துவக் கல்லூரி ஆதலால் நல்ல மார்க் வாங்காவிட்டால், இறுதியாண்டு ப்ரெமோஷன் கிடைக்காது என்று பயந்து போயிருந்தான். நல்லவேளை ப்ரெமோஷன் கிடைத்தது; தேர்தலில் விஸ்வநாத பிள்ளையும் வென்றுவிட்டார்.

இரண்டாவது ஆண்டு புதிய பிரச்சனைகள்.

'பெண்' என்ற வார்த்தையே மனசுக்குள் ஒரு கிளுகிளுப்பை – சிலிர்ப்பை உருவாக்கிக்கொண்டிருந்தது. பெண் என்ற மாய ஸ்வப்பனத்தை மனசின் மென்மை இடுக்குகளில் வைத்து ரகசியமாய்ப் பூஜை செய்ய ஒரு வேட்கை ஏகாந்தமான ராப் பொழுதுகளில், விடியும் விடியாத பிரம்ம முகூர்த்த வேளை களில், தன் அறையில் கட்டிலில், வெளியில் பெய்யும் பனியின் சீதளத்தை அனுபவித்தவாறு சயனித்திருக்கையில், எங்கோ, இதற்குள் பிறவியெடுத்து, இந்தத் தனக்காகவே நீராடி, உடைக்குள் பாதுகாத்து, தலைசீவி, பொட்டிட்டு வளரும் அந்த எவளோ ஒருத்தியை மனம் இறைஞ்சியது.

இருந்தும் அழகான பெண்களின் விழிகளை விழிகளால் கூட ஸ்பரிசிக்க முடியாத சங்கோஜம். நண்பர்களின் கூட நிகழ்த்தும் சம்பாஷணைகளிலும் அனேகமாய்ப் பெண்கள் தான் அடிபடுகிறார்கள். பாலுணர்ச்சியை அறிந்துகொள்ள ஒரு துடிப்பு . . . புஸ்தகங்களிலும் கனவுகளிலும் மட்டும் காண்பவற்றை அசல் வாழ்வில் இனம் காணமுடியாத ஏக்கம் . . . அசல் வாழ்வில் ஒருவேளை கண்டுவிட்டாலும், அதை எப்படி நேரில் எதிர்கொள்வது என்று தெரியாத மலைப்பு... – இம்மாதிரி நினைப்புகளே – பாலுணர்வே 'பாபம்' என்ற குற்ற உணர்வு. சில நண்பர்களின் வீரவாதங்களைப்போல் எந்தப் பெண்ணையும் கவர்ந்திழுக்கவும் தன்னால் முடியவில்லை –

பெண் சுகம் என்பதே தன்னால் எட்ட முடியாத ஒரு அஞ்ஞானக் குகைக்குள் அடைத்து வைத்திருக்கும் ஒரு மாயச் சிமிழாய்... அப்போதெல்லாம் ரொமான்டிக் என்று தெரியாமலேயே இம்மாதிரிக் கற்பனைகளில் ஆத்மசுகம் அடைய எத்தனித்த தன்னால் தைரியமாய்ச் செய்ய முடிந்ததெல்லாம் கண்ணாடியில் பிரதிபலித்துத் தெரியும் தன்னையே காமுறுவது என்பதுதான்.

இவற்றின்கூட அந்தப் பழைய கற்பனைகள், சிரத்தையை ஒருமுகப்படுத்த விடாது.

கண்ணீர் சொட்டும் மரங்கள்
மௌனத்தைப் பேசும் மலைகள்
மனத்தின் விஸ்வரூபத்தை
மறைக்கும் மனிதர்கள்
வனாந்தரத்தில் என்
நிழற்கோடுகள்

– என்ற ரீதியில் சோகத்தின் கான இழைகள் ஆத்மாவிலிருந்து உருவாகி, தன்னை எங்கெங்கெல்லாமோ கொண்டு சென்று கொண்டிருந்தன.

இப்படியெல்லாமிருந்தும் குடும்பத்தில் தன்னைச் சுற்றி அப்பா, அம்மா, பாட்டி இவர்கள் கட்டிக் காக்கும் எதிர் பார்ப்புகள், தன் கீழ் தலையெடுத்து வரும் தம்பி தங்கைகளுக்கு, தான் ஒரு வழிகாட்டியாக இருக்க வேண்டாமா? இத்தகைய பொறுப்புணர்வுகள் தன்னைப்பிடித்து நிறுத்தி வலுக்கட்டாயமாய்ப் படிப்பில் ஈடுபடத் தூண்டிக்கொண்டேதான் இருந்தன.

நாட்கள் தன்னைப் பின்னுக்குத் தள்ளிக்கொண்டு ஓடிக் கொண்டிருந்தன. பரீட்சையின்போது ஒரு நெர்வஸ்னஸ் வேறு தன்னைக் கடுமையாய்ப் பீடித்தது. பயத்தால் சாப்பாடு இறங்கவில்லை. வேறு ஒன்றிலும் நாட்டம் இல்லை. வகுப்புகளில் ஆசிரியர்களின் சப்தப் பிரபஞ்சத்திலிருந்து விடுபட்டு, பரீட்சை சமயத்தில் வீட்டின் தன் அறை நான்கு சுவர்களுக்கு நடுவில் உட்கார்ந்துகொண்டு நிம்மதியாய், சுயமாய்ப் புத்தகங்களுடன் போராட உட்கார்ந்தபோது ஒரு திணறல் – எதிர்பார்த்த அளவுக்குக் கஷ்டமான, விஞ்ஞானப் பாடங்களைக் கிரகிக்க முடியவில்லை. சந்தேக நிவர்த்திக்குப் பக்கத்தில் மாணவர்களோ, ஆசிரியர்களோ இல்லை. தொலைவில் உள்ளவர்களைத் தேடிப்போய்க் கேட்கச் சங்கோஜம். எனவே இவனும் புத்தகங்களுமாய் மோன நிசிப்பொழுதுகளில் துவந்த யுத்தங்கள் மணிக்கணக்கில் கடுமையாய்த் தொடர்ந்தன.

பரீட்சைக்குத் தேவையில்லாத விஷயங்கள் நெருக்கியடித்துக் கொண்டிருந்த மூளையில் பாடங்கள் பதிய எடுத்துக்கொண்ட

நேரம், தன் ஞாபக சக்தியைப் பற்றித் தனக்கிருந்த நல்ல அபிப்பிராயத்தைத் தரைமட்டமாக்கியது. ஒரு வைராக்கியச் சித்தம் கடுமையாய் வேலை செய்ய, ஊன் உறக்கமின்றிப் பாடுபட்டான். தன் அறையின் ஒரு கோடியில் படுத்திருந்த சிவகாமி பாட்டியும் வராந்தாவில் படுத்திருக்கும் அப்பாவும் இரவுகளில் எழுந்து பார்க்கும்போதெல்லாம் தன் அறையில் விளக்கணைக்கப்படாமல் தான் புத்தகங்களுடன் போரிட்டுக்கொண்டிருப்பதைக் கண்டு 'போதுமடா... படுத்துத் தூங்கு... உடம்பு என்னத்துக்கு ஆகும்' என்று கடியும்போதெல்லாம் உங்களால்தானே என்று தன் மனசு எரிச்சல் அடையும்.

கடைசியில் ரிசல்ட் வந்தபோது நல்ல மார்க் வாங்கிப் பாஸாகியும் இருந்தான். யோசித்துப் பார்க்கையில் இப்போ தோன்றுகிறது, இதில் எல்லாம் ஏதாவது அர்த்தம் உண்டா?

# 30

மறுபடியும் தூங்க முடியாத ஒரு இரவு –

சரளாவும் குழந்தைகளும் தூங்கிக்கொண்டிருக்கிறார்கள். படுக்கையில் சற்றுநேரம் அப்படியும் இப்படியுமாய்ப் புரண்டு படுத்துவிட்டு எழுந்து உட்கார்ந்தான் இவன்.

எதுக்காக இந்த இரவு வருகிறது? ஆஸ்பத்திரியில் கிடக்கும் அப்பாவைப் போய் உடனே பார்க்கவேண்டும் போல் இருக்கிறது. இத்தனைக்கு வயசு வந்தும், கல்யாணமாகி நான்கு குழந்தைகளுக்குத் தந்தையான பிறகும், தான் இத்தனைக்கு ஸெண்டிமெண்டலாக இருக்கிறோமே என்று மனசு வெறுப்புக் கொள்கிறது. ஆனால் இந்த அவஸ்தையிலிருந்து தன்னால் விடுபட முடிய மாட்டேங்குதே!

சற்று முந்திதான் மணி ஒரு தடவை அடித்து ஓய்ந்தது; பனிரண்டரையோ, ஒன்றோ, இல்லை ஒன்றரையோ ஆக இருக்கலாம்... எத்தனையாக இருந்தாலும் இன்னும் கொஞ்ச நேரத்துக்குப் பொழுது புலரப் போவதில்லை.

தன் தம்பிமார்களும் இப்போது தன்னைப்போல இப்படித் தூக்கம் பிடிக்காமல் பலவாறு எண்ணிக் கொண்டு கிடப்பார்களா என்று மனசு கேட்டது. அதென்னமோ, தன் மனசை மட்டும் கடவுள் ஏன் இப்படி ஈரமண்ணால் படைத்து விட்டார்?

கட்டிலில் இருந்து காலை நிலத்தில் ஊன்றி எழுந்து நிற்க முயன்றபோது, இடதுகால் முட்டியில் 'விண்' என்று ஒரு வலி...

ஆ...என்றவாறு கட்டிலில் உட்கார்ந்துவிட்டான். காலை மெல்ல எடுத்துக் கட்டிலில் நீட்டிக் கையால் அழுத்திப் பிடித்துக் கொண்டிருந்தபோது சற்று ஆசுவாசமாக இருந்தது.

ஹூம்... இந்தத் தன் முட்டிகூட, தன்னைவிட அப்பாவை எவ்வளவு வேதனை அடைய வைத்திருக்கிறது!

தாத்தா – அப்பா சண்டை சமரசமான பிறகு, ஒரு தடவை அம்மாவின்கூட, தக்கனூருக்குத் தாத்தா வீட்டுக்குச் சென்றிருந்தபோது, வீட்டின் கொல்லையில் உயரமான காம்பவுண்டு சுவர் மீது ஏறி நின்றவாறு, அடுத்த தோப்பில் நின்றிருந்த புளிய மரத்தின் தளிர் இலையை எட்டிப் பறிக்க முனைந்துகொண்டிருக்கையில்...

என்ன நடக்கிறது என்று நினைப்பதற்குக்கூட அவகாசம் கிடைக்கும் முந்தியே, சரசரவென்று, தான் கீழே கீழே போய்க் கொண்டிருப்பதுபோல்...

சுய உணர்வு வந்தபோது, ஒரு பெரிய கருங்கல்லின் முன் தரையில், தான் உட்கார்ந்திருப்பதை உணர முடிகிறது. தலை உயர்த்திப் பார்க்கும்போது, வெகு உயரத்தில் காம்பவுண்டு சுவர்; அதைவிட உயரத்தில் வானை மூடி மறைத்தவாறு புளியமரக் கிளைகள்.

தன்னால் எழுந்திருக்க முடியவில்லை. உடம்பில் அங்கங்கே சிராய்ப்பு. ஆனால் இடதுகால் மடங்கிப் போயிருக்கிறது; முட்டி விண் விண் என்று தெறிக்கிறது – காலை ஆனமட்டும் நிமிர்த்திப் பார்த்தபோது – ஊஹூம்... முடியவில்லை. கால் ஒடிந்துபோய்விட்டதோ என்று ஒரு கலக்கம்...

இதற்கிடையில் விஷயம் அறிந்து அம்மாவின் கடைசித் தம்பி – ராமதாஸ் மாமா கீழே இறங்கி வந்தார். தன்னைக் கைத் தாங்கலாக தூக்கி மேலே கொண்டு வந்துவிட்டார். காலை உதறச் சொன்னார் – எண்ணெய்போட்டுத் தடவினார். ஒருவாறு சரியாகி விட்டது.

நாலாப்பாறை காலேஜில் படிக்கும்போது, காலேஜுக்குப் போக, காலேஜிலிருந்து வீட்டுக்கு வர பஸ்ஸில் முண்டியடித்து ஏறும்போது பிறண்டு விட்டதனால்தானோ என்னவோ, மறுபடியும் சில நாட்களில் இந்த இடதுகால் முட்டி தொல்லை கொடுக்கத் தொடங்கிவிட்டது. இடது காலைக் கீழே நன்றாக ஊன்றினால் முட்டியில் சகிக்க முடியாத வேதனை.

கொஞ்ச நாட்கள் வேதனையைப் பாராட்டாமல் நொண்டி நொண்டி நடந்துகொண்டிருந்தான். அப்பாவும் கவனித்தார். ஆஸ்பத்திரிக்குப் போக தனக்குப் பயம்; இருந்தும் இவனைக் கட்டாயப்படுத்தி அப்பா, இப்போ படுத்திருக்கும் மெடிக்கல் காலேஜ் ஆஸ்பத்திரிக்குக் கூட்டிக்கொண்டு சென்றார். எக்ஸ்ரே எடுத்துப் பார்க்கப்பட்டது; எல்லாம் சரியாகத்தான் இருந்தது.

ஆனால் இந்த வேதனை? இன்ஜெக்சன்கள் ... கொஞ்சம் மாத்திரைகள் ... சில நாட்கள் தொடர்ந்து லைட் அடிக்க வேண்டுமென்கிறார்கள். தினமும் காலையில் அப்பா கடைக்குச் செல்லும் முன், தன்னையும் அழைத்துக்கொண்டு ஆஸ்பத்திரிக்குச் செல்வார். தான் காலை நீட்டி வைத்துக்கொண்டு உட்கார, முட்டியில் சக்திமிக்க லைட்டின் ஒளிவீச்சு விழச் செய்யப் படுகிறது. லைட்டின் சூடு ஏற ஏற, தான் முகம் சுளிப்பதைக் கண்டு அப்பா தடுமாறிக் கவலையுடன் தன் பக்கத்தில் வந்து நின்றுகொண்டு, 'என்னடா ... வலிக்குதா ... வலிக்குதா,' என்று விசாரித்துக்கொண்டே இருப்பார்.

இந்தச் சிகிச்சைக்கெல்லாம் பிறகும், கால்முட்டி வலி தீரவில்லை. நடக்கும்போது, இடது முட்டி பாகம் லேசாய் மடங்கிப் போய் இருப்பதைக்கண்டு சிலர் என்ன ஏது என்று விசாரிக்கத் தொடங்கியபோது மனசில் ஒரு சங்கடம்.

அப்போதான் ஒரு தடவை வீட்டுக்கு வந்திருந்த தாத்தா தக்கனூர் பக்கத்திலிருந்த மேட்டுக்கடை வர்ம வைத்தியனிடம் சிகிச்சைக்குத் தன்னைக் கூட்டிக்கொண்டு சென்றார்.

யமகிங்கரர்களைப்போல் மூன்று நான்கு பேர் தன்னைப் பிடித்துக்கொள்ள, மேட்டுக்கடை வைத்தியன் மடங்கியிருந்த இந்த முட்டியைச் சற்றுநேரம் எண்ணெய்போட்டுத் தடவி விட்டு, தான் கொஞ்சமும் எதிர்பார்த்திராது படக்கென்று நிமிர்த்தியபோது...

பயங்கரமான வலியால் 'அப்பா' என்று அலறித் துடி துடிக்காமல் இருக்க முடியவில்லை. கண்களிலிருந்து பொன்னீக்கள் பறந்தன; குபுகுபுவென்று விழிநீர் வடிந்தது.

அடுத்த நாள் தன்னைப் பார்க்க அம்மாவுடன் வந்த அப்பா, தான் வலியால் கதறித் துடிதுடித்ததை அறிந்து அடைந்த தடுமாற்றம், அனுபவித்த வேதனை ... தன் உடம்பில் ஒரு எறும்பு கடித்தால்கூட, இந்த அப்பா எவ்வளவுக்கு மனசு கஷ்டப்படுகிறார்! பிறகு பத்திருபது நாட்கள் மேட்டுக்கடை வைத்தியன் எண்ணெய்போட்டு, தொடர்ந்து தடவிக் காலைக் குணப்படுத்தி விட்டபோது, அப்பா அடைந்த ஆனந்தம்...

இருந்தும் அதிகமாய் நிற்கவோ நடக்கவோ செய்தால் அந்த வலி தன் கைவரிசையை ரகசியமாய்க் காட்டிவிடுகிறது.

# 31

வார்டில் இவன் நுழையும்போதே, அப்பா வின் அருகில் நிற்கும் தம்பி சுந்தரத்தின் தலை தெரிந்தது.

நேற்று பார்த்ததைவிட அப்பா சோர்ந்திருப்பது போல் தோன்றியது. இவனைக் கண்டதும் அந்த பழைய ஆசுவாசச் சிரிப்பு. சற்று நீங்கியிருந்த ஆக்ஸிஜன் ஸிலிண்டரைப் பார்த்ததும் இவனுக்குப் பகீரென்றது.

'நேற்று ராத்திரி வலி வந்ததா?' இவன் கவலையும் பீதியும் குடைய விசாரித்தான்.

'ஆமா... ரெண்டு தடவை வந்தது' என்ற சுந்தரத்தின் ஒலி கிணற்றிற்குள்ளிருந்து வருவது போல் களைத்துப்போய் வந்தது. இரவில் அவன் தூங்கியிருக்க மாட்டான் என்பதை அவன் சிவந்த விழிகள் தெரிவித்தன.

பாத்திரங்களைக் கழுவ வராந்தாவுக்கு இவன் வந்தபோது, 'நேற்றைக்கு ராத்திரி நான் ரொம்பப் பயந்துட்டேன். அபாரவலி... அப்பா கிடந்து துடிச்சுட்டார். அதோடு மூச்சு முட்டலும்... பிறகு ஆக்ஸிஜன் கொடுத்தார்கள்...' என்று சுந்தரம் சொல்லிக் கேட்கும்போது மனசு பயத்தால் அடித்துக் கொண்டது.

இன்று ஞாயிற்றுக்கிழமை... ஆஸ்பத்திரிக்கு வந்து ஆறாவது நாள். இருந்தும் வலியின் உபாதை இப்படி கூடிக்கொண்டே இருக்கிறதென்றால்... அது நல்ல அறிகுறி அல்லவே... நோயில் ஒரு குறைவும் இல்லை என்றுதானே அர்த்தம்? – இப்படி நெஞ்சுக்குள் ஆயிரமாயிரம் கேள்விகள்...

'வேறு டாக்டர் யாரையாவது கூட்டிகிட்டு வந்து காட்டலாமா?'

‘இந்த ஆஸ்பத்திரியில் ஒரு குறிப்பிட்ட வார்டில் அட்மிட் செய்துவிட்டால், பிறகு இந்த வார்டு டாக்டர் தவிர வேறு யாருமே வந்து பார்க்கமாட்டாங்களாம். அப்படி வேறு டாக்டர் வந்து பார்த்துதான் தீரவேண்டுமென்று நிர்ப்பந்தம் இருந்தால், இங்கிருந்து அப்பாவை டிஸ்சார்ஜ் செய்துவிட்டு பிறகு, நாம் எந்த டாக்டரிடம் காட்ட வேண்டுமென்று நினைக்கிறோமோ அந்த டாக்டர் அவுட் பேஷயன்ட் ரூமில் நோயாளிகளைப் பார்வையிட வருகிற நாள் அன்று, அங்கே அப்பாவைக் கொண்டுவந்து காட்டி அவர்மூலம் அவர் வார்டில் அட்மிட் பண்ண வேண்டுமாம்.’

பெட்ரெஸ்ட் கொடுத்திருக்கும் அப்பாவை இந்நிலைமையில் டிஸ்சார்ஜ் செய்வது எப்படி?

இதென்ன பைத்தியக்காரத்தனமான சட்டம்? இவன் மனம் குழம்பியது.

‘இங்கே டாக்டர்மார்களுக்கு உள்ளேயும் பரஸ்பரம் பொறாமையும் போட்டியும்! ஒரு டாக்டரின் சிகிச்சையிலிருக்கும் ஒரு நோயாளியை, இதே ஆஸ்பத்திரியிலேயே பணியாற்றுகிறவராக இருந்தாலும் வேறொரு டாக்டர் வந்து பார்ப்பதை அவர் விரும்பமாட்டார்,’ என்று சுந்தரம் சொல்வதைக் கேட்டு இவனுக்கு எரிச்சல் வந்தது. ஒரே துறையில் பணியாற்றுகிறவர்கள் ஒருத்தருக்கொருத்தர் சிண்டை பிடித்துக்கொண்டு போர்க்கோழிகளாய்க் கொந்திப் போரிடுவது இந்த யுகத்தின் ஒரு பொது விசேஷ குணம் போலிருக்கிறது. ஆனால் அது மனித உயிருடனும் வேண்டுமா? டாக்டர்மார்கள் கூடிப்பேசி விவாதம் செய்து ஒரு ட்டீமாக – ஒற்றுமையாய்ச் சிகிச்சை செய்வதாக இருந்தால் எவ்வளவு நன்றாக இருக்கும், எவ்வளவு நிம்மதியாக இருக்கும்? அதை விட்டுவிட்டு நீ பெரிசா நான் பெரிசா என்று இப்படியொரு டம்பமா?

‘உம்… டாக்டர் ஷெனாய் பெரிய கார்டியாலஜிஸ்ட். அவருக்கு அடுத்த வார்டு; அவரை கூட்டிக்கிட்டு வந்து காட்டலாமுன்னால் இப்படியொரு கஷ்டமா?’

அப்பாவின் பக்கத்தில் வந்ததும் நேற்றுபோல், ‘டேய் ராஜா… இவுங்க என்ன மருந்து தாறாங்களோ, வலி இப்படி வந்துக்கிட்டே இருக்குதே…’ என்று அப்பா அங்கலாய்த்துக் கொள்வதைக் கேட்க இவன் மனசுக்குக் கஷ்டமாக இருந்தது. இருந்தும், அப்பாவை நம்பிக்கை இழக்கச் செய்யலாகாது என்ற ஒரு மனப்பான்மையுடன் நேற்று சொன்னதைப்போல்

'பெரிய ஹார்ட் ஸ்பெஷலிஸ்ட் டாக்டருக்கு தெரியாததா ...' என்று சொல்லும்போது, இவன் மனம் ஆதி அந்தமில்லாத நடுக் கடலில் கிடந்து தத்தளிப்பதுபோல் ஒரு பாதுகாப்பின்மையில் வதங்கிக்கொண்டிருந்தது.

சற்று நேரத்தில் டாக்டர் சாரதி வந்தார்.

'நேற்று ராத்திரியும் வலி வந்து ரொம்ப கஷ்டப்பட்டுப் போனார் அப்பா' என்றான் சுந்தரம்.

'இன்னைக்கு இ.ஸி.ஜி. எடுத்துப் பார்த்துவிடுவோம்,' என்று கூறிவிட்டுக் கூட்டுறவு ஆஸ்பத்திரி டாக்டர் சர்மாவுக்கு அவர் கடிதம் எழுதித் தந்தார்.

'இங்கே ஆஸ்பத்திரி நடையிலிருந்து ஒரு டாக்ஸி எடுத்துக்கிட்டுப் போய் இ.ஸி.ஜி. எடுக்கிற ஆளைக் கூட்டிக்கிட்டு வாறேன் ...' என்று கூறிவிட்டு சுந்தரம் வெளியே போனான்.

அப்பா மௌனமாய்ப் படுத்திருந்தார். விழிகள் அடைத் திருந்தாலும், அவர் தூங்குவதாய் இவனுக்குத் தோன்றவில்லை, என்னவோ தீவிர சிந்தனை. அப்பாவிடம் பேச்சுக் கொடுக்க இவன் பயந்தான். உள்ளுக்குள், எதாவது பேசி அப்பாவின் மனப் பாரத்தைக் குறைத்தால் தேவலை என்று ஆசையாகவும் இருந்தது. நெஞ்சம் முழுதும் விவரிக்கவொண்ணா வியாகூலம்...

அப்பாவிடமிருந்து பார்வையைப் பிய்த்து எடுத்து வார்டில் பொதுவாய் மேயவிட்டான். ராமநாதனின் அப்பா சங்கரசுப்பய்யர் படுக்கையில் சம்மணக்கால் போட்டு உட்கார்ந்துகொண்டு அவர் ஆத்துக்காரியிடம் என்னமோ பேசிக்கொண்டிருக்கிறார். க்ளீன் ஷேவில் அவர் முகமும் தலையும் மின்னியது. பக்கத்தில் கண்ணாடி அணிந்துகொண்டு உட்கார்ந்திருந்தவன் முகத்தில் ராமநாதனின் முகச்சாயல் இருந்தது; அவன் அண்ணனாக இருக்கலாம்.

அடுத்த கட்டிலில் கிடந்த ஒருவன் ஆ... ஊ... என்று சத்தம் போட்டுக் கதறிக்கொண்டிருந்தான்.

எதிர்க் கட்டிலில் கிடந்தவன் இங்கே தன்னையே பார்த்துக் கொண்டு கிடக்கிறான்.

மொத்தத்தில் வேதனை ... வேதனை ... எல்லோருக்கும் அதுவே பொது இங்கே...

சுந்தரத்தை இன்னும் காணவில்லை.

ஒரு நர்ஸ் வந்து மருந்தை அப்பாவுக்குத் தந்துவிட்டுச் சென்றாள். கடையிலிருந்து வாங்கி வைத்திருந்த மருந்தை இவனும் எடுத்துக் கொடுத்தான்.

வேதனைகளுடன் உள்ளுக்குள்ளே எரிந்துகொண்டிருக்கும் இந்த நோயாளிகளின் இடைவழி மெடிக்கல் காலேஜ் மாணவர் மாணவிகளின் ஒரு படை அரட்டையடித்துக்கொண்டு கடந்து சென்றது. அவர்கள் உடைகளும் அந்த டாம்பீகமான போக்கும், இவர்கள் எல்லாம் பாஸாகி டாக்டராக வந்தால் எவ்வளவு தூரம் சேவை மனப்பான்மை உடையவர்களாக இருப்பார்கள் என்று இவன் மனசைக் கேட்கச் செய்தன. இல்லாவிட்டாலும் இன்று அப்படி மக்களுக்குச் சேவை செய்ய வேண்டும் என்ற இலட்சிய நோக்குடனா ஒவ்வொரு துறையையும் ஒவ்வொருவர் தேர்ந்தெடுக்கிறார்கள்? டாக்டர், என்ஜினீயர், ஐ.ஏ.எஸ். ஆபீஸர், அட்வகேட், வியாபாரி எல்லோருடைய ஒரே பொதுநோக்கமும் எவ்வளவு அதிகமாய்ப் பணம்புரட்ட முடியுமோ அத்தனைக்குப் புரட்டிச் சமூகத்தில் அமர்க்களமாய், அண்டை வீட்டார் பொறாமைப்படும்படி, புது வீடு – புது கார் – ப்ரிட்ஜ் – ரேடியோ இப்படி எல்லா நவநாகரீக வசதிகளுடனும் ஜோராய் வாழ்வது! உம்... அதைக்கூட எப்படித் தப்பென்று சொல்ல முடியும்? எளிமையை எல்லாம் யார் இன்று மதிக்கிறார்கள்? திரும்பும் இடங்களில் ஆடம்பரத்தின் கைவண்ணங்கள்!

ஷெனாய் டாக்டர் கையில் ஒரு பிளாஸ்குடன் நிதானமாய் அடிவைத்து வராந்தாவழி நடந்துசெல்கிறார். அந்த முகத்தில் நிரம்பி நிற்கும் தீனர்களுக்கு அருளும் அந்தப் பாவம் இவன் நெஞ்சைத் தொட்டது. சற்றுமுன் பொதுவாய், தான் எல்லோரைப் பற்றியும் எடை போட்டது கூட எவ்வளவு தப்பு, இவரைப் போன்ற உத்தமர்களும் இருக்கத்தானே இருக்கிறார்கள்? இவர் முகத்தைப் பார்த்தாலே எந்த ரோகிக்கும் எவ்வளவு ஆசுவாசமாக இருக்கும்! அந்தப் பொறுமையும், பண்பும் பிரசித்தி பெற்றதாச்சே! உம், இவரிடம் ஒரு தடவை அப்பாவை வந்து பார்க்கச் சொல்லலாமென்றால், வார்டுகளின் இடையில் இருக்கும் குறுக்குச் சுவர்கள் தடுக்கிறதே!

சுந்தரம் அவசர அவசரமாய் வந்தான். கூட இ.ஸி.ஜி. எடுக்க கூட்டுறவு ஆஸ்பத்திரியைச் சேர்ந்த ஒரு இளைஞன் கையில் கார்டியோ கிராப் மெஷின் வைத்திருந்த பெட்டியுடன்.

அந்த இளைஞன் அப்பாவை மல்லாந்துகிடக்கச் செய்து, நெஞ்சில், கையில், இப்படி உடம்பில் எல்லா இடங்களிலும்

ரப்பர் வட்டங்களை ஒட்டிவைத்துவிட்டு, பக்கத்திலிருந்த ஸ்விட்ச் போர்டில், இலக்ட்ரோ கார்டியோ கிராபிலிருந்து செல்லும் வொயர் நுனியிலிருந்த பிளக் பின்னைச் சொருகி வைத்தான். அப்பா அசையாமல் நிமிர்ந்து படுத்திருக்கிறார். கார்டியோ கிராபின் ஊசி நெடுநீள கிராப் பேப்பரில் அப்பாவின் இதயத்தின் துடிப்புகளை வரைந்துகொண்டே இருந்தது.

எழுந்து நடக்கமுடியும் சில நோயாளிகளும், நோயாளிகளின் கூட நிற்பவர்கள் சிலபேரும் இங்கே வேடிக்கை பார்க்க வந்ததைக் காண இவனுக்கு என்னவோ மாதிரி இருந்தது. ஸ்க்ரீனை இழுத்துக் கொண்டு வந்து கட்டிலைச் சுற்றி மறைத்தும் அவர்கள் அந்த சின்ன மிஷினின் இயக்கத்தைப் பார்த்துக்கொண்டு நிற்கிறார்கள்.

சற்று நேரத்தில் அந்த இளைஞன் தன் வேலையை முடித்து இ.ஸி.ஜி. சார்ட்டை இவனிடம் தந்துவிட்டுப் புறப்பட்டான்.

'டாக்ஸி வெளியே கிடக்குது... அவனைக் கொண்டு போய் விட்டுவிட்டு வாறேன்,' என்று சொல்லி அவன் கூட சுந்தரமும் சென்றான்.

# 32

சக்கரங்கள் மொஸாய்க் தரையில் உராய வார்டுக்குள் வேகமாய் ஸ்ட்ரெச்சர் வைத்திருந்த ட்ராலியை உருட்டிக்கொண்டு வந்தான் ஆஸ்பத்திரி அட்டண்டர். ஸ்ட்ரெச்சரில், நாலைந்துபேர் பிடித்துக் கொண்டிருப்பதையும் மீறி, புழுவாய்த் துடிதுடித்து ஐயோ – ஐயோ என்று அலறி ஆர்ப்பாட்டம் செய்து கொண்டிருந்தான் ஒருவன். பத்திருபது பேர் ஓடி வருகிறார்கள். வார்டு நிரம்பிவிடுகிறது; மொத்தத்தில் ஒரு பரபரப்பு...

அந்தப் புதிய நோயாளியை அவசரம் அவசர மாய் நாலைந்துபேர் பிடித்து, எதிரில் நேற்று முன்தினம் அந்தப் பையன் கிடந்த கட்டிலின் அடுத்த கட்டிலில் படுக்கவைக்கிறார்கள். ஆனால் அவன் படுக்கவில்லை. ஆ, ஐயோ... என்று வயிற்றை இரண்டு கைகளாலும் அழுத்தியவாறு கத்துகிறான். வார்டு முழுதும் கிடுகிடுத்தது. மற்ற நோயாளிகள் அனைவரும் பயத்துடன் அவனையே பார்க்கிறார்கள். அப்பாவின் விழிகளும் அங்கே ஊடுருவுவதை இவன் கவனித்தான்.

டாக்டர் சாரதி, ஜூனியர்கள், நர்ஸ்கள் எல்லோரும் ஓடி வருகிறார்கள். எல்லோரும் பர பரத்துக்கொண்டு அங்குமிங்கும் ஓடி மருந்து, உபகரணங்களெல்லாம் கொண்டு வருகிறார்கள். ஆக்ஸிஜன் ஸிலிண்டரை உருட்டிக்கொண்டு வந்து ரப்பர் குழாயை அவன் மூக்கில் மாட்டுகிறார்கள். கையில் ஊசியைக் குத்தியிறக்கி டிரிப் கொடுக் கிறார்கள். இதற்கிடையில் டாக்டர் ஒரு டியூபை வாய்வழியே உள்ளே செலுத்துகிறார்.

அவன் – பார்க்க இளைஞனாகவே இருக் கிறான். கையையும் காலையும் போட்டு அறைந்து எல்லோரையும் விரட்டுகிறான். வாயிலிருந்து நுரை வருகிறது... வாந்தியெடுக்க ஓ, ஓ என்று

ஆர்ப்பரித்தானே தவிர வெளியில் ஒன்றும் வரவில்லை. பிரஷர் பார்த்துக்கொண்டிருந்த டாக்டர் திடீரென்று இன்னும் உஷாராகிறார்... அவன் நெஞ்சில் தன் பலம் முழுவதையும் சேர்த்து அழுத்தும்போது அவர் முகம் வெளுத்தது.

இப்போ அமைதி...

ஒரு நர்ஸ் டிரிப் கொடுத்திருந்த ஊசியை உருவியெடுத்து விட்டு, பாட்டிலை எடுத்துக்கொண்டு செல்கிறாள். இன்னொருத்தி மூக்கிலிருந்து ஆக்ஸிஜன் குழாயை அகற்றுகிறாள். வந்ததுபோல் டாக்டர்கள், நர்ஸ்கள் எல்லோரும் விலகிச் சென்றுவிடு கிறார்கள். ஒரு நர்ஸ் வந்து வெள்ளைத் துணியை எடுத்து அவன் முகத்தைப் போர்த்திவிட்டு, ஸ்க்ரீனை உருட்டிக்கொண்டு வந்து அந்தக் கட்டிலைச் சுற்றி விரித்து நிறுத்தி மறைத்துவிட்டுச் செல்கிறாள்...

உடன் வந்தவர்களில் சிலபேர் ஸ்க்ரீனின் வெள்ளைத் துணியை விலக்கி உள்ளே எட்டிப் பார்த்துக்கொண்டு நிற்கிறார்கள். மற்றவர்கள் வராந்தாவில் விலகி நின்று குசுகுசுவென்று பேசுகிறார்கள். ஒரு இளம் நங்கை வாயைப் பொத்தி உடம்பு முழுதும் குலுங்க விம்மி விம்மி அழுகிறாள்.

இவனால் நம்பமுடியவில்லை, இந்த நோயாளியை இங்கே கொண்டு வந்து ஒரு ஐந்து நிமிஷம்கூட ஆகியிராது. இந்த ஐந்து நிமிஷத்தில்தான் எவ்வளவு பரபரப்பு... ஆர்ப்பாட்டம்... இப்போ? ஒரே அமைதி; அவன் வேதனைகளிலிருந்து விமுக்தி – ஆனால் இது எப்போ எப்படி நேர்ந்தது என்று தெரியாமல், எல்லோரும் பார்த்து நிற்கும்போதே எவ்வளவு நாசூக்காய், மர்மமாய் நேர்ந்து விட்டது!

தனக்கு முன்பின் தெரியாதவன். ஆனால் உள்ளத்தில்தான் இந்நிகழ்ச்சி எத்தனை பெரிய கிளர்ச்சியைக் கிளப்பி விடுகிறது?

அப்பாவைத் திரும்பிப் பார்த்தான். இவன் பார்ப்பதைப் பார்த்ததும் விழிகளை மூடினார். இந்தக் களேபரத்தை அவர் பார்க்காமலிருந்திருக்க முடியாது.

'இறந்து போனானா?' என்று மட்டும் கேட்கிறார்.

'ஆமாம்,' என்றான் இவன்.

வெளியில் வெயில் உறைத்துவிட்டது. மெல்ல மெல்ல செய்தி பரவியது. அந்த இளைஞன் டிரான்ஸ்போர்ட்டில் கண்டக்டராம்; கல்யாணமாகி மூணுமாசம்கூட ஆகல்லையாம் – புருஷன் பெண்டாட்டிக்கு இடையில் என்னவோ சண்டையாம்... நேற்றைக்கு ராத்திரி அரளி வேரைக் கரைச்சுக் குடிச்சுட்டானாம் –

இவன் மன அரங்கில் மீண்டும் மீண்டும் அதே காட்சி. தேங்கி விலகுவதுவரை அந்தத் தேகம் என்ன பயங்கரமாய் வீறிட்டுத் தீயில் விழுந்த புழு போல் துடியாய்த் துடித்தது – இப்போ... எப்படியென்று தெரியவில்லை. எல்லோரும் பார்த்து நிற்கையிலேயே அமைதியாகிவிட்டது...

சற்று நேரத்தில்...

கரிச்...

புரிச்...

என்று சக்கரங்கள் கத்த அந்த வண்டி வார்டுக்குள் புகுந்தது. அந்த உடம்பை எடுத்துக்கொண்டு வண்டி மறுபடியும் அங்கிருந்த எல்லோருடைய உள்ளங்களிலும் சக்கரங்கள் சஞ்சரிக்க மெல்ல அகன்று சென்றது. உடன் வந்த உறவினர்களும் பின்தொடர்ந்து சென்று மறைந்தார்கள்.

மணி பனிரெண்டரை ஆகிக்கொண்டிருந்தது.

அம்மா வந்தாள்.

அப்பா சாப்பிட்டுவிட்டு லேசாய்க் கண்ணயர்ந்தார். டாக்டர் சாரதியிடம் இ.ஸி.ஜி. சார்ட்டை டியூட்டி ரூமில் கொண்டு சென்று இவன் காட்டினான். அதைப் பார்த்துவிட்டு, 'உம் நாம் இப்போ செய்துகிட்டிருக்கும் சிகிச்சையை கன்டின்யூ பண்ணினால் போதும்,' என்றார்.

அம்மா ஸ்டூலில் உட்கார்ந்தவாறு அப்பாவுக்கு விசிறிக் கொண்டிருந்தாள். இவன் வராந்தாவுக்கு வந்தான்.

மனசில் ஒரு சூன்ய பாவம்... இந்த ஆஸ்பத்திரிக்கு அப்பா வந்த நாளிலிருந்து தன்னைப் பொறுத்தவரையில் அப்பா தவிர வேறு வெளியுலக தொடர்புகள் – உறவுகள் ஒன்றிலுமே தன் சிரத்தையை ஒருமுகப்படுத்த முடியவில்லையே! அப்படியே வேறு எதிலாவது நினைவுகள் திரும்பினாலும் மறுபடியும் மறுபடியும் உள்ளப் பட்சி அப்பாவிடமே தாவிவந்துவிடும் விநோதம். இங்கேயே கிடந்து கூண்டுக் கிளியாய் மனச்சிறகு களைப் படபடவென்று அடித்துக்கொள்ளும் ஆச்சரியம்...

இது ஏன்?

இப்படியே நினைந்து நினைந்து மருகுவது என்பது அறிவுலகத் தைச் சேர்ந்த ஒரு புத்தி ஜீவிக்கு உகந்ததா? நிகழ்ச்சிகளின் நினைவுச் சுவடுகளை நெஞ்சில் கொண்டு நடப்பது என்பதை வெறும் சென்டிமென்டலாக, கமிட்மென்டாகக் கருதும் உலகில், தான் ஒரு பிற்போக்கானவன்தானா?

ஆனால்...

இதுக்குத் தான் என்ன செய்வது? ஆரோக்கியமாய் இயங்கிக் கொண்டிருக்கையில் அப்பா, தன் உபபோத மனசில் மௌனமாய் வீற்றிருந்தார். இப்போ ஹிருதய நோய்க்கு ஆளாகி, படுக்கை யிலாகி விட்டபோது, தன் மனமெங்கணும் நீக்கமற அப்பாவே நிறைந்து கொண்டிருக்கிறார். இருந்தும், வெளியுலகச் சில காட்சிகளுக்குத் தன் புலன்கள் வசப்பட்டு நினைவுகள் பிறண்டு ஓடத்தான் செய்கின்றன.

'என்ன ராஜகோபால்... தூங்கறியா?'

இவன் தலை உயர்த்திப் பார்த்தான். ராமநாதன் சிரித்தவாறு நின்றுகொண்டிருந்தான்.

'இல்லை – சும்மா இப்படி என்னவெல்லாமோ நினைச்சுக் கிட்டு உட்கார்ந்திருக்கேன் –'

ராமநாதனும் அந்த பெஞ்சியில் இவன் அருகில் உட்கார்ந்து கொண்டான்.

'என்னடா இது – இந்த அஞ்சு நாளில் ஆளே அடையாளம் தெரியாமல் இளைச்சுப் போயிட்டே! நீ என்னா அப்பாவுக்கு உடம்பு குணமாகுவதுவரையிலும் தாடி வளர்க்கப் போறியா?' என்றவாறு அவன் ஒரு சிகரெட்டை எடுத்துப் பற்றவைத்தான்.

இவன் ஒன்றும் பதில் சொல்லவில்லை. ராமநாதனைப் பார்க்கப் பொறாமையாக இருந்தது. கடவுள் தன்னை மட்டும் ஏன் இப்படி அபரிமிதமான ஸென்ஸிட்டிவிட்டி உள்ள ஒருவனாய்ப் படைத்துவிட்டார்?

'உம்... என்னடா செய்ய! பாழும் உள்ளத்தைக் குழி தோண்டிப் புதைக்க என்னால் முடியமாட்டேங்குதே...'

'நான் அன்னைக்கு உன்னை இங்கே சந்தித்தபோதே சொன்னேன்; நீ மூத்தவன்... மனசைத் தளர விட்டுவிடாதே... உன் தம்பிமார்கள் எவ்வளவோ பரவாயில்லே போலிருக்கிறதே!'

இந்த ராமநாதனின் அப்பாவும் இதே வார்டில்தான் ஹார்ட் பேஷயன்டாகக் கிடக்கிறார்... ஆனால் அவன் எவ்வளவு ஜாலியாகக் காட்சி தருகிறான்? அவன் அப்பா சங்கர சுப்பய்யரும் உற்சாகமாய்த்தான் பேசிச் சிரித்துப் படுத்திருக்கிறார்... ஆனால் தன்னால் அப்படி இருக்க முடியவில்லை என்பது மட்டுமல்ல, தன் அப்பாவின் முகத்திலும் எவ்வளவு கவலைக் கீறல்கள்?

இது ஏன்?

'ராமநாதா... உனக்குத் தெரியாது. அப்பா எங்கமீது வச்சிருக்கும் அன்பு எவ்வளவு என்பது? எங்களுக்காக அவர் பட்டபாடு கொஞ்ச நஞ்சமல்ல... அதில் கொஞ்சத்தைக்கூட அவருக்கு நாங்க இன்னும் திருப்பிக் கொடுக்கல்லே. கொடுக்க முடியக்கூடிய ஒரு சூழ்நிலை உருவாகிக்கொண்டிருக்கும்போது, அப்பா இப்படி ஒரு அட்டாக்கில் படுத்துவிட்டதில் நான் அடைஞ்சிருக்கும் அதிர்ச்சியை உன்னிடம் எப்படி விளக்கிச் சொல்லிப் புரிய வைக்கிறது என்று எனக்குத் தெரியவில்லை.'

தன் தொண்டை கரகரப்பதையும் விழிகள் பனிப்பதையும் ராமநாதன் கண்டுகொண்டிருக்க வேண்டும். அவன் இவன் முதுகில் தொட்டான்.

'நீ ஒண்ணும் சொல்லவேண்டாம். என்னால் அதைப் புரிஞ்சுக்க முடியும். ஆனால் ஒண்ணு சொல்லுவேன். தன் அன்புக்குக் கணக்குச் சொல்லித் திரும்பப்பெற வேண்டுமென்று நினைச்சு எந்த அப்பாவும் கஷ்டப்படுவதில்லை! இந்த விஷயத்தில் நாம் எல்லோரும் ஹெல்ப்லஸ். மனசை நாம் நமக்கு நாமே தேற்றிக்காமல் வேறு வழியே இல்லை... இங்கே இப்போ நல்ல டிரீட்மென்டுதான் நடக்குது – ஹார்ட் அட்டாக்கில் எத்தனையோ பேர் குணமாகி வீட்டுக்குப் போகத்தானே செய்கிறாங்க... எப்போதும் சுபத்தையே நினைச்சால் மனசை அனாவசியமாய்ப் போட்டு அவஸ்தைப்படுத்தாமலாவது இருக்க முடியும். இப்போ இப்படியே மனசைப் போட்டு உருக்கி உருக்கி உனக்கும் ஏதாவது வந்துட்டால் பிறகு உன் அம்மா, தம்பி தங்கைகள், பெண்டாட்டி பிள்ளைகள் எல்லோரும் கஷ்டப்படுவார்கள்.'

அவன் செல்வதையெல்லாம் மூளை வாங்கிக் கொள்கிறது. எத்தனையோ பேருக்கு, தானும் இப்படி எத்தனையோ முறை உபதேசம் கொடுத்திருக்கிறோம். ஆனால் சொந்த வாழ்வில் தாங்கிக்க முடியவில்லையே.

'என் அண்ணா வந்திருக்கான்... பார்த்திருப்பியே.'

'ஆமா... நினைச்சேன். உன் அண்ணாவாகத்தான் இருக்கணுமுன்னு.'

'அவனுக்கு பாம்பேயில் வேலை. லீவ் இல்லையாம். டெலிகிராம் கிடைச்சு பார்க்க வந்திருக்கான். உடனேயே போகணுமுன்னு சொல்றான்...'

'ஹூம்... உன் அண்ணா அல்லவா!'

உறவுகள்

ராமநாதன் சிரித்தான். 'அதில்ல... அவன் இவ்வளவு அவசரமாய்ப் போகணுமுன்னு ஏன் சொல்றான்னு எனக்குத் தெரியும்.'

'அதுதான் சொன்னியே லீவ் இல்லையின்னு!'

'அதெல்லாம் சும்மாடா! என் அண்ணிக்கு இங்கே எங்க வீட்டில் ஒரு மணிநேரம்கூட நிற்க பிடிக்காது. ஏர்கண்டிஷன் ரூம், யூரோப்பியன் க்ளாஸ்ட், பாத் டப், கிளப்புகள் என்றெல்லாம் பழகிவிட்டவள் அவள்! அண்ணி இல்லாமல் அண்ணா மட்டும் இங்கே எப்படி இருப்பார்?'

இவன் பதிலேதும் பேசவில்லை. ஏனோ அனாவசியமாய், பாவம் சரளாவை இவனுக்கு ஞாபகம் வந்தது.

'சரி... அதெல்லாம் போகட்டும். இன்னைக்கு ராத்திரி ஸ்டார் நைட்... பாஸ் வாங்கி வந்திருக்கிறேன்... வர்றியா?' இம்மாதிரி நிகழ்ச்சிகளுக்குத் தன்னையும் இப்போ இவனால் எப்படி அழைக்க முடிகிறது?

'இல்லே... நான் வரல்லே.'

'இல்லேடா... இப்படியே எப்பவும் இருந்தால் மொனோட்டணஸா இருக்கும்... ஒரு மாற்றம்.'

"இல்லை... என்னை நிர்ப்பந்திக்காதே. என் பலகீனமே அதுதான். நான் அங்கே வந்தால், இப்போ இங்கே உட்கார்ந்திருப்பதைவிட மனசு இங்கேயே கிடந்து அலட்டிக் கொண்டிருக்கும். என்னை விட்டுவிடு...'

ராமநாதன் விடைபெற்றுக் கொண்டு போனான்.

# 33

பஸ்ஸிலிருந்து இவன் இறங்கி இரண்டு அடிகூட வைத்திருக்க மாட்டான். பின்னாலிருந்து யாரோ தன் பெயரைச் சொல்லி அழைப்பது கேட்டது.

திரும்பிப் பார்த்தான்.

சங்கரன் வந்து கொண்டிருந்தான். கையிலிருந்த பிளாஸ்கிலிருந்து அவனும் ஆஸ்பத்திரியிலிருந்து தான் வருவது போலிருந்தது.

'நீயும் இந்த பஸ்ஸில்தான் வாறியா? பஸ்ஸில் வைத்து உன்னை நான் கவனிக்கவே இல்லையே...'

அவன் இப்போது பக்கத்தில் வந்து விட்டான். இருவரும் நெருங்கி நடந்துகொண்டிருந்தார்கள். நான்குமணி வெயில் அவ்வளவாக உறைக்கவில்லை.

'பஸ்ஸில் நான் பின்னாடி உட்கார்ந்து கொண்டிருந்தேன். மெடிக்கல் காலேஜ் ஆஸ்பத்திரி முன்னால் வைத்து பஸ்விடத் தொடங்கும்போது நீ ஓடிவந்து தொத்திக்கொள்வதைக் கவனிச்சேன். பஸ்ஸில்தான் என்ன கூட்டம். அதனால் உங்கிட்டே பேச முடியவில்லை! அதுசரி... எனக்கு நேற்றைக்குத்தான் தெரியும், உன் அப்பாவுக்கு எப்படியிருக்கு?'

'உம்... பரவாயில்லே. ஆமா, ஆஸ்பத்திரியில் யாரு இருக்கா?'

'என் வொயிப் பிரேமாவுக்கு சுகமில்லாமலாகி நேற்றைக்குத்தான் பெண்கள் வார்டில் அட்மிட் செய்திருக்கிறோம்.'

'உம்... என்ன?'

சங்கரனின் முகம் இருண்டது.

‘உம்... என்ன! சொல்லடா! அவளுக்கு மென்ஸஸ் பீரியடில் எப்போதும் குழப்பம்தான். ப்ளீடிங் கொஞ்சம் கூடுதலாகத்தான் இருக்கும். நீதான் பார்த்திருக்கிறாயே, ஆள் ரொம்ப வீக்; எப்போதும் களைப்பு; கை கால்களில் எல்லாம் உளைச்சல்; கைனக்காலஜிஸ்ட் டாக்டர் கமலம் பார்த்துவிட்டு ஒண்ணும் இல்லை என்று சொன்னாள். ஆனா என்னவோ பெரிய வியாதி யின்னு இவளுக்கு எப்போதும் சந்தேகம். இதனால் அவளை நான் வீட்டுவேலைகள் கூட செய்ய விடுவதே இல்லை. காலம்பரெ ஆபீஸ் போகும் முந்தி சமையல் வேலையெல்லாம் கூட செய்து முடிச்சுட்டுதான் நான் போகிறேன். குழந்தைகளை டிரஸ் பண்ணி ஸ்கூலுக்கு அனுப்பக்கூட அவளுக்கு வலுவில்லை யின்னா பார்த்துக்கோயேன்...’

சங்கரன் நிறுத்தினான். ஒரு கார் இவர்களைக் கடந்து சென்றது – புழுதியை வாரி இறைத்துக்கொண்டு காற்று – இவன் மௌனமாய் நடந்துகொண்டிருந்தான். சற்று நேரத்தில் சங்கரனே தொடர்ந்தான்:

‘எதுக்கு வீண்வம்பு என்று ராத்திரி அவள் பக்கத்திலேயே நான் போவதில்லை. சிவனேன்னு தூங்கிப் போய்விடுவேன். முந்தாநாள் ராத்திரி திடீரென்று சொன்னாள், ‘எனக்கு மென்ஸஸ்ன்னு!’ கொஞ்சம் கழியல்லே, ரத்தமுன்னா ரத்தம் அப்படி ரத்தம், அறை முழுதும்! பாவிமகளுக்கு இவ்வளவு ரத்தம் ஏதுன்னு அசந்து போனேன். பக்கத்தில்தான் அவள் அம்மா வீடு இருந்தது. அவளைப் போய்க் கூப்பிடலாமுன்னா, இந்தக் காட்சியை அவள் பார்த்தால்... எனக்கே தலை சுற்றுது. பேசாமெ கிடடீ என்று அவளை அதட்டிப் படுக்கவைத்துவிட்டு, பக்கட்டை எடுத்துக்கிட்டு வந்து அறையெல்லாம் மெழுகிச் சுத்தப்படுத்திய பின்தான் அவள் அம்மாவைப் போய்க் கூட்டிக்கிட்டு வந்தேன். உடனேயே டாக்ஸியில் வந்து காஷுவால்ட்டீயில் ஆஸ்பத்திரியில் அட்மிட் செய்தாச்சு... ஆனா, அவள் அம்மாவும் அண்ணாவும் என்னைப் பார்ப்பதைப் பார்த்தால் நான்தான் காரணம் என்று சொல்லாமல் சொல்வதைப்போல்... ஆனால் கடவுள் சத்தியமா உங்கிட்டெ சொல்றேன்டா, அவள்கிட்டெ நான் உடலுறவு வச்சு ஒரு வருஷத்துக்கும் மேலாகிவிட்டது..! அவளுக்குக் கூட என்னால் இப்படி எப்படி இருக்க முடிகிறது, வேறு ஏதாவது... என்ற ரீதியில் சந்தேகம். ஆனால் உண்மை, எனக்கு இப்போ தெல்லாம் அந்த நினைப்பே அடியோடு இல்லை என்பதுதான்.’

வழியில் அவன் வீடு வந்ததும் சங்கரன் விடைபெற்றுக் கொண்டு போய்விட்டான். இன்டர்மீடியட் பாஸாகி நகர் மத்தியிலிருந்த பல்கலைக் கழகக் கல்லூரியில் பி.எஸ்ஸி. பௌதீகப்

பாடத்தில், தான் சேர்ந்தபோதுதான் இந்த சங்கரனிடம் தன் நட்புறவு ஆரம்பமானது.

குணத்தில் தனக்கு நேர் எதிர் இந்த சங்கரன். படிப்பில் மகா கெட்டிக்காரன்; அதோடு பிரயோகப் புத்தியுள்ளவன்; பரீட்சை எழுதவில்லை. முதலாண்டு முடிந்ததுமே ஏதோ பாங்கியில் வேலை கிடைத்ததால், படிப்புக்கு குட்பை சொல்லி வடக்கே போய் விட்டான். ஒன்றிலும் அலட்டிக்கொள்ளாத மனப்போக்கு. பேச்சு மட்டும், எப்போதும் ஆற்றொழுக்காகவே இருக்கும். தன்னைப்பற்றியே பேசிக் கொண்டிருப்பான். பிறருக்குச் சொல்ல வேண்டியிருப்பதைப் பற்றி அவன் கவலைப்படுவதே இல்லை.

இருந்தும், வகுப்பில் இந்த சங்கரன் பக்கத்தில் இருக்கும் போது, படிப்பில் தனக்கும் ஒரு ஆர்வம் இருந்தது. எந்த சலிப்புமின்றி அவன் மணிக்கணக்கில் பேசுவதைக் கேட்டுக் கொண்டிருப்பதுகூட, ஆசிரியர்களின் லெக்சர்களைக் கேட்பதைவிட சுவாரஸ்யமானதுதான்.

ஆனால் சங்கரன் சென்ற பிறகு, முன்பு இன்டரில் படிக்கும்போது வகுப்பறைகளிலும் வெளியிலும் வைத்து அனுபவமான அந்தத் தனிமையின் பிரமைகள் எல்லாம் பழையபடி தலைகாட்டத் தொடங்கிவிட்டன.

இது பிராயத்தின் கோளாறா? இல்லை சுற்றியிருந்த ஏனைய வகுப்புகளில் கூட்டம் கூட்டமாய் வண்ணாத்திப் பூச்சிகளாய்ப் பறந்து நடக்கும் இளம் அழகிகளைக் காண்பதால் தன் மனதில் தன்னிச்சையாய் மேயும் ரொமான்டிக் கற்பனைகளா..?

வாழைத் தண்டிடுக்கு
புற்று
இருள்
சுருட்டைப் பாம்பு
பத்தி
விஷம்

— இப்படியே அர்த்தம் தெரியாத சங்கேதங்களைக் கொண்ட வரிகள் உருவாகி அழிகின்றன. படிப்பிலிருந்து கவனம் சிதறிச் சிதறிச் சென்றுகொண்டிருக்கிறது. ஆனால் அப்படியொன்றும் யாரும் தன்னைக் கவனிப்பதாகவும் தெரியவில்லை.

கல்லூரிப் பாடங்களில் இல்லாத சிரத்தை நூல் நிலையங் களில் இருந்து எடுத்து வாசிக்கும் புத்தகங்களில் பதிகிறது. நண்பர்களிடமும் ஆசிரியர்களிடமும் இருந்து கிடைக்காத

நிம்மதி டால்ஸ்டாய், டாஸ்டாவ்ஸ்கி, தோமஸ் ஹார்டி இவர்களின் புத்தகங்களில் புரிந்தும் புரியா பக்கங்களில் கிடைப்பதாய் ஒரு எண்ணம்...

வீட்டில் வழக்கம்போல் அப்பா கடை, வீடு என்று இருக்கிறார். கல்லூரிக்குச் செல்ல வீட்டிலிருந்து இறங்கும் போது பஸ், சாப்பாடு, புஸ்தகங்கள், சம்பளம் ஆகியவற்றிற்கு ஆகும் ரூபாய் அப்பா தர மறப்பதில்லை. வீட்டில் வேறு எந்த காரியத்திற்குப் பணத்தட்டு இருந்தாலும், தனக்கு மட்டுமல்ல, தம்பி தங்கைகளின் படிப்புச் செலவுக்கும் அப்பா பணம் தரத் தயங்குவதே இல்லை. அப்பாவுக்குத் தன்னிடம் அபரிமிதமாக இருந்த எதிர்பார்ப்பை ஏமாற்றிவிடுவோமோ என்று ஒரு குற்ற உணர்ச்சி தன்னைப் பீடித்துக்கொண்டே இருந்தது. இருந்தும், கடைசியில் பரீட்சை சமயத்தில் ஒரு அதி தீவிர படிப்பு படித்து பாஸாகி விட முடியுமென்று ஒரு நப்பாசையில் தன் சொப்பன உலகிலேயே தான் ஜீவித்துக் கொண்டிருந்த காலம்... குடும்பத்தில் மூத்தவன் தனக்கிருக்கும் பொறுப்புகள்... தன் கீழ் இருக்கும் தம்பி தங்கைகளை ஒரு நல்ல நிலைமைக்குக் கொண்டு வர அப்பாவுக்குத் தான் எவ்வளவு தூரம் உதவமுடியும் என்ற நினைப்பு, தனக்கு ஒரு வேலை கிடைப்பதை ஆவலுடன் உற்றுநோக்கிக் கொண்டிருக்கும் அப்பா... இப்படியெல்லாம் நினைக்கும்பொழுது காதல் முதலிய வெறும் பூர்ஷுவா கற்பனைகளிலிருந்து விடுபட்டு, கனவுகளை உதறித் தள்ளிவிட்டு நிஜஉலகில் அழுத்தமாய்க் காலூன்ற முயற்சிப்பதுண்டு. பிறப்பால் ஒரு சங்கோஜியான தான், பெண்களை நேருக்கு நேர் பார்க்கக்கூட கூச்சம் குடையும் காதல் முதலிய வம்புகளுக்கு ஒன்றும் லாயக்கில்லை என்பதும் தனக்குத் தெரிந்தே இருந்தது.

ஆனால்...

வெறும் கற்பனைகள்...

வரம்பு மீறிய கற்பனைகள்...

மயக்கங்கள்...

பிரமைகள்...

மோகங்கள்...

மோக பங்கங்கள்...

– இவை தன்னை மாயப்பேயாய்ப் பிடித்து உலுக்கிக் கொண்டுதான் இருந்தன.

தன்னைப்போல் நடுத்தரக் குடும்பத்திலிருந்து காலேஜுக்கு வந்துகொண்டிருந்த ரங்கனும் மணியும்கூட, பி.எஸ்ஸி இரண்டாவது ஆண்டு இறுதிப் பரீட்சைக்கு ஒரு மாதம் முன், முதலாண்டில் வைத்துச் சென்றுவிட்ட இந்த சங்கரனைப் போல் வேலை கிடைத்து, மட்டற்ற மகிழ்ச்சியுடன் இடையில் படிப்புக்கு முழுக்குப் போட்டுவிட்டு போன போதும், தன் ஆத்மா இறக்கை ஒடிந்துவிட்ட பறவையைப் போல், விரிந்து பரந்த ககன வீதியை ஏக்கத்துடன் நோக்கியவாறு, விமோசனத்திற்காகப் பூமி மண்ணில் கிடந்து உழன்றுகொண்டிருந்தது. எத்தனை சீக்கிரமாய் முடியுமோ, அத்தனைக்குச் சீக்கிரம் ஏதாவது ஒரு வேலையில் பிரவேசித்து, அப்படிக் குறைந்த பட்சம் தன்னையொட்டிய செலவுகளிலிருந்தாவது அப்பாவுக்கு விமுக்தி கொடுக்க வேண்டுமென்ற ஒரு வேகம்... ஆனால் அதற்குள்ள வாய்ப்பும் தனக்குக் கிடைக்கவில்லை. பப்ளிக் சர்வீஸ் கமிஷனின் கீழ் குமாஸ்தா வேலைக்கான பரீட்சை மட்டும் எழுதியிருந்தான். அதன் பிறகு பி.எஸ்ஸி. இறுதியாண்டு பரீட்சைக்காக இன்டர்மீடியட்டில் வைத்து உழைத்ததைவிடக் கடுமையாய் நிசிப்பொழுதுகளில் தன்னந்தனிமையில் புஸ்தகங்களுடன் மல்லாட வேண்டியிருந்தது.

# 34

அறைக்குள் விடிவிளக்கின் மங்கிய ஒளி மட்டும்தான் – மற்றபடி திட்டுத்திட்டாய் இருள்.

சுற்றிலும் தாறுமாறாய்க் கிடந்து நித்திரை கொள்ளும் தன் சந்ததிகள்... மனைவி.

நெஞ்சு நிறைய நினைவுச் சுமை.

வெளியில் வீதி அமைதியாய்க் கிடக்கிறது. தூரத்தில் எங்கோ குரைக்கும் சொறிநாய்.

அடுத்த வீட்டில் தன் ஸகலன் – ஷட்டகர் வேலப்பன் அண்ணாச்சியின் தாய் இருமும் சத்தம்.

இப்போ அப்பா என்ன செய்கிறாரோ? இன்றும் சுந்தரம் அவனே ஆஸ்பத்திரியில் படுத்துக் கொள்வதாகச் சொல்லி, தன்னை வீட்டுக்கு அனுப்பி வைத்துவிட்டான்.

இவனுக்கு மூச்சுத் திணறியது. மெல்ல எழுந்து வெளி வராந்தாவுக்குச் செல்லும் கதவைத் திறக்கும்போது மேஜைமீது கிடந்த நீண்ட கவர் தென்பட்டது. அதையும் கையில் எடுத்துக்கொண்டு வராந்தாவில் வந்து சோபாவில் உட்கார்ந்தான்.

வெல்ட்மெஷ் இடைவழி தெருவிளக்கின் வெளிச்சம் இவன் காலடியில் விழுந்து கோடு கிழிக்கிறது. ஜில்லென்ற குளிர்...

மாலையில் ஆஸ்பத்திரியிலிருந்து வந்தபோது, அன்றைய தபாலில் வந்ததாய்ச் சொல்லி இந்தக் கடிதத்தை சரளா தந்தாள். ஒரு திருமண அழைப்பிதழ்.

மணமகன் பெயர் ஸ்டீபன்.

முதலில் இது யாரென்று புரியவில்லை. மணமகனின் அப்பாவின் பெயரும் புதுசாக இருந்தது. திருமணம் சர்ச்சில் வைத்து; பார்ட்டி அவன் வீட்டில். ஆனால் ஊர் பெயரைச் சிவனூர் என்று கண்டதும்,

இவனுக்குப் புரிந்துவிட்டது. ஓ – இது திருமேனியல்லவா! அவன் இப்போதுதான் திருமணமே செய்கிறானோ ... பாக்கியசாலி.

பி.எஸ்ஸி. பரீட்சை எழுதி முடித்ததும், சிவனூரில் பொது மராமத்து இலாகாவில் கீழ் குமாஸ்தாவாக வேலைக்கு ஆர்டர் வந்ததும், பெரிய இஷ்டம் இல்லாதிருந்தும், 'உம்... வெக்கேஷன் தானே, பி.எஸ்ஸி. ரிசல்ட் வருவதுவரை இருக்கட்டும்; முதலில் கிடைக்கும் அரசாங்க வேலையல்லவா, போய்ச் சேராமல் இருக்க வேண்டாம்' என்று அப்பா அனுமதி கொடுத்தார். இனியும் அப்பாவுக்குத் தன் காரணமாகச் செலவுக்கு மேல் செலவு ஆகிக்கொண்டே இருக்கலாகாது. தன் பாதி வயசிலேயே அப்பா குடும்பத்தின் பொறுப்புகளைச் சிரம் மேல் வகித்து, உடம்பால் கடுமையாய் உழைத்துச் சம்பாதிக்கத் தொடங்கிவிட்டிருந்தார் என்றெல்லாம் நினைத்துச் சில நிச்சயங்களை உள்ளுக்குள் செய்துகொண்டு இவன் வீட்டில் எல்லோரிடமும் விடைபெற்றுக்கொண்டு சிவனூருக்கு ரயில் ஏறினான்.

காலையில் சிவனூரில் வந்து இறங்கும்போது என்னவோ ஏதோவென்று அச்சமாக இருந்தது; புதிய ஊர்... முன் பின் பழக்கமில்லாத முகங்கள்... ரயில் நிலையத்திலிருந்து ஒரு மைல் தொலைவில் டவுன் இருந்தது. எப்படியோ வழி கேட்டுத் தெரிந்து டவுன் பஸ்நிலையத்தின் அருகில் உள்ள ஒரு ஹோட்டலில் அறை எடுத்து, பெட்டிப் படுக்கைகளைப் போட்டுவிட்டுக் குளித்து உடைமாற்றிக்கொண்டு, ஆபீஸைத் தேடிப் புறப்பட்டான்.

தான் எதிர்பார்த்ததைவிட பெரிய கட்டடம். ஜாயினிங் ரிப்போர்ட் எழுதிக் கொடுத்து இருக்கையில் போய் அமர்ந்ததும், நூற்றுக்கணக்கான மைல்களுக்கு அப்பாலிருக்கும் அப்பாவை யும் அம்மாவையும் மனம் நினைத்துப்பார்த்துக்கொண்டது.

அது பொதுமராமத்து இலாகாவில் நீர்ப்பாசன டிவிஷன் ஆபீஸ். நீண்ட ஹாலில் இருபக்கங்களிலும் உட்கார்ந்திருந்த கீழ் மேல் குமாஸ்தாக்களின் இடையில் தனக்கும் ஒரு மேஜை நாற்காலி; கொஞ்சம் ஃபைல் கட்டுகள்.

எல்லோரும் புதியவன் தன்னைக் குறுகுறுப்போடு பார்ப்பதை உணர முடிகிறது. ஒரு சங்கோஜம் அழுத்திக்கொண்டே இருக்கிறது.

'இன்னைக்குத்தான் வேலையில் ஜாயின்ட் பண்ணினீர் களா?' என்ற குரல் கேட்டுத் தலை உயர்த்திப் பார்த்தபோது மேஜையில் கைகளை ஊன்றி ஆதங்கத்துடன், இதற்கு முந்தியே நெருங்கிப் பழகியவனைப்போல் ஒருவன் நிற்கிறான். அவன் மஞ்சள் நிறத்திலும் வழுவழுப்பாய்ச் சவரம் செய்யப்பட்டிருந்த

முகத்திலும் இருந்து ஏதோ திருமேனி – நம்பூதிரி யுவனாக இருக்கும் என்றுதான் மனம் யூகித்தது. பிறகுதான் தெரிந்தது, அவன் பெயர் ஸ்டீபன் என்பது.

'ஆமா ...' என்று தான் பதிலிறுத்ததும் தன் ஊர், பெயர், படிப்பு, ஃப்ரஷ் அப்பாயின்ட்மென்டா என்றெல்லாம் கேட்டுத் தெரிந்துகொண்டான் அவன். பிறகு அவன் தான், தன்னை ஏற்கெனவே தெரிந்து கொண்டிருந்தவனைப் போல், அந்த ஹாலில் உட்கார்ந்திருந்த ஒவ்வொருவரிடமும் கூட்டிக்கொண்டு சென்று அறிமுகப்படுத்திவைத்தான்.

தன் இடது பக்கத்தில் ஒரு எலிஸபெத் . . . அழகாகவே இருந்தாள். கல்யாணமாகிக் குழந்தைகள் இருந்தன; வளவள வென்று நிறுத்தாமல் பேசிக்கொண்டிருந்தாள். நேர் எதிரில்தான் திருமேனி உட்கார்ந்திருந்தான்; வலப்பக்கம் கருணாகரன்; நாற்பது வயசிருக்கும்; அவரை எல்லோரும் மாஸ்டர் என்று அழைத்தார்கள். தன் நேர் மேல் குமாஸ்தா அவர்தான்; பிறகு நடுநாயகமாய்த் தலைமை குமாஸ்தா ஸ்ரீதரன்பிள்ளை; ஒரு ஐம்பது வயசிருக்கும்; அவருக்கும் தன் ஊர்தான் என்று புரிய வந்தது.

மாலை ஐந்துமணிக்கு ஆபீஸ் விட்டபோது, 'என்ன மிஸ்டர் ராஜகோபால், எங்கே தங்கியிருக்கிறீங்க?' என்று கேட்டான் ஸ்டீபன்.

'பஸ் ஸ்டாண்ட் பக்கம் ஒரு ஹோட்டலில்! மகா அசுத்தமான இடம்; அதோடு பெரிய வாடகை. அங்கிருந்து எங்கே மாறுவது என்றுதான் யோசித்துக்கொண்டிருக்கிறேன்.'

'இந்த ஊரில் ஹோட்டல் எல்லாம் இப்படித்தான். நாங்களும் இப்படித்தான் ஒவ்வொரு ஹோட்டலிலும் தங்கிப் பார்த்துக் கடைசியில், இங்கே செம்புத்துறையில் ஒரு கோப்பரேட்டிவ் காலனியில் ஒரு வீட்டில் நாலு பேராகத் தங்கியிருக்கிறோம். அதில் ஒருவர் இன்னும் ரெண்டு வாரத்தில் மாற்றலாகிப் போய்விடுவார். அப்போ உங்களுக்கு வரலாம். நல்ல இடம். சமைக்க ஒரு பையனை ஏற்படுத்தியிருக்கிறோம். அதுவரை உங்களுக்கு இங்கே ஆபீஸிலேயே தங்கலாமே.'

'என்ன ?'

'ஆமாம்... ஸ்ரீதரன்பிள்ளை சார் உங்க ஊருதானே? அவர் இங்கேதான் தங்கியிருக்கிறார். இன்னும் பேமிலியைக் கொண்டு வரல்லே. பெரிய கட்டடம். அந்த டெஸ்பாச் அறைப் பக்கம் ஒரு இருட்டு அறை இருக்குது. அங்கே பெட்டி, படுக்கைகளை

வைக்கலாம். கட்டில், தலையணை ஒண்ணும் வேற தேட வேண்டாம். இங்கேயே அவசியம் போல் மேஜை, ஃபைல்கள் எல்லாம் இருக்கே! அரசாங்கச் செலவில் காற்றும் வெளிச்சமும் தண்ணீரும் எல்லாம் ஓசியில் யதேஷ்டம் கிடைக்கும்... ஆமா ஸீலிங்ஃபேன், லைட், பைப் ஒண்ணுக்கும் கஷ்டமில்லே. உங்களுக்குச் சம்மதமுன்னா போய்ப் பெட்டியும் படுக்கையும் எடுத்துக்கிட்டு இங்கே வந்துவிடுங்க . . . ஸ்ரீதரன்பிள்ளை சாரிடம் நான் சொல்லிக் கொள்கிறேன்.'

முதலில் தனக்கு இதில் பெரிய விருப்பம் இருக்கவில்லை. காலையிலிருந்து மாலை ஐந்து மணிவரை ஆபீஸ் ஃபைல்களுடன் மாரடித்துவிட்டு, ஐந்துமணிக்குப் பிற்பாடும் சுத்த வாயுவைச் சுவாசிக்க வெளியே போவதை விட்டுவிட்டு, இங்கேயே அடைந்து கிடப்பது என்றால்...

ஆனால்... இங்கே 40–120 கிரேடில், பஞ்சப்படி எல்லாம் சேர்த்துக் கிடைக்கும் எழுபத்தி ஒன்பது ரூபாய் சம்பளத்தில் எல்லா செலவுகளும் நடக்க வேண்டாமா? அதோடு அந்த ஹோட்டல் அறையின் பெரிய வாடகையையும் பின்பக்கச் சாக்கடை வாடையையும் தன்னால் தாங்கிக்க முடியுமென்று தோன்றவில்லை. ஸ்டீபன் சொன்னதுபோல், அவர்கள் குடியிருக்கும் வீட்டில் இடம் காலியாவதுவரை, அவன் யோசனைப்படி இங்கே ஆபீஸிலேயே தங்கிவிடுவோம் என்ற முடிவெடுக்கத் தனக்கு வெகு நேரமாகவில்லை.

உடனேயே, ஹோட்டல் அறைக்குப் போய் – கூட ஸ்டீபனும் வந்தான் – அறையைக் காலிபண்ணிவிட்டு, பெட்டி படுக்கையுடன் ஆபீஸில் வந்துவிட்டான்.

–இப்படிச் சிவனூரில் வாழ்க்கை ஆரம்பமாயிற்று,

தான் வேலையில் சேர்ந்து மூன்றாவது நாள், ஸ்ரீதரன் பிள்ளை சாரின்கூட செம்புத்துறையிலிருந்த ஒரு ஹோட்டலுக்குப் போய் ராத்திரி உணவை முடித்துவிட்டுத் திரும்பும் போது, ஆபீஸ் வாச்சர் எதிரில் வந்தான்.

'சார், உங்களைத் தேடி யாரோ வந்திருக்கிறாங்க...' முதலில் ஆச்சரியமாக இருந்தது. பிறகு ஒரு பயம்; ஓடி வந்து பார்த்த போது –

அப்பா!

'கோட்டைபுரம் வரை ஒரு ஆக்ஷனுக்கு வந்தேன். அப்படியே உன்னையும் பார்த்துவிட்டுப் போகலாமுன்னு வந்தேன்.'

கோட்டைபுரத்திற்கும் சிவனூருக்கும் இடையில் நூறு மைலுக்கும் மேல் தூரம் இருக்கிறது என்பதும், ஆக்ஷன் – ஏலம் என்பது ஒரு சாக்கு என்பதும் இவனுக்குத் தெரியும். தெரியாத புதிய ஊரில் வந்திருக்கிறான், எப்படிச் சமாளிக்கிறான் என்பதைப் பார்த்துவிட்டுப் போகத்தான் அப்பா வந்திருக்கிறார்.

ஆபீஸில் அப்பாவை எங்கே உட்காரச் சொல்வது என்று தெரியாமல் கஷ்டப்பட்டான். ஸ்ரீதரன்பிள்ளை சார் அப்பாவிடம் எளிதில் நெருங்கிவிட்டார்.

'மகன் இப்போதான் முதல்முறையாக உங்களையெல் லாம் விட்டுப்பிரிஞ்சு தனியா வந்திருக்கிறான் போலிருக்குது… இல்லையா?'

'ஆமா… அவன் படிச்சது எல்லாம் வீட்டில் நின்னுதான்…'

'அதுதான் பையனுக்கு பெரிய ஹோம்ஸிக்னஸ்… அடிக்கடி அப்பா, அம்மா, பாட்டீன்னு சொல்லிக்கிட்டிருப்பான்… எப்போதும் ஏதாவது வாசிச்சுக்கிட்டு இருக்கிறான்…'

அப்பா சிரித்தார்… அதே நிஷ்களங்கமான சிரிப்பு.

'ஆமா… வீட்டிலும் எப்போதும் அவன் அறைக்குள்ளேயே அடைஞ்சுகிடந்து ஏதாவது வாசிச்சுக்கிட்டுதான் இருப்பான். ஆனா, ஒண்ணும் சாப்பிடமாட்டான். அதுதான் உடம்பை பார்க்கல்லையா? சல்லி…'

அப்பா மிகுந்த அக்கறையோடு தன்னிடம் உபதேசித்தார். 'டேய்… என்னைக்கும் காலம்பரெ ஒரு தம்ளர், ராத்திரி ஒரு தம்ளர் காய்ச்சிய பசும்பால் வாங்கிக் குடி… வாரத்தில் ஒரு முறையாவது நல்லெண்ணெய் தேய்த்துக் குளிக்கணும். ரூபாய் ஏதாவது வேணுமுன்னால், தயங்காமல் எழுது. அனுப்பித் தாரேன்; இப்போ ஏதாவது வேண்டுமா?'

இவனுக்கு மிகவும் கஷ்டமாக இருந்தது. இந்த பாசத்தின் அடித்தளம்தான் என்ன?

வீட்டின் நிலைமை தனக்கு நன்றாய்த் தெரியும். அதோடு, படிப்பு, படிப்பு என்று இல்லாத செலவுகளையெல்லாம் உண்டுபண்ணிக்கொண்டிருந்துவிட்டு, இப்போ கொஞ்சமாவது ஆறுதல் கொடுப்போம் என்று இந்த வேலையை ஏற்று இங்கே வந்திருக்கிறோம். ரயிலேறும்போது, 'சம்பளம் வாங்குவது வரைக்கும் செலவுக்கு வேண்டாமா' என்று அப்பா பணம் தந்துதான் அனுப்பியிருந்தார். இருந்தும், இப்போ இப்படிக் கேட்கிறார் என்றால்…

இதெல்லாம் ஒரு அப்பாவின் கடமை என்ற ரீதியில் தன்னால் எப்படி உதாசீனம் பண்ண முடியும்? தன் மீது உயிரையே வச்சிருக்கும் அப்பாவை வேதனைப்படுத்துவது தன்னால் எங்ஙனம் சாத்தியம்?

அன்றிரவு, தன்கூட ஆபீஸில் ஒரு மேஜை மீது படுத்துத் தூங்கிவிட்டு, அதிகாலையில் எழுந்து, 'தவறாமல் கடிதம் போட்டுக் கொண்டிரு, உடம்பைப் பத்திரமாய்ப் பார்த்துக் கொள்' என்றெல்லாம் உபதேசித்துவிட்டு அப்பா பஸ் ஏறினார்.

காரியாலயத்திற்கு வந்தபோதும் மனமெங்கணும் அப்பாவின் முகமே நிறைந்து நிற்கிறது.

ஸ்டீபன் காரணமாய் ஆபீஸில் எல்லோரிடமும் ஒரு நெருக்கம் ஏற்பட்டுக்கொண்டிருந்தது. வேலையும் அப்படியொன்றும் கஷ்டமாய்த் தோன்றவில்லை. மாலையில் ஐந்து மணிக்குப் பிறகும், ஃபைல்களுடன் வாழ்வதுதான் சிறிது கஷ்டமாக இருந்தது. ஸ்டீபன் சொன்ன ஆள் இன்னும் இடம் மாறிப் போகவில்லை; ஆதலால் அவர்கள் கூட தங்கச் செல்லவும் முடியவில்லை.

தனிமையில் இருக்கும்போது அப்பா, அம்மா, பாட்டி, தம்பி தங்கைகளைப் பற்றிய நினைவுகள்...

முன்ஸிபல் நூலகத்திலிருந்து நல்ல புஸ்தகங்கள் கிடைத்தன. அவற்றை வாசித்துக்கொண்டிருக்கையில், தன் பழைய கற்பனைகள் – பகல் கனவுகள் எனும் வியாதி; இன்ன காரணத்தினால் என்று அறுதியிட்டுச் சொல்லத் தெரியாத ஒரு ஏகாந்த சோகம்; ஒன்றையுமே அனுபவிக்க முடியாமல் தன் ஆயுள் குறைந்து கொண்டிருக்கிறது என்பது போன்ற ஊமைவலி. இந்த ஊரின் நடுநாயகமாய் இருந்த சிவக்ஷேத்திரம்; சுற்றி, சித்திரை மாதம்தோறும் பல்வேறு வண்ண அம்பாரி, முத்துக்குடைகளை வகித்த நூற்றுக் கணக்கான யானைகளின் ஊர்வலம், வாணவேடிக்கை, பஞ்சவாத்திய மேளம் என்று பூரத்திருவிழா அமர்க்களமாய் நடக்கும் பெரிய கோயில் மைதானம்; அதைச் சுற்றிக்கொண்டு செல்லும் அகலம் கூடின கடைத் தெருக்கள்... இங்கெல்லாம்போய் நிற்கும்போது மனதில் சிறிது நிம்மதி, அதுவும் தற்காலிகமானது தான்.

இப்படியே நாட்கள் சென்று முதல் தேதி வந்தது.

முதல் சம்பளம்.

புத்தம் புதிய மணம் கமழும் நோட்டுக்களைக் கையில் வாங்கியதும் அப்பாவின் நினைவு வந்தது. வாழ்க்கையில் இந்

நாள்வரை அப்பாவிடமிருந்து பணம் வாங்கிக்கொண்டே இருந்திருக்கிறோமே தவிர, ஒரு தம்பிடி கூட அவரிடம் சுயமாய்ச் சம்பாதித்துக் கொடுக்க முடிந்ததில்லை... ஊரில் இருந்திருந்தால் இந்த தன் முதல் சம்பளத்தை அப்பாவின் கையில் கொண்டுபோய்க் கொடுத்தால் அவர் எவ்வளவு உள்ளம் பூரிப்பார்... தனக்கும் ஒரு சாரிதார்த்தியம்..!

இப்போ என்ன செய்வது?

வேலையில் ஐந்தாம் தேதி சேர்ந்ததால், மொத்தம் அறுபத்தைந்து ரூபாயும் சில்லறையும் இருந்தன. இங்கே இனி அடுத்த மாசம் சம்பளம் கிடைப்பதுவரை சமாளிக்க வேண்டும்...

கொஞ்ச ரூபாய் அப்பாவுக்கு மணிஆர்டர் செய்யலாமென்றால், இந்த நோட்டுத்தான் அப்பாவிடம் போய்ச் சேரும் என்று என்ன நிச்சயம்! எனவே தபால் இலாகாவை ஏமாற்றும் ஒரு சின்ன கைங்கரியம் செய்ய வேண்டி வந்தது. 'என்னை ஆசீர்வதியுங்கள்...' என்று அப்பாவுக்கு ஒரு கடிதம் எழுதித் தன் சம்பளத்திலிருந்து மூன்று பத்து ரூபாய் நோட்டுக்களையும் வைத்து மடக்கித் தபால் உறைக்குள் வைத்து அப்பாவுக்கு அனுப்பி வைத்தான்.

இந்தக் கடிதமும் ரூபாயும் அப்பாவிடம் போய்ச் சேரும் போது அவர் எவ்வளவு மகிழ்ச்சியடைவார் என்ற கற்பனையில் நாட்கள் நகர்ந்தன. தபால் சட்டப்படி, தான் செய்த குற்றம், ஒருவேளை கண்டுபிடிக்கப்பட்டு ரூபாய் பறிமுதல் செய்யப்பட்டு அப்பாவிடம் போய்ச் சேர்ந்திருக்காதோ என்ற ஒரு சந்தேகம்.

மூன்றாவது நாள் அப்பாவிடமிருந்து கடிதம் வந்தது.

'சிரஞ்சீவி ராஜகோபாலனுக்கு,

உன் கடிதமும் ரூபாயும் கிடைத்தன. ரொம்ப சந்தோஷம். இங்கே உன் அம்மாவுக்கும் பாட்டிக்கும் உன்னைப் பார்க்க வேண்டும் போலிருக்கிறதாம். உன் தம்பி தங்கைகள் எல்லோரும் பெரியண்ணா என்றைக்கு வருவான் என்று கேட்கிறார்கள். நீ அனுப்பிவைத்திருந்த ரூபாயில் செவந்திட்டை பகவதி அம்மன் கோயிலில் ஒரு அர்ச்சனைக்குக் கொடுத்தோம்...

உனக்கு அங்கே செலவுக்குக் கஷ்டமாக இருக்கும். ரூபாய் ஏதாவது அவசியமிருந்தால், உடனடி உரிமையோடு கடிதம் போடு. கூச்சப்பட்டுக்கொண்டு இருந்துவிடாதே... காலையிலும் மாலையிலும் பசும்பால் சாப்பிட்டு வருகிறாயல்லவா?

வாரா வாரம் எண்ணெய்த் தேய்த்துக் குளிக்காமல் இருந்து விடாதே.'

—இப்படி அப்பாவின் பிரத்யேக வடிவம் கொண்ட மணி மணியான எழுத்துகளைக் கண்டபோது தன் விழிகள் நனைந்து விட்டன.

பாசம் வைத்து, பாசம் வைத்து அப்பா தன்னை ஒரு கோழையாக்கிவிட்டாரா என்றுகூட மனம் கேட்டுக்கொள்கிறது. தந்தை – தனயன் என்ற உறவு வெறும் பழக்க தோஷத்தால் விளையும் ஒரு சாதாரணச் சொந்தம்தானா? ரத்தத்திலிருந்து கிளர்ந்தெழுந்த இந்த உறவை உதறி மீளுவது என்பது சாத்திய மாகக் கூடியதுதானா? எந்தத் தணிக்கையும் இன்றித் தன்னிச்சை யாய் பூத்துக் குலுங்கும் அப்பாவின் புத்திர பாசம்.

ஹூம்... அந்த அப்பா இப்போ ஆஸ்பத்திரியில் என்ன நினைத்துக்கொண்டு கிடக்கிறாரோ?

# 35

ரோட்டில் ஒரு கார் விரைந்து செல்கிறது. தூரத்தில் ரயில் என்ஜின் ஊளையிட்டது. உள்ளே குழந்தைகள் யாரோ தூக்கத்தில் நறநறவென்று பற்களைக் கடிக்கும் ஓசை.

மனித பந்தங்களில்தான் எவ்வளவு விசித்திரங்கள். பிறவிக்குக் காரணமாகி வளர்த்து ஆளாக்கிய அப்பா...

பெற்றெடுத்து, சமையலறையில் எந்நேரமும் எரிந்துகொண்டிருக்கும் யாகக்குண்டத்து வேள்வித் தீயில் – அடுப்படி நெருப்பில் வாடி வதங்கி உண வாக்கிப் படைத்தவாறே ஆயுளைக் கழித்துக் கொண்டிருக்கும் அம்மா...

வாழ்க்கையில் எத்தனையோ இன்னல்கள் அனுபவித்தும், தன் மீது அன்பைத் தவிர வேறு எதையும் பொழியத் தெரியாத சிவகாமி பாட்டி...

தம்பி தங்கைகள்...

நண்பர்கள்...

இப்படி ஆதிநாட்களிலிருந்தே உறவின் வட்டம் விரிந்து விரிந்து செல்கிறது. முற்றிலும் புதியவர்களைக் கூட இந்த உறவின் வளையம் விட்டு வைக்காது போலிருக்கிறது. இல்லா விட்டால், கையிலிருக்கும் ஸ்டீபனின் திருமண அழைப்பிதழில் மறுபடியும் விழிகள் செல்கின்றன. சிவனூரில் கூடிப்போனால் மூன்று மாத காலம்தான் தங்கியிருந்திருப்போம்; அங்கேயும் நெருக்கமாய் ஒரு நட்புறவு வளர்ந்து செழித்திருக்க முடிந்திருக்குமா? இதற்கெல்லாம், வலிய யாரிடமும் போய்ப் பேசிப் பழகத் தெரியாத ஒரு சங்கோஜி, தான்! அப்படியிருந்தும் சமூகத்தில் இத்தகைய நெருக்கங்களிலிருந்து தன்னாலும் விடுபட முடியவில்லையென்றால்...

சில நாட்களில் ஸ்டீபன் வந்து, அவன் ஏற்கெனவே சொல்லியிருந்த ஆள், இடமாற்றம் கிடைத்துப் போய் விட்டான் என்று சொல்லி அழைக்க, தான் தன் பெட்டிப் படுக்கைகளுடன் அந்த கூட்டுறவு காலனி வீட்டுக்கு வாசம் மாற்றிக்கொண்ட போது, ஆபீஸ் நேரமல்லாத பொழுது களிலும் ஃபைல்களுடன் வாழும் ரஸமற்ற வாழ்விலிருந்து விமுக்தி கிடைத்தது.

ஆபீஸிலிருந்து இரண்டு பர்லாங் தொலைவில் மிருகக் காட்சிச் சாலையின் பின்பக்கம் இருந்தது அந்த காலனி; அமைப்பில் சிறிசாக இருந்தாலும் அழகான, எல்லா சௌகரியங் களும் அமைந்த வீடு.

காலையில் எழுந்ததும் பால் விடாத காப்பி ரெடி... பிறகு சுடுகஞ்சியும் பயர் துவரன், அப்பளம், மத்தியானம் அவியல், கூட்டு, சாம்பார் சகிதம் சாப்பாடு... மாலையில் டிபன்... ராத்திரி சப்பாத்தி... – இப்படியாக சமையல் நிபுணன் கேசவனின் – வயசு இருபது, நளபாகம் அமர்க்களப்பட, ஒரு கூட்டுறவு வாழ்க்கை அந்த வீட்டில் ஆரம்பமாகியது.

மற்ற நால்வரில் திருமேனி மட்டுமே இவன் ஆபீஸில். மற்றவர்களில் ஒருவன் பக்கத்திலிருந்த மிருகக்காட்சிச் சாலையில் குரேட்டர் – அப்புஸ்வாமி, கரடி அப்புஸ்வாமி – என்றுதான் எல்லோரும் அழைப்பார்கள். வேஷ்டி மட்டும் உடுத்திக் கொண்டு இருக்கும்பொழுது பார்க்க அசல் கரடி தான் – உடம்பு முழுதும் அத்தனைக்கும் கருகருவென்று அடர்த்தியான ரோமம். இனியொருவன் மின்சார இலாகாவில் குமாஸ்தா – பெயர் விஜயன் என்று சொல்வதைவிட விஜயா என்றால்கூட கொஞ்சம் பொருந்தும். அவன் நாணிக் கோணிக் கொண்டு நடப்பதிலும் பேசுவதிலும் எல்லாம் ஒரு பெண்ணின் சாயல்.

மாலையில் நாலுபேரும் ஒன்றாய் நடக்கப் போவார்கள். மைதானத்தைச் சுற்றிய ரோடு பூரா எப்போதும் கலகலப்பாக இருக்கும். அந்தக் கலகலப்புச் சூழலில் இடைவழி நடந்து, திடீரென்று அமைதி கொஞ்சும் இருபக்கங்களிலும் பச்சைப் பசேல் என்ற நெல்வயல்களைக் கொண்ட ரோட்டை வந்தடையும் போதும், விவாதிக்கப் பொருள் ஏதாவது மாறி மாறிக் கிடைத்துக் கொண்டே இருக்கும். இரவில் சீட்டாட்டம், அரட்டை, இப்படி அந்த மூவரிடம் ஒரு நட்புறவு சுடர்விட, சென்று கொண்டிருந்த நாட்கள்...

ஓய்வு நேரங்களில் பக்கத்திலிருந்த ஜுபிலி நூல் நிலையத்தி லிருந்து புத்தகங்களை எடுத்து வாசிக்கும் வழக்கத்தையும் விட்டுவிடவில்லை.

அங்கிருந்து இருபதுமைல் தொலைவில் அழகுநகர் பாலிடெக்னிக்கில் அப்போது பொறியியல் டிப்ளமாவுக்கு படித்துக் கொண்டிருந்த தம்பி சுந்தரம் ஓரிருமுறை இங்கே வந்து தன்னைப் பார்த்துப் பேசிச் சென்றது எவ்வளவோ ஆறுதலாக இருந்தது. இருந்தும், இரவுகளில் விளக்கெல்லாம் அணைத்து விட்டு, மற்ற மூவரின் இடையில் பாயை விரித்துப் படுத்துத் தூக்கத்தை நாடி விழிக் கதவுகளைப் பூட்டிக் கிடக்கையில், தன் அந்தக்கரணத்தில் அப்பா, அம்மா, பாட்டி, இப்படி இப்படிக் கற்பனைப் புள்ளிகள் உருவாகி, மௌனமாய் ஒரு வேதனை அவரோகித்துக் கொள்ளும்.

அப்பாவின் கடிதம் வந்தது, ‘உன் தங்கை வனஜா இன்று ருதுவானாள். பூப்பு நீராட்டு சடங்கு எட்டாம் தேதியன்று’ என்று.

மனசில் ஒரு மகிழ்ச்சியும் வேதனையும். காலம் முன்னால் முன்னால் சென்றுகொண்டிருக்கிறது. சிறுமிப் பருவம் தாண்டிக் கன்னி வயசு... பொறுப்புகளைச் சுமக்க வேண்டிய கட்டத்திற்குத் தயாராகிறாள், பாவம்!

மனசில் வனஜாவின் அழகான வதனம் அடிக்கடி நிழலாடியது. தன் மகிழ்ச்சியைத் தெரிவித்து அப்பாவுக்குக் கடிதம் எழுதினான்.

சடங்குக்கு வீட்டுக்கு வந்தான். தாவணியைச் சுற்றத் தெரியாமல் சுற்றி அறைக்குள் உட்கார்ந்திருந்த வனஜாவைப் பார்த்தபோது, சிரிப்பு வந்தது; மனசுக்குள் ஒரு அனுதாபமும்!

சடங்கெல்லாம் கழிந்து, இவன் சிவனூருக்குத் திரும்பும் போது, ‘ரிசல்ட் வந்ததும் வேலையை ராஜினாமா செய்துவிட்டு வந்துவிடு ... என்ஜினியரிங் காலேஜில் மனுப் போடணும்...’ என்றார் அப்பா. ‘டேய்... உடம்பு ரொம்ப மோசமா போச்சு... கவனிச்சுக்கோ’ என்றார்கள் அம்மாவும் சிவகாமி பாட்டியும்.

மீண்டும் சிவனூரில் திருமேனி, கரடி அப்புஸ்வாமி விஜயா கூட கூட்டுறவு வாழ்க்கை. ரிசல்ட் வந்தபோது பாஸாகியிருந்ததை அறிய மனம் குதூகலித்தது. பத்திரிகையில் செய்தியைப் பார்த்து அப்பா எவ்வளவு ஆனந்தமடைவார் என்று எண்ணிப் பார்க்காமலிருக்கவும் முடியவில்லை.

‘உடனேயே புறப்பட்டு இங்கே வா ... வேறொண்ணும் ஆலோசிச்சு மனம் குழம்ப வேண்டாம்’ என்ற அப்பாவின்

கடிதத்தைக் கையில்வைத்துக்கொண்டு நெடுநேரம் இவன் ஆலோசித்துக்கொண்டிருந்தான்.

அப்பாவுக்கு இனியும் சுமையாகத் தான் இருக்க வேண்டுமா? ஆனால் அப்பாவை அனுசரிக்காமலிருப்பது எப்படி? இந்த குமாஸ்தா வேலையிலிருந்து என்றைக்கு நல்ல காலம் வரும்?

சிவனூர் நண்பர்களிடம் விடைபெறும்போது, 'எங்க ஊருக்கு வரும்போது அவசியம் வீட்டுக்கு வரணும்...' என்று இவன் சொன்னபோது திருமேனி, 'ராஜா, இதெல்லாம் வெறும் உபச்சார வார்த்தைகள். நாங்க உங்க ஊருக்கு வரும்போது உங்க வீடு தேடி வந்து உங்களைப் பார்ப்பது என்பதோ, எங்க ஊருக்கு நீங்க வரும்போது எங்க வீடு தேடி வந்து எங்களைப் பார்ப்பது என்பதோ சாத்தியமாகுமென்று தோன்றவில்லை. அவரவர் வேலைக்காக அவசரம் அவசரமாக வருவோம், வந்த வேலை முடிஞ்சதும் கூடு போய்ச் சேர பஸ்ஸையோ ரயிலையோ பிடிக்க ஓடுவோமா, இல்லை இந்த ஊரில் இப்படியொருத்தன் இருந்தானே என்று விலாசத்தை டயரியில் தேடிக்கொண்டு இருக்கப் போகிறோமா? நீங்க சொல்றதைப்போல், ஒரு நாள் தங்கி நண்பர்களையெல்லாம் சந்தித்து உறவைப் புதுப்பிக்க, எங்களுக்கும் சரி உங்களுக்கும் சரி விச்ராந்தி கிடைக்கவா போவுது,' என்று அடித்துச் சொன்னதைக் கேட்க, அப்போது இவனுக்கு ஆச்சரியமாகவும் கஷ்டமாகவும்தான் இருந்தது.

'ஆனாலும்...' என்று இவன் இழுத்தபோது, 'உங்களுக்கு என்ஜினியரிங் காலேஜில் அட்மிஷன் கிடைச்சு படிப்பை நல்ல முறையில் முடிச்சு நீங்க என்ஜினீயரான பிறகும், வாழ்க்கையில் ஏதாவது காட்சியில் மறுபடியும் ஒருவேளை நாம் சந்திக்கக் கூடாது என்பதில்லை. ஆனால்... சந்தித்தே தீருவோம் என்பதும் இல்லையே...' என்றான் அப்புஸ்வாமி.

இப்போ, அன்று திருமேனியும் அப்புஸ்வாமியும் சொன்ன தெல்லாம் மெத்த சரியாகவே படுகிறது. அவர்களை சிவனூரி லிருந்து பிரிந்து பதினைந்து வருடகாலத்துக்கும் மேலே இருக்கும்; இதனிடையில் வாழ்க்கை நாடகத்தில் இந்த சிவனூர் நண்பர்கள் யார் யாரையெல்லாம் நாம் சந்தித்திருக்கிறோம்? அவர்கள் அங்கிருந்தும் வேறெங்கெல்லாம் மாற்றலாகி போய் விட்டார்களோ? ஒரு தடவை, பொறியியல் கடைசி ஆண்டில் படித்துக்கொண்டிருக்கையில், காலேஜிலிருந்து களைத்துப் போய் பஸ்ஸில் திரும்பும்போது, பஸ் ஜன்னலில் ரோட்டில் நடந்து செல்லும் பாதசாரிகளின் பழக்கமில்லாத பல முகங்கள் வந்து வந்து பின்னிக்கொண்டிருந்தன. ஒரு முகம், சிகரட் பிடித்தவாறு அவசரம் அவசரமாய் விரைந்து வந்து பின்னால் போகிறது.

யார் அவன்?

மிக மிக நெருங்கிப் பழகி மறைந்த முகம்...

யார்..?

யார்..?

பள்ளியில் கூடப் படித்தவனா இல்லை... காலேஜில் வைத்துப் பழகியவனா? இப்படி மூளையைப் போட்டுக் குடையக் குடைய மேலும் மேலும் குழப்பம் கூடிக்கொண்டே இருக்கிறது. நாலு பஸ் நிறுத்தங்கள் கழிந்த பிறகு, திடீரென்று மனசில் ஒரு மின்வெட்டு... அது... அது... திருமேனியல்லவா? மூன்று மாச காலம் ராவும் பகலும் ஒன்றாய் வாழ்ந்தும்கூட, காலம் செய்யும் சதி! ஒரு காலத்தில் இப்படியொரு மறதியைக் கற்பனைகூட செய்து பார்த்திருக்க மாட்டோம். அப்படியென்றால் உறவுகள் எல்லாம் இப்படித்தானா..?

உறவுகள் வரும், போகும்...

புதிய உறவுகள் வர, விலகிக் கொள்ளும் பழைய உறவுகள்...

புதியவை பழசாகிக்கொண்டிருக்கும்போதும், புதுமை மங்காது நீடிக்கும் உறவுகளும் உண்டா?

திருமேனி சொன்னதுபோல், பசித்தவனின் பழங்கணக்காய்ப் பழைய உறவுகளைப் புதுப்பிக்க இந்த யந்திர யுகத்தில் நேரமிருக்கிறதா? அப்படியென்றால், உறவுகள் புதுசு புதுசாய் அணுக அணுக, பழையவை விலகி விலகிப் போய் மறந்து மறைந்துவிட வேண்டியதுதானா?

அப்படி அறுதியிட்டுச் சொல்ல முடியுமா? இதோ திருமேனி அவன் கல்யாண அழைப்பிதழ் மூலம் மறுபடியும் தன் முன் புதுமை குன்றாமல் வந்து நிற்கிறானே...

சரி அதுதான் போகட்டும்...

தந்தை – தனயன் உறவும் கொஞ்சம் பழைய உறவுதான். ஆனால் இப்போதும் அது புத்தம் புதிதாய் மிளிர காரணம்? இதையெல்லாம் அப்படி எளிதில் வியாக்கியானம் செய்து சமம் சமம் என்ற ரீதியில் விளக்கிவிட முடியக் கூடியதா?

# 36

டாக்டர் வரும் நேரம் . . .

வார்டு அமைதியில் ஆழ்ந்துகிடந்தது.

அப்பா காப்பி சாப்பிட்டுவிட்டுக் கண்ணயர்ந்து கொண்டிருந்தார். எதிரில் மூன்றாவது வரிசையில் கிடந்த இளைஞனின் அருகில் உட்கார்ந்து கொண்டு, சிரித்துச் சிரித்துப் பேசிக்கொண்டிருந்த அழகான நங்கை அப்பாவுக்கு விசிறியவாறு ஸ்டூலில் உட்கார்ந்திருந்த இவன் கண்களில் தட்டுப் பட்டாள். அந்த இளைஞனின் இளம் மனைவி யாகத்தான் இருக்க வேண்டும்.

அப்பாவின் அடுத்த பெட்டில் வயிற்று வலிக்காய் அட்மிட் பண்ணப்பட்டிருந்த ஸ்கூல் மாஸ்டர் சிவராமன் சாரின் மைத்துனன் ரவி மெல்ல இவன் அருகில் வந்தான்.

'சார், உங்களுக்கு அந்த ஆளைத் தெரியுமா?'

இவன் தெரியாது என்று தலையை ஆட்டி னான். 'ஒண்ணும் சொல்ல வேண்டாம் – பெரிய கண்ட்றாவி சார். நம்ம முத்தையா முதலாளியின் மைத்துனன் கணேசன்தான் அந்தப் பையன். ரயில்வேயில் குமாஸ்தா வேலை. முப்பத்தஞ்சு வயசுவரைக்கும் கல்யாணம் பண்ணிக்கல்லே. போன வருஷம் ஆபீஸில் வச்சு லவ் பண்ணி இவளைக் கல்யாணம் செய்துக்கிட்டான். அவள் ஜாதியில் நாயர். கல்யாணமாகி ரெண்டு நாள்கூட முழுசாய்ச் சேர்ந்து வாழக் கொடுத்து வைக்கல்லே – படுக்கையில் விழுந்துவிட்டான் – டாக்டர் ஜோஸ் வந்து பார்த்தபோதுதான் எல்லோருக்கும் விஷயம் புரிந்தது.'

'என்னவென்று?'

‘ஏற்கெனவே அவன் கிட்னியில் என்னவோ ட்ரபிளாம்– ‘என்னிக்கு ஆனாலும் நான் சொல்லாமல் நீ கல்யாணம் பண்ணிக்கொள்ளக் கூடாது,’ என்று டாக்டர் ஜோஸ் பத்து வருஷங்களுக்கு முந்தி சொல்லியிருந்தாராம். அவர் சொன்னதை மீறி இப்போ கல்யாணம் பண்ணிக்கொண்டதில் அவருக்கு அசாத்திய கோபம். இனி நான் சிகிச்சை செய்ய மாட்டேன், வேறு யாரையாவது பார்த்துக் கொள்ளுங்கள்’ அப்படீன்னு இப்போ சொல்லிவிட்டாராம்...

‘பெண்ணிடமும் அவன் விஷயத்தைக் கல்யாணத்துக்கு முந்தி வெளியிடவில்லையா?’

‘இவுங்க ரெண்டுபேரும் சிநேகமுன்னு ஆபீஸில் எல்லோருக்கும் தெரியுமாம் – கலப்புக் காதல் அல்லவா – அதனால் இந்தக் கல்யாணத்தை எப்படியும் நடத்திவைத்துவிட வேண்டுமென்று நண்பர்கள் எல்லோருக்கும் ஒரே குஷி – அவளிடம் நேரில் வெளியிட திராணி இல்லாமல், ஒரு கடிதத்தில் தன் வியாதியைக் குறிப்பிட்டு அவளிடம் கொடுக்குமாறு சொல்லி ஒரு நண்பனிடம் ரகசியமாய்க் கொடுத்தனுப்பியிருக்கிறான் அவன். இப்போ தான் டிரபிள் ஒண்ணும் இல்லையே... இதெல்லாம், பத்து வருஷம் முந்தி டாக்டர் சொன்னதின் பேரில் கணேசனுடைய அனாவசிய கிலி என்று அவன் நண்பர்கள் கிழித்துப் போட்டு விட்டார்களாம் – எது எப்படியோ, கல்யாணம் நடந்தது–ரெண்டாவது நாள் ராத்திரி கழிந்து அடுத்த நாள், வியாதி அதன் கைவரிசையைக் காட்டத் தொடங்கிவிட்டதால், உடனேயே ஆஸ்பத்திரியில் அட்மிட் செய்யப்பட்டுவிட்டான். சும்மா சொல்லக்கூடாது, அன்றிலிருந்து லீவ் எடுத்துக்கொண்டு இவனுக்கு சிசுருஷை செய்கிறாள் அவள். உம்... சுயஜாதிப் பெண் கூட இந்த ரெண்டு நாள் உறவுக்கு இவ்வளவு பெரிய மதிப்புக் கொடுத்து மாசக் கணக்கில் ராப்பகலாய் இந்த இளம் வயசில் கஷ்டம் அனுபவிப்பாளோ தெரியல்லே...’

இவன் பதிலெதுவும் சொல்லவில்லை. இன்று திங்கட் கிழமை. சென்ற புதன்கிழமையிலிருந்து, தான் இங்கே வந்து கொண்டிருந்தும், இந்த அற்புத ஜோடி தன் கண்ணில் படாமல் எப்படி தப்பித்துக் கொண்டது என்று வேறு இவனுக்கு ஆச்சரியமாக இருந்தது.

‘இவர்கள் இங்கே வந்து ரொம்ப நாளாச்சா?’

‘இந்த வார்டில் நேற்றுத்தான் வந்திருக்கிறாங்க. இதுக்கு முந்தி கடந்த பத்துப் பனிரெண்டு மாச காலமாக நம்ம டாக்டர் சாரதியின் ஸீனியர் ப்ரொபசர் வர்க்கீஸின் ஏழாம் நம்பர் வார்டில் கிடந்தான். இப்போ ஏனோ இங்கே மாற்றியிருக்கிறாங்க...

செயற்கையாய் மெஷின் உபயோகிச்சுதான் இப்போதெல்லாம் இவன் ரத்தத்தைச் சுத்தம் செய்கிறாங்க. இன்னும் என்னென்னமோ பெரிய சிகிச்சை எல்லாம் நடக்குது. மாற்றிவைக்க ஒரு கிட்னி தேவையின்னு விளம்பரம் வேறு செய்திருக்கிறாங்களாம். இன்னும் கிடைக்கல்லே, டோனர் யாராவது முன்வந்து ஒரு கிட்னி அளித்தால், மாற்று கிட்னியை ஆப்பரேஷன் செஞ்சு வைச்சு இவனைப் பிழைக்கச் செய்ய முடியுமுன்னுதான் டாக்டர்கள் சொல்றாங்க. ஆனா அதுக்கு முந்தி வேறு இன்பெக்ஷன் ஒண்ணும் வராமலிருக்கணுமாம்.

கணேசனுக்காக இவன் மனம் கசிந்தது. அந்தப் பெண்ணை வேறு பார்க்கையில்...

பாவம், ரெண்டே ரெண்டு நாள் புதுமண வாழ்வு... மற்றபடி அவளுக்கும் அவனுக்கும் எந்த உறவும் இல்லை. இந்த உறவுக்கு அவள் கொடுக்கும் கௌரவம் – மரியாதை எவ்வளவு மகோன்னதமானது!

இவனுக்குப் புல்லரித்தது.

இப்போது அப்பாவின் இந்த நிலைமையில் இத்தகைய மன உணர்வுகளை அப்படியே கண்டு கொள்ளும் ஒரு பக்குவம் தனக்கு கைவந்திருப்பது போல் ஒரு எண்ணம்.

திடீரென்று, வராந்தாவிலிருந்து வார்டுக்குள் நுழைந்து, இவனைத் தாண்டி அந்த பெட்டுக்குச் செல்லும் இருவரை – கணவன், மனைவி போலிருக்கிறது. இவன் கவனிக்கிறான்.

இரண்டு பேரும் இது... இது... டாக்டர் அனந்தகிருஷ்ண மேனனும் அவர் மனைவி சுகுணகுமாரியும் அல்லவா? என்ஜினியரிங் காலேஜில் ஆசிரியர்கள்; அனந்தகிருஷ்ண மேனன் ரொம்ப ஸீனியர்; ஸ்டேட்ஸுக்குப் போய் டாக்டரேட் வாங்கியிருக்கிறார்; தான் என்ஜினியரிங் காலேஜில் படிக்கும் போதே போஸ்ட் கிராஜுவேட் ப்ரொபசர்; ஆள் அன்று இருந்தது போல் வாட்டசாட்டமாக அழகாகவே இப்போதும் இருக்கிறார்; சுகுணகுமாரி தன்கிளாஸ்மேட். இப்போ அடையாளம் தெரியாமல், பாவம் மெலிந்து போனாளே... அந்த உயரம் – அவரைவிட இவளுக்கு உயரம் கூடுதல், அது மட்டும் மாறவில்லை, அவ்வளவுதான்!

இப்போ இவர்கள் இங்கே எங்கே வந்தார்கள்? கணேசனின் அருகில் போய் நின்றுகொண்டு, அவனிடமும் அவன் மனைவியிடமும் அக்கறையுடன் விசாரித்துக் கொண்டு நிற்பதைப் பார்த்தால், அவர்களுக்குள் நெருங்கிய சொந்தம்போல்

தோன்றுகிறது. அப்படியென்றால், கணேசனின் உறவாயிருக்க வழியில்லை; அவன் மனைவியின் உறவாக இருக்கலாம்...

இங்கே திரும்பி அவர்கள் இன்னும் தன்னைக் கவனிக்க வில்லை. தான் பொறியியல் கல்லூரியிலிருந்து வெளிவந்து எட்டாண்டு காலம் ஆகிவிட்டது.எத்தனையோ மாணவர்களைச் சந்திக்கிறவர், மேனனுக்குத் தன்னை ஞாபகம் இருக்குமோ என்னவோ தெரியவில்லை. ஆனால் சுகுண குமாரிக்கு மறந்துபோக வழியில்லை. தன்கூட பொறியியல் கல்லூரியில் நான்கு ஆண்டுகள் முழுதும் படித்தவளல்லவா? எதுக்கும் முன்னெச்சரிக்கையாய் இவன் எழுந்து நின்றான். வலியச் சென்று என்ன என்று கேட்காவிடிலும், இதுவழி திரும்பிச் செல்லும்போது, புரிந்துகொண்டு ஏதாவது விசாரித்தால் பதில் சொல்லவேண்டாமா? தன்னை ஒரு கட்டத்தில் படிப்பித்த ஆசிரியர் ஆயிற்றே!

சிவனூரில் மூன்று மாதகால உத்தியோகப் பர்வத்திற்குப் பிறகு, மறுபடியும் இங்கே பொறியியல் கல்லூரியில் தன் மாணவ வாழ்க்கை ஆரம்பமானபோதும், மற்ற சகமாணவர்களைப் போல் வகுப்புகளில் சத்தம் போட்டும், ஆசிரியர்களை வம்புக்கு இழுத்தும் மாணவ வாழ்க்கையை அனுபவிக்கத் தன்னால் முடியவில்லை. வயசை மீறிய ஒரு முதுமை கடல் கிழவனாய்த் தன் முதுகில் ஏறி உட்கார்ந்துகொண்டிருப்பதைப் போல்! அதிலிருந்து மீள என்னதான் முயற்சித்தாலும், அந்த முயற்சிதான் போலியாக இருந்ததேயன்றி, இந்த முதுமை உணர்வு தனது சகஜபாவமாகி விட்டது. இது முதிர்ச்சியா இல்லை வயோதிகமா என்றும் புலப்படாத குழப்பம். சிறு வகுப்புகளில் படிக்கும்போது, நண்பர்கள் பரஸ்பரம் அவரவர் வயசுகளைத் தங்களுக்குள் சொல்லிக்கொள்ளும்போது, தான் வயசைச் சொல்லுகையில் மட்டும், ‘புளுகுகிறான்... வயசை ஏன்டா குறைச்சுச் சொல்லுறே?’ என்று அவர்கள் தன் உண்மையான வயசைக் கேட்டுத் தன்னைக் குற்றம் சாட்டியிருக்கிறார்கள்.

எஸ்.எஸ்.எல்.ஸி.வரை தன்னிடம் முழுசாய்ச் செயல்பட்டு, பிறகு இன்டர்மீடியட், பி.எஸ்ஸி. வகுப்புகளில் வைத்து பிரமைகளிலும் கனவுகளிலும் அமுங்கிப்போய்விட்டிருந்த பொறுப்புணர்ச்சி பொறியியல் காலேஜில் வைத்து, முழு மூச்சாய் மறுபடியும் செயல்படத் தொடங்கிவிட்ட விந்தை! தான் விழித்துக்கொண்டுவிட்டதைப் போல்... நாட்களின் நகர்ச்சியிலிருந்து, தான் புதுப் புது அனுபவப் பாடங்களைக் கற்றுக்கொண்டது மட்டுமல்ல, வீட்டில் பொருளாதார நிலைமை அதன் உச்சக் கட்டத்தை அடைந்துகொண்டிருந்தது.

அழகுநகர் பாலிடெக்னிக்கில் சுந்தரத்தின் படிப்பு அப்போது முடிந்திருக்கவில்லை. அவன் ஹாஸ்டல் செலவு, பீஸ், புஸ்தக விலை, ஸ்டடி ட்டூர் செலவுகள் இவைகளுக்கெல்லாம் மாசா மாசம் சுளையாய் ரூபாய் அப்பா அனுப்பிக்கொண்டிருந்தார். அடுத்தவன் பாலச்சந்தர் விவசாயக் கல்லூரியில். ஜகதீசன் புகுமுக வகுப்பு. கீழே மற்ற தம்பி ராமகிருஷ்ணனும் தங்கைகள் அனைவரும் படித்துக்கொண்டிருக்கிறார்கள், படிப்புச் செலவு முழு அளவில்!

– இவற்றையெல்லாம் அப்பா தனியொருவராகச் சமாளிக்க அசுர முயற்சி செய்துகொண்டிருக்கையில், மூத்தவன் தன்னுடைய இந்தப் பொறியியல் கல்லூரிச் செலவு! தன் பொறுப்புணர்ச்சி இவற்றையெல்லாம் காணக் காணத் தேவைக்கும் அதிகமாய்த் தன்னை அமுக்கிக்கொண்டிருப்பதாய்! அப்பா என்னதான் கஷ்டப்பட்டாலும், தங்கள் முன் – குழந்தைகளின் முன்னிலையில் இன்முகமாகவே இருந்து சமாளிப்பதில் கவனமாகத்தான் இருந்தார். இருந்தும் வீட்டில் பொருளாதாரப் பற்றாக்குறை அப்பா – அம்மா வாக்குவாதங்களாக வெடித்துத் தன்னையும் தம்பி தங்கைகளையும் வந்தடையாமலிருக்கவில்லை. மேலும் படிப்பிலிருந்து பிய்த்துக்கொண்டு விலகி மனக்கோட்டை கட்ட வெம்பும் கவனத்தை அடக்கி, ஆண்டு படிப்பில் ஒரு முகமாய் லயிக்கச் செய்யும் தன் விரதத்தை மேலும் மேலும் புதுப்பிக்க, வீட்டில் அடிக்கடி நடக்கும் பற்றாக்குறைச் சண்டைகளை இவன் உபயோகித்துக்கொண்டான். படிப்பில் தோல்வியே கூடாது என்ற விஷயத்தில் தன் மனம் வெறித்தனமாய் ஒரு பிடிவாதம் கொண்டிருந்தது... மாலையில் நடக்கச் செல்வதைக்கூட சுருக்கிக் கொண்டான். பிள்ளையார் கோவிலுக்குப் போவதுடன் சரி, நண்பர்களைச் சாயந்திர நேரங்களில் சந்தித்து அளவளாவுவதில் கூட நாட்டம் இல்லை. மற்ற நேரங்களில் படிப்பு, டிராயிங் இப்படியே சென்றது. அப்பா வீட்டில் சந்தோஷமாய்ப் பேசிச் சிரிப்பதைக் காணவேண்டுமானால், தன் முதலாண்டு பொறியியல் படிக்கும்போது அம்மா பிரசவித்த கடைசித் தங்கை பிரபாவைத் தூக்கிவைத்துக்கொண்டு கொஞ்சும்போது மட்டும்தான். மற்றபடி அப்பா எப்போதும் என்னவோ தீவிரமாய்ச் சிந்திக்கும் பாவனையில்தான் காட்சியளிப்பார். அப்பாவுக்குச் சர்க்கரை வியாதி லேசாய் இருந்ததால், இன்ஸுலின் போடவேண்டுமென்று டாக்டர் சொல்லியிருந்தார். இருந்தும் அப்பாவுக்கு இயற்கை வைத்தியத்தில் அபார நம்பிக்கை. என்றும் காலையில் அப்பா ஒரு டம்ளர் பச்சைத் தண்ணீரைக் குடித்துவிட்டு மாடியில் போய் யோகாப்பியாசம் செய்வதைப் பார்த்தால் பயமாய் இருக்கும். ஒரு மணி நேரம் கழித்து அப்பா மாடிப்படியிறங்கிக் கீழே

வரும்போது முகம் செம்பருத்திப் பூப் போல் செக்கச் சிவந்திருக்கும். ஒரு தடவை கடையில் வைத்துத் தடி என்னவோ பட்டு காலில் ஒரு புண்... சிறுநீர் பரிசோதனை செய்துபார்த்துவிட்டு, டாக்டர் இன்ஸுலினும் வைட்டமின் பி'யும் நிறுத்தக் கூடாது என்று சொன்னார். ஸிறிஞ்சும் மருந்தும் வீட்டில் வாங்கிவைத்துக் கொண்டு, என்றும் காலேஜ் செல்லும் முன் இவன்தான் அப்பாவுக்கு இன்ஸுலின் ஊசி போடுவான். அப்பாவுக்கு இன்ஜெக்ஷன் எடுப்பதில் சற்றும் விருப்பமில்லாதிருந்தும், தன் நிர்ப்பந்தத்தினால் இசைந்து கொண்டிருந்தார்.

'என்ன ராஜகோபால், இங்கே?'

அனந்தகிருஷ்ணன் மேனனும் சுகுணகுமாரியும் இவன் பக்கத்தில் நின்றுகொண்டிருக்கிறார்கள்.

'அப்பாவுக்கு சுகமில்லை சார்... சார் இங்கே?'

'அது என் தங்கச்சியின் கணவன்' என்று கணேசனை அவர் சுட்டிக்காட்டியபோது, இவன் அசந்து போனான். அவர் முகத்தில் கவலைக் கீறல்கள்...

'என்ன?'

'ஹூம்... ஒண்ணும் சொல்லவேண்டாம்... இந்திராவின் தலையெழுத்து...'

'இப்போ போர்டில்தானே வேலை?' சுகுணகுமாரி இவனிடம் கேட்டாள்.

'ஆமா...'

இருவரும் விடைபெற்றுக்கொண்டு போய்விட்டார்கள். அவர் சொன்ன செய்தியின் அதிர்ச்சி இவனைத் திக்குமுக்காடச் செய்துவிட்டது. கூட மேனன் சாரின் சொந்த வாழ்வைப் பற்றி சில நினைவுச் சுவடுகள்...

எந்தக் கஷ்டமான பாடத்தையும் மிகுந்த ஆத்மார்த்தமாய் மேனன் சார் கற்பிக்கும் முறையில் லயிக்காதவர்கள் யாரும் இருக்கமாட்டார்கள். அதோடு முறுக்கிவிடப்பட்ட மீசையும் தடித்த பிரேம்போட்ட கண்ணாடியும் சேர்ந்த அவர் ஆளுமை மேலும், அமெச்சூர் நாடகக் குழுவில் நடிப்பது அப்போது அவர் ஹாபியாக இருந்தது. காலேஜ் விழாக்களின்போது ஷேக்ஸ்பியரின் ப்ரூட்டஸாகவும் ஒதெல்லோவாகவும் தத்ரூபமாய் அவர் தோன்றுவதைக் கண்டும் அவர்மீது எல்லா மாணவ மாணவிகளுக்கும் ஒரு தனி மரியாதை... மாணவர்களின் இடையில் மேனன் சாரையும் சுகுணகுமாரியையும் தொடர்புப்

படுத்தி ஒரு வதந்தி நிலவி வந்தது; அவர் ஒரு பிரம்மச்சாரி என்பதால் தோன்றியிருக்கக்கூடும். ஒரு வதந்தி என்பதற்கு மேல் இவன் அதைப் பெரிசாய்ப் பாராட்டவில்லை. ஆனால் கடைசி ஆண்டு ஸ்டடி ட்டூரின் போது, தங்கள் வகுப்பு மாணவ மாணவிகள்கூட மேனன் சார் வந்திருந்தார். ஒவ்வொரு ஊருக்கும் செல்லும்போது தனி அறையில் மேனன் சாரின் கூட சுகுண குமாரியும்... காலேஜில் வைத்துக் கேட்பதெல்லாம் வெறும் வதந்திகள் அல்ல என்பது நிரூபணமாயிற்று. அப்போதுதான் அவர்கள் திருமணம் பற்றி இருவரும் பரஸ்பரம் பேசி முடிவு செய்தார்களாம். இது சுகுணகுமாரியின் தோழிகளான மற்ற சக மாணவிகளிடமிருந்து கிடைத்த செய்தி – பிறகு, ட்டூர் முடிந்து ஊர்வந்துசேர்ந்து அதிகம் தாமதியாமல் அவர்கள் கல்யாணமும் நடந்தது.

ஆனால் – அதன்பிறகு அவர்கள் உறவு அப்படியொன்றும் பெரிய ரம்யமாக இல்லை என்ற ரீதியில் ஒரு பேச்சும் அடி பட்டது. அது சில பொறாமைக்காரர்களின் உள்ளூர ஆசையாக இருக்கலாம் என்பதற்கு மேல் அதை அப்போது தான் கணிக்க வில்லை – இப்போது சுகுணகுமாரியைப் பார்க்கும்போது அவள் விழிகளின் ஆழத்தில், முன்பு அடிபட்ட பேச்சின் த்வனி சிலேடையாய் ஒலிப்பது போல் ஒரு பிரமை.

# 37

'என்னடா... டாக்டர் வந்து பார்த்துவிட்டுப் போயிட்டாரா?' இவன் தலைதூக்கிப் பார்த்தான்.

அம்மா. கையில் பாத்திரம் வைத்திருக்கும் துணிப்பை, வெயிலில் களைத்துத் துவண்டு போன முகம்.

மனசுக்குள் வழக்கம்போல் என்னவோ செய்தது. உம்... அம்மாவும் இப்போது எவ்வளவு மனக்குமுறலை அடக்கிக்கொண்டு நடக்கிறாள். அவள் விழிகளிலும் எந்த நொடியில் என்ன சம்பவிக்குமோ என்ற பீதி கலந்த ஒரு வேதனை மறைந்துகொண்டு நிற்பது போல்...

'ஆமாம்' என்று கூறிவிட்டு இவன் ஸ்டூலிலிருந்து எழுந்தான். அம்மா பையை அலமாரியில் வைத்து விட்டு ஸ்டூலில் உட்கார்ந்தாள். அப்பா லேசாய் முறுவலித்தார்.

'நேற்றைக்கு ராத்திரியும் வலி வந்து தூங்கவே இல்லையாமே' அம்மா கேட்டாள். அப்பா பதிலெதுவும் சொல்லவில்லை.

'டாக்டரிடம் சொன்னியா?' இவனிடம் கேட்டாள்.

'சொன்னேன்... மருந்து மாற்றி எழுதித் தந்திருக்கிறார்.'

இப்போது வராந்தாவில் மூன்று நான்கு பேர் வருவது தெரிகிறது.

"அப்பா... அதோ தக்கனூர் தாத்தா, லட்சுமி பாட்டி, கூட ஷண்முகம் பிள்ளை மாமா, சாவித்திரி சித்தி எல்லோரும் வாறாங்க. அப்பா பேச்சு கொடுக்க வேண்டாம். நாங்க கவனிச்சுக்குறோம்...' என்று முன்னெச்சரிக்கை கொடுத்தான் இவன்.

அம்மா அப்பா முகங்களில் ஒரு ஆவலும் பிரகாசமும்...

தாத்தாவும் சாவித்திரி சித்தியும் – இந்தச் சித்தியும் தக்கனூரில்தான் இருக்கிறாள், வார்டுக்குள் வந்தபோது அம்மா எழுந்தாள். தாத்தா ஸ்டூலில் உட்கார்ந்துகொண்டே, 'இப்போ எப்படியிருக்குது?' என்று கவலையுடன் விசாரித்தார். லட்சுமி பாட்டியும் மாமாவும் வராந்தாவில் நின்றுகொண்டு உள்ளே எட்டிப் பார்க்கிறார்கள். அவர்கள் முகத்தில் கவலைக் கீறல்களைவிடப் பய உணர்ச்சிதான் மேலோங்கி நிற்பது போல் இவனுக்குத் தோன்றியது.

'பரவாயில்லே... டாக்டர் இப்போதான் வந்து பார்த்து விட்டுப் போனார்.'

'நாங்க வரும்போது இந்த வார்டிலிருந்து போய்க் கொண்டிருந்தார், அந்த டாக்டராகத்தான் இருக்கணும். ஆள் பார்க்க ரொம்ப யங்காகவே இருக்கிறாரே.' என்றார் ஷண்முகம்பிள்ளை மாமா, அவருக்கே உரித்தான கணீரென்ற அட்வகேட் குரலில்.

'டாக்டர் சாரதி. ஆள் எம்.டி. கார்டியாலஜிஸ்ட்' என்றான் இவன் அவசரமாக.

தாத்தா மௌனமாய் அப்பாவைப் பார்த்தவாறு உட்கார்ந் திருக்கிறார். அப்பா எல்லோரையும் தலைதிருப்பி ஒரு தடவை பார்த்து முறுவலித்துவிட்டு அனுசரணையுள்ள ஒரு குழந்தையைப் போல் பேசாமல் படுத்திருக்கிறார். அம்மாவின் விழிகள் நிறைவதுபோல்... மௌனம் ஒரு கற்பாறையாய்க் கனக்கிறது.

அம்மாவின் பக்கத்தில் போய் நின்றுகொண்டு சாவித்திரி சித்தி என்னவோ கவலையுடன் பேசிக்கொள்கிறாள். பிறகு, 'அத்தான், இப்போ வலியிருக்குதா?' என்று கேட்கிறாள். அப்பா 'இல்லை' என்கிறார். லட்சுமி பாட்டிக்கு இன்னும் பயம் சரியாய்த் தெளியவில்லை போலிருக்கிறது. மாமாவின் பக்கத்தில் நின்றுகொண்டே இவனையும் அம்மாவையும் அப்பாவையும் மாறிமாறிப் பார்த்துக்கொண்டே நிற்கிறாள். அம்மா தன் தாயின் பக்கத்தில் செல்கிறாள். பாட்டி என்னமோ அம்மாவிடம் பேசுகிறாள். இவனுக்குச் சரியாகக் கேட்கவில்லை; ஆனால் நாகசாமி என்ற பெயர் அடிபடுவதிலிருந்து, ஷண்முகம் பிள்ளை மாமாவினுடையவும் ராமதாஸ் மாமாவினுடையவும் இடையில் உள்ள நாகசாமி மாமாவைப் பற்றித்தான் என்னவோ சொல்கிறாள் என்று மட்டும் அறிந்துகொள்ள முடிகிறது.

நாகசாமி மாமா படிப்பில் கெட்டிக்காரர். அதோடு ஷண்முகம் பிள்ளை மாமாவைப்போல் இல்லை. இந்த மாமாவுக்கு தங்கள் எல்லோரிடமும் நெருக்கமும் அன்பும் இருந்தது. மூச்சு விடாமல் வேடிக்கையாய் அவர் பேசிக்கொண்டிருப்பதை எவ்வளவு நேரம் கேட்டாலும் அலுக்காது. தக்கனூர் தாத்தா – அப்பா மனஸ்தாப நாட்களில் நடந்த இந்த நாகசாமி மாமா சம்பந்தப்பட்ட ஒரு சம்பவத்தை, அப்பா – தாத்தா சமரசமான பிறகு தாத்தாவே சொல்லி இவன் அறிந்திருக்கிறான்.

'பாளையங்கோட்டையில் இன்டரில் படித்துக்கொண்டிருக்கும்போது நாகசாமிக்கு ஆர்.எஸ்.எஸ்ஸில் பெரிய ஈடுபாடு… ஏதோ வழக்கில் சம்பந்தப்படுத்திப் பாளையங்கோட்டையில் வைத்து அவனைக் கைதுசெய்து மதுரை ஜெயிலுக்குக் கொண்டு போயிருக்கும் விவரம் அறிந்து நான் துடிச்சுப் போனேன். இவள் உன் பாட்டி லட்சுமியும் நானுமா எப்படியும் ஜாமீனில் அவனை விடுதலைசெய்ய மதுரைக்குப் போனோம். மாஜிஸ்ட்ரேட் எனக்குத் தெரிந்தவர். உங்க பையன் மன்னிப்பு கேட்டு ஒரு வரி எழுதித் தந்தால் விடுதலை செய்துவிடலாம்; ஆனால் அப்படி எழுதித் தர மறுக்கிறானே' என்றார் அவர். நானும் அவன் அம்மாவும் நேரில் பார்த்து பேசிப் பார்க்கிறோம் என்று அனுமதி கேட்டோம்; சரி என்றார். ஜெயிலுக்குப் போய் எப்போடா அவன் முகத்தைப் பார்த்துவிடுவோம் என்று நானும் லட்சுமியும் காத்து நிக்கிறோம். ஜெயிலர் வந்து சொல்கிறான், அவனுக்கு இப்போ உங்களைப் பார்க்க விருப்பம் இல்லையாம் என்று.

இதைச் சொல்லும்போது தக்கனூர் தாத்தா உணர்ச்சி வசப்படுவதைக் காண, தன் மனமும் கலங்கும்.

'உம் . . . அப்போ எங்க ரெண்டு பேருக்கும் எப்படி இருந்திருக்கும்? கடைசியில் மனம் உடைஞ்சு தக்கனூருக்குத் திரும்பி வந்து விட்டோம். ஆறுமாசம் சிறைத் தண்டனை விதித்ததாய்ப் பத்திரிகைச் செய்தி வந்தது. நாட்களைக் கழிச்சுகிட்டிருக்கிறேன். ஒருநாள் சாயந்திரம் கோர்ட்டிலிருந்து வந்து பத்திரிகை வாசிச்சிக்கிட்டு ஆபீஸ் ரூமில் உட்கார்ந்திருக்கிறேன் … யாரோ வந்து நெடுஞ்சாண்கிடையாய் என் காலில் விழுந்து என் பாதத்தில் முகம்வச்சுத் தேங்கித் தேங்கி அழுகிறான்… திடுக்கிட்டுப்போய்ப் பார்த்தால் நாகசாமி – எலும்பும் தோலுமாய், மீசை தாடியுடன் … சத்தம் கேட்டு லட்சுமியும் ஓடி வந்தாள். பிறகு கேட்க வேண்டாம் – நாங்க ரெண்டுபேரும் அவனைக் கட்டிப்பிடிச்சுக்கிட்டு அழுதோம். அதோடு கோபதாபமெல்லாம் தீர்ந்துவிட்டது.'

அந்த நாகசாமி மாமாவுக்கு இப்போ ஆர்.எஸ்.எஸ். என்றால் வேப்பங்காய் என்பதும் தெரியும். எம்.ஏ. பாஸாகி காலேஜ் ஆசிரியராகப் பணியாற்றிக்கொண்டிருக்கும்போதுதான், நாகசாமி என்ற தன் பெயர் நல்லா இல்லை என்று மாமா யாரிடமோ சொன்னதை அறிந்த தாத்தா, 'டேய்... உனக்குப் போட்டிருப்பது என் அப்பாவின் பெயர் நாகசாமி பிள்ளை. நீ ப்ரொபசர் உத்தியோகத்திலிருந்து காலேஜ் பிரின்ஸிபால் ஆகிவிட்டால் கூட என் அப்பாவின் கால் தூசுக்கு வரமாட்டே— அப்படிப்பட்ட மகாபண்டிதர் அவர், தமிழில் மட்டுமல்ல, சமஸ்கிருதத்தில் கூட அந்தக் காலத்தில் அவரை யாருக்கும் மிஞ்ச முடியாது. அப்போ அப்பாவைத் தேடிக்கொண்டு வீட்டுக்கு வரும் பெரிய பெரிய பண்டிதர்கள் அவர் முன் உட்காரமாட்டார்கள்; நின்னுக்கிட்டுதான் பேசுவார்கள்... அப்பா என்றால் அத்தனைக்குப் பெரிய மதிப்பு' என்று அடித்துக் கூறி மாமாவின் வாய்மூடச் செய்துவிட்டார்.

இப்போ நாகசாமி மாமா மனைவி குழந்தைகளுடன், தாத்தாவுக்குப் பெரிய விருப்பம் இல்லாதிருந்தும் கூட அமெரிக்காவுக்குச் சென்று, ஏதோ பல்கலைக்கழகத்தில் வேலை பார்த்துக்கொண்டிருக்கிறார். தன் தள்ளாமை காலத்தில் இந்த நாகசாமி மாமா மட்டும் பக்கத்தில் இல்லையே என்று தாத்தா வுக்கு பெரிய மனக்கவலைதான்!

'சரி சரி... நான் அதிகாலையில் அஞ்சுமணிக்கே வீட்டி லிருந்து இறங்கினது. வயல், ரப்பர் எஸ்டேட் எல்லாம் போயிட்டு வாறோம். எனக்கு அகோரமாகப் பசிக்குது. போவோம்...' என்று ஷண்முகம் பிள்ளை மாமா படபடக்கிறார்.

தாத்தாவுக்கு இப்போது எண்பது வயசாகிவிட்டது. ஒற்றை நாடி உடம்பு, மாநிறம், வழுக்கைத் தலை, செயற்கைப் பற்கள் இருந்ததால் முகம் ஒட்டியிருந்தாலும் மாற்றம் எதுவும் தெரியவில்லை. செவிதான் கொஞ்சம் மந்தம்... எனவே லட்சுமி பாட்டி தாத்தாவின் பக்கத்தில் வந்து, 'ஷண்முகம் போகலாமுன்னு சொல்றான்... அவனுக்கு வயிறு பசிக்குதாம்' என்று கொஞ்சம் குரலை மேலே ஏற்றி, சில சைகைகளுடன் தாத்தாவை உணர்த்துகிறாள்.

தாத்தா எழுந்திருக்கிறார். அம்மா தாத்தாவையும் பாட்டியையும் பரிதாபமாய்ப் பார்க்கிறாள். அம்மாவின் மனசின் ஒலியை அந்தப் பார்வையிலிருந்து இவனால் புரிந்துகொள்ள முடிகிறது. ஆனால் அவளைப் பெற்றவர்கள் புரிந்துகொண்டதாக இவனுக்குத் தோன்றவில்லை. ஆனால், தாத்தாவின் அந்த

மௌனமும் பார்வையும் இவனை என்னமோ செய்தது. ஆறுதலுக்காக ஏதாவது சொல்லமாட்டாரா என்று உள் மனசில் ஒரு ஏக்கம்; அவர் ஏதாவது சொல்லிவிட்டால் வந்துவிடும் அளவுக்கு அந்த ஆறுதல் கைக்கெட்டிய தூரத்தில் இல்லை என்று தெரிந்திருந்தும்...

அப்பாவிடம் சொல்லிவிட்டு வராந்தாவுக்கு வந்து, 'சரி ராஜா, போயிட்டு வாறோம்... ஜகதம்... வாரேன்' என்று இவனிடமும் அம்மாவிடமும் மாறிமாறி விடைபெற்ற தாத்தா வின் குரலில் ஒரு நடுக்கம் இருந்தது போல் பட்டது. அது ஒரு அழுகையொலியாய் இவன் அகத்தில் போய் விழுந்தது. அம்மா வாயைத் திறந்தால் எங்கே அழுதுவிடுவோமோ என்ற ஒரு பயத்தில் தலையை ஆட்டுவது தெரிகிறது.

இவன் மிகவும் சிரமப்பட்டு முகத்தில் சிரிப்பை வர வழைத்துச் 'சரி' என்று சொல்லி எல்லோருக்கும் விடை கொடுத்தான்.

முன்னால் மாமா, தொடர்ந்து லட்சுமிப் பாட்டியும் சாவித்திரி சித்தியும்... எல்லோருக்கும் பின்னால் ரொம்ப அகலத்தில் தக்கனூர் தாத்தா தள்ளாடியவாறு நடந்து செல்வதைப் பார்த்தவாறே நின்றான் இவன்.

ஜம்புலிங்கம் வக்கீல் என்ற காரணப்பெயர் கொண்ட தக்கனூர் தாத்தா எங்கே, இதோ கிழடாகிப்போன ஒரு சிங்கமாய் மகனையும் மனைவியையும் நடை தள்ளாடப் பின்தொடரும் இந்தத் தாத்தா எங்கே?

ஆனால் இரண்டு கைகளையும் வீசி, தரை குலுங்க, கால்களை எட்டிவைத்து, எல்லாம் எல்லாம் எனக்குத் தூசு என்ற அந்த ஷண்முகம் பிள்ளை மாமாவின் நடையில்தான் என்ன கம்பீரம்? குழித்துறையில் மட்டுமா அவர் செல்வாக்கு – சென்னையில் ஹைக்கோர்ட்டில்கூட, அவருக்கு எவ்வளவு பெயர்? இதற்கெல்லாம் இப்போ நாற்பத்தஞ்சு வயசு கூட இருக்காது... ராத்திரி, பகல் என்றில்லாமல் கேஸ் கட்டுகள், வாதி, பிரதிவாதிகளின் கூட மல்லிட்டாலும், மாலை டென்னிஸ் விளையாட்டு, அருமையான ஆன்மீக ஆங்கிலச் சொற்பொழிவுகள் இவைகளிலும் சோபிக்க அவரால் முடிந்தது.

வெளியுலகில் இப்படி...

ஆனால் வீட்டில்?

இந்த ஷண்முகம் பிள்ளை மாமாவின் கல்யாணம் அப்பா – தக்கனூர் தாத்தா மனஸ்தாபத்தின்போது நடந்ததால், தங்களுக்கு அழைப்பில்லை. வீட்டிலிருந்து யாரும் பங்கெடுக்கவும் இல்லை. சமரசமான பிறகுதான் இவன் பார்த்தானே, மாமாவின் மனைவி அழகம்மாள் அத்தைக்குப் பெயருக்கேற்றவாறு அழகில் ஒண்ணும் குறைச்சல் இல்லை. அவள் அம்மா உமையம்மாளுக்கு ஒரே மகள். உமையம்மாளின் கொழுத்த சொத்துக்கு ஒரே வாரிசு இந்த அத்தைதான்! ஆனால் உமையம்மாள் ஒரு பால்ய விதவை; நிறம் நல்ல வெளுப்பு; இவள் பெயரிலேயே, இவளை விடப் பிராயம் மிகுந்த ஒன்றுவிட்ட அக்காள் ஒருத்தி இருந்தாளாம், அவள் நிறம் கறுப்பு. எனவே அழகம்மாள் அத்தையின் அம்மாவை வெளுத்த உமை என்றும், மற்றவளைக் கறுத்த உமை என்றும் ஊரார் சொல்லிக்கொள்வார்கள். இப்போது கறுத்த உமை எமபுரிப் போய்ச் சேர்ந்து பல காலமாகிவிட்ட போதிலும், வெளுத்த உமை என்ற பெயர் மட்டும் அழியாமல் இப்போது மகள் மருமகன் கூடவே வசிக்கும் அழகம்மாள் அத்தையின் அம்மாவுக்குத் துலங்குகிறது.

சாதாரணச் சமயங்களில் இந்த வெளுத்த உமை – இப்போ வயசு ஐம்பது இருக்கலாம். எல்லோரையும் போல்தான் பேசிச் சிரித்துக்கொண்டிருப்பாள். ஆனால் அமாவாசி, பௌர்ணமி நாட்களில் ஒரு வெறி வந்துவிடுவதை இவனும் பார்த்திருக் கிறானே. அப்போது மருமகனைப்பற்றி, மருமகன் அப்பா, அம்மா, அக்கா, அக்கா மாப்பிள்ளைமார்கள், இப்படி மருமகனின் குடும்ப அங்கத்தினர்களைப் பற்றியெல்லாம் எட்டு வீடு கேட்க மிகவும் கீழ்த்தரமாக அவள் இரைந்து பேசுவதைக் கேட்கலாம். அப்போதெல்லாம் இந்த மாமா கொடுக்கும் சிகிச்சை, தன் இடுப்பில் கட்டியிருக்கும் உயர்ந்த ஜாதி தோல் பெல்டை எடுத்து ஒரு அரைமணி நேரத்திற்கு ‘பளார் பளார்’ என்று விளாசுவது! இதற்காகவே காத்திருந்தது போல், பிறகு அவள் வெறி தணிந்துவிடும். பழையபடி ஆகிவிடுவாள், மகள் புண்ணுக்கு மருந்திட்டு ஆற்றுவாள்.

இதைப் பற்றி ஒரு தடவை மகாதேவன் பிள்ளை பெரியப்பாவிடம் – அவர் இந்த வெளுத்த உமையின் ஊர்க்காரர், தான் கேட்டபோது, ‘உம்... இது அவள் குடும்பவாக்கு; வெளுத்த உமையின் அண்ணன் தாணுமாலையனைத் தெரியுமா? அவருக்கும் இதுதான் வியாதி. ஆனா, வேறு மாதிரி . . . சம்பந்தா சம்பந்தமில்லாமெ எப்போதும் பேசிக்கிட்டிருப்பார். இவர்கள் அப்பா சோணாசலம் பிள்ளையைப் பற்றிச் சொல்ல வேண்டாம். கடைசிக் காலத்தில் யானைச் சங்கிலி போட்டு

அவரைக் கட்டிப் போட்டிருப்பாங்க. அப்படியிருந்தும் ஒரு முறை கட்டை அவிழ்த்துக்கிட்டு ஓடிப்போய்த் தூங்கிக் கிடந்த பெண்டாட்டியை அரிவாள்மணையாலே துண்டு துண்டாய் வெட்டி நொறுக்கி விட்டார்.'

மேற்படி குடும்ப மகிமைகொண்ட அழகம்மாள் அத்தை எப்போதும் சிடுசிடுப்பாகத்தான் காட்சியளிப்பாள். குறிப்பாக வீட்டில் மாப்பிள்ளை வீட்டுக்காரர்கள் யாராவது வந்து விட்டால், சில வக்கணைப் பேச்சுகள் வேறு. ரொம்ப சகிக்க முடியாமலாகிவிட்டால், மாமா அவள் அம்மாக்காரிக்கு வழக்கமாய்க் கொடுக்கும் பெல்ட் ஔடதம் கொஞ்சம் கொடுக்கும் போது நிலைமை சரியாகிவிடும்.

இந்த ஷண்முகம்பிள்ளை மாமாவுக்கு இரண்டும் பெண் குழந்தைகள். மூத்தவள் ரமா, தன் முறைப்பெண் என்று சொல்லி உறவினர்கள் எல்லோரும் கேலி செய்யும் அந்த நாட்கள்...

பொறியியல் கடைசி ஆண்டின் துவக்கம்.

உள்ளத்தில் பூக்கும் கற்பனை மலர்களின் சுகந்தத்தில் தன் வெளியுலகப் பிரக்ஞை, இன்டரில், பி.எஸ்.ஸி. வகுப்புகளில் இருந்த அத்தனைக்கு இல்லாவிடிலும், அற்றுப்போய்க் கொண்டுதானிருந்தன. இதனால் படிப்பில் இடறிவிழாமலிருக்கப் பிரம்ம பிரயத்தனம் செய்யவேண்டியிருந்தது. அகத்தில் சுகந்தம் மட்டுமல்ல, சில வேளைகளில் வாழ்வின் அநித்யம், மனித குலத்தின் சிறுமைகள் இவையெல்லாம் விசுவரூபமெடுத்துத் தோன்றும்போது, ஆழம் தெரியாத நிராசைகளில் தன் மனசு போய் விழுந்து தத்தளிப்பதும் உண்டு. அத்தகைய கணங்களில் இந்தப் படிப்பு, உறவுகள், சுற்றம் சூழம் எல்லாம் எல்லாமே வெறும் வெறுமைகளாய், போலிகளாய் ஒரு தோற்றம் மனசுக்கு. இந்தச் சின்னத்தனங்களின் இடையில் உடல், உள்ள உழைப்புகளை விரையம் செய்துகொண்டிருப்பது எவ்வளவு மடத்தனம். இதை யெல்லாம் மீறிய பேரின்பம் என்ற ஒன்று எங்காவது உண்டா என்று சித்தார்த்தனின் இளகிய நெஞ்சத்தைப்போல் தன் அகமும் குமுறிக் கொந்தளிக்கும்.

– இத்தகைய நெஞ்சின் அலைகளைப் போரிட்டுத் தோற்கடித்தவாறு நிஜவாழ்வின் உருப்படியான செயல் திட்டங்களைத் தீட்டும் கிரியா சக்தியும் சிருஷ்டிபாரமாய்க் கிளர்ந்தெழுந்தபோது, பொறியியல் பாடங்களைக் கூடியமட்டும் அன்றைக்கு அன்றைக்கு ஒரே சீராய்ப் படிக்கவும், பரீட்சைகளில் நல்ல மார்க் வாங்கவும் தன்னால் முடிந்துகொண்டும் இருந்தது.

இருந்தும் நெஞ்சின் அகக்கோடியில்...

தன்னை இப்பூவுலகுடன் – யதார்த்த வாழ்வில் நங்கூரமிட்டு நிறுத்த ஒரு பெண், மனைவி எத்தனை சீக்கிரம் வருவாளோ என்ற ஒரு எண்ணப் பொறியும், அதைத் தொடர்ந்து பால் உணர்ச்சிப் போதைகளும்...

திடீரென்று அகம் வீறிடும்; உனக்கு வயது இருபத்தி ஐந்து ஆகப்போகிறதேடா... யாருக்காக உன்னுடைய இந்த 'கன்னித் தூய்மை'யைக் காப்பாற்றிக்கொண்டிருக்கிறாய், பெண் சுகம் இன்னதென்று தெரிந்துகொள்ளாமல்...

–இவற்றையெல்லாம் நினைவில் மட்டும் விட்டுவிட்டு, காத்திருக்கும் செயலில்தான் தன்னால் ஈடுபட முடிந்தது...

ஒருநாள் தக்கனூரிலிருந்து வந்த சாவித்திரி சித்தி கூடத்தி லிருந்து அரிசி புடைத்துக்கொண்டிருந்த அம்மாவிடம் சொல்வது கேட்டது. 'அக்கா..! அப்பா, அம்மா, நம்ம தம்பி ஷண்முகம் எல்லோரும் இங்கே ரெண்டு நாளில் வரப் போறாங்க.'

தன் அறைக்குள் ஏதோ வாசித்துக்கொண்டு உட்கார்ந்திருந்த தன் செவி கூர்மை அடைந்தது.

'உம்... என்ன விருஷமாம்?'

'தம்பியின் மகள் ரமாவுக்கு நம்ம ராஜகோபாலின் ஜாதகத்தைக் கேட்டுத்தான்.'

'அதுக்கு அவன் படிப்பு இன்னும் முடியல்லையே, அதுக்குள்ளேயா?' என்ற அம்மாவின் குரலில் பீறிட்டுக் கொண்டிருந்த மகிழ்ச்சி தனக்கும் கேட்டது.

'அதுக்கென்ன! இப்போ ஜாதகப் பொருத்தம் பார்த்து வைக்கலாமே... படிப்பு முடிஞ்சு, வேலை ஆன பிறகு கல்யாணத்தை வைத்துக்கொண்டால் போச்சு. அதுவும் தம்பிக்கு அப்படி பெரிய விருப்பம் இல்லே... அப்பாவுக்கு எப்படியும் ராஜகோபாலுக்கே ரமாவைக் கொடுக்கணுமுன்னு ஒரே நிர்ப்பந்தம். தன் கடைசிக் காலத்திலும் தம்பியின் கையைப் பிடிச்சு இதைச் சொல்லிவிட்டுத்தான் போவேன்னு அப்பா முரண்டு பிடிச்சுக்கிட்டு இருக்கார். எப்படியானால் என்னக்கா, நம்ம தம்பி ஷண்முகத்துக்கு இப்போ எக்கச் சக்கமான வருமானம்.'

இந்தச் செய்தி தனக்கு அப்படி பெரிய ஆச்சரியமாக ஒன்றும் இருக்கவில்லை. ஆனால் உள்ளுக்குள் ரமாவை நினைக்கையில்...

தக்கனூர் தாத்தா – அப்பா மனக்கசப்பு விலகிச் சில மாதங்கள்தான் இருக்கும். தனக்கு அப்போது கூடிப்போனால் பதின்மூன்று வயசிருக்கும். ஒரு தடவை குழித்துறையில் இந்த ஷண்முகம் பிள்ளை மாமா வீட்டுக்குப் போயிருந்தபோது...

அப்போது ரமாவுக்கு மூன்றோ நான்கோ வயசுதான் இருக்கும் போலிருக்கிறது. ஒரு மத்தியான வேளை, தூங்கி எழுந்து உடம்பில் உடை எதுவும் இல்லாமல் அழுதுகிட்டே வந்த ஒரு காட்சி. இந்தப் பிஞ்சு நாள் காட்சியில் தன் கற்பனை குணம், தற்போதைய அவள் பருவ வஸந்தத்திற்கு வண்ணங்கள் சேர்க்க மனசுக்குள் லேசான சங்கடங்கள்...

இருந்தும் ஷண்முகம்பிள்ளை மாமா, அவர் பெண்டாட்டி அழகம்மாள் அத்தை, இந்த அத்தையின் விதவைத் தாய் வெள்ளை உமைக் கிழவி, இவர்களிடமிருந்து தனக்கு அப்படியொன்றும் மதிப்பு மரியாதையோ அன்போ பண்போ கிடைக்குமென்று மனசில் தோன்றாததனால்தானோ என்னமோ, அந்தரங்கமாய்த் தனக்கு இந்தச் சம்பந்தத்தில் அப்படி பெரிய விருப்பு தோன்ற வில்லை, ஆனால் சாவித்திரி சித்தி சொன்னதுபோல் எக்கச்சக்க மான சொத்து; அதோடு கணக்கில்லாத வருமானம்.

'என்ன ராஜா, உனக்குச் சம்மதம்தானே? ரமாவை வேண்டாமுன்னு சொல்லிவிட மாட்டாயே...' சாவித்திரி சித்தி இப்படி தன்னைக் கிண்டினாள்.

இவன் வாய் திறந்து ஒன்றும் சொல்லவில்லை. பெரிய ராஜ தந்திரியைப் போல் ஒரு சிரிப்பில் நிறுத்திவிடுகிறான். தன் மனசில் இருப்பதை வெளியிட்டுச் சொன்னால் அப்படியே தக்கனூருக்குப் போய்த் தாத்தாவிடமும், குழித்துறையில் மாமாவிடமும் அவள் ஒலிபரப்புவாள் என்பது தனக்குத் தெரியாததா? பிறகு தக்கனூர் தாத்தாவுக்கு அது எவ்வளவு பெரிய பேரிடியாக இருக்கும்? அம்மாவுக்கு, அவள் தம்பி பெண்டாட்டியைப் பற்றி அப்படிப் பெரிய அபிப்பிராயம் இல்லாவிட்டாலும், தம்பி மகளை இவன் மணப்பதில் விருப்பம் இருக்கத்தான் செய்தது. அப்பாவைப் பொறுத்தவரையில் இவன் சந்தோஷமே முக்கியம்.

கடைசியில் ஒரு நாள்...

காலை நேரம், அப்பா இன்னும் கடைக்குச் செல்லவில்லை. அறைக்குள் அடைபட்டுக் கிடந்து இவன் ஏதோ டிராயிங்கில் முழுகி இருக்கிறான்.

தென்னைவிளாகம் தெரு கலகலப்பாக இருக்கிறது. ஒரு காகம் 'கா கா' என்று கத்திக்கொண்டு நிற்கிறது. அடுத்த வீட்டு ரேடியோவில் ஒரு சினிமாப் பாட்டு அமர்க்களப் படுகிறது.

திடுதிப்பென்று யார் யாரெல்லாமோ வெளிக்கேட்டைத் திறந்துகொண்டு சடசடவென்று முற்றத்தில் வந்து வீட்டுக்குள் பிரவேசிக்கும் சந்தடி கேட்கிறது. குரலில் இருந்து தக்கனூர் தாத்தா, ஷண்முகம் பிள்ளை மாமா, லட்சுமிப பாட்டி எல்லோரும் வந்திருப்பது தெரிகிறது.

இவன் மெல்ல வெளியில் வந்து குசலம் விசாரித்துவிட்டு, மறுபடியும் அறைக்குள் வந்து கர்மமே கண்ணாகிறான்.

சற்றுக் கழித்து அப்பா அறைக்குள் பிரவேசித்துக் கதவைச் சாத்திவிட்டு, தன் அருகில் வருகிறார். உள்ளுக்குள் அமுங்கி நிற்கும் மகிழ்ச்சி அவர் முகத்தில் சுடர்விடுகிறது. அடக்கமான குரலில் 'ரமாவுக்கு உன் ஜாதகத்தைக் கேட்டு வந்திருக்காங்க… கொடுக்கட்டுமாடா?' என்று கேட்கிறார்.

தன் திருமணத்தைப் பொறுத்தவரையில், தன் இசைவு எதுவும் கேட்கத் தேவை இல்லை. உசிதம் போல் இயங்க அப்பா வுக்குப் பரிபூரண உரிமையுண்டு என்று மனப்பூர்வமாய் இவன் நம்பினான். எனவே அப்பாவின் இந்தப் பெருந்தன்மை – பண்பு, தன்னைத் திக்குமுக்காட வைத்துவிட்டது.

'என் கல்யாண விஷயத்தில் அப்பா என்னிடம் ஒண்ணும் கேட்க வேண்டாம்… அப்பாவுக்கு இஷ்டமென்றால் எனக்கும் சம்மதம்தான்…'

'இருந்தாலும் இதுபற்றி நீ என்ன நினைக்கிறேன்னு நான் அறிந்திருக்க வேண்டாமா?'

'அப்பாவுக்குத்தான் எல்லாம் தெரியுமே… இந்த விஷயத்தில் அப்பாவைவிட தீவிரமாய் நினைச்சுப் பார்க்க என்னால் முடியுமுன்னு எனக்குத் தோணல்லே.'

'சரி. தாத்தா வந்து கேட்கும்போது ஜாதகம் கொடுக்காம லிருப்பது முறையல்ல, எதுக்கும் ஜாதகம் கொடுக்கிறேன்…'

'சரி அப்பா.'

அப்பா சென்றுவிட்டார். தாத்தா, எல்லோரும் ஜாதகத்தை வாங்கிக்கொண்டு மிக்க மகிழ்ச்சியோடு சென்றுவிட்ட பிறகும், தன் அகம், இப்போ அப்பா தன்னிடம் நடந்துகொண்டது போல் பெருந்தன்மையுடன் தன் மகனிடம் தன்னால் நடக்க முடியுமா என்று திரும்பத் திரும்ப கேட்டுக்கொண்டே இருந்தது.

சில நாட்களுக்குப் பின் தக்கனூர் தாத்தா வந்தார். அவர் முகத்தைப் பார்க்க முடியவில்லை; ஒரு வாட்டமும், கவலையும்!

'ஹூம்... இனி பார்க்காத ஜோசியர்கள் யாரும் இல்லை. பொருத்தம் இல்லை. நான் என்னென்னமோ நினைச்சேன், தெய்வ சம்மதம் இல்லை.' என்று சொன்னவாறு கோட் ஜேபியிலிருந்து ஜாதகத்தை எடுத்துத் திருப்பிக்கொடுக்கும்போது அவர் விழிகள் நிறைவதைக் கண்டபோது, தன் மனமும் ஏனோ உருகியது. ஆனால் உள்ளுக்குள் ஒரு சுமை குறைந்தது போல் ஒரு நிம்மதி.

'பெண்ணின் ஜாதகம் பாவி கூடின ஜாதகம். இவன் ஜாதகத்தில் தோஷமொண்ணும் இல்லை. நல்ல ராஜயோகமுள்ள ஜாதகம்... ஆனா பொருத்தம் இல்லே. ஹூம்... ஷண்முகத்துக்கு ஒரு நாளைக்கு எவ்வளவு கிடைக்குமுன்னு நினைக்கிறீங்க?' என்று கூறிவிட்டுத் தாத்தா தலையைத் திருப்பி இவனைப் பார்த்தார்.

இவன் தன் அறைக்கு வந்துவிட்டான். தாத்தா விடை பெற்றுக்கொண்டு போன பிறகு, அம்மாவின் முகத்தைப் பார்க்க முடியவில்லை. என்னதான் ஆனாலும் தம்பி மகளல்லவா... அவள் தன் வீட்டுக்கே வரணுமுன்னு ஆசை இருக்காதா? ஆனால் அப்பாவின் முகமும் அப்படியொன்றும் பிரகாச மாய்க் காணாததுதான் இவனை ஆச்சரியப்பட வைத்தது.

பரீட்சை நெருங்கிக்கொண்டிருந்தது. படிப்பில் மும்முர மானான். இந்தப் பரீட்சையைக் கூட வெற்றிகரமாய் எதிர் கொண்டுவிட்டால், பொறியியல் பட்டம் வாங்கி விடலாம். வேலைக்கும் அப்படி கஷ்டம் இல்லை.

நாட்கள்தான் எவ்வளவு விரைவாய்ச் சென்றுவிடுகிறது. தன்னைப்பற்றி இத்தனை நாட்களாய்த் தனக்குத்தானே இருந்த ஒருவித அவநம்பிக்கை இப்போது விலகி, ஒரு சுயமதிப்பு அங்கே அவரோகணமாகியிருக்கிறது. உடல் உழைப்பு மிகுதியாக உழைக்கத் தேவைப்படும் பணிமனை வகுப்புகளில் கூட நன்றாய்ச் சோபிக்கத் தன்னால் முடிகிறதென்றால், தன் உள்ளத்தில் சுடர்விட்டுக் கொண்டிருந்த வைராக்கியம்தானே காரணம். ஒரு கனவு போல் வாழ்வின் ஒவ்வோர் இதழும் விரிந்துகொண்டிருக்கிறது. எல்லோருடைய வாழ்விலும் இப்படி

வாய்ப்புகள் மாறிமாறிக் கிடைத்துக்கொண்டேதான் இருக்கிறது. அதைப் பயன்படுத்தத் தெரியாது கோட்டை விட்டு விட்டு, பிறகு பரிதாபப்படுவதில் என்ன அர்த்தம் என்ற ஒரு வைராக்கியம் – திடசித்தம்தான் தன்னை மேலும் மேலும் தூண்டுகிறது. தன்னைப் பொறுத்தவரையில், பி.எஸ்ஸி. வகுப்புக்கு வருவதுவரைகூட, பொறியியல் – அதுவும் மின்பொறி என்ற ஒன்றைப் பற்றி ஒரு சிறு எண்ணப் பொறிகூட தன் அடிநாட்களில் இருந்ததே இல்லை. எப்போதும் வாழ்வில் சந்தித்த மனிதர்களின் மானசீகப் பிரச்சனைகள் உள்ளக் கண்ணாடியில் எழுப்பும் நகக்கீறல்கள், அதைச் சுற்றிய கற்பனைகள், கனவு மயக்கங்கள் – இத்தகைய மிக மிக ஸென்ஸிட்டீவ் ஆன கலையுள்ளம் படைத்த தனக்கு, வேதாந்தத்தில், மனோதத்துவத்தில் கூட ஈடுபாடு இருந்திருக்க லாம். விஞ்ஞான ரீதியில் ஒரு அவுட் லுக் – வெளி நோக்கை வளப்படுத்தித் தான், எதுக்கும் காரண காரியத் தொடர்பை அலசும் தன் மனம் அதற்கு ஒத்தாசை புரியும் விஞ்ஞானத்தைக் கல்லூரிப் பாடத்தில் தேர்ந்தெடுத்ததுகூட ஆச்சரியம் இல்லை. ஆனால் அது இப்போது, தான் சற்றும் எதிர்பார்த்திராத ஒரு என்ஜினீயர் என்ற பதவியின் தலை வாசலுக்குத் தன்னைக் கொண்டு வந்து சேர்த்திருக்கிறதென்றால் ?

# 38

இவன் வார்டுக்குள்ளே வந்தான்.

அம்மா, அப்பாவின் பக்கத்தில் உட்கார்ந்து விசிறிக்கொண்டிருக்கிறாள். இவன் அப்பாவையே பார்த்தவாறு நின்றான்.

'இப்போ ஷண்முகம் தக்கனூரில் உங்க அப்பா, அம்மா கூடத்தானா?' அப்பா, அம்மாவிடம் கேட்டார்.

'வாரத்தில் ரெண்டுநாள் அங்கேதான் போலிருக்கிறது. ரெண்டாவது பெண்டாட்டி பாமா அங்கேயல்லவா இருக்கிறாள்...'

'உம்... உம்... நீ இனி கதையைப் பூராவும் ஆரம்பிச்சுடாதே' என்று அம்மாவை அடக்கி விட்டு, விலகி வராந்தா பெஞ்சுக்கு வந்த இவனால் தன் மனசை அடக்க முடியவில்லை.

ரமாவுக்கு இப்போது கல்யாணமாகிவிட்டது. மாப்பிள்ளை மோகன் பெயருக்கேற்றவாறு ஆள் சுமுகனாகவே இருந்தான். ஆனால் அவனுக்கு மாமாவின் பணப்பெட்டியில் இருந்த அக்கறை ரமாவிடம் இருந்ததா என்று தெரியவில்லை. எம்.ஏ. பட்டதாரி, ஆனாலும் வேலைக்குப் போவதைவிட, மாமாவுக்கு இருக்கும் செல்வாக்கு, பணம் இவை களின் போதையில் ஊர்ப் பிரமுகராக வாழ்வதில் தான் அவனுக்கு நாட்டமிருந்தது.

ரமாவின் தங்கை ஆஷாவுக்கு வரன் பார்த்துக் கொண்டிருந்த வேளை. அழகம்மாள் அத்தையின் இடது கையில் ஒரு தேமல் மாதிரித்தான் முதலில் வந்தது. கொஞ்ச நாட்கள் அதைக் கவனிக்கவே இல்லை. ஆனால் நாள் செல்லச் செல்ல, அந்த இடத்தில் தோல் கன்னங்கருப்பாகிப் பார்க்க அசிங்கமாய்விட்டபோதுதான், சிகிச்சையைத் தொடங்கினார்கள். ஆயுர்வேத, அலோபதி,

ஹோமியோபதி மருந்துகளினால் ஒரு குறைவும் வரவில்லை. மாறாக எப்போதும் அங்கே சீழ் வடிந்து கொண்டிருக்க, அருகில் போனாலே குடலைப் புரட்டுவது போல் ஒரு வாடை...

இப்படியே நாட்கள் சென்று கொண்டிருந்தன. திடீரென்று ஒரு நாள் செய்தி வந்தது... ஷண்முகம் பிள்ளை மாமா இரண்டாவதாகக் கல்யாணம்செய்துகொண்டார் என்று. பெண் பாமா படித்துப் பட்டம் வாங்கியவள்; ஆனால் சுயஜாதி அல்ல!

இதோடு அழகம்மாள் அத்தை, அவள் அம்மா வெள்ளை உமை, மகள் ரமா, மருமகன் மோகன், இரண்டாவது மகள் ஆஷா இத்தனை பேரும் ஒரு பக்கம்; மறுபக்கம் மாமா, இரண்டாவது பெண்டாட்டி பாமா – இப்படி யுத்தம் ஆரம்பமாகியது. தாத்தா வும் பாட்டியும் மகன் கட்சியில் சேர்ந்துகொண்டதில் ஆச்சரிய மில்லை. அப்படித்தான் இந்த ஏற்பாடு – வாரத்தில் ஐந்து நாட்கள் குழித்துறையில் முதல் பெண்டாட்டியின்கூட –இரண்டு நாட்கள் இரண்டாவது பெண்டாட்டியின்கூட, தக்கனூர் தாத்தா வீட்டில். மாமாவுக்கு இப்போதும் சம்பாத்தியத்தில் குறைவில்லை – இருந்தும், சற்று முன் வெளியில் பார்த்த அவருக்கும் அந்தரங்கமாய் அவருக்கும் எவ்வளவு வேற்றுமைகள்?

வெளியில் ஒரு கார் பாய்ந்து வந்து நிற்கிறது. காரிலிருந்து நடுத்தர வயசு வரும் ஒரு மனிதரை நாலைந்துபேர் கைத்தாங்க லாகத் தாங்கியவாறு வராந்தா வழியே இந்த வார்டின் மறுகோடியிலிருக்கும் பே வார்டுக்குக் கூட்டிச் செல்கிறார்கள்.

சற்று கழித்து ஒரு கொடி வைத்த கார் வந்து நிற்கிறது. தடித்த பிரேம் போட்ட கண்ணாடி தரித்த ஒருவர் மூன்று நான்கு உத்தியோகஸ்தர்கள் புடைசூழ நடந்து செல்கிறார். இது... இது... அமைச்சர் சாந்தகுமார் அல்லவா!

அமைதியாய்க் கிடந்த ஆஸ்பத்திரி, சற்று நேரத்தில் கலகலப்பாகிவிட்டது. பெரிய பெரிய டாக்டர்மார்கள் எல்லோரும் அவரவர் காரில் வந்திறங்கி அவசரம் அவசரமாய், தங்கள் சொந்தத்தில் யாருக்கோ என்னமோ நேர்ந்துவிட்டது போல் அங்குமிங்கும் ஓடுகிறார்கள்.

முப்பத்தெட்டு, முப்பத்தொன்பது நம்பர் கட்டில்களுக்கு இடையில் தரையில் படுக்கை போட்டு கிடக்கும் சுகுமாரன் மெல்ல எழுந்து இவன் அருகில் வருகிறான். வேஷ்டி மட்டுமே உடுத்தியிருக்கிறான். மேலே சட்டை இல்லை. அவனுக்கு ப்ளூரசி – நெஞ்சுக்குள் செலுத்தப்பட்டிருந்த ஒரு ரப்பர் குழாயின் மறுமுனையில் மாட்டப்பட்டிருக்கும் குப்பியைக் கையில் வைத்துக் கொண்டிருக்கிறான். குப்பிக்குள் குழாய்வழியே

துளித்துளியாய் ரத்தம் கலந்த சீழ் விழுந்துகொண்டிருக்கிறது. ஒட்டிய முகத்தில் ஒரு புன்னகை விரிய 'பார்த்தீங்களா சார் பரபரப்பை –! சற்று முந்தி இங்கே பே வார்டில் அட்மிட் பண்ணப்பட்ட ஆள் யார் தெரியுமா?' என்று கேட்டான்.

'பார்த்திருக்கேன் – ஆனா – ஞாபகம் வரமாட்டேங்குது. அது –'

'எங்க தெகுதி எம்.எல்.ஏ. சார் அது. ஹார்ட் அட்டாக்காம் – அதுதான் மினிஸ்டரே பார்க்க நேரில் வந்திருக்கிறாரே... டாக்டர்மார்கள் எல்லோரும் நா முந்தி நீ முந்தின்னு போட்டி போட்டுக்கொண்டு ஓடுவதைப் பார்க்கல்லையா? நம்மைப் போன்ற சாதாரண நோயாளியா இருந்தால், ஒரு டாக்டர் வந்து பார்த்துட்டா, பிறகு மற்ற டாக்டர்கள் யாரும் பக்கத்தில் வரமாட்டாங்க. அவர்களுக்குள்ளே அக்கப்போர் இருப்பதாக சொல்லிக்கிறாங்க. ஆனா... இவரைப் போன்ற பொலிட்டிக்கல் தலைவருன்னா, அதுவும் மினிஸ்டரின் ஆளுன்னா நான் நீன்னு போட்டி.'

சுகுமாரனுக்கு மூச்சு வாங்கியது. பலகீனமான குரல். இவனுக்கு என்ன சொல்வதென்று தெரியவில்லை.

'ஜனநாயகத்தில் வோட்டருக்கும் தலைவருக்கும் ஒரே நீதி கிடைக்கணுமுன்னுதான் எல்லோரும் ஆசைப்படுகிறோம். ஆனா...'

'என்னசார் ஆனா? எல்லோரும் இந்நாட்டு மன்னர் என்பதெல்லாம் வெறும் பேச்சுதானே சார்... முன் காலங்களில் மகாராஜா அனுபவிச்சுக்கிட்டிருந்த சலுகை, தனி அந்தஸ்து எல்லாம் இப்போ ஜனநாயகத்தில் மக்கள் பிரதிநிதிகள் அமோகமாய் அனுபவிச்சுக்கொண்டிருக்கிறாங்க... சாதாரண மக்களுக்கு அன்றும் இன்றும் ஒரே கதிதான்.'

'நாம் தேர்ந்தெடுத்து அனுப்புகிறவங்களுக்குக் கிடைக்கும் இந்தப் பெருமையில் நாமும் பெருமைப்படலாமே.'

'ஆமா சார்... பெருமைப்பட்டுக் கொண்டிருக்கும் அளவுக்கு நம்மை யார் கவனிக்கிறாங்க? ஏதோ ஆயுசு பலத்தால் சாவாமல் கிடக்கிறோம் – இந்தக் குளிரில் எனக்கு படுக்க ஒரு கட்டில் தரக்கூட இவர்களுக்கு போக்கில்லை.' என்று கூறிவிட்டு, மெல்ல நடந்துசென்று கீழே கசங்கிப்போய் ஈக்கள் மொய்க்கக் கிடந்த படுக்கையில் அவன் படுத்துக்கொண்டான்.

சுவரோரமாய் இவர்கள் சம்பாஷணையைக் கேட்டவாறு நின்றுகொண்டிருந்த ரவி – சிவராமன் சாரின் மைத்துனன், மெல்ல இவன் அருகில் வந்தான்.

மனதில் ஒரு வெறுமை; வெறுமை கனக்க ரவியை இவன் பார்த்தான்.

'சுகுமாரன் சொன்னதில் என்ன சார் தப்பு! என் அக்காளின் கணவனை வயிற்றுவலியின்னு இங்கே அட்மிட் செய்து நாற்பத் தெட்டு நாளுக்கும் மேலாகிவிட்டன. அன்றிலிருந்து நானும் கவனிச்சுக்கிட்டேதான் இருக்கேன்... அடிக்கடி கீழே லிப்டிலோ, நடத்தியோ கூட்டிக்கிட்டுப்போய் பேரியம் மீல் டெஸ்ட், ஆஸிடிட்டி டெஸ்ட், ஜி.டி.ட்டி. எக்ஸ்ரே இப்படி என்ன வெல்லாமோ மாறிமாறி ஆமை வேகத்தில் செய்துக்கிட்டிருக் கிறாங்க. நோய் என்னவென்றே இவர்களால் இன்னும் டயகினிஸ் பண்ண முடியவில்லை. ஆனா வலி குறைந்த பாடில்லை. ஸ்கூலில் லீவெல்லாம் தீர்ந்து லாஸ் ஆப் பேயில் லீவும் எடுத்தாச்சு, நல்ல வேளை ... இப்போ ஸ்கூல் அடைச்சாச்சு! அதெல்லாம் எதுக்கு,இப்போ உங்க கேஸையே எடுத்துக்குங்களேன் சார்...'

இவன் பதிலெதுவும் சொல்லவில்லை. யாரை நொந்து என்ன பயன்? பே வார்டிலும் ஆஸ்பத்திரி ஊழியர்களுக்கு, வி.ஐ.பி.க்கு என்றெல்லாம் ரிசர்வேஷன் உண்டு போலிருக்கிறது. விண்ணப்பம் கொடுத்தும் மாசக் கணக்கில் பே வார்டு கிடைப்பதில்லை.வெயிட்டிங் லிஸ்டில் பெயர் சேர்ப்பது தவிர வேறெந்தப் பிரயோஜனமும் இருப்பதாகத் தெரியவில்லை. அப்படியே பே வார்டு கிடைத்தாலும், இப்போது கிடைத்துக் கொண்டிருப்பதைவிட மேலான சிகிச்சை சௌகரியங்கள் கிடைத்துவிடவா போகிறது? இவர்கள் எல்லோரும்தானே டாக்டர்கள்...

'நாமெல்லாம் என்றைக்கோ அப்ளிகேஷன் கொடுத்திருக் கிறோம். இந்த எம்.எல்.ஏ.வுக்கு மட்டும் எப்படி உடனடியாக பே வார்டு கிடைச்சுட்டுது?'

'ஒரு சாதாரண மனுஷனைப்போலவா ஒரு மக்கள் பிரதிநிதி?'

இதைக் கேட்டபோது ரவிக்குக் கோபம் பொத்துக் கொண்டு வந்துவிட்டது.

'ஆமா ... சாதாரண மனுஷனின் உயிரை விட, அந்தச் சாதாரண மனுஷனின் வோட்டை வாங்கி மேலே வந்த பிரதிநிதியின் உயிருக்குப் பெரிய விலைதான்.'

இவன் பதிலெதுவும் பேசவில்லை. ஒரு அரசியல் தலைவனுக்குக் கிடைக்கும் இந்தச் சலுகையில் மட்டும் ஏன் பொறாமைப்பட வேண்டும்? வேறு பலதரப்பட்ட துறை களில் உள்ளவர்களுக்கும் பல்வேறு காரணங்களால் இம்

மாதிரி வசதிகள் கிடைத்துக்கொண்டுதானே இருக்கின்றன என்றெல்லாம் லாஜிக்காக ரவியிடம் விவாதிக்கும் வலு இல்லாமல் இவன் மௌனமாய் இருந்தான்.

வெளியில் வெயில் சுள்ளென்று இருந்தது. நீலமாய்க் காயும் ஆகாயம்... முணுமுணுத்து வீசும் காற்று... அந்த அழுகல் வாடை – சற்றுக் கழித்து ஒருவித நிதானத்திற்கு வந்து ரவி சொன்னான்: 'சார், எம்.எல்.ஏ.வுக்குக் கிடைக்கும் தனிக் கவனிப்பில் நான் பொறாமைப்பட்டு இதைச் சொல்லவில்லை. அவருக்குக் கிடைக்கும் இந்தப் பிரத்யேகக் கவனிப்பு நம் எல்லோருக்கும் கிடைக்க வேண்டும் என்றுதான் சொல்கிறேனே தவிர, நம்மைப்போல் அவரையும் ஒதுக்க வேண்டும் என்றல்ல.'

இதை எப்படி ஒப்புக்கொள்ளாதிருப்பது? சுகுமாரன் சொன்னவாறு, எவ்வளவோ அக்கப்போர் இருந்தும் கூட இம்மாதிரிக் கட்டங்களில் ஒன்றுபடும் இந்த டாக்டர்கள், தன் அப்பா விஷயத்தில் ஒன்றுபட்டுக் காணவில்லையே...

# 39

மறுபடியும் நீண்ட ஒரு நிசி.

தூங்க முடியாத ஒரு நிசி.

நினைவுகள் ...

நினைவுகள் ...

இறக்கை விரித்துப் பறந்து திரியும் நினைவுகள் ... உள்ளத்தின் இருண்ட இடுக்குகளில் இருந்ததெல்லாம் அனுமதியின்றி ஸ்கலிதமாகிக்கொண்டிருக்கும் ஞாபக விந்துத் துளிகள் ...

கீழே பாயிலிருந்து விமுக்தி பெற்று, தாறுமாறாய் அன்னை பூமியில் ஆட்பட்டுத் தூங்கும் குழந்தைகள்; தன் மீது கரத்தைப் போட்டு உறங்கும் சரளா.

பாசமெனும் பாசக்கயிற்றால் இழுத்து இறுக்கிக் கட்டப் பட்டும் மீறி மீறிக் களைத்துத் திரும்பும் மனம்...

அப்பா இப்போது தூங்குகிறாரோ, இல்லை வலியால் துடிதுடிக்கிறாரோ? இன்றும் ஆஸ்பத்திரியில் சுந்தரம்தான் நிற்கிறான். ஆனால் மனம் அங்கேயே கட்டுண்டு கிடக்கிறது. அப்பாவை நடுநாயகமாய் வைத்துக்கொண்டு சுற்றிச் சுற்றிப் பறக்கிறது. விலகி விலகிப் பறப்பதாய், பறந்து திரிவதாய்த் தன்னைத்தானே ஏமாற்றிக்கொண்டு வேறோரிடத்திலும் ஓயத் தெரியாது மீண்டும் மீண்டும் அப்பாவிடமே வந்து அடைக்கலமாகிறது.

வெளியே ரோட்டில் இப்போது ஒரு லாரி விரைந்து செல்கிறது. எதிரிலிருந்த விறகுக்கடை நடையில் தார் ரோட்டில் சடசடவென்று விறகுக்காக முழுத்தடிகளை லாரியிலிருந்து தரை சாய்க்கும் ஆரவாரம்.

ஸீலிங் பேன் முழுவேகத்தில் சுழன்றும் புழுக்கம். பாம்பாய்ப் பற்றிக்கிடக்கும் சரளாவின் கரத்தை எடுத்துக் கட்டிலில் வைத்துவிட்டு முன் வராந்தாவுக்கு வந்தான்.

பின்னிரவின் குளிர்; மணி இரண்டு அடித்துவிட்டது.

வெகு தூரத்திலெங்கோ ஒலி பெருக்கியிலிருந்து மிதந்து வரும் ஒரு மெல்லிசை அதன் ஸாஹித்யமெல்லாம் தேய்ந்து மாய்ந்துபோய், அந்த ராகம் மட்டும் சுருதி மதுரமாய்க் கேட்கிறது. ஒரு பெண்ணின் இனிய இளம் தொண்டையிலிருந்து ஒரு தனிக் குதூகலத்துடன், தாளலயத்துடன் வெளிவரும் நாத ரீங்காரம்... பாடலின் எழுத்துகள், வார்த்தைகள் என்ற கூரிய முனைகள் எல்லாம் தூரமென்னும் அந்தரீஷத்தில் அடிபட்டு மழுங்கிப்போய் விட்டதனால் அந்த நாதப்பிரம்மத்தில், தான் ஈர்க்கப் படுவதை உணரமுடிகிறது.

இது எதனால்?

அந்தப் பெண்மணி... மங்கை நல்லாள், அவள் யாராக இருந்தால் என்ன, திருஷ்டிப்புலனுக்குத் தெரியும் அவள் முகம் இப்போது தனக்கு ஒரு பொருட்டாகவே தோன்றவில்லையே! காது வழி தன் சித்தத்தைச் சிலிர்க்கச் செய்யும் இந்த நாதப் பிரபஞ்சத்தின் சொந்தக்காரி கடவுளால் அனுகிரகிக்கப் பட்டவள்தான் என்ற ஒரு உணர்வு; கேட்டும் கேட்காத இந்தக் கீதம் தன் மிருதுவான இருதயத்திற்கு ஒத்தடமிடுவதைப்போல், ஒரு தெம்பைத் தருவதைப்போல் – இது நைமிஷகமான சிற்றின்பமா? அப்படியே இருந்துவிட்டாலும் இந்த இனிமை மிகும் கணத்திற்கு ஒருபோதும் அழிவில்லை என்று மனம் ஆர்ப்பரிக்கிறதே, இந்த மதுரக் குரலைத் தன்னகத்தில் கொண்ட கோகில வாணியின் தெய்வீகக் கண்டத்தில்...

இவன் சுதாரித்தான்! அதென்ன அர்த்தமில்லாத ரொமான்டிக் ஆசைகள்?

நாதோபாசனையா, அதுவும் இந்தக் கட்டத்தில்?

தன் வாழ்வில் இத்தகைய ரொமான்டிஸத்திற்கு ஏதாவது ஸ்தானமுண்டா? எது எப்படியானாலும் இத்தகைய குரலும் சாரீரமும் ஒருவருக்குக் கிடைப்பது என்பது ஜன்ம வாசனைதான்!

தன்னைப் பொறுத்தவரையில், இப்படி ஏதாவது ஜன்ம வாசனைகள் உண்டா?

தான் படித்தது விஞ்ஞானம்; அதுவும் பொறியியல் – மின்பொறி பட்டப்படிப்பு! இப்போ பார்க்கும் வேலை, இதற்கும் கலைவாசனைக்கும் ஏதாவது சம்பந்தம் உண்டா?

இருந்தும் போதிய வருமானம் கிடைக்க வழியிருந்தால், நிஜவாழ்வில், தான் இப்போது ஒரு நாடக ஆசிரியனாகவோ கவியாகவோ மாறியிருக்கக் கூடும் என்று அகத்தில் ஒரு குரல் சொல்லக்கேட்டு உள்ளுக்குள் சிரிப்பு வருகிறது.

நித்ய பூஜை முடங்கிய கோயில்
ஆள் அரவமில்லா பிரகாரங்கள்
பெருச்சாளிகள் மேயும் நந்தவனம்
வெளவால்கள் வாழும் கோபுரம்
வெளிநடப்புச் செய்யும் தேவன்
வழிமறிக்கத் தெரியாத எலும்புக்கூடு

– இப்படியே வரிகள் மேலேமேலே எழும்பி வரும்போது மீண்டும் இவன் தலையைக் குலுக்கிக்கொண்டு வராந்தாவில் குறுக்கும் நெடுக்குமாய் நிம்மதியின்றி நடக்கத் தொடங்கினான்.

இன்று ஆஸ்பத்திரியிலிருந்து வரும் வழியில், ராத்திரி பத்து மணிக்கு மேலாகிவிட்ட பொழுதில், கடைகள் அடைக்கப்பட்டு, தீபங்கள் அணைக்கப்பட்டு மோனநிஷ்டையில் ஏகாந்த தவம் செய்துகொண்டிருந்த இந்த ஊரின் ஒவ்வொரு கோயிலின் முன்னாலும்போய் நின்றுகொண்டு, விழிக்கதவுகளை உள்ளிருந்து தாழிட்டுக்கொண்டுதான் இறைஞ்சினோமே!

அப்பாவைச் சீக்கிலிருந்து குணமடையச் செய்... முன்போல் எழுந்து நடமாடச் செய்!

இதுவரை எங்களுக்காக உழைத்து ஓடாகிப்போன அப்பாவை இனிமேலாவது உட்காரவைத்து அவருக்காக உழைக்கும் வாய்ப்பைக் கொடு!

– இப்படி இப்படி வெறும் பழகித் தேய்ந்த பதங்களால் கேவலம் ஒரு சாதாரணப் பாமர பக்தனாய் – விக்கிரக ஆராதகனாய்த் தன்னை மீண்டும் மீண்டும் உள்ளுக்குள்ளே கதறி எரியவைத்த சக்திதான் என்ன?

வெறிச்சோடிப்போன பாதையில் எப்போதாவது எதிர்ப்பட்ட ஒரு சில முகங்கள் கூட முழுக்க முழுக்க அந்நியமாய்த் தென்பட்டன... பிறந்து முப்பத்தி மூன்று ஆண்டுகாலம் வாழ்ந்துவிட்ட இந்த ஊரின் ஒவ்வொரு சாயலும் தனக்கு ஒரு தொடர்பும்

இல்லாததாய்த்தோற்றம் கொள்கின்றன. முன்பின் அறிமுக மில்லாத ஒரு வேற்று ஊரின் வீதிகளில் தன்னந் தனிமையில் கேட்பாரும் கேள்வியும் இல்லாது நாதியற்றுத் தன்னிச்சையாய், பிரக்ஞையற்று, அப்படிப் பிரக்ஞையுற்று என்ற பிரக்ஞைகூட இல்லாது நடந்து திரிவதைப் போன்ற ஒரு உணர்வு...

தனக்கு, தான் மட்டும்தானா?

உறவுகள் என்று மனிதர்கள் யாருமே இல்லையா? புலன்களில் அகப்படாத கடவுள் மட்டும்தானா தனக்கு உறவு?

தன்னைவிட வயசில் – அனுபவத்தில் பெரிய, அம்மாவின் பெற்றோர்கள் – தக்கனூர் தாத்தா, லட்சுமி பாட்டி... மகாதேவன் பிள்ளை பெரியப்பா, கல்யாணி பெரியம்மா, சாவித்திரி சித்தி, முருகய்யாபிள்ளை சித்தப்பா, மருதநாயகம் சித்தப்பா, சௌந்திரம் சித்தி, ஷண்முகம்பிள்ளை மாமா... – இப்படியே உறவுகளின் பட்டியல் இன்ஃபினிட்டியாய் நீளுகிறது – எல்லோரும் முகம் காட்டி, ஆறுதல் சொல்லக்கூட நிற்க நேரமில்லாது அவரவர் காரியத்தைப் பார்த்துக்கொண்டு அகன்று போய் மறைந்ததும் மறையாமலும்...

# 40

வராந்தாவில் தன் மாமனார் விக்கினேஸ்வரன் பிள்ளையும் மாமியார் மகேஸ்வரி அம்மாளும் மெல்ல மெல்ல வருவது தெரிகிறது – இவர்கள் இருவருக்கும் ஆகிருதியில்தான் எவ்வளவு பொருத்தம்? சின்னக் கழுத்து, பெரிய குட்டையான உடம்பு, தொப்பை – இருவருக்கும் பொது, மாமனாருக்குத் தலை வழுக்கை – இதுதான் வித்தியாசம்.

இவன் மெல்ல எழுந்து நின்றான். படுக்கையில் படுத்திருந்த அப்பா இவனைப் பார்த்தார்.

'இல்லே... சரளாவின் அப்பாவும் அம்மாவும் வருகிறாங்க' என்றான் இவன்.

அப்பாவின் கட்டிலின் நேர் வராந்தாவில் இருவரும் வந்துவிட்டார்கள். தன்னை இருவரும் பார்த்துவிட்டார்கள் என்பதை இவன் கவனித்தான்.

கட்டிலின் மறுபக்கமிருந்த இரண்டு சுவர்களின் இடை வழியாக வேறெங்கோ வந்தவர் போல் மாமனார் அங்குமிங்கும் பார்த்தவாறு மெல்ல மெல்ல உள்ளே வருகிறார். இவன் ஸ்டூலை நீக்கிப் போடுகிறான். அவர் உட்காரவில்லை. வராந்தாவில் நின்றவாறு தலையை மட்டும் நீட்டி முகத்தில் கலவரம் மிதக்க மாமியார் எட்டிப் பார்ப்பதைப் பார்த்தால், அருகில் வந்துவிட்டால் அவளையும் இந்த வியாதி கவ்வி வந்துவிடுமோ என்று அவள் பயப்படுவது போல் தோன்றுகிறது.

அப்பா லேசாய் முறுவலிக்கிறார். தன் மாமனார் அப்பாவிடமோ தன்னிடமோ ஒன்றும் கேட்காமல் மௌனமாய் ஏதோ கௌரவத்துடன் நிற்பதைக் கவனித்ததும் இவனுக்கு என்னமோ மாதிரி இருந்தது. வியாதியால் அவதிப்படும் அப்பாவைப் பார்க்கவந்த இடத்திலுமா இப்படி...

நிமிஷங்கள் ஊர்ந்தன…

கடைசியில் மாமனார் மெல்ல வாயைத் திறந்தார்: 'எனக்கு விஷயமே தெரியாது. இப்போ இங்கே வந்ததுக்கு நோய் குறைவுண்டா?' என்று வாய் சொல்லும்போது குற்றப் படுத்துவதுதானே உங்களுக்கு எப்போதும் வேலை என்று மனம் பொருமிக்கொள்கிறது.

மாமியார் அம்மாளுக்கு இன்னும் பயம் தெளிந்த பாடில்லை. கண்டாங்கியைப் போர்த்தியபடித் தன்னையும் அப்பாவையும் விழிகள் உருட்டி அவள் ஒரு மாதிரி பார்ப்பதும், தான் முகம் உயர்த்தி அவளைப் பார்க்கும்போது சடக்கென்று பார்வையைப் பின்வாங்கி வார்டில் மொத்தமாய் மேயவிடுவதையும் எல்லாம் காணக் காண இவனுக்கு என்ன வெல்லாமோ சொல்லவொண்ணா எரிச்சலும் வெறுப்பும் எல்லாம் கிளர்ந்தெழுந்துகொண்டிருந்தன.

வந்ததுபோல் இருவரும் தோளுறும நடந்து சென்று விட்டார்கள். அப்பாவை விட இவருக்கு ஐந்து வயசாவது குறைந்திருக்கும். இருந்தும் அப்பாவின் முகத்தில் இப்போதும் துலங்கும் யௌவனக் களை எங்கே, இவர் முகத்தில் உள்ளடங்கி நிற்கும் குரூரமும் வயோதிகமும் எங்கே? அதைப் போல், அம்மாவைவிட இந்தத் தன் மாமியாருக்கு நிறமும் லட்சணமும் கூடுதல்தான்; ஆனால் முகத்தில் பூடகமாய்த் தென்படும் அந்தக் கபடமும், வக்கணையாய்க் குத்திக் குத்திப் பேசும்போது அந்தத் தடித்த உடம்பு முன்னும் பின்னும் ஆடி அசையும் பாங்கு தன்னை எப்போதும் சமநிலை இழக்கச்செய்துவிடுவதுண்டு.

இவன் ஸ்டூலில் உட்கார்ந்துகொண்டு விசிறியால் அப்பா வுக்கு விசிறிக்கொண்டிருந்தான். அப்பா தன் முகத்தையே வைத்த விழி வாங்காமல் பரிவுடன் பார்த்துக்கொண்டு கிடப்பதை இவனால் உணர முடிகிறது. வாய் திறந்து, தான் ஒன்றும் சொல்லா விடிலும் தன் மனசை அப்பாவாலா புரிந்துகொள்ள முடியாது?

வார்டு அமைதியாய்க் கிடந்தது. வீசிய காற்றில் ஆஸ்பத்திரி யின் அந்தப் பழக்கமாகிவிட்ட அழுகல் வாடை…

ஹூம், இவ்வளவு வயது வந்தவங்களாக இருக்கிறார்கள். இன்று தேதி பதிமூன்று… இங்கே வந்து இன்றுடன் ஏழு நாட்களாகி விட்டன. இதே ஊரில், தென்னைவிளாகம் தெருவின் பக்கத்தில் இருந்துகொண்டு இவ்வளவு நாட்களாக அப்பாவை ஒரு தடவை வந்து பார்க்காமல் இருந்ததுமல்ல, இப்போ வந்து அவரைப் போய் யாரும் அறிவித்து அழைப்பிதழ் படிக்கவில்லை என்று ஒரு புகார் வேறு! என்னதான் ஆனாலும் தன்னைவிட அனுபவத்தில்

எவ்வளவோ பெரியவர்கள்... அப்பாவிடம் ஆறுதலுக்காக ஒரு வார்த்தை, உள்ளத்தில் ஆயிரமாயிரம் அம்புகள் சல்லடையாய்த் துளை போட, எதை எதையெல்லாமோ நினைத்துக் குழம்பிப் போய் தவித்துக்கொண்டிருக்கும் தன்னைத் தேற்ற ஒரு பேச்சு... ஊஹூம் இதென்ன சுபாவமோ? தன்னால் இதுவரை புரிந்து கொள்ளவே முடியாத விடுகதைகள்..!

ஆனால்... முதலில் இவர்கள்கூட உறவு தொடங்கும் வேளையில் எத்தனை எத்தனை எதிர்பார்ப்புக்கள்...

பிறகு அணுக அணுக அனுபவமான கொட்டை மாங்காயின் புளிப்பு.

பொறியியல் கடைசியாண்டு பரீட்சைக்குத் தன்னை மும்முரமாய்த் தயார்ப்படுத்திக்கொண்டிருந்த தருணம். அப்பாவின் அம்மா சிவகாமி பாட்டி படுத்த படுக்கையிலாகி விட்டாள். தன்மீது எந்த சுயநலமும் இன்றி அன்பு வைத்த ஜீவன்; அவள் கொஞ்சம் கொஞ்சமாய்ச் செத்துக்கொண்டிருப்பதைக் காண வேண்டிய தலையெழுத்து.

அப்பாவும் இடிந்து போனார். ஏழ்மையும் வேறு பல இன்னல்களும் நிரம்பிய அப்பாவின் இளமைக் காலத்தில் அப்பாவுக்கு வேண்டி இந்தப் பாட்டியும், பாட்டிக்காக அப்பாவும் அனுபவித்த அந்தக் கடந்த கால நிகழ்ச்சிகள்...

தன் சுபாவ உருவாக்குதலில் இந்தப் பாட்டி வகித்த முக்கியமான பங்கு...

இப்படித் தாறுமாறாய் தன் மனசில் நினைவு மின்னல்கள்.

இவ்வளவு வயசு வந்த பிறகும் கூட அப்பா, பாட்டியின் அந்த இறுதிக்கால நோயினால் அடையும் வியாகூலத்தையும் வேதனையையும் நெருங்கி நின்று பார்த்தும்கூட, துயரம் கொண்டாடுவதைத் தவிர உதவ முடியாதவனாகிப் போய் விட்ட பரிதாபம்...

அப்போதுதான் ஒருநாள் ராத்திரி, அப்பா கடை பூட்டி வந்ததும் வராததுமாய், வழக்கமாய் தன் அறைக்குள் போய்ச் செய்யும் உடைமாற்றும் பணியைக் கூட மேற்கொள்ளாமல் இவன் அறைக்கு வருகிறார், கூட அம்மாவும். இவன் புத்தகங்களுடன் துவந்த யுத்தம் செய்துகொண்டிருந்த வேளை...

'கேட்டியா ராஜா... இப்போ நான் வரும்போது மரக்கடை ரோட்டில் வைத்து நம்ம ராமலிங்கம் பிள்ளை என்னைப் பார்த்து விட்டு ஓடி, கிட்டே வந்து, 'வீட்டுக்குத்தானே போறீங்க... உங்க கிட்டே ஒரு விஷயம் பேசணும். நீங்க போங்க... நான்

உறவுகள் 253

பின்னால் வாரேன்' –அப்படீன்னு சொன்னார். இப்போ வருவார் போலிருக்குது … அனேகமாய் உன் ஜாதகம் விஷயமாகத்தான் இருக்கணுமுன்னு தோணுது.'

இவனுக்கு ஒரு அதிசயம். ராமலிங்கம்பிள்ளை தென்னை விளாகம் தெருக்கோடி வீட்டில் வசிக்கிறார். ஆள் பார்க்க கருமெழுகில் செய்ததுபோல் வாட்டசாட்டமாய் இருப்பார்.

'என்ன ?'

'ஆமா, ராமலிங்கம் பிள்ளையின் அண்ணா விக்கினேஸ்வரன் பிள்ளையின் மகளுக்காகத்தான்.'

இப்போ தெருநடையில் ராமலிங்கம் பிள்ளையின் தலை தெரிய அப்பா அவசரம் அவசரமாய் இவன் அறையைவிட்டு வெளியேறுகிறார்.

'வாருங்கோ …' என்று ராமலிங்கம் பிள்ளையை அப்பா வரவேற்று அவரையும் கூட்டிக்கொண்டு அப்பாவின் அறைக்குச் செல்கிறார்.

ஷண்முகம் பிள்ளை மாமாவின் மகள் ரமாவின் ஜாதகத் துடன் தன் ஜாதகம் பொருத்தமில்லை என்ற செய்தி பரந்த பிற்பாடு, தன் ஜாதகம் கேட்டு யார் யாரெல்லாமோ வந்து விட்டார்கள். குறிப்பாக டி.ஸி. பிள்ளையின் மகளுக்குக் கேட்டு வந்தபோது, டி.ஸி. பிள்ளை ஊரிலேயே பெரும் தனக்காரர், பிரபல வியாபாரி என்றெல்லாம் தெரிந்திருந்தும், 'அவன் படிப்பு முடியட்டும், வேலை கிடைக்கட்டும்' என்றெல்லாம் காரணங்கள் கூறித் தட்டிக் கழித்துவிட்டார் அப்பா. பெண் பார்க்க மகா மோசம் என்று தெரிய வந்ததால் உள்ளுக்குள் ஆசுவாசமாகத்தான் இருந்தது.

இப்போ விக்கினேஸ்வரன் பிள்ளையின் மகள் என்றால்… எப்படியிருப்பாளோ, தனக்குத் தெரியவே தெரியாது. பெண் ணின் தகப்பனார் விக்கினேஸ்வரன் பிள்ளையை மட்டும் பார்த்திருக்கிறான்.

தன் பால்ய பருவம். தென்னைவிளாகம் தெருவில் இருபக்கங் களிலும் ஆட்களை வரிசையாய் உட்காரவைத்து சபரிமலை ஐயப்பன் கோவில் விழாக் காலங்களில் பந்திச் சாப்பாடு அமர்க்களப்படுகையில்,

கறுகறுவென்ற நீளமான தாடி மீசையுடன், பரிமாறுவதை மேற்பார்வை பார்த்தவாறு ஐயப்பமார்களை வேலை வாங்கும் ஒரு குரு ஸ்வாமி. அவர் பக்கத்தில் அரைக்கைச் சட்டை, ஒற்றை

மல் வேஷ்டியுடன் குள்ளமாய் உருண்டு திரண்டு, மொட்டைத் தலையுடன் காட்சியளிக்கும் பஜாரில் உள்ள ஒரு நவதானிய வியாபாரி; அவர்தான் சாட்சாத் டி.எ. விக்கினேஸ்வரன் பிள்ளை. ஊர்க்காரர்கள் எல்லோருக்கும் டி.எ.வி. என்று மட்டும் சொன்னால் போதும், உடனே புரிந்து கொள்வார்கள் ... அத்தனைக்குப் பிரபலமானவர்கள்.

பிறகு பொறியியல் கல்லூரியில் அட்மிஷன் கிடைத்த பிறகு, ஒரு நாள் தானும் நண்பன் ரமேஷுமாக பஜார் வழி நடந்து வந்து கொண்டிருக்கிறோம். அது ஒரு ஞாயிற்றுக் கிழமை. அந்தி நேரம். திடீரென்று மழை சடசடவென்று பிடித்துக் கொள்கிறது. பக்கத்திலிருந்த அடைத்துப் போட்டிருந்த ஒரு பூக்கடை வாசலில் இருவரும் ஒதுங்கிக்கொள்கிறோம். அப்போதுதான் டி.எ.வி.யும் அவர் மைத்துனன் மயில் வாகனம் பிள்ளையும் வந்து அதே கடையில் மழைக்கு ஒதுங்குகிறார்கள்.

தன்னை அவர் ஏறெடுத்துப் பார்க்கிறார். சங்கோஜியான தான் அவரைக் கவனிக்காததுபோல் ஒதுங்கி நின்றுகொண் டிருக்கிறோம். தன்னிடம் அவர் ஒன்றும் கேட்கவில்லை. தானும் ஒன்றும் பேசவில்லை. மழைவிட்ட பிறகு அவரவர் வழிகளில் பிரிந்து செல்கிறோம்.

பிறகு ஓரிரு தடவை, அதிகாலையில் என்ஜினியரிங் கல்லூரிக்குச் செல்ல பஸ்ஸைப் பிடிக்க அவசரம் அவசரமாய்க் கையில் டீஸ்கயர், கனத்த புத்தகங்கள், டிராயிங் சுருள்களுடன் விரையும்போது, மயில்வாகனம் பிள்ளையின் கூட நடந்து வரும் டி.எ.வி.யின் கண்ணில், தான் விழுந்ததுண்டு.

அவர் ஒழுக்கநெறியைப் பரிகசிக்கும் சில வதந்திகள். அவை எத்தனை தூரம் வாஸ்தவம் என்பது இப்போதும் தனக்குத் தெரியாது.

என்ஜினியரிங் கல்லூரியில் படிக்கையில், ஒரு தடவை நகர சுத்திகரிப்பு வாரம் கொண்டாடினார்கள். அப்போது செவந்திட்டை வார்டில் மாணவ மாணவிகளுடன் ரோட் டெல்லாம் பெருக்கிக் கொண்டிருக்கும்போது, இந்த வார்டின் ஒரு பிரமுகர் – பஜார் முதலாளியின் கணக்காக எல்லோருக்கும் டீ பார்ட்டி ரெடியாகக் காத்து இருக்குது என்று ஒருவன் வந்து சொல்ல, நண்பர்கள்கூட விரைந்து சென்றபோது, அது இந்த டி.எ.வி.யின் வீடு என்று தெரிந்து, தான் ஆச்சரியப் பட்டது ... இருந்தும் அங்கே வைத்து டி.எ.வி.யைக் கண்டோமே தவிர, அவர் சகதர்மிணியையோ, மகளையோ கண்டதாக இப்போதும் தனக்கு ஞாபகம் இல்லை.

அப்பாவின் அறையிலிருந்து ராமலிங்கம் பிள்ளையின் குரல் வருகிறது:

'எங்க அண்ணாச்சிக்கு ரொம்ப காலமா உங்க மூத்த பையன் மீது ஒரு கண்ணுண்டு. ஆனா முறைப் பெண் இருக்கிறப்போ நாம் போய் ஜாதகம் கேட்பது முறையல்ல என்றுதான் இவ்வளவு நாளாகக் கேட்கவில்லை. அந்த முறைப் பெண்ணும் என் மதனிக்கு – அண்ணாச்சிப் பெண்டாட்டிக்குத் தூர உறவு; அது உங்களுக்குத் தெரியுமா?'

'என்ன?' என்று அப்பா ஆச்சரியமாய்க் கேட்டபோது, 'ஆமா… உங்க மைத்துனர் அட்வகேட் ஷண்முகம் பிள்ளையின் மாமியார் வெள்ளை உமை இருக்கிறாளில்லே… அவள் ஒன்று விட்ட அக்காள் கறுத்த உமையின் மகள்தான் என் மதனி!'

இது, தனக்கும் ஒரு செய்தியாகவே இருந்தது. அப்படி யென்றால் 'கறுத்த உமையின் பேத்தியா இந்தப் பெண்!

ராமலிங்கம் பிள்ளையின் குரல்: 'பையனின் நட்சத்திரம் என்ன?'

அப்பா, 'பூரட்டாதிதானே ஜகதம்…' என்று அம்மாவிடம் கேட்பது கேட்கிறது.

ராமலிங்கம் பிள்ளையின் குரல்: 'பெண்ணின் நாள் ரேவதி. நல்ல வேளை ஏழாம் நாள் ஒண்ணும் அல்ல…'

சற்று நேரம் கழித்து அப்பா இவன் அறைக்கு வருகிறார்.

'நான் யூகித்ததுபோல்தான்டா… விக்கினேஸ்வரன் பிள்ளை யின் ரெண்டாவது மகளுக்கு உன் ஜாதகம் கேட்டுத்தான் ராமலிங்கம் பிள்ளை வந்திருக்கிறார்.'

'எனக்குப் பரீட்சை சமயம்… பாட்டி வேறு இப்படிக் கிடக்குதா.'

'அதெல்லாம் நான் சொல்லிவிட்டேன்டா… கல்யாண மெல்லாம் பாட்டியின் சுகக்கேடு எல்லாம் குணமான பிறகு. உன் பரீட்சை முடிஞ்சு வேலை ஆனபிறகு போதுமாம். இப்போ நல்ல மாசம்; ஜாதகப் பொருத்தம் உண்டா என்று மட்டும் பார்த்து வைப்போம் என்கிறார்.'

இப்போது அம்மாவும் கலந்துகொள்கிறாள்.

'ஏன்டா… விக்கினேஸ்வரன் பிள்ளை நல்லவர். பெண்ணும் நல்லா இருக்குமாம். நம்ம வனஜாகூட படிச்சிருக்குதாம்; இப்போ புகுமுக வகுப்பில் படிக்குது.'

பிறகு தான் எதிர்ப்பு எதுவும் தெரிவிக்கவில்லை.

சில வேளைகளில் சுய அறிவுடனும், மற்ற வேளைகளில் ஒன்றுக்கொன்று சம்பந்தமில்லாமல் பிதற்றிக்கொண்டும் கிடக்கும் சிவகாமி பாட்டியிடம் சென்று அப்பா, 'அம்மா… அம்மா, நம்ம விக்கினேஸ்வரன் பிள்ளையின் மகளுக்கு ராஜா வின் ஜாதகத்தைக் கேட்கிறார். கொடுக்கட்டுமா?' என்று உரக்கக் கேட்பது கேட்கிறது.

பாட்டி என்ன பதில் சொன்னாள் என்று கேட்கவில்லை. ஆனால் அவள் சம்மதம் தெரிவித்து முனகுவதுபோல ஒரு ஒலி வருகிறது.

இப்படியாகத் தன் ஜாதகம் கொடுக்கப்பட்டது.

அடுத்த நாள் அறையில், தான் அடைந்துகிடக்கும்போது, தெரு நடையில் அம்மாவும் நடுத்தர வயசு வரும் ஒரு பெண்ணும் பேசிக்கொள்ளும் குரல்.

'எங்க அண்ணாவின் ரெண்டாவது மகள் சரளாவுக்கு உங்க பையனின் ஜாதகம் கொடுத்திருக்கிறீங்க போலிருக்குதே' அப்படியென்றால் இது விக்கினேஸ்வரன் பிள்ளையின் தங்கச்சியா? அதாவது மயில்வாகனம் பிள்ளையின் பெண்டாட்டியாகத்தான் இருக்கணும்…

'ஆமாம்' என்கிறாள் அம்மா.

'மூத்த மகள் பொன்னம்மாள் சரளாவைப்போல் இல்லே, ஆள் கொஞ்சம் கறுப்பு. பொன்னாம்மாளுக்கு எங்கெல்லாமோ மாப்பிள்ளைப் பார்த்தாங்க – பொருத்தம் இல்லே. கடைசியில் அண்ணாச்சிக் கடையிலேயே சம்பளத்துக்கு இருக்கும் வேலப்பனுக்குக் கட்டிக் கொடுத்தாங்க. வேலப்பனுக்கு பிஸினஸில் நல்ல ராசி. அதோடு அபார சாமர்த்தியம் – அதுதான் கடை அமோகமாய் நடக்குது – அண்ணாச்சிக்கும் இது தெரியும்… ஆனா சிலபோது ஊர்க்காரங்க, சொந்தக் கடையில் சம்பளத்துக்கு நிற்பவனுக்கு மகளைக் கட்டிக் கொடுத்துட்டாருன்னு வம்பு சொல்வதைக் கேட்டு ரொம்ப சங்கடம். அதனால்தான் இப்போ நல்ல படிப்பும் பெருமையும் உள்ள குடும்பத்திலிருந்து மாப்பிள்ளை வேணுமுன்னு அண்ணாச்சிக்கும் மதனிக்கும் ஒரே நிர்ப்பந்தம்.'

'இன்னும் ஒரு பெண் திரண்டு இருக்கிறாளல்லவா?'

'ஆமா… கனகம்… அவதான் கடைசி மகள் – எல்லோருக்கும் மூத்தவன் அருணாசலம் கடையில்தான் இருக்கிறான். அவனுக்குக் கல்யாணமாகி ஒரு பிள்ளையும் இருக்குது.'

இரண்டு மூன்று நாட்கள் கழித்து, 'ஜாதகங்கள் நல்ல பொருத்தம்' என்று ராமலிங்கம் பிள்ளை அப்பாவிடம் வந்து சொன்னபோது அப்பாவுக்கும் அம்மாவுக்கும் ஒரே சந்தோஷம். தன் மனசிலும் என்னவோ விளக்கத் தெரியாத ஒரு உணர்ச்சி. வீட்டில் சிவகாமி பாட்டி இப்படி கிடக்கிறாள். பரீட்சை வேறு நெருங்கிவிட்டது. அதுவும் கடைசி ஆண்டு பரீட்சை – படிக்க நிரம்ப இருக்கிறது – இப்போது சந்தோஷப்படவோ, சங்கடப் படவோ தனக்கு நேரமில்லாத ஒரு இக்கட்டான தருணம்.

இதற்கிடையில் பாட்டியின் நோய் கூடி, இதே மெடிக்கல் காலேஜ் ஆஸ்பத்திரியில் சேர்க்கப்பட்டது. மனமெங்கனும் பாட்டியைப் பற்றிய நினைவின் ரணங்கள். படிக்கும் பாடங்கள் ஒன்றும் நினைவில் நிற்காமல் வழுதி வழுதிப் போய்க் கொண்டிருந்தன.

ஆஸ்பத்திரியில் சேர்ந்து பத்துநாட்களுக்கு மேலாகியும் பாட்டியின் வியாதியில் ஒரு குறைவும் இல்லை. பாட்டிக்கு ஆஸ்பத்திரியில் படுத்திருப்பது கொஞ்சம்கூட இஷ்டமில்லை. எனவே டாக்டரிடம் கேட்டுக்கொண்டு மீண்டும் வீட்டுக்குக் கூட்டிக்கொண்டு வரவேண்டி வந்தது. மறுபடியும் பழையபடி அழுகையும் சிரிப்பும்... தங்களால் ஒன்றும் அணுக முடியாத வேறேதோ உலகில் வாழ்ந்துகொண்டிருக்கிறாள்... இல்லை செத்துக்கொண்டிருக்கிறாள் சிவகாமி பாட்டி. அவளைப் பார்த்துக்கொண்டே இருந்து நினைவுகளில் உருகி அப்பாவும் நோய்வாய்ப்பட்டார். சர்க்கரை வியாதியின்கூட, எப்போதும் வயிற்றில் ஒரு கரிப்பு – அதோடு முதுகில் சருமம் வெடித்துச் சிறு சிறு புண்கள்... கார்பன்க்கிள்ஸ் – அப்பாவும் வேதனையால் கஷ்டப்படத் தொடங்கினார். டாக்டர் வந்து பரிசோதித்து விட்டு, 'ஷுகர் கொஞ்சம் கூடுதல்தான் – எதுக்கும் ஆஸ்பத்திரியில் ஒரு வாரம் இருக்காமல் முடியாது' என்று சொன்னார்.

சிவகாமி பாட்டியை வீட்டில் இந்த நிலைமையில் படுக்க வைத்துவிட்டு, ஆஸ்பத்திரிக்குச் செல்ல அப்பாவுக்குக் கொஞ்சமும் இஷ்டமில்லை. கடைசியில் எப்படியோ நிர்ப்பந்தித்து, இதே ஆஸ்பத்திரியில் அப்பாவைச் சேர்க்கப்பட்டது... இந்த வார்டில்லை, ஒன்றாம் நம்பர் வார்டு. அந்தப் பயங்கரமான நாட்களை நினைக்கையில் இப்போதும் புல்லரிக்கிறது.

ஆஸ்பத்திரியில் அப்பா – வீட்டில் ரத்தக் கொதிப்பு ஏறி இறங்க எந்தப் பிரக்ஞையும் இல்லாது உயிருக்கு ஊசலாடும் சிவகாமி பாட்டி.

பொறியியல் கடைசி ஆண்டுப் பரீட்சையும் தொடங்கி விட்டிருந்தது.

மனசில் பாட்டி, அப்பா இவர்களைப்பற்றிய நினைவுகள் – நோயைப் பற்றிய பயம். பரீட்சைக்கு எழுத வேண்டிய பாடங்களை வீட்டில், தன் அறையில் உட்கார்ந்து படிக்க இயலாத பரிதவிப்பு – வீட்டுக்கு, ஆஸ்பத்திரிக்கு, காலேஜுக்கு என்று அலைச்சல். இதற்கெல்லாம் ஈடு கொடுக்க முடியாத தன் ஆரோக்கியமில்லாத பூஞ்சை உடம்பு – இதனிடையில் தன் சம்பந்த ஆலோசனை வேறு –

ஒன்றும் சாப்பிட முடிவதில்லை – எப்போதும், தீப் பிடிக்கும் கூரையின் கீழ் தாழிடப்பட்டிருக்கும் அறைக்குள் நிற்பது போல் ஒரு பதைபதைப்பு – பயம்... இருந்தும் கடுமையான ஆத்மபீடனத்துக்கு உள்ளாகி எவ்வித ஆறுதலுக்கும் வழி தெரியாமல், படிக்கிறான்; பரீட்சை எழுதச் செல்கிறான்.

எப்படியோ பரீட்சை முடிந்தது.

அப்பாவுக்குச் சரிவர குணமாகவில்லை. முதுகுத் தோலில் அங்கங்கே கருமை நிறம். இருந்தும் பாட்டி வீட்டில் இப்படிக் கிடக்கும்போது, ஆஸ்பத்திரியில் தன்னால் படுத்திருக்க முடியாது என்று அப்பா பிடிவாதம் பிடிக்கத் தொடங்கினார். கடைசியில் டாக்டரிடம்போய் விஷயத்தைச் சொன்னபோது ‘வீட்டுக்குப் போனாலும் படுக்கையைவிட்டு அசையக் கூடாது. ஆஸ்பத்திரியில் இருப்பதாய் நினைத்துக்கொண்டு சிகிச்சையில் இருக்கணும்’ என்றெல்லாம் எச்சரித்துவிட்டு, வீட்டுக்குக் கூட்டிக்கொண்டு போக மனசில்லா மனசோடு அனுமதி வழங்கினார் டாக்டர்.

பழையபடி சிவகாமி பாட்டி ஒரு கட்டிலில்... அப்பா இன்னொரு கட்டிலில்...

வீட்டில், வேதனையில் நனைந்து குதிர்ந்த வாயு சூழ்ந்து நின்றது –

ரிஸல்ட் வந்தபோது கடவுள் புண்ணியத்தால் நல்லமுறையில் பாஸாகி இருந்தான். உள்ளூரிலேயே ஜூனியர் என்ஜினீயராக வேலையும் ஆயிற்று. அப்பாவுக்குச் சந்தோஷம். ஆனால் சிவகாமி பாட்டியும் அப்பாவும் அவர்கள் வேதனைகளில் துடித்துக் கொண்டு கிடக்கையில் எப்படி சந்தோஷிப்பது என்றே தனக்குப் புரியவில்லை. இன்பமும் துன்பமும் ஒன்றின் மீது இன்னொன்றாய்ப் பிணைந்து தலை நீட்டுகையில் இன்பம் எது, துன்பம் எது என்று பகுத்தறிவதற்குள்ள பிரக்ஞையே

தன்னில் நசித்துப்போய் விட்டதுபோல்... சந்தோஷமும் தன்னை வந்து அடைகையில் துன்பத்தின் கறுத்த நிறம் படிந்து சோகமாய்த் தனக்கு மட்டும் தோற்றம் கொள்ளும் விந்தை... 'எனது புல்லாங்குழலில் இன்பத்தின் இசையை எழுப்ப நான் எத்தனிக்கும் பொழுதெல்லாம் துன்பத்தின் கானமாய் உருமாறிப் போய்விடுகிறது...' எப்போதோ எங்கோ கேட்ட இந்த வரிகள் தன் வாழ்வில் எவ்வளவு அமர்க்களமாய் ஆட்சி செலுத்துகின்றன!

இருந்தும், நடமாடும் எரிமலையாய்க் காரியாலயம் போய் வந்துகொண்டிருக்கிறான். அப்பா எப்போதும் பாட்டியின் நினைவுகளை மென்றுகொண்டிருப்பதினால்தானோ என்னமோ, அவர் நோயில் பெரிய குறைவைக் காணவில்லை. அடிக்கடி டாக்டர் வந்துபோய்க்கொண்டிருந்தார்.

இதற்கிடையில் பொறியியல் டிப்ளமா பாஸாகிவிட்ட சுந்தரத்திற்கும் கொல்லபுரத்தில் வேலையாகிவிட்டது.

ஒருநாள்.

மாலை நான்கு மணி இருக்கும்... இவன் காரியாலயத்தில் வேலையில் முழுகியிருக்கிறான். தம்பி பாலச்சந்தரின் தலை தெரிகிறது.

'பாட்டிக்கு... அப்பா உன்னை உடனே கூட்டிக்கிட்டு வரச் சொன்னார்...' என்று நடுங்கும் குரலில் அவன் சொன்னதைக் கேட்டதும், இவன் வீட்டுக்கு ஓடிவருகிறான்.

நடுக்கூடத்தில் சிவகாமி பாட்டி கிடக்கிறாள். அவள் தங்கை முத்தம்மா பாட்டியின் மகள் சரோஜினி அத்தை கருட புராணம் வாசித்துக்கொண்டிருக்கிறாள். சுந்தரம் பாலிடெக்னிக்கிலிருந்து ஸ்டடி ட்டூர் போயிருந்தபோது காசியிலிருந்து கொண்டு வந்திருந்த காவி தீர்த்தத்தையும் பாலையும் பாட்டியின் வாயில் சொட்டுச் சொட்டாய் அப்பா விழிகள் நிறைந்து வழிய விடுகிறார்... தானும்; மற்ற தம்பிமார்களும் சில சொட்டுக்களை விடுகிறோம்.

தன்னை, பாட்டி கண்கள் விரித்துப் பார்க்கிறாள்.

'அம்மா... அம்மா... ராஜா வந்துட்டான் அம்மா, அப்பா தொண்டை குழற சத்தம் போட்டுச் சொல்லுகிறார்.

'ஹும்...' பாட்டி புரிந்துகொண்டதாய்த் தலையசைக்கிறாள்.

பால் கடைவாயில் வழிந்தது...

'அம்மா... அம்மா... என்னைவிட்டுப் போயிட்டியா...' என்று அப்பா – அவர் முதுகில் கட்டு இன்னும் அவிழ்க்கப்படவில்லை; இருந்தும் வீடு குலுங்கக் கதறி அழத் தொடங்கிவிட்டார்.

தன் அடிவயிற்றில் குபீரென்று ஒரு சுண்டியிழுப்பு; விழிகள் அறியாமல் அருவியாகிவிட்டன.

தம்பி தங்கைகள் எல்லோரும் சத்தம்போட்டு அழுகிறார்கள்.

அக்கா என்ற உறவு நூல் அறுந்து போகும்போது தனக்கு அறியா வயசு... இப்போது அறிவு வந்தபின், சிவகாமி பாட்டி என்ற வடவிருட்சம் உறவுவேர்கள் முறிய மண்ணில் குடைசாய்கிறது.

# 41

'உம்... இன்றைக்கு எட்டு நாளாகிவிட்டதே... இன்னும் எத்தனை நாளைக்கு இப்படிப் படுக்கை யிலேயே கிடக்கணுமுடா?'

அப்பாவை இவன் உற்று நோக்கினான்.

நேற்று பார்த்ததைவிட அப்பாவின் முகத்தில் களைப்பு கூடியிருப்பதுபோல்...

மனசுக்குள் அந்த வெட்டுக்காயத்தில் விண் விண் என்ற தெறிப்பு... அப்பாவை என்ன சொல்லித் தேற்றுவது?

அலோபதி சிகிச்சை முறைகளில் எத்தனை எத்தனையோ முன்னேற்றம் அடைந்துவிட்டதாகச் சொல்லுகிறார்களே, அப்பாவின் இந்த நோய்க்கு மட்டும் சரியான மருந்து இல்லையா? டாக்டர் சாரதி மருந்துகளை மாற்றி மாற்றிக் கொடுத்தும் அடிக்கடி வரும் வலியில் குறைவில்லையே...

அம்மா ஒன்றும் பேசாமல் அப்பாவுக்குச் சாதம் ஊட்டிக்கொண்டிருந்தாள். அவள் முகத்தில் மூச்சடக்கி நிற்கும் சோகத்தின் வீச்சு இவனை என்னவோ செய்துகொண்டிருந்தது.

அம்மா பாத்திரங்களைக் கழுவிக்கொண்டு வந்து வைத்தாள்.

'ராஜாவின் மாமனாரும் மாமியாரும் வந்திருந்தாங்க' என்றார் அப்பா அம்மாவிடம்.

'அப்படியா..!' என்று மட்டுமே அம்மா சொன்னாள். அவள் நெஞ்சில் சற்றுமுன் அப்பா இன்னும் எத்தனை நாளைக்கு இந்தப் படுக்கையிலேயே கிடக்கணும் என்று சொல்லிப் புலம்பியதுதான் உறுத்திக்கொண்டிருப்பது போல் பட்டது.

இவன் நெஞ்சில் தாறுமாறாய் எண்ணப் பிரவாகங்கள்…

சிவகாமி பாட்டியின் இறப்பில்தான் இந்த அப்பா எவ்வளவு தூரம் இடிந்து போனார்? ஆனால், பாட்டியின் பதினாறு அடியந்திரம் கழிந்த உடனேயே – வீட்டில் இன்னும் ஒரு கலகலப்பான சூழ்நிலை உருவாகவில்லை, அதற்குள் விக்கினேஸ்வரன் பிள்ளை மறுபடியும் தூது அனுப்பினார். இந்த வாட்டி ஐயப்ப மாமாவை, ஐயப்ப மாமாவின் மைத்துனர் மாடஸ்வாமிபிள்ளைதான் விக்னேஸ்வரன் பிள்ளையின் பெண்டாட்டியின் தங்கச்சி பாலம்மையைக் கட்டியிருந்தாராம்… அந்தச் சொந்தம்! இந்த ஐயப்பா மாமா வேலை மாற்றலாகி எங்கெங்கெல்லாமோ சுற்றிவிட்டு அப்போதான் இங்கே வந்து பழைய பஜார் அருகே ஒரு சின்ன வாடகை வீட்டில் குடும்பத் தோடு தங்கியிருந்தார். அவர் குடும்பமும் பெருத்துவிட்டது. ரேவதி அத்தை ஒரு இரட்டைப் பிரசவம் உட்படப் பத்து பெற்றாள். ஆள் ஒரேயடியாய் இளைத்துப் போயிருந்தாள். குழந்தைகள் எல்லோரும் படிப்பில் வெகு சுட்டி… மூத்த மகள் ஜயந்தி பிராயமாகி இருந்தாள். பார்க்க பெரிய அழகில்லா விடிலும் அவள் அம்மாவின் நிறமல்ல, ஐயப்ப மாமாவின் சாயல். அது தன் முறைப்பெண் என்பதும், ஐயப்ப மாமாவுக்குத் தன் மீது மதிப்புண்டு என்பதும் விக்னேஸ்வரன் பிள்ளைக்கு தெரிந்திருக்காமல் இருக்குமா என்று தனக்குத் தெரியாது!

‘அம்மா காலமாகி ஒரு வருஷம் கழியாமல் எப்படி?’ என்று அப்பா தயங்கியபோது, ‘என்ன அத்தான் சின்னக் குழந்தை யைப் போல்! சிவகாமி அத்தைக்கென்ன சின்ன வயசா? இந்த வயசில் சாவது என்பது கல்யாண சாக்காலம் அல்லவா… பேசாமல் சரீன்னு சொல்லு… பெண்ணுக்கு அப்பாவும் அம்மா வும் என்னை இருக்கவிடாமெ, உங்கிட்டெ வந்து சொல்ல நச்சரிக்கிறாங்க’ என்று வலியுறுத்திப் பேசினார் ஐயப்ப மாமா.

ஐயப்ப மாமாவுக்கு அப்பாவைவிட இரண்டு வயசு குறைவுதான். ஆனாலும், செல்லப்ப மாமாவின் மரணத்திற்குப் பிறகு, அவர் தம்பி இந்த மாமாவிடம் அப்பாவுக்குப் பெரிய காரியம். எனவே அவர் அடித்துச் சொன்னால் அதை அப்பா தட்டுவதே இல்லை. இருந்தும் ஐயப்ப மாமாவுக்கு, அப்பா வையும் வீட்டில் தான் உட்பட மற்றவர்களையும் மனசில்லா மனசோடாவது ‘உம்’ கொட்ட வைக்க பத்து நாட்கள் மரக்கடை ரோட்டிலிருந்த விக்கினேஸ்வரன் பிள்ளையின் வீட்டுக்கும் தென்னைவிளாகம் தெருவுக்கும் பல தடவை நடக்க வேண்டி வந்தது.

ஒரு நாள் அப்பா கடை பூட்டி ராத்திரி வீட்டுக்கு வந்ததும் அம்மாவிடம் சொல்லுவது கேட்டது:

'இப்போ நான் வரும் வழியில் விக்கினேஸ்வரன் பிள்ளை கட்டாயப்படுத்தி அவர் வீட்டுக்குக் கூட்டிக்கிட்டுப் போயிருந்தார். 'நாள் நீட்டிக்கொண்டு போக வேண்டாம். ஊரில் வம்புக்காரங்க ஏதாவது கோள்மூட்டி நடக்காமல் செய்து விடுவாங்க, உடனேயே கல்யாணத்தை நடத்திவிடுவோம்... அப்படி, இப்படீன்னு விக்கினேஸ்வரன் பிள்ளையும் அவர் பெண்டாட்டியும் நிர்ப்பந்திக்கிறாங்க.'

'நீங்க என்ன சொன்னேள்?' என்று அம்மா கேட்டாள்.

'ஆலோசிச்சு சொல்றேன்னு தான் சொன்னேன்... ஆனா...பெண்ணுக்கு அம்மாவுக்குச் சந்தேகம் அது அல்ல' என்று கூறிவிட்டு அப்பா சிரிக்கிறார்.

'என்னவாம்?' அம்மா ஆவல் ததும்பக் கேட்கிறாள்.

'இல்லே, மூத்த மகள் பொன்னம்மாளுக்குக் கல்யாண மாகிப் பத்து வருஷம் ஆச்சு; இதுவரை பிள்ளை இல்லை...'இந்த மகள்...' – அப்படீன்னு அவள் இழுத்தபோது நான் அடிச்சுச் சொன்னேன்: 'எங்க குடும்பத்தில் கட்டிக்கொடுக்கும்போது அந்தப் பயம் மட்டும் வேண்டாம், சந்தான பாக்கியம் கூடிப் போச்சேன்னு மட்டும் நீங்க கவலைப்படாமல் இருந்தால் சரி. இதைக் கேட்டு அவள் குலுங்கிக் குலுங்கிச் சிரித்ததைப் பார்க்கணுமே...' என்று கூறிவிட்டு அப்பா சிரிக்க, அம்மாவும் சேர்ந்துகொண்டு சிரிக்கிறாள்.

ஐயப்ப மாமாதான் இன்னொரு நாள் வந்து சீதனப் பேச்சை ஆரம்பித்து வைத்தார்.

'என்ன ஐயப்பா! சீதனமாவது ஒண்ணாவது! தகப்பனார் தன் மகளுக்கு இஷ்டமுள்ளதைக் கொடுக்கிறார்; இதையெல் லாம் நாம் பேசணுமா?' என்று அப்பா பெருந்தன்மையோடு கேட்டபோது, 'என்ன அத்தான் இது! உனக்கு ஒண்ணுமே தெரியமாட்டேங்குது... விக்கினேஸ்வரன் பிள்ளை ஒரு வியாபாரி. அவர் தன் மகளுக்கு இப்போ கல்யாணத்தின் போது சீதனமா, தெரிந்து ஏதாவது கொடுத்தாதான் உண்டு... நம்ம ஜாதி வழக்கப்படி ஆண் பிள்ளைக்கு மட்டும்தான் சொத்தை எழுதி வைப்பார். கல்யாணமான பிறகு, பெண் பிள்ளைக்கும் சொத்தில் பங்கு தா என்றுகேட்பதே அவமானம்! விக்கினேஸ்வரன் பிள்ளை அவர் மூத்த மகளுக்கும் கொடுத்திருக்கிறார். இனி இந்த சரளாவின் இளையவளுக்கும் கொடுக்காமலா இருக்கப் போகிறார்? பிறகென்ன... இப்போ இந்த சரளாவுக்கு மட்டும்,

சீதனம் ஒண்ணும் வேண்டாம் என்று நாம் சொன்னால், பாவம். அவர் இந்த ரெண்டாவது மகளுக்கு நாம் எந்த நன்மையும் செய்யவில்லை, மாறாகப் பெரிய துரோகம்தான் செய்வதுபோல் ஆகும். நம்மகிட்டெ அவ்வளவு தூரம் பணம் இருந்திருந்தால், இதைப் பற்றியொண்ணும் நாம் பெரிசாகக் கவலைப்பட்டிருக்க வேண்டாமாக இருந்தது. அவர் மகளை வாழ்நாள் பூரா வச்சுக் கட்டிக்காக்க வேண்டாமா? இவன் படிப்புக்குத்தான் எவ்வளவு பணம் செலவழிச்சிருப்பே, அதைப்போல் அவர் தன் மகளுக்கு செலவழிச்சுட்டாரா? இதெல்லாம் போகட்டும், உனக்கும் அஞ்சு பெண்கள் இருக்கே… இதுகளைச் சீதனம் கொடுக்காமல் யாராவது கெட்டிக்குவாங்களா? இல்லை அப்படியே கெட்டிக்கிறதா முன் வந்தாலும் சீதனம் கொடுக்காமல் நீதான் கெட்டிக் கொடுப்பியா? அது நமக்கும் நம்ம பெண்களுக்கும் அவமானமல்லவா…' என்றெல்லாம் மூச்சுவிடாமல் ஐயப்ப மாமா பேசி அப்பாவை மடக்குவதைத் தன் அறையில் ஏதோ புத்தகத்தில் லயித்திருப்பதாய்ப் பாவித்துக்கொண்டு உட்கார்ந்திருக்கும் தனக்கும் கேட்கிறது. இவர் மகள் ஜெயந்தி யின் சீதன விஷயத்திலும் இந்த ஐயப்ப மாமாவுக்கு இதே அபிப்பிராயம்தான் இருக்குமா என்றும் அனாவசியமாய் இவன் மனம் தனக்குத் தானே கேட்டுக்கொள்கிறது.

இப்படியிருக்கும்போது ஒருநாள் காலையில் விக்கினேஸ்வரன் பிள்ளையின் மைத்துனர் மயில்வாகனம் பிள்ளை வீட்டுக்கு வந்தார். சந்தனப் பொட்டும் வெள்ளை ஜிப்பாவும் முகத்தில் ஐஸ்வரியமுமாகக் காட்சியளிக்கும் இவர் பஜாரில் பெரிய வியாபாரி என்று தெரியும். அதோடு விக்கினேஸ்வரன் பிள்ளையை விட பொதுக் காரியங்களில் ஈடுபாடு உள்ளவர் – ஓரிரு தடவை செவந்திட்டை வார்டில் கார்ப்பரேஷன் கவுன்ஸிலராகத் தேர்ந்தெடுக்கப்பட்டும் இருக்கிறார்.

'பரமேஸ்வரன் பிள்ளை… சங்கதி எல்லாம் அறிஞ்சேன்… விக்கினேஸ்வரன் பிள்ளை என் மைத்துனன் எல்லாம் சரிதான்… ஆனா உள்ளதைச் சொல்லணுமே… அதைக் கொடுப்பேன், இதைக் கொடுப்பேன் என்ற அவன் ஆசை வார்த்தைகளை நம்பி நீ இந்த கல்யாணத்துக்குச் சம்மதிச்சு விடாதே. நாக்கில் நரம்பில்லாதவன் அவன். அவனைப் பொறுத்தவரையில் சொல்லிவிட்ட சொல்லும் துப்பிவிட்ட துப்பலும் ஒண்ணுதான். ஆமா, சொல்கிற வார்த்தையைக் காப்பாற்றணும் என்ற சொரணையே இல்லாதவன் அவன்; அது எனக்குத் தெரியும். அதனால் எந்தக் காரணத்தாலும், அவன் தருவதாக வாக்களிப்பதை, அது எதுவானாலும் சரி, முன்கூட்டி வாங்கிக்காமல் பையனைத் தாலிகட்ட சம்மதிச்சு விடாதே. நான் ஏதோ கல்யாணத்தைக்

கலைக்க கோள் சொல்வதாக நினைத்திராதே. நாம ரெண்டு பேரும் குயில்பாலம் ஸ்கூலில் சின்ன நாளில் ஒண்ணாகப் படிச்சவங்க. அதனால்தான் சொல்கிறேன்...' என்று கூறிவிட்டு மயில்வாகனம் பிள்ளை போய்விட்டார்.

வீட்டில் எல்லோருக்கும் என்னமோ போலாகிவிட்டது. சற்று நேரம் கழித்து ராமலிங்கம்பிள்ளை ஒரு மாதிரி சிரித்தவாறு படியேறி வந்தார்... 'என்னா... மயில்வாகனம் பிள்ளை அத்தான் வந்துவிட்டுப் போறாப்பலெ இருக்கே... என் வீட்டு நடையில் பார்த்துகிட்டுத்தான் நின்னேன். உம்... என்ன சொன்னார்?' என்று அவர் முகத்தை ஆட்டியவாறு கேட்டபோது, யாருக்கும் சரியாகப் பதில் சொல்லத் தோன்றவில்லை.

'அவர் வந்து ஏதாவது கோள் சொன்னாருன்னு நீங்க யாரும் நம்பிவிடாதீங்க. இப்போ நம்பிவிடாதீங்க... இப்போ கொஞ்சநாளா அத்தானுக்கும் அண்ணாச்சிக்கும் இடையில் என்னவோ மனஸ்தாபம்...'

'உம்... ஏனாம்?'

'அண்ணாச்சி செவந்திட்டையில் பொன்னம்மா, சரளா ரெண்டு பேர் பெயரில் புதுசா வாங்கியிருக்கும் பெரிய வீட்டைத் தொட்டுப் பின்பக்கமிருக்கும் தென்னந்தோப்பை இந்த அத்தான்தான் வாங்கியிருக்கிறார். இந்த வீட்டுக்கும் தோப்புக்கும் இடையில் எல்லையில் நிற்கும் ஒரு பெரிய பலாமரம் யாருக்குச் சொந்தமுன்னு சண்டை ஆரம்பித்தது... நூற்றுக்கணக்கில் காய்க்கிற நல்ல ஜாதி பலாமரம்... அத்தானும் அண்ணாச்சியும் நேரடியாக மோதிக்கொள்ளவில்லை... அண்ணாச்சியின் மூத்த மாப்பிள்ளை வேலப்பனுக்கும் அத்தானுக்கும் பேச்சுவார்த்தை தடித்து, கைகலப்பு அளவுவரை போய்விட்டது. வேலப்பனைத் தனக்கெதிரே அண்ணாச்சிதான் ஏவிவிட்டிருப்பார் என்று அண்ணாச்சிமீது இந்த அத்தானுக்கே ஒரே கோபம்.'

யார் சொல்வதை நம்புவது என்று தெரியவில்லை. ஆனால் ஐயப்ப மாமா முழு மூச்சாய் இயங்கி எல்லாவற்றையும் ஒருவாறு சரிக்கட்டிவிட்டார்.

நிச்சயத்தாம்பூலத்தின்போது, தக்கனூர் தாத்தா எல்லோர் முன்னிலையிலும் வைத்துச் சத்தம்போட்டுக் கணீரென்று பேசுவது கேட்டது.

'என்னா விக்கினேஸ்வரன் பிள்ளே... நான் ஒரு வக்கீல். இப்போ நம் நாட்டில் சட்டப்படி சீதனம் வாங்குவதும் கொடுப்பதும் க்ரிமினல் குற்றம்! ஆமா! ஆனா, பெண்ணுக்குச் சொத்தில் பங்கு பத்திரம் எழுதிவைக்கும் வழக்கம் நம்மகிட்டெ

இல்லாததனால், நீ என்னமோ இப்போ கல்யாணத்தின்போது கொடுக்கப் போறே போலிருக்குது. அதைச் சீதனமுன்னு சொன்னாலும் சரி, இஷ்டதானமுன்னு சொன்னாலும் சரி! உன் மகளுக்கு நீ கொடுக்கப் போவதை ஊர் முன்னால் எல்லோரும் கேட்கும்படிச் சொல்லு... கேட்போம்.'

விக்கினேஸ்வரன் பிள்ளை தொண்டையைக் கனைத்துக் கொண்டு எல்லோரும் கேட்கும்படி உரக்கச் சொன்னார்:

'என் மகளுக்கு என் காலம்பூரா நான் கொடுத்துக் கொண்டேதான் இருக்கப் போறேன். அதையெல்லாம் இப்போ இங்கே எதுக்கு சொல்லித் தம்பட்டம் அடிக்கணும்? ஆனா... இப்போ கல்யாணத்துக்குச் செய்வதைமட்டும் சொல்லிவிடுகிறேன். செவந்திட்டையில் உள்ள அந்தப் பெரிய வீடு சரளா பெயருக்கும் அவள் அக்கா பொன்னம்மா பெயருக்கும்தான் வாங்கி யிருக்கிறேன். தெற்கு போர்ஷன் பொன்னம்மாளுக்கு. வடக்கு போர்ஷன் சரளாவுக்கு... பத்திரம் ரெடி. அதுபோக முப்பது பவுனுக்கு நகை போடுவேன். கல்யாணமும் என் செலவிலேயே செய்கிறேன். இன்னும் ஒரு வருஷத்துக்குள்ளே எட்டுக் கோட்டை நெல் விளையும் வயல் ஒண்ணு வாங்கிக் கொடுப்பேன். அதுவரை சாப்பாட்டுக்கு எட்டுக் கோட்டை நெல் நானே கொடுக்கிறேன். போதாதா?'

அப்பாவுக்கும் தாத்தாவுக்கும் பரிபூரண சம்மதம்.

'விக்கினேஸ்வரன் பிள்ளை பெர்பெக்ட் ஜன்டில்மேன்தான். சந்தேகம் இல்லை. இன்னும் ஒரு வருஷத்தில் வயலையும் மகள் பெயருக்கு எழுதிவைத்துவிடுவான்' என்று தாத்தா ஊர்க்காரர்களிடம் அடித்துச் சொல்லிப் புகழ்வதும் கேட்டது.

# 42

வாயு மண்டலம் ஸ்தம்பித்துவிட்டதைப் போல்,

நிச்சலனமான சூழ்நிலை...

வெளியே காயும் வெயில்...

உள்ளே எரியும் தணல்...

ஆவகித்த உஷ்ணத்தால் துவண்டு மயங்கும் அப்பாவையும், பக்கத்தில் விசிறிக்கொண்டிருக்கும் அம்மாவையும் பார்த்தவாறு வராந்தா பெஞ்சியில் மோன தபஸில் இவன்... இன்றிலிருந்து எட்டாண்டுகளுக்கு முன்...

ஒரு ஆனிமாசம் தன் கல்யாணம்... பெண் வீட்டில் வைத்து. தனக்குக் கிட்டாமல் போய் விடுமோ என்று பயந்துகொண்டிருந்த ஒரு சுகம் இப்போது அதன் முழு சொரூபத்துடன் தன்னை வந்தடைந்திருக்கிறது! பருகப் பருக தாகம் அதிகரித்துக்கொண்டே செல்கிறது! நாளும் மணியும் எல்லாம் நொடிப்பொழுதுகளாய்ச் சுருங்கி சுஷ்கித்துப்போய்விட்டது போல்...

'ஆனி மாசம் கூனியும் குடியேற மாட்டாள்' என்ற அவள் அம்மாவின் வாக்குக்கு இசைந்து சரளா அவள் வீட்டிலேயே நிற்கிறாள். இவன் போய் வந்து கொண்டிருக்கிறான்...

ஆனியும் ஆடியும் போய் ஆவணி வந்தபோது தென்னைவிளாகம் தெருவுக்கு சரளாவுடன் வந்தான். அதற்குள் தன் மாமியாரும் மாமனாரும், அவர்களால் ஏவி விடப்பட்ட ஐயப்ப மாமா, ராமலிங்கம் பிள்ளை முதலியோரும் மாறிமாறி அப்பாவிடமும் அம்மாவிடமும் 'அந்த செவந்திட்டை வீடு பிரமாண்ட வீடு. சரளாவும் மாப்பிளையும்கூட

அங்கே வசிக்கப் போவாங்க என்ற நினைப்பில்தான் பொன்னம்மாளும் அவள் மாப்பிள்ளையும் அங்கே தங்கியிருக்கிறாங்க... அவுங்களுக்கு இவ்வளவு பெரிய வீடு வேண்டாம். இவுங்க ரெண்டுபேரும் அங்கே குடித்தனம் செய்ய போகல்லேன்னா அவுங்களும் வேறு சின்ன வீட்டுக்கு மாறிவிட்டு, இதை மொத்தமாய் ஏதாவது ஆபீஸுக்கு வாடகைக்கு விட வேண்டியதுதான். அப்படி வாடகைக்கு விட்டு விட்டால் பிறகு நமக்கு எப்போதாவது வேணுமுன்னா வீட்டைக் காலி பண்ண வைப்பது கஷ்டம். அதைவிட அங்கே இப்போதே தங்கிவிட்டுப் போகலாம். ரொம்ப தொலைவிலா இருக்குது அந்த வீடு? இந்தத் தென்னைவிளாகம் தெரு திரும்பி நூறு அடி நடந்தா போதும், எப்போ வேணுமானாலும் போய் வரலாம்...' இப்படி இப்படிச் சொல்லிக் கரைக்கத் தொடங்கிவிட்டார்கள்.

ஒருபக்கம் சரளா, இந்த அவள் தனிக்குடித்தன ஆசையை மன்மதப் பீடத்தில் ஊடுருவும் விந்துத் துளிகளாய்த் தன் நெஞ்சுக்குள் செலுத்திக்கொண்டிருந்தாள்...

இவன்கூட, அப்பாவின் முன்னிலையில் வைத்து வீட்டுச் செலவைப்பற்றி சுந்தரத்திடம் நடந்த ஒரு வாக்குவாதத்தில் கடைசியில் அவன் ஆத்திரத்தில் பிரயோகித்த ஒரு சொல் தன் சுயாபிமானத்தைக் குத்தூசியாய்க் குத்தி நோகச் செய்த ஒரு நிகழ்ச்சி.

தென்னைவிளாகம் தெரு வீட்டில் திரும்பும் இடங்களில் எல்லாம் கண்ணில் படும் குடும்ப அங்கத்தினர்களின் எண்ணிக்கை அளவுக்கு இல்லாத இடவசதி, நேரம், காலம், இங்கிதம் தெரியாமல் வரும் தன் புதுமோக தாகத்தின் சாந்திக்குத் தடையாக இருக்குமோ என்ற கணிப்பு.

இவற்றில் உண்மைக் காரணம் எதுவென்று சுயமாய் விமர்சித்துக் கண்டுபிடித்துச் சொல்ல இப்போதும் தனக்குத் தெரியவில்லை. எது எப்படியோ, ஒரு பதினைந்து நாட்கள் கூட அப்பா அம்மாகூட தங்கியிருக்கவில்லை. செவந்திட்டை வீட்டில் தனிக்குடித்தனம் போட்டுவிட்டோம்.

அங்கே குடிவந்த பிறகுதான் அந்த வீட்டைத் தெற்குப் பாதி அக்காளுக்கு, வடக்குப் பாதி தங்கைக்கு என்று கூறுபோட்டுப் பத்திரம் பதிவு செய்திருப்பதில் நடந்திருக்கும் சூழ்ச்சியைத் தன்னால் புரிந்துகொள்ள முடிந்தது.

தெற்குப் பாகம்தான் வீட்டின் முன் பாகம்; அகலமான முற்றம்; அன்றொரு நாள் ராமலிங்கம் பிள்ளை குறிப்பிட்ட நூற்றுக்கணக்காய்க் காய்க்கும் பலா மரம். ரோட்டிலிருந்து முற்றத்திற்குப் பிரவேசிக்கும் கேட்மேலே மாடிக்குச் செல்லும் மாடிப் படிகள்; முன்னால் வரவேற்பு அறை.

மேலே குறிப்பிட்ட ஒன்றுமே வடக்குப் பாதிக்கு இல்லாதது மட்டுமல்ல, முன் வீட்டுக்காரர்களின் தயவில்லாமல் வெளியே ரோட்டிலிருந்து வீட்டுக்குள்ளேயோ, வீட்டுக்குள்ளிருந்து படுக்கை அறை இருந்த மேல் மாடிக்கோ செல்ல முடியாத அசௌகரியம்.

இது, தனக்கிழைக்கப்பட்ட பெரிய நம்பிக்கைத் துரோகமாய் – அநீதியாய் இவனுக்குப் பட்டது.

'அதனால் என்ன, வேறு யாருமா? அக்காளும் தங்கச்சியும் தானே... பொன்னம்மாளுக்கு இப்போ குழந்தைகளும் இல்லே.' என்ற ரீதியில் சரளாவின் அப்பாவும் அம்மாவும் பூசி மெழுக முற்பட்டபோது, அதை இவனுக்கு ஜீரணித்துக்கொள்ள முடியவில்லை.

அப்படியானால் இங்கே தனிக்குடித்தனம் செய்ய நான் வந்தே இருக்க வேண்டாமே! என் அப்பா அம்மா, தம்பி தங்கைகளைவிட எனக்கு இங்கே அப்படி என்ன ஒட்டுரிமை இருக்குது. காடியானாலும் மூடிக்குடி என்பதுதான் என் பாலிசி.'

–இப்படித்தான் போராட்டம் ஆரம்பமாகியது. அதோடு எட்டுக் கோட்டை வயல் பெண் பெயருக்குப் பத்திரம் பதிவு செய்வதாய் அவர் ஊர் முன்னிலையில் நிச்சயத்தாம்பூலத்தின் போது வாக்களித்திருந்த ஒரு வருடம் என்ற காலக் கெடுவெல்லாம் தாண்டி வெகு தொலைவுக்கு நாட்கள் நகர்ந்துகொண்டிருந்தன; இருந்தும் அவர் அசையவில்லை. ஐயப்ப மாமா முகாந்திரமும், நேரடியாகவும் அப்பா எத்தனையோ தடவை விக்கினேஸ்வரன் பிள்ளையிடம் சொல்லிப் பார்த்தும் அவர் புதுசு புதுசாய் ஒவ்வொரு சாக்கு போக்குகளைச் சொல்லி நாளைக் கடத்திக்கொண்டிருந்தார்.

பேச்சும் செயலும் ஒன்றாக இருக்க வேண்டும் என்ற தன் கொள்கையும், சந்தர்ப்பத்திற்கு தகுந்த மாதிரியெல்லாம் வாதிடும் அவர் சுபாவமும் அடிக்கடி மோதிக்கொள்ளத் தொடங்கின. மகளின் மாப்பிள்ளை என்ற மதிப்பு இல்லாதது மட்டுமல்ல, தான் பேசுவதற்கெல்லாம் ஓட்டைக் காரணங்களை மேலே மேலே அடுக்கித் தன் மாமனாரும் மாமியாரும் தர்க்கிப்பதைக் கேட்கக் கேட்க தன் நியாய, அநியாய தாரதம்யப் புத்தி வீறிடும். இந்நாள் வரை அப்பா, அம்மா, ஏனைய தன் உறவுகள் – தாத்தா, பாட்டி,

பெரியப்பா, பெரியம்மா, சித்தப்பாமார்கள், சித்திமார்கள் – இப்படி யாரிடமிருந்தும் நேர்ந்திடாத, 'பேசத்தெரியாது' 'முன் கோபம் கூடுதல்' 'பொறுமை இல்லை' 'பேச்சில் நயம் இல்லை' 'அட்ஜஸ்ட் பண்ணிக்கொண்டு போகத் தெரியாது' – இத்யாதி இத்யாதி சரமாரியான குற்றச்சாட்டுக்களை நேரடியாகவும் மற்ற உறவினர், நண்பர்கள் வழியாகவும் நேற்றைக்கு வந்த பெண்டாட்டியின் பெற்றோர்களிடமிருந்து கேட்கக் கேட்க இவன் அகத்தில் அவர்கள்மீது ஒருவித வெறுப்பு வளர்ந்துகொண்டே செல்கிறது.

சரளாவின் அக்கா பொன்னம்மா மதனியைப் பார்க்கும் போது, ஏனோ தனக்குத் தன் இறந்துபோன அக்காள் ராஜத்தை ஞாபகம் வந்தது. ஆனால் அவளும் சில வேளைகளில் அவள் அப்பா அம்மா கட்சியில் நின்றுகொண்டு தன் பங்குக்கு உபதேசங்களை அவள் பிராயத்தை மீறிய செயற்கை முதிர்ச்சி யோடு பேசக் கேட்கும்போது, இவனால் அவளைத் தன் அக்காளாய் மனசுக்குள் அன்பு செலுத்த முடியவில்லை.

பொன்னம்மா மதனியின் கணவர் வேலப்பன் அண்ணாச்சி – தன் ஸகலன் – முதலில் பார்வைக்கு வளவளவென்று சுயபிரதாபம் பேசிக்கொண்டிருக்கும் ஒரு வெகுளியாகவே தனக்குத் தோன்றினாரேயானாலும் இப்போது அந்தத் தன் அபிப்பிராயத்தைக்கூட மாற்றிக்கொள்ள வேண்டி வந்து விட்டது. இதற்கு அவரைக் குற்றம் சொல்ல முடியுமென்றும் தோன்றவில்லை; குழந்தை இல்லாத கவலை அவருக்கு இருந்தது.

அவர் அம்மா செண்பகம் பெரியம்மாவைப் பார்க்கும் போதெல்லாம், தனக்கு சிவகாமி பாட்டியை ஞாபகம் வந்து கொண்டே இருந்தது. அவள்மீது மட்டும் அன்றும் இன்றும் தன் உள்ளத்தின் உள்ளே சுரக்கும் அந்தப் பாச உணர்வில் எந்த மாற்றமும் நேரவில்லை.

'டேய், இன்னும் சாப்பிடப் போகல்லையாடா – மணி மூணு ஆகியிருக்கும் போலிருக்குதே.' என்று அம்மா சொல்லக் கேட்டு இவன் மெல்ல எழுந்து அப்பாவின் அருகில் வந்தான்.

அப்பா தூங்கிக்கொண்டிருக்கிறார் – நிதானமாய் உயர்ந்து இறங்கும் நெஞ்சம்; தலைமயிர் கலைந்துபோய்க் கிடக்கிறது – முகத்தில் வேதனையின் சாயல்.

பிஞ்சு நாளிலிருந்தே கஷ்டத்துக்கு மேல் கஷ்டப்பட்டு, நியாயத்துக்காக அவர் சித்தப்பா திருவடியாபிள்ளையின் கூட, மாமனார் ஜம்புலிங்கம் வக்கீல் தாத்தாவின்கூட

எல்லாம் போரிட்டுப் போரிட்டுக் களைத்த அப்பாவுக்கு, தன் கல்யாணத்தாலும் எத்தனை பெரிய மனக்குமைச்சல்? தனக்காகத் தன் மாமனார் விக்கினேஸ்வரன் பிள்ளையின்கூட அப்பாவுக்கு எத்தனையோ தடவை வாக்குவாதங்கள் நடத்த வேண்டி வந்தன.

'என் மகளுக்கு இதைக் கொடுக்கணுமுன்னு எங்கிட்டே யாரும் சொல்லித் தரவேண்டாம்; நான் கொடுத்துக்கிட்டே இருப்பேன் ...' என்று வெறும் பேச்சுகளைத் தாராளமாய்ச் செலவழிக்கிறார் தன் மாமனார்.

'ரொம்ப சந்தோஷம் – ஆனால் நாலு பெரிய மனுஷங்களைக் கூப்பிட்டு உட்கார வச்சுக்கொண்டு சொன்னவற்றை, கல்யாணம் கழித்து வருஷம் அஞ்சு ஆனபிறகும், மூணு குழந்தைகள் ஆன பிற்பாடும் செய்யாமலிருந்தால் எப்படி? பேசினதைக் கொடுத்து முடிச்சுவிட்டு, பிறகு நீங்க கொடுத்தாலும் சரி, கொடுக்கா விட்டாலும் சரி, நாங்க யாரும் குறுக்கே நிற்கமாட்டோம்.' என்கிறார் அப்பா.

ஆனால் ஒன்றுக்கும் பிடிகொடுக்காமல் வழுக்கிக் கொண்டே போனார் தன் மாமனார்.

'அப்பா தருவதாகச் சம்மதிச்சதைத் தந்துட்டால் நாங்க எங்க பாட்டைப் பார்த்துக்கொண்டு சமாதானமா இருப்போம்– அப்பா காரணமாய் எங்களுக்கு இப்போ ஒருநாளும் மனச் சமாதானம் இல்லை.' இப்படி சரளா அவள் அப்பாவிடம் முறையிட்டும் அவர் மசிந்தால்தானே ...

பணத்திற்காக மனச்சாட்சியை, தான் யாரிடமும் ஒரு நாளும் விலை பேசியதில்லை. இல்லாமையைப் புரிந்துகொள்ள முடியாத செழிப்பில் புரண்டவன் அல்ல தான்! ஆனால் பணத்தின் மமதையைக் காட்டித் தன்னை அடிமைப் படுத்துவதை – தான் ஏமாற்றப்படுவதை அனுமதிக்க முடியுமா? இது தன் சுயமரியாதையின் பிரச்னை அல்லவா?

'என் கல்யாணத்துக்கு நானா வந்து பேசினேன்? அப்பா விடம்தானே அவர் பேசினார் ... பேசாமல் இருந்திருந்தால் ஒண்ணும் இல்லே – ஆனால் சொன்ன வார்த்தையைக் காப்பாற்றாவிட்டால்?

– இப்படி மனம் கசந்து, தான் பேசிய வார்த்தைகள் அப்பாவின் மனசைப் புண்படுத்தாமலிருந்திருக்காது.

ஆனால் அப்பா என்ன செய்வார்? அப்பா தன்னைப் போல் அவரையும் எடைபோட்டுவிட்டார். அப்பா எத்தனையோ தடவை அவரிடம் பேசிப்பார்த்தும் ஒரு பிரயோஜனமும் இல்லை. 'வியாபாரத்தில் புரண்டுகொண்டிருக்கும் பணத்தைத் திடீரென்று எடுத்து மாற்றி நிலத்துக்குச் செலவழித்தால் வியாபாரம் படுத்து விடும் . . .' என்று தன் மாமனார் சொல்வதைக் கேட்கும்போது, மகளின் வாழ்வும் அவருக்கு வியாபாரத்தின் லாப நஷ்டக் கணக்கா என்று மனம் சந்தேகிக்கும். அன்று மயில்வாகனம் பிள்ளை சொன்ன சொற்றொடரும் ஞாபகம் வரும்.

# 43

சுளீர் சுளீர் என்ற சாட்டை அடி.

எதிரில் இரண்டு காளை மாடு பூட்டிய ஒரு பார வண்டி – வண்டிநிறைய தானியமூட்டை. கழுத்தில் நுகத்தடி அழுத்த பாரத்தை இழுக்க முடியாமல் இழுத்துக்கொண்டிருக்கும் காளைகள்.

ஒட்டி உலர்ந்து போயிருந்த காளையின் உடம்பில் அங்குமிங்கும் சூடுபோட்ட தழும்பின் வரிகள். மூக்கணாங் கயிற்றை நனைக்கும் வெண்நுரை.

மீண்டும் மீண்டும் காளையின் மீது மாறி மாறிச் சாட்டையால் பளார், பளார் என்று வண்டிக்காரன் விளாசுகிறான்.

ஒவ்வொரு பளாரும் இவன் அகத்தில் ஒவ்வொரு அணுவில் போய்ப் பட்டுச் சுண்டி இழுக்க, ஒருவித சித்திரவதை இவனுக்கு அனுபவமாகிறது.

கால்களை எட்டிவைத்து வேகமாய் நடந்தும் பின்னாலிருந்து மீண்டும் மீண்டும் அந்த பளார், பளார்...

'இதயச் சுமையுள்ள மனிதன் அடுத்த ஜென்மத்தில் காளையாகிப் பாரவண்டி இழுப்பான்' என்று கிழிந்து தொங்கிக்கொண்டிருக்கும் பலவித சினிமா – அரசியல் வால்போஸ்டர்கள், நிறம் மங்கிப் போன தேர்தல் பிரசாரக் கொட்டை எழுத்துகள் இவற்றால் விரூபமாக்கப்பட்டிருந்த எதிர்ச்சுவரில் கரித்துண்டால் பளிச்சென்று எழுதப்பட்டிருக்கும் வரிகள்.

இது சரியென்றால் அடுத்த ஜென்மத்தில் தன்னைப் பொறுத்தவரையில் வேறு விமோசனமே இல்லை, வண்டிக் காளைதான்...

யார் எழுதியிருப்பார்கள்? பஸ் நிலையத்தின் அருகில் புழுதி மண்ணால், மஞ்சள் சேற்றால் அசிங்கமாய்க் காட்சி தரும் சுவரிலும் இதே வரிகள்.

'பாரம் உள்ள மனிதன் அடுத்த ஜென்மம் காளையாவான்...'

இந்த ஜென்மத்தில் தூக்கமுடியாத கவலை – வேதனைச் சுமைகளைச் சுமந்துகொண்டு வாழ்ந்து முடித்த பிறகு, அடுத்த ஜென்மத்திலாவது விமுக்தி கிடைப்பது போகட்டும், மாறாக இந்த ஜென்மத்தைவிடக் கொடூரமாக இப்படியொரு நிலைமையென்றால்?

உலகத்திற்கு முழுதும் நன்மை பயக்கும் நல்ல சிந்தனைகளை மேற்கொள்ளாமல், பாரமிக்க பிராராப்த நினைவுகளையே சுமந்துகொண்டு நடந்ததற்குக் கடவுள் தரும் தண்டனையாக இருக்குமோ? அடுத்த ஜென்ம வாழ்வுக்கு இந்த ஜென்மத்தில் நடக்கும் பயிற்சி – ஒத்திகையாக இருக்குமோ இந்தத் தன்னுடைய பாரமிக்க நினைவுகள், கவலைகள் எல்லாம்! இதெல்லாம் தெரிந்திருந்தும் இந்தப் பாரமிக்க நினைவுகளிலிருந்து தன்னால் மீள முடியவில்லையென்றால்?

எப்படி மீள முடியும், எதுக்கு மீளணும்? தன்னைப் பொறுத்தவரையில் இந்த ஜென்மத்திற்கும் அந்தக் காளை மாட்டுக்கும் என்ன வித்தியாசம்? மனதில் கவலைகளின் – உறுத்தல்களின் சுளீர் சுளீர்... வீட்டிலிருந்து இறங்கும்போது எதிர்ச்சுவரிலும் தென்பட்ட இதே கறுத்த எழுத்துகளை வாசித்தவாறு ஒரு கணம் தயங்கி நிற்கையில், தொட்டு அடுத்த வீட்டு நடையில் நின்றிருந்த தன் ஸகலன் – ஷட்டசன் வேலப்பன் அண்ணாச்சி தன்னைக் கண்டதும் வீட்டுக்குள்ளே மெல்ல பின்வாங்கியதை இவன் கடைக்கண்கள் கவனித்தன.

தன்னை நேருக்கு நேர் பார்க்க ஏனோ அவருக்கு ஒரு தயக்கமாக இருக்கலாம். என்றும் காலையில் நடந்துவிட்டு இந்நேரம் அங்கே அவர் வீட்டு நடையில் இடுப்பில் வேஷ்டியுடன், மேலே சட்டையோ துண்டோ இல்லாமல் நின்றவாறு சற்று நேரம் ரோட்டை அவர் வேடிக்கை பார்த்துக்கொண்டிருப்பார் என்பது தனக்குத் தெரியுமே!

அவர் தன்னைத் தவிர்க்க நினைக்கிறாரென்றால்... தன்னிடம் அவர் இப்போது பேச்சு வார்த்தை இல்லாமல் இல்லையே... பிறகு?

அப்பாவை ஆஸ்பத்திரியில் சேர்த்து இன்றுடன் எட்டு நாளாகிறது. வேண்டுமானால் 'அப்பாவுக்கு எப்படி இருக்கிறது?' என்று ஒரு வார்த்தை கேட்டிருக்கலாம். அதுகூட கேட்காமலிருக்கும் அளவுக்கு அவருக்குத் தன்மீது கோபமாக இருக்குமோ?

பஸ் ஊர்ந்துகொண்டிருந்தது.

நினைவுகள் தடம் மாறிமாறிப் பொருத்தமின்றி மாறுவது போல், வெளியில் காட்சிகள் மாறிக்கொண்டிருந்தன... ஆஸ்பத்திரியில் அப்பாவுக்கு இப்போது எப்படியிருக்கிறதோ, இப்போது அப்பா என்ன செய்கிறாரோ?

நெஞ்சின் பாரம் நுகத்தடியாய் அழுத்திக் கொண்டிருக்கும் போதும் அந்தக் கரிக்கட்டையால் எழுதப்பட்ட வரிகளின் அர்த்த வியாபகம்... அங்கங்கே சிற்சில சுவர்களில் அதே எழுத்துகள்...

இது யார் எழுதியிருப்பார்கள்?

ஏதாவது பைத்தியமா? இல்லை, உலகத்தார் கண்களுக்குப் பைத்தியமாகத் தெரியும் ஏதாவது ஆன்மிகவாதியாக இருக்குமோ?

இல்லை, அடுத்த ஜென்மத்தில் காளையாகிப் பார வண்டி இழுக்காமலிருக்க, தன் மன பாரத்தை முழுதும் இந்த ஜென்மத்திலேயே களைந்து கைகழுவ இப்படிக் கண்ட கண்ட இடங்களிளெல்லாம் கரிக்கட்டையால் கிறுக்கிக் கலி தீர்க்கும் ஏதாவது பெரும் கவலைக்காரனோ?

எதிரில் ஒரு ஸ்கூட்டர் விரைந்து வந்து, ஒரு கணம் இவன் விழிகளுக்குத் தரிசனமாகி, மறுகணம் எதிர்த்திசையில் விரைந்து மறைகிறது.

இது சரளாவின் தங்கச்சி கனகத்தின் மாப்பிள்ளை சிவானந்தன் அல்லவா? இரண்டு ஆண்டுகளுக்கு முன் கல்யாணம் நடக்கும்போது ஹௌஸ் சர்ஜனாக இருந்தான்; இப்போது டாக்டர்.

தன் கல்யாணம் நடந்து இரண்டு வருஷங்களில் சுந்தரத்தின் கல்யாணம். பெண், பஜாரில் பழக்கடை சுப்பிரமணிய பிள்ளையின் மகள் விமலா. அடுத்தது மூத்த தங்கை வனஜாவின் கல்யாணம். அதை அடுத்து அடுத்த தம்பி பாலச்சந்தரின் கல்யாணம்; பிறகு அடுத்த தங்கை சரஸாவின் திருமணம்...

– இப்படி இப்படிப் புதிய உறவுகள் தோன்றித் தன் உறவு வட்டம் பரந்து பெருகிக்கொண்டே செல்கிறது.

நடுநாயகமாய் நிற்கும் தனக்கு ஒவ்வொரு உறவிலும் ஒவ்வொரு விதமான தோற்றங்கள். தன்னைப் போலவே மற்ற ஒவ்வொருவரும் நடுநாயகமாகி, தான் உட்பட மற்றவர்களிடம் இதே போன்று மாறுபட்ட தோற்றங்கள் தோன்றும் என்றும் நினைத்துப் பார்க்காமலிருக்க முடியவில்லை.

இந்தக் கட்டத்தில்தான் தன் வீட்டைத் தொட்டு அடுத்த வீட்டில் தன் மாமனாரும் மாமியாரும் ரகசியமாய் வருவதும்

மூத்த மகள் பொன்னம்மாளிடமும் மூத்த மாப்பிள்ளை வேலப்பன் அண்ணாச்சியிடமும் என்னமோ தீவிரமாய்க் கலந்தாலோசிப்பதும் எல்லாம் தன் சிரத்தையில் படுகிறது. பிறகு வேலப்பன் அண்ணாச்சியையும் கூட்டிக்கொண்டு மாமனார் காரில் எங்கெங்கோ செல்வது தெரிகிறது.

சிலநாட்களில் செய்தி ஊரார் வழியாகத் தன் செவியிலும் விழுந்தது. சரளாவின் தங்கச்சி கனகத்திற்குக் கல்யாணம். மாப்பிள்ளை என்ஜினீயர் குப்புஸ்வாமி பிள்ளையின் மகன் சிவானந்தன் என்று அறிந்தபோது தனக்கு ஒரே ஆச்சரியமாக இருந்தது.

ஒரு சில ஆண்டுகளுக்கு முன் பஜாரில் ஜவுளிக்கடை போட்டிருக்கும் நாகப்பா பிள்ளை ஒருநாள் வீட்டுக்கு வந்து அப்பாவைக் கட்டாயப்படுத்தினார். 'நீங்க எப்படியும் கூட வந்து உங்க சித்தி மகன் ஜாதகத்தை என் மகள் மல்லிகாவுக்கு வாங்கித் தந்துதான் தீரணும். உங்க வார்த்தையை உங்க சித்தப்பா தட்டமாட்டார் என்பது எனக்குத் தெரியும். இந்தக் கல்யாணத்தை எப்படியும் நீங்கதான் நடத்திக் கொடுக்கணும்.' அவர் பெண்டாட்டி கமலாட்சி அம்மாள் வேறு, அம்மாவின் காலைப்பிடிக்காத குறைதான். இந்த மாதிரி விஷயங்களில் ஒன்றும் அகப்பட்டுக் கொள்ளாத அப்பாவால் நாகப்பா பிள்ளை தம்பதிகளின் உடும்புப் பிடியிலிருந்து தப்பித்துக்கொள்ள முடியவில்லை. குருந்தன்கோட்டிலிருக்கும் சிவகாமி பாட்டியின் இளைய தங்கச்சி மீனாட்சி பாட்டி – அப்பாவின் சித்திக்கு ஒரே பையன்; பெயர் குமாரவேல்... தன்னைவிட இரண்டு வயசுதான் கூடுதல். ஆதலால், முறைக்குச் சித்தப்பா ஆனாலும் அவனைத் தான் பெயர் சொல்லி அழைப்பதுதான் வழக்கம். எஸ்.எஸ்.எல். ஸி. படித்திருக்கிறான்.

சுருண்ட தலைமயிரும் செக்கச்செவேரென்ற நிறமும் சேர்ந்து ஆள் பார்க்க நன்றாக இருப்பான். எக்கச்சக்கமான சொத்துகளைக் கவனிக்க வேண்டியிருந்ததால் வேலைக்கு ஒன்றும் அவனை அனுப்பவில்லை.

அப்பா இடைப்பட்டு ஜாதகம் வாங்கிக் கொடுத்துக் கல்யாண தேதி நிச்சயித்த பிறகுதான், இந்த என்ஜினீயர் குப்புஸ்வாமி பிள்ளையின் மகள் ரத்தினம் குமாரவேலுவின் முறைப் பெண் என்பதும், குப்புஸ்வாமி பிள்ளைக்குத் தன் மகளுக்கு குமாரவேலுவைப் பார்க்க எண்ணம் இருந்தது என்பதும் எல்லாம் அப்பாவுக்குத் தெரிய வந்ததே! குப்புஸ்வாமி பிள்ளைக்கு ஆசை இருந்திருந்தாலும், குமாரவேலுவின் அப்பா அம்மாவுக்கு இதில் சம்மதம் இருந்ததாகத் தெரியவில்லை. ஆனாலும் இந்தச்

சம்பவத்துடன் குப்புஸ்வாமி பிள்ளை குடும்பத்திற்கு அப்பாவின் மீது கோபம்!

குமாரவேல் – மல்லிகா கல்யாணம் நடந்தது. ஆனால் கல்யாணத்திற்குப் பிறகு, நாகப்பா பிள்ளையின் மகள் மல்லிகா ஆள் கறுப்பு, லட்சணம் இல்லை என்பதோடு விசேஷப் புத்தியும் இல்லை என்றும் தெரிய வந்தபோது குமாரவேலுக்கு அவன் அப்பா அம்மாவுக்குக்கூட, அப்பாவின் மீது சிறிது மனத்தாங்கல்தான்! ஆனால் அப்பா என்ன செய்வார், நாகப்பா பிள்ளையால் வந்த வினை...

பிறகு, குப்புஸ்வாமி பிள்ளையின் மகள் ரத்தினத்தின் கல்யாணமும் நடந்துவிட்டது. அப்பாவிடம் அவர் மனக்கசப்பு மாறவில்லையானாலும், இவனை வழியில்வைத்துக் காணும் போது என்ன, ஏது என்று விசாரித்துக் கொள்வார். அப்போ ஊரில் விக்கினேஸ்வரன் பிள்ளை ஊர்க் கட்டடம் கட்ட உபயமாய் மனை தாரேன் என்று முதலில் சம்மதித்துவிட்டு, பிறகு பல ஓட்டைக் காரணங்களைச் சொல்லி ஊரை ஏமாற்றிவிட்டார் என்று ஒரு செய்தி பரவியிருந்த காலம். ஒருநாள் பேச்சுவாக்கில் ‘உன் மாமனார் டி.எ.வி.க்கு வாக்குச் சொன்னதெல்லாம் வாஸ்தவம்தான்’ என்று தன் மாமனாரை இடித்துத் தன்னிடம் பேசியபோது, இவனுக்கும் மாமனார்மீது அப்படி பெரிய அபிப்பிராயம் இல்லாவிடினும், எப்படியானாலும் தன் மனைவியின் அப்பா – மாமனார் அல்லவா, பிறத்தியாரிடம் விட்டுக் கொடுக்கலாமா என்ற ஒரு எண்ணம் உறுத்த, ‘இதெல் லாம் ஊர் வம்பு, நீங்களுமா இந்தக் கதையை நம்புகிறீங்க?’ என்று இவன் பூசி மொழுக முயற்சித்தபோது, குப்புஸ்வாமி பிள்ளையின் மூக்கு விகஸிக்க, முகம் கறுத்தது. ‘எங்கிட்டெ உன் மாமனாரை நீ தூக்கி வச்சுப் பேசவேண்டாம். அவர் அந்த மனையை ஊர்க் கட்டடம் கட்ட தாரேன் என்று சொன்னது வேறு யாரிடமும் இல்லே, எங்கிட்டெத்தான். அதனால் வேறு யாரும் சொல்லியல்ல இதை நான் தெரிந்து கொண்டது.’

‘உங்களிடமா நேரில் சொன்னார்..! நீங்க எதுக்கு அவர் கிட்டெ போய்க் கேட்டேள்?’

‘நான் என் சொந்த அவசியத்துக்காகக் கேட்கவில்லை. ஊர்க் கூட்டத்தில் என்னையும் வேறு ரெண்டு பேரையும் தேர்ந்தெடுத்தார்கள், இது சம்பந்தமாக விக்கினேஸ்வரன் பிள்ளையை நேரில் சந்தித்துப் பேசி முடிவெடுக்க! அதன்படி நாங்கள் போய்க் கேட்க வேண்டிய தாமதம், ‘ஓஹோ... அதுக்கென்ன, தாரேனே,’ என்று வாக்கு தந்தார். அதை நாங்கள் ஊர்க் கூட்டம் கூட்டித் தெரிவித்து, கட்டிடம் கட்ட மேற்கொண்டு

வேண்டிய நடவடிக்கைகள் எடுத்துக்கொண்டிருந்தபோதுதான், இவர் மெல்ல மெல்ல, தான் சொன்ன வார்த்தையிலிருந்து பின்வாங்கி விட்டார். இல்லாட்டாலும் உன் மாமனார் எல்லாம் சரிதான், உனக்குக் கோபம் வந்தாலும் வரட்டும், ஒண்ணு சொல்லுவேன்: அவர் பேச்சுக்கும் செயலுக்கும் ஒரு சம்பந்தமும் இல்லை...'

இப்படி தன் மாமனாரைப் பற்றித் தீர்மானமாய் அடித்துப் பேசிய குப்புஸ்வாமி பிள்ளையா இப்போது அந்தத் தன் மாமனாரின் அடுத்த மகளுக்கு அவர் மகனைக் கொடுக்கப் போகிறார்? அப்படியென்றால் இந்தக் குப்புஸ்வாமி பிள்ளையின் பேச்சும் செயலும் –? மேலும், ஊர்க் கட்டிடம் கட்ட தன் மாமனார் வாக்குச் சொல்லி மீறிய பத்து சென்ட் இடம் உட்பட அதைச் சுற்றிய அரை ஏக்கரா மனையையும்கூட குப்புஸ்வாமி பிள்ளையின் மகனுக்குச் சீதனமாய் கொடுக்கப் போகிறார் என்பதையும் அறிந்தபோது...

மனிதர்களைப் பற்றி அடுத்து அறிய அறியத் தன் மனிதாபிமானம் இறங்குமுகமாகிக் கொண்டிருப்பதில் என்ன ஆச்சரியம்?

இப்படியிருக்கையில்தான் ஒருநாள் மத்தியானம் இரண்டு மணி இருக்கும். ஆபீஸில் அன்று அதிக வேலை; அப்போது தான் வீட்டுக்கு வந்து உடையெல்லாம் மாற்றிவிட்டு இடுப்பில் ஒரு வேஷ்டியை மட்டும் கட்டிக்கொண்டு சாப்பிடலாமென்று கையைக் கழுவிக்கொண்டிருந்தான்.

யாரோ கதவைத் தட்டுகிறார். போய்க் கதவைத் திறந்தபோது தன் மாமனார். அவசரம் அவசரமாய் நடுக்கூடத்திற்கு வந்து உட்காருகிறார். பசியெல்லாம் மந்தித்து வயிற்றில் ஒருவிதச் சங்கடம். இருந்தும் மாமனார் அல்லவா? பக்கத்தில் இவனும் உட்காருகிறான். சரளா அப்பாவைக் கண்டு முகம் மலர சமையலறை வாசலில் வந்து நிற்கிறாள்.

'எல்லாம் ஒருவாறு பேசி முடிச்சாச்சு ... எல்லோரும் கல்யாணத்துக்கு வரணும். சரளாவை ஒரு வாரம் முந்தியே வீட்டுக்கு அனுப்பி வைக்கணும்.'

இவன் மனசுக்குள் யுத்தகாண்டம்.

'எல்லாம் பேசி முடிச்ச பிறகு நான் எதுக்கு?'

'நான் ஒண்ணும் பேசல்லையே, பேசினது எல்லாம் வேலப்பன்தான்.'

‘ஆமா… அவர் ஒருத்தர்தானே உங்க மாப்பிள்ளை.’

‘உங்களுக்குப் பேசத் தெரியாது. நீங்க பேசினால் ஒரு வேளை கல்யாணம் தடைப்பட்டுப் போகலாம்.’

சுள்ளென்று அந்த வார்த்தைகள் இவன் தலைக்குள் மின்சாரமாய்ப் பாய்ந்தது.

‘அது சரி – அப்படின்னா கல்யாணம் தடைப்படுத்துவது தான் என் வேலை – இல்லையா? என் ரெண்டு தம்பிமார்கள், ரெண்டு தங்கச்சிகள் கல்யாணங்களுக்கு எல்லாம் எங்க அப்பா என்னையும் முன்னால் உட்கார வச்சுதான் பேசித் தீர்மானிச் சாங்க… அந்தக் கல்யாணங்கள் ஒண்ணும் தடைப்பட்டுப் போகல்லே, நல்ல முறையில்தான் நடந்தது. நாலு பெரியவங்க முன்னால் வச்சுப் பேசினதை நாங்க எங்க வீட்டுப் பெண்க ளுக்குச் செய்து எங்க வாக்கைக் காப்பாற்றினோம். என் தம்பிமார்களின் மாமனார்மார்களும் அவுங்கவுங்க பெண்களுக்குச் செய்வதாய்ச் சொன்ன வார்த்தையைக் காப்பாற்றிவிட்டாங்க. இப்போ அவுங்க எல்லோரும் சந்தோஷமாத்தான் வாழறாங்க.

தன்னை இடைமறித்துக்கொண்டு, ‘அதெல்லாம் எனக்குத் தெரியும். இப்போ இந்தக் கல்யாணத்துக்கு வருவேளா, வரமாட்டேளா?’ என்று கேட்ட அவர் குரலில் ஒரு பயமுறுத்தல்.

‘இந்த வீட்டுக்குத் தெருவிலிருந்தே உள்ளே வர சொந்தமான வாசல் இல்லே… நீங்க என் கல்யாணத்துக்கு –’ என்று இவன் பேசுவதை முடிக்கவிடாமல், மறுபடியும் அவர் குறுக்கே பாய்ந்து சத்தம் போட்டார்.

‘அதுக்கும் இதுக்கும் சம்பந்தமில்லை.’

‘சம்பந்தம் உண்டு… ஏழுவருஷம் முந்தி நடந்த ரெண்டாவது மகளின் கல்யாணத்தை ஒட்டிய விஷயத்தில் முடிவெடுக்காமல் மூணாவது மகளுக்கு நீங்க நடத்தும் கல்யாணம் இது.’

‘அதெல்லாம் இப்போ முடியாது.’

‘அப்படீன்னா கல்யாணத்தில் பங்குகொள்ளவும் என்னால் முடியாது…’

‘முடியாதா?’ என்று சாடி எழுந்தார். கையிலிருந்த கடைத் திறவல் கொத்தை, இவன் முகத்தில் எறிவதாய் நினைத்துக் கொண்டு சுவரில் வீசியடித்துவிட்டு, இவனை நோக்கி அவர் பாய்ந்து வருவதைக் கண்டபோது, இவனும் எழுந்து நின்றான். இவன் கைகால்கள், உடம்பெல்லாம் அதை நேருக்கு நேர் நேரிடத் தயாரானதே ஆனாலும் உள்ளுக்குள் ஒரு பதற்றம்…

'என்ன முடியாதா? நாப்பது வருஷமா கடைத்தெருவில் கிடப்பவன் நான். எங்கிட்டே இதொண்ணும் சாயாது...' என்று அவர் அலறுகிறார்.

தான் கொஞ்சமும் இவரிடம் எதிர்பார்த்திராத நரசிம்ம அவதாரம் இது!

'கடைத்தெரு புத்தியைத்தான் பார்க்கிறேனே...' என்று சொல்லும்போது, சற்று முன் வீட்டுக்குள் அவர் வந்த வரவையும், இப்போ மௌனமாய்த் தன் தர்மபத்தினி நிற்கும் நிலையையும் இணைத்து மனசுக்குள் என்னவெல்லாமோ சந்தேகத்தின் விஷ வித்துக்கள்.

'சரி... சரி... இனி உங்ககிட்டெ பேச நான் தயாராக இல்லை' என்று கூறிவிட்டு, இவன் அவசரம் அவசரமாய் டிரஸ் செய்து கொண்டு, கையில் ஸ்கூட்டர் திறவலுடன் வெளியேறினான்.

ஸ்கூட்டரை ஷெட்டில் வைத்துவிட்டு, காரியாலயத்திற்குள் நுழையும்போது, டெலிபோன் கதறியது. மத்தியானம் சாப்பிடாததால் உடம்பு முழுதும் ஒரு பலகீனம். அதோடு இப்போதும் அந்தப் படபடப்பு அடங்கவில்லை.

போனைக் கையிலெடுத்தான்.

'ஹலோ...'

'இது டி.எ. விக்னேஸ்வரன் பிள்ளை. என்னை மன்னிச்சுடுங்கோ. இங்கே கொஞ்சம் வரலாமா...'

'உங்களிடம் இனி எனக்குப் பேச ஒண்ணுமே இல்லை. என் வீட்டில் நுழைந்து நீங்க நடந்துகிட்ட அளவுக்குத் தரம் தாழ என் பண்பாடு என்னை அனுமதிக்கவில்லை. அதனால்தான் உங்களை அங்கே விட்டுவிட்டு நான் வீட்டை விட்டு இறங்கி வந்துவிட்டேன்' என்று கூறிவிட்டு போனை வைத்தான்.

கீழ் ஊழியர்கள் உற்றுப் பார்க்கிறார்கள். இவன் தன் இருக்கையில் போய் உட்காருகிறான்.

நடந்தவை மீண்டும் மீண்டும் ஸ்லோ மோஷனில் மன அரங்கில் நடந்தேறிக்கொண்டிருக்கிறது.

கையிலிருந்த கொத்துத் திறவலை வீசியெறிந்துவிட்டு வெறி நாயாய்த் தன்மீது விழுந்து பிடுங்க வரும்...

மீண்டும் போனில் கதறல்.

'ஒரு அஞ்சு நிமிஷம் இங்கே வரமுடியுமா... இல்லே நான் அங்கே வரட்டுமா?'

'என்னால் இப்போ அங்கே வரமுடியாது... நீங்களும் இங்கே வரத் தேவை இல்லை...'

போனை வைத்துவிட்டு வந்து உட்காருகிறான். முகத்தில் வியர்வை. உள்ளே அடியாடைகள் வியர்வையில் தொப்புத் தொப்பாகியிருப்பதை உணர முடிகிறது.

கீழ்ச் சிப்பந்திகள் மௌனமாய் – அர்த்த புஷ்டியோடு பார்வைகளைப் பரிமாறிக்கொள்கிறார்கள். தன் நெஞ்சின் படக் படக் இன்னும் நிற்கவில்லை.

மன அரங்கில் மெது வேகத்தில் அந்தக் காட்சிகள் மறுபடியும், மறுபடியும்.

வாழ்க்கையில் இதைவிட அவமானப்பட வேறென்ன வேண்டும்? சே, சீறிப்பாய்ந்து வந்த அவரைக் கண்டும் கோழையாய் உத்தரனைப்போல் ஓடிவந்துவிட்டோமோ..?

மீண்டும் போன்.

தான் எடுக்கவில்லை; மற்ற ஊழியர்கள் வந்து எட்டிப் பார்க்கிறார்கள். தன் முகத்தையும் போனையும் மாறிமாறிப் பார்க்கிறார்கள்.

போன், ஃபயர் என்ஜினாய்க் கதறிக்கொண்டிருக்கிறது. அதைக் கையிலெடுத்துக் கதறலை நிறுத்திவிட்டு வைக்கிறான்.

இப்போது அமைதி...

மேஜைமீது குவிந்து கிடந்த ஃபைல்களில் ஒன்றை உருவி எடுத்தான். வெறும் வயிற்றிற்குள்ளிருந்து கும்பி ஆவி மேலே மேலே எழுந்து நெஞ்சின் இடுக்குகளில் ஓடி நடந்து செல்வதை உணர முடிகிறது.

# 44

அப்பா கண்ணயர்ந்துகொண்டிருக்கிறார். சற்றுமுன்தான் டாக்டர் வந்து பார்த்துவிட்டுச் சென்றார். நர்ஸ் வந்து மருந்தைக் கொடுத்தாள்.

வெளியே வெயில் சூடுபிடிக்கத் தொடங்கி விட்டிருந்தது. படுக்கைகளில் கிடக்கும் பழகிய முகங்களைப் பார்க்கும்போதும் ஒரு பழக்கமில்லாத அந்நிய தோற்றம்.

மீண்டும் விழிகள் அப்பாவின் முகத்தில் வந்து நிலைக்கின்றன. களைப்பும் வேதனையும் நேற்றை விட இன்று அதிகமாய்த் தென்படுகின்றன. வாழ்க்கையில் ஒரு நம்பிக்கையும் பிடிப்பும் எல்லாம் தனக்குக் கைவருமாறு இந்த அப்பா தன்னை உருவாக்கியது எங்கே? அவற்றையெல்லாம் நெட்டித் தள்ளி வெறுப்பையும் கசப்பையுமெல்லாம் தன் மனம் முழுதும் விஷ வித்துக்களாய் விதைத்து விட்ட தன் மாமனார் எங்கே? அன்று அப்பா மட்டும் இடைமறிக்காமலிருந்திருந்தால், தன் வீடேறித் தன்மீது பாய வந்தவரின் அந்தச் செய்கையைத் தன்னால் ஒருபோதும் மறக்கவே முடிந்திருக்காது; இப்போதும் தன் மனம் மாறியிருக்கவும் செய்யாது.

‘டேய் ராஜா, எது எப்படியானாலும் உன் மனைவியின் தங்கச்சியின் கல்யாணம். அதில் அவளும் நீயும் பங்கெடுக்கா விடில் ஊர் உன்னைத் தான் குற்றம் சொல்லும்...’ என்று அப்பா வந்து அவருக்காக வாதாடினார்.

‘முதலில் இந்தக் கல்யாணத்தைப் பேசித் தீர்மானிக்கப் போகும்போதே என்னை ஒதுக்கிவைத்துவிட்டு மூத்த மருமகனை மட்டுமே கூட்டிக்கொண்டு சென்றிருக்கிறார். ஏன் என்று

கேட்டதுக்கு நான் கல்யாணத்தை நிறுத்திடுவேன்னு பொருள்பட காரணம் சொல்கிறார். எனக்கு இதுவா வேலை? வேணுமானால் அவள் தங்கச்சி கல்யாணத்துக்கு சரளா போகட்டும். வெளியிலும் வீடேறியும் என்னை அவமதித்த அவருக்கும் எனக்கும் இனி சங்காத்தமே கிடையாது...'

அப்பா விடவில்லை; பல விதத்திலும் பேசித் தன் ஆத்திரத்தைத் தணிக்க முயன்றார்.

'என்னதான் காரணங்கள் இருந்தாலும், என் அனுபவத்தி லிருந்து சொல்கிறேன்டா. இதையெல்லாம் மனசில் நினைத்து வளர்த்தாதே, கல்யாணத்தில் பங்கெடு...' என்றார் தீர்மானமாக.

அப்பா என்ன சொன்னாலும் அது தன் நன்மைக்காகத் தான் இருக்கும் என்ற நம்பிக்கை இருந்தும், தன் மாமனாருக்காக அவர் வாதிடும்போது அப்பாவின் மீதும் ஒரு மனத் தாங்கல் வரத்தான் செய்கிறது. இது அப்பாவுக்கும் தெரியும்; இருந்தும் அதையொன்றும் பொருட்படுத்தாமல், தன் மாமனாருக்கும் தனக்கும் இடையில் ஒரு நல்லுறவு நிலவ அப்பா எவ்வளவு ஆத்மார்த்தமாகப் பாடுபட்டார்... அந்த அப்பா இப்படிப் படுத்திருக்கிறார். நேற்று ஊரில் ஒருவராய் வந்து எட்டிப் பார்த்துவிட்டுப் போகிறார் தன் மாமனார்!

கடைசியில், அப்பாவின் வார்த்தைக்கு மதிப்புக் கொடுக்காம லிருக்க முடியவில்லை. கனகத்தின் கல்யாணம் நடந்து முடிந்து ஒரு மாசத்திற்குள், வீட்டுக்குத் தெருவிலிருந்து வரத் தனி வாசல் உட்பட, சரளாவுக்குத் தருவதாய் வாக்களித்திருந்த அனைத்தையும் செய்துவிடுவதாய்த் தன் மாமனாரும் சம்மதித்தார். சென்ற ஆண்டுக்கு முந்திய ஆண்டு ஒரு செப்டம்பர் மாதத்தில் இவன், சரளா, குழந்தைகள் எல்லோரும் பங்கெடுக்க கனகத்தின் கல்யாணம் அமர்க்களமாய் நடந்தேறியது.

எட்டு மாதங்கள் ஊர்ந்தன. சென்ற ஆண்டு மே மாதம் தன் நான்காவது குழந்தை சவிதா பிறந்தாள். சரளா ஆஸ்பத்திரியிலிருந்து வரவில்லை. அதற்குள் ஆபீஸில் வேலை நிறுத்தம் முதலிய தொந்தரவுகள் வேறு! மனசுக்குக் கொஞ்சம் கூட அமைதி இல்லை. இதன்கூட, இந்தப் பிரசவத்துடன் பி.பி.எஸ். செய்துவிட வீட்டில் வைத்து இருவரும் ஏகமனதாகத் தீர்மானித்திருந்ததற்கு மாறாக, ஆஸ்பத்திரியில் வைத்து சரளாவின் அம்மாவும் அப்பாவும் அவள் மனசை ஒரேயடியாய்க் கலைத்துவிட்ட மனோவேதனையும் சேர்ந்து கொண்டது.

நாற்பத்தியொரு நாட்கள் கழிந்துப் பிறந்தகத்திலிருந்து சரளாவும் குழந்தைகளும் வீட்டுக்கு வந்து ஒரு மாதம் கூட கழிந்த பிறகுதான், அறுபத்தியாறு நாட்கள் நீண்டு நின்ற கொடுமை யான அந்த வேலைநிறுத்தம் தீர்ந்து காரியாலயத்தில் ஏற முடிந்தது. ஏனைய கசப்பான சூழ்நிலையின் கூட பணத் தட்டுப்பாடும் சேர்ந்துகொண்டபோது கேட்க வேண்டாம்...

இப்படியாக, சென்ற ஆண்டு செப்டம்பர் மாதம் வந்தது. கனகத்திற்குக் கல்யாணமாகி முழுசாய் ஒரு ஆண்டு முடிவடைந்து விட்டது. பழையபடி வார்த்தைகள் வார்த்தைகளாகவே நின்றன. இனியும் அப்பாவின் ஸாம உபாயம் தன் மாமனாரிடம் பலிக்குமென்று இவனுக்குத் தோன்றவில்லை. இந்தப் பனிரண்டு மாதத்தில் இவன் மனம் மேலும் அடிபட்டுத் தேறியிருந்தது.

இவன் சரளாவைக் கூப்பிட்டுச் சொன்னான்: ‘ஒவ்வொரு தடவையும் தெருவிலிருந்து நம்ம வீட்டுக்குள் நுழையும்போதும், நம்ம வீட்டிலிருந்து வெளியில் இறங்கும்போதும் இப்படி இன்னொருத்தர் வழியே நடப்பது என் மனசைக் குத்திக் கிழிச்சுகிட்டிருக்குது... ஒரு வேளை, வேறு எதையாவது கோபத்தை மனசில் வச்சுக்கிட்டு உன் அக்காளோ அக்கா மாப்பிள்ளையோ, இந்த வழியை உபயோகிக்கக் கூடாதுன்னு ஒரு வாக்கு சொல்லி விட்டால் பிறகு நாம் நாக்கைப் பிடுங்கிக்கிட்டுச் சாக வேண்டியதுதான். உன் அத்திம்பேரிடம், உன் மாமா மயில்வாகனம் பிள்ளை பலாமரத்துக்காக மோதிக்கொண்டதைப்போல், பத்திரத்தில் உன் அக்கா பெயரில் இருக்கும் இந்த வழிக்காக மோதிக்கொள்ள நான் விரும்பவில்லை. இதெல்லாம் உன் அப்பாவால் வந்த வினை – மற்றதெல்லாம் எப்படியும் போகட்டும். ரெண்டு மகள்களின் வீட்டு வழி விஷயத்தில் இப்படி உங்க அப்பா பாரபட்சமாக நடந்து, நாம் ஏமாற்றப்பட்டதை நினைக்க நினைக்க எனக்கு ஆறமாட்டேங்குது... இது பற்றி நீ என்ன சொல்றே?’

அவள் வழக்கம் போல் கண்ணீரைக் காட்டினாள். இவன் கேட்டான்:

‘இதை இப்படியே விட்டுவிட்டு, வேறு வீடு பார்த்துக் கொண்டு போய்விடுவோமா? என்னைப் பொறுத்தவரையில் எதிர்பார்க்க வைத்து ஏமாற்றுவதைத்தான் தாங்கவே முடியாது.’

சரளாவின் முகம் சிவந்தது.

‘அதெப்படி விட்டுவிடமுடியும்? வீட்டுக்குள்ளே வர சொந்தமான வழி இல்லாத வீட்டை யார் வாங்குவாங்க?

இப்போ அப்பா இருக்கிறப்போ நடக்கவில்லையானால், பிறகு என் அண்ணா காலத்தில் ஏதாவது நடக்குமென்ற நம்பிக்கை எனக்கில்லை...'

பிறகு, வெகு நேரம் இவனும் சரளாவும் ஆலோசித்து ஒரு திட்டம் தீட்டினார்கள். அதன்படி, உடனடியாகத் தன் ஆடை, மற்ற அத்தியாவசியப் பொருட்களுடன் பக்கத்திலிருந்த அலங்கார் லாட்ஜில் ஒரு அறை வாடகைக்கு எடுத்துக்கொண்டு இவன் மாறி வசிக்க வேண்டியது. சரளா அவள் நகைநட்டு, துணிமணிகள், குழந்தைகளுடன் இந்த வீட்டைப் பூட்டிச் சாவியுடன் அவள் பிறந்தகம் போய் 'எங்களுக்கு நேரடியாக வழி இல்லாத அந்த வீட்டுக்குள் நாங்கள் ஏற மாட்டோம்' என்று அவள் பெற்றோர்களுக்கு அறிவித்துவிட வேண்டியது – திட்டம் வெற்றி பெறுவது வரையிலும் பரஸ்பரம் பார்ப்பதில்லை...

# 45

*அம்மா வரும்போது மணி பன்னிரண்டரைக் கும் மேலாகிவிட்டது. அப்பா மௌனமாய்ச் சாப்பிட்டார். வியர்வையைத் துடைத்துவிட்டு அம்மா விசிறியால் விசிறிக்கொண்டிருந்தாள். அப்பாவையும் அம்மாவையும் சேர்ந்து பார்த்துக் கொண்டிருக்கும்போது மனதில் என்னவெல்லாமோ ஊமைத் துயரங்கள் ஊர்ந்து வருவதுபோல்...*

*ஹூம், தான் காரணமாகக்கூட இவர்களுக்கு எவ்வளவு சங்கடங்கள்? தன்னுடைய அந்த ஏகாந்த வாசம் அப்பாவை எவ்வளவு பெரிய அதிர்ச்சிக்கும் வேதனைக்கும் ஆளாக்கி விட்டது? சாதாரணமாக ஊரில் இருக்கும் நாட்களில் தினமும் தென்னைவிளாகம் தெருவுக்குப்போய் அப்பா, அம்மா, தம்பி தங்கைகளைப் பார்த்துவிட்டு வரும் தான் இப்போது வேண்டுமென்றே பல்லைக் கடித்துக்கொண்டு ஹோட்டல், ஆபீஸ், லாட்ஜின் நான்கு சுவர்களுக்கு நடுவே என்று இருக்க வேண்டிய அவஸ்தை...*

*ஒருநாள் அதிகாலையில் அறைக் கதவில் லேசாய்த் தட்டும் ஓசை; எழுந்து திறந்தபோது அப்பா நிற்கிறார். துவைத்து, அயன் செய்யாத வெள்ளைச் சட்டை, வேஷ்டி. முகத்தில் மூச்சடக்கி நிற்கும் வேதனை...*

*அப்பா அறைக்குள் வருகிறார்.*

*ஒன்றும் பேசாமல் தன்னை உற்றுப் பார்த்து விட்டு அந்தச் சின்ன அறையின் ஒரு மூலையில் கிடந்த நாற்காலியில் போய் உட்காருகிறார். அப்பாவின் முகத்தைப் பார்க்க ஒரு கூச்சம் மட்டுமல்ல, எங்கே அழுகை வெடித்துக்கொண்டு*

வெளியே வந்துவிடுமோ என்று பயந்துகொண்டு பல்லைக் கடித்துக் கொண்டு இவன் உட்கார்ந்திருந்தான்.

‘இதெல்லாம் என்னடா... முந்தாநாள் வழக்கம்போல் காலம்பரெ நடந்துவிட்டு வரும்போது உன் வீடு பூட்டிக் கிடந்தது. கோவிலுக்கு எல்லோருமாக போயிருப்பாயோன்னு நினைச்சேன். நேற்றைக்கு ராத்திரி உன் மாமனார் சொல்லித் தான் விஷயம் தெரிஞ்சுது.’

‘வேண்டுமென்றேதான் உங்ககிட்டே இதுபற்றி நான் பிரஸ்தாபிக்கவோ ஆலோசனை செய்யவோ இல்லை. உங்க கிட்டெ தெரிவிச்சிருந்தால், கண்டிப்பா சம்மதிக்க மாட்டீங்க என்பதும் எனக்குத் தெரியும் அப்பா. ஆனால், அப்போதைய மனநிலைமையில் உங்களை அனுசரிக்க என்னால் முடியுமா என்பதும் குழப்பமாகவே இருந்தது. மேலும் இந்த என் செய்கையின் முழுப்பொறுப்பும் எனக்கே இருக்க வேண்டும். அனாவசியமாகப் பழி உங்க தலையில் வந்து விடிய வேண்டாம் என்பதில் நான் முன்னெச்சரிக்கையாகவே இருந்தேன்.

‘இப்போ மட்டும் என் மீது பழி வராமலா இருக்கப் போறது? பழியைப் பற்றி எனக்குக் கவலை இல்லை. ஆனால் உன் உடம்புக்கு, இப்படி வந்து ஹோட்டல் சாப்பாட்டைச் சாப்பிட்டுக்கொண்டு, குழாய்ப் பச்சைத் தண்ணீரில் குளித்துக்கொண்டு இருந்தால் ஒத்துவருமாடா... வா, பேசாமெ நம்ம வீட்டுக்கு வா... உன் மாமனார்மீது தானே உனக்குக் கோவம்? என் மீது என்ன? உன் அம்மா வேறு வருத்தப்பட்டுக்கிட்டு இருக்கா...

அப்பாவின் தொண்டை கரகரத்து ஒலித்தது. இவன் மனசைக் கல்லாக்கிக்கொண்டான். தான் தன் பெற்றோர்கள் கூட சுகமாய் இருப்பதாய் அறிந்தால், பிறகு தன் மாமனார் இன்னும் மெத்தனமாகி விடுவார் என்பது மட்டுமல்ல காரணம், தன்னைத் தூண்டிவிட்டார்கள் என்று அப்பா அம்மா பற்றி அபாண்டமாய் அவதூறு கிளப்ப தன் மனைவி வீட்டார்களுக்கு அது வாய்ப்பு கொடுத்ததாகி விடும்.

அதன்பின் நாட்கள் நகர்ந்துகொண்டே இருக்கின்றன. அதிகாலைப் பொழுதுகளில் கதவுக்கு நோகாமல் தட்டும் ஒலி கேட்டு, இவன் போய்க் கதவைத் திறப்பான்.

அப்பா நிற்பார்...

வேதனையுடன் மௌனமாய் தன்னைப் பார்த்துக் கொண்டே கொஞ்ச நேரம் உட்கார்ந்திருப்பார்...

‘இது சம்பந்தமாக அப்பா அவரிடம் இனிமேல் பேசவே வேண்டாம். இத்தனை நாள் பேசினதே கூடுதல். அவராகவே அறிந்து பேசினவற்றைச் செய்கிறாரென்றால் செய்யட்டும். இல்லாவிட்டால் வேண்டாம்’ என்று இவன் அப்பாவைத் தடுத்திருந்ததால், இப்படி வேதனைகளை மென்றவாறு உட்கார்ந்திருக்கத்தான் அவரால் முடிந்தது. அப்படிச் சற்று நேரம் உட்கார்ந்திருந்துவிட்டுப் போய்விடுவார்.

அந்த நாட்களில் அப்பா எவ்வளவு பெரிய மன வியாகூலத்துக்கு உள்ளாகி நடமாடிக்கொண்டு இருந்திருப்பார் என்பதை இப்போது தன்னால் நன்கு உணர முடிகிறது. அப்பா இதனால் எத்தனை பெரிய மன அவதிக்கு ஆளாகி இருக்கிறாரோ என்பதற்காக வேண்டுமானால் தனக்கு விட்டுக் கொடுத்திருக்கலாம். ஆனால் தன் மாமனாரின் இந்த அசட்டை செய்யல் தந்திரத்தால், தான் தோல்வி சம்மதித்தால், மறுபடியும் அவர் மகள்கூட அவமானப்படாமல் தன்னால் வாழ முடியுமா?

செப்டம்பர் போய் அக்டோபர் வந்தது. தன் அஞ்ஞாத வாசம் தொடர்ந்துகொண்டே இருக்கிறது. ஏகாந்தமான வாழ்க்கையில் மனம் எப்படியெல்லாமோ பயங்கரமாய் வேலைசெய்து கொண்டே இருந்தது. குழந்தைகளைப் பார்க்க வேண்டும் போலிருக்கிறது. அம்மாவை, மனைவியை ஏனைய பந்து ஜனங்களை எல்லோரையும் சந்திக்க வேண்டும் போல் மனதில் உந்துதல்கள்... சமூகத்திலிருந்தே ஒண்டியாகி ஏதோ அஞ்ஞாத தீவில் வாசம் செய்வதைப் போன்ற மனப் பிராந்தி. ஒவ்வொரு கணமும், ஒவ்வொரு நாளும், தன் இந்த சுய வதைப்புக்கெல்லாம் காரணகர்த்தா இன்னாரென்ற போதும், மேலும் மேலும் அன்னார்மீது வெறுப்பை விஷவிருட்சமாய் வளர்த்துக்கொண்டே இருக்கிறது. தான் மட்டும், இப்படித் தன் உடம்பையும் உள்ளத்தையும் ஆத்ம பீடனம் செய்துகொண்டு தனிமையில் உழல்கையில், இதற்கெல்லாம் காரணமானவர் ஊரில் நடக்கும் பொதுச் சடங்குகள் ஒன்றுவிடாமல், ஒன்றும் நடக்காததுபோல் பங்கெடுத்து, தன்னைப் பற்றி ஒரு பக்கச் சாயல்கொண்ட அபவாதங்களைப் பரப்பிக்கொண்டிருப்பதை அறிகையில், மேலும் உணர்ச்சி வசப்பட்டுத் தனிமையில் புழுங்கிக் கொண்டிருக்கும் பிராணாவஸ்தை...

இவ்வளவு நாட்களாய்த் தான் மட்டும் இங்கே இப்படி தன்னந்தனிமையில் தவிக்கையில் தன் தர்ம பத்தினி அவள் அப்பா அம்மாகூட குஷாலாக இருக்கிறாளோ என்றும் மனம் விபரீதமாய் வீறிடுகிறது.

இல்லை, நான் எப்படியெல்லாமோ முரண்டு பிடித்துப் பார்த்துவிட்டேன்; கேட்க மாட்டேங்கிறாளே' என்றெல்லாம் டெலிபோனில் அழுகையுடன் அவள் குரல் வரும்போதும், இவன் மனசில் புயல் வீசிக்கொண்டேதான் இருக்கிறது.

அப்பாவின் வேதனை நிரம்பிய முகம் மனசில் நிழலாடிக் கொண்டே இருக்கிறது. அப்பாவின் நினைவு என்ற இந்தத் துணைமட்டும் இல்லாதிருந்தால், தனிமை தளம்கட்டி நின்ற அறையின் நாற்சுவர்களுக்கு மத்தியில், முப்பத்தி மூன்று நாள் ஏகாந்த வாழ்வில் ஏதாவது ஒருநாள் நிசிப்பொழுதில் வேதனை, அவமான உணர்வுகளின் குருதிக்களமாய் இயங்கிக் கொண்டிருந்த தான், அசட்டுப்பிசட்டென்று ஏதாவது செய்திருந்தாலும் அதில் ஆச்சரியப்படுவதற்கில்லை.

# 46

தூக்கம் தன்னில் எப்போது நேர்ந்தது என்று தெரியவில்லை. தன் மனம் இப்போது தாறுமாறாய்க் கோர்வையற்றுப் போய்விட்டது போலிருக்கிறது. கணநேரம்கூட ஒரு குறிப்பிட்ட புள்ளியில் நிலைத்து நிற்காமல் துடித்துத் துவண்டுபோய்விடுகிறது. நொடிப்பொழுதும் சாந்தி இல்லாத கொதிப்பு மூளைக்குள்...

தன் அறிவாற்றல் முழுதும் ஒரேயடியாய் ஸ்தம்பித்துப் போய்விட்டது போல்! பக்கத்தில் படுத்திருக்கும் சரளா, கீழே பாயில் புரண்டுகொண் டிருக்கும் குழந்தைகள் எல்லோருமே அந்நியமாய்ப் போய்விட்ட தோற்றம்...

ஏன்? தானே தனக்கு அந்நியமாகிப் போய் விட்டது போல்...

தூக்கம் என்பது ஒருவித சுவாசமுட்டலா? இந்த அவஸ்தையை எத்தனை நேரமாய் அனுபவித்துக் கொண்டிருக்கிறோம் என்று தெரியவில்லை... பக்கத்தில் சரளாவின் குரல்:

'இன்னிக்கு சித்திரை முதல்தேதி. தமிழ் மாசப்பிறப்பு... விஷுக்கனி பார்க்க வேண்டாமா? கண்ணைத் திறக்காமல் அப்படியே மூடிக்கொண்டு பூஜை அறைக்கு வாருங்கோ...' இவன் பாதி திறந்த விழிகளை இறுக மூடிக்கொண்டான். மன அரங்கில் தனக்கு அறிவு வந்த நாள்முதல் வருஷா வருஷம் இந்த நாளில் அப்பா தரும் விஷுக் கைநீட்டம் ஞாபகம் வருகிறது.

எல்லா சித்திரை முதல் தேதி – தமிழ்ப் புத்தாண்டு பிறப்பன்றும், அதிகாலையில் தூங்கி எழுந்ததும் பாதிமூடிய விழிகளுடன் தன் தம்பி தங்கைகளுடன் தென்னைவிளாகம் தெரு வீட்டில்,

மரத்தாலான மாடிப்படிகளின் கீழ் இருக்கும் வெளிச்சம் புகாத அரங்கில் போய்த்தான் கண்விழிப்போம்.

கொளுத்திவைத்திருக்கும் குத்துவிளக்கைச் சுற்றிக் கொத்து மாங்காய், மஞ்சள்நிறக் கொன்னைப் பூக்கள், பச்சைக் காய்கறிகள், ஆரஞ்சு, மாதுளை, திராட்சை முதலிய கனிகள் தவிர வெள்ளித் தாம்பாளத்தில் தங்க நகை, ஒரு ரூபாய், அரை ரூபாய் நாணயங்கள்... தட்டில் வெல்லப்பாகு விட்டுக் கிளறிய அவல்...

அறைக்குள் கமழும் இனிய மணத்தில் அமிழ்ந்தவாறு ஒவ்வொரு பொருளையும் தொட்டுக் கண்ணில் வைக்கையில் கை மணக்கும், மனம் மணக்கும். பிறகு பக்கத்தில் சம்மணக் கால் போட்டு உட்கார்ந்திருக்கும் அப்பாவின் காலைத் தொட்டுக் கண்ணில் வைத்துவிட்டு அவர் கை நீட்டித் தரும் 'கைநீட்டத்தைப்' பெற்றுக்கொள்கிறான். தனக்கு அறிவு வந்த பால்ய பருவத்தில், சின்ன இலைத்தும்பில் காய், கனித் துண்டங்கள், அவல் இவற்றின் இடையில் ஒரு புத்தம் புதிய ஒரு ரூபாய் நாணயம் மிளிரும்; தான் மூத்த மகனல்லவா! பிறகு ஆண்டுகள் செல்லச் செல்ல அது ஐந்து ரூபாயாகக் கூடியது. சென்ற ஆண்டு சித்திரை முதல் தேதி அன்றுகூட இது நீடித்தது.

இன்று அப்பா ஆஸ்பத்திரியில்...

மனசுக்குள் ஒரு ஏக்கம்...

அப்பாவின் கையிலிருந்து பெற்றுக்கொள்ளும்போது தன் மனதில் சம்பவிக்கும் சிலிர்ப்பு.

அதை இழந்துவிட்ட ஒரு கனம் அழுத்த எழுந்து பூஜை அறைக்குச் சென்றான்.

சரளா குத்துவிளக்கைக் கொளுத்திக் காய்கனிகளை, புஷ்பங்களையெல்லாம் பரப்பிவைத்திருந்தாள். தீக்கனலில் இருந்து சாம்பிராணிக் கட்டை மணம் கமழும் புகையை எழுப்பிக்கொண்டிருக்கிறது. கனிவகைகள், புஷ்பங்கள் இவற்றின் மதுரநெடியைச் சுவாசிக்கையில்...

அப்பா குத்துவிளக்குச் சுடர்களின் மஞ்சள் ஒளி முகத்தில் பளிச்சென்று விழ புன்முறுவல் பூக்க, இடுப்பில் வெள்ளை வேஷ்டி உடுத்தி, மேலே சட்டையின்றி, பலகையில் சம்மணக் கால் போட்டு உட்கார்ந்திருக்கும் காட்சி மனதில் நிழலாட, இவன் யந்திரரீதியில் ஒவ்வொன்றையும் தொட்டுக் கண்ணில் வைத்தான். குளித்துத் தயாராகி நின்ற குழந்தைகள் இவன் செய்ததைத்

நீல. பத்மநாபன்

திருப்பிச் செய்தன. பிறகு முதலில் சரளாவைக் கூப்பிட்டு விஷு கைநீட்டத்தை அளித்தான். அவள் இவன் காலைத்தொட்டு வணங்கிப் பெற்றுக் கொண்டாள்.

பிறகு குழந்தைகள் ஒவ்வொருவருக்கும்... வேலைக்காரி சிறுமி கோமுவுக்கு...

பாவம்! அங்கே வீட்டில் தன் இளைய தங்கை பிரபாவும் ஏங்கிக்கொண்டிருக்கும். அப்பாவும் இப்போ ஆஸ்பத்திரியில் எவ்வளவு மனக்கிலேசத்துடன் படுத்திருப்பார்? எல்லா ஆண்டும் தவறாமல் குழந்தைகளுக்குச் செய்துகொண்டிருப்பதை இந்த ஆண்டு செய்ய முடியாமலாகிவிட்டதே என்று மனம் கசிந்துருகிக் கொண்டிருப்பார்! ஆஸ்பத்திரிக்குப் போகும் வழியில் தென்னைவிளாகம் தெருவுக்குப் போய் அங்கே வீட்டில் தங்கச்சிமார்கள் பிரபா, கீதா, லட்சுமி எல்லோருக்கும் கைநீட்டம் கொடுக்கணும் என்ற ஒரு நினைவு உந்த அவசரம் அவசரமாய்க் குளித்து காப்பி சாப்பிட்டுவிட்டு வராந்தாக் கதவைத் திறந்துகொண்டு முற்றத்தில் இறங்கினான் இவன்.

காலை நேர மஞ்சள் வெயிலில் சிமெண்ட் முற்றம் பளிச்சென்றிருக்கிறது. இதை முற்றம் என்று சொல்ல முடியுமா? ஒரு எட்டடி அகலம்கூட இல்லை. வெளியில் ரோட்டிலிருந்து தன் வீட்டுக்குவர சென்ற ஆண்டு போட்ட வழியல்லவா இது!

படிகள் வழி இறங்கி வெளிக்கேட்டைக் கடந்து ரோட்டில் இறங்கும்போது, தன் வீட்டுக்கு வர சொந்தமான இந்த வழியை அமைக்க, தான் செய்யவேண்டி வந்த பகீரதப் பிரயத்தனத்தை நினைத்து மனம் இப்போதும் துணுக்குறுகிறது.

ஒன்றிரண்டு நாட்களா? முப்பத்தி மூன்று நாட்கள் தன் அஞ்ஞாத வாசத்திற்குப் பிறகு... தன் கல்யாணத்திற்கு முன் பதிவுசெய்யப்பட்ட பத்திரப்படிச் செவந்திட்டை வீட்டின் தென்பாகத்தின் சொந்தக்காரியான பொன்னம்மா பெயரில் இருந்த இந்த ஏழடி x இருபத்தைந்தடி இடத்தை வடக்கு பாகத்திலிருந்த தன் வீட்டுக்குத் தனிப்பாதை அமைக்கும் பொருட்டு விலைக்குத் தரச் சம்மதிக்கப்பட்டது. அதன்படி இவன் இதற்கான முழுவிலையையும் வேலப்ப அண்ணாச்சியிடம் கொடுக்க, அரை சென்ட்டுக்கும் குறைவான இந்தப் பாதைக்கான இடத்தை பொன்னம்மா பெயரிலிருந்து சரளா பெயருக்கு – அவள் பெயரில் தானே இந்த வடக்குப் பாதிவீடு இருக்கிறது, பத்திரம் பதிவுசெய்யப்பட்டது.

அப்படி நீண்ட நாள் யக்ஞத்தை முடித்துக்கொண்டு தான் பழையபடி மனைவி மக்களுடன் இங்கே குடிவந்த பிறகு, ஒரு நாள் அம்மா தன்னிடம் சொன்னது இவனுக்கு ஞாபகம் வருகிறது.

'என்னவோடா… நீ உன் பெண்டாட்டி பிள்ளைகளோடு ஒண்ணாக இருந்தாத்தான் எங்களுக்கும் சந்தோஷம். அதுதான் எங்களுக்கு வேணும். லாட்ஜில் போய் இருந்ததைக் கேட்ட நாளிலிருந்து அப்பா ஒரு நாள்கூட சரியாகச் சாப்பிட்டதில்லை; தூங்குவதில்லை. ராத்திரி இரண்டுமணி ஆனாலும் அப்பாவின் அறையில் லைட் எரியும். நான் ஏதாவது கேட்டால் எங்கிட்டெ எரிஞ்சுவிழுவார் . . . அதோடு வயிற்றுவலி வேறு. மருந்து வாங்கிக் குடிக்கச் சொன்னால் யாரு கேட்க! இப்போ நீ பழைய படி வீடும் குடியுமா ஆனபிறகு, என்ன மாயமோ அந்த வயிற்று வலி கூட போன இடம் தெரியல்லே. அப்பா முகத்திலும் ஒரு பிரகாசம். ஆமடா… அப்பாவுக்கு நீன்னா உயிர்…'

ஆனால் இதன் பிறகும் அப்பாவுக்குத் தன்னால் சமாதானம் கிடைத்ததா?

இவ்வளவு தூரம் ஒன்றின் மீது ஒன்றாய் விசுவாச வஞ்சனைகள் நடந்தும்கூட, தங்களுக்குத்தான் சொரணை வரவில்லை. இல்லாவிட்டால், பத்திரத்தில் சொல்லியிருப்பவை சரிதானா என்று அதைப் பதிவுசெய்யும் முன்னரே ஏன் அளந்து பார்க்கவில்லை? ஆமாம், ஒரு நம்பிக்கையின் பேரில், அந்த இடத்தை அளந்து பார்க்கத் தோன்றவில்லை. இவன் செலவில் நடைபோடும் வேலை நடந்தது. தான் விலைக்கு வாங்கிய இடம்தானே என்ற உரிமையில் காம்பவுண்ட் சுவர் எழுப்ப கொத்தனாரிடம் சொல்ல, அவன் வேலை தொடங்கியபோது வேலப்பன் அண்ணாச்சி இடைமறித்தார்:

'உங்கள் எல்லை இதுவல்ல; ரெண்டு அடிகூட உள்ளே தள்ளிக் கட்டுங்கோ.'

'அதெப்படி? இதுவரை என்றுதானே பத்திரத்தில் எழுதியிருக்கிறது.'

'இல்லை…'

பேச்சு தடித்தது.

இருவரும் கைகலக்கும் நிலைமை ஆகிவிட்டது. இடையில் கொத்தனார் இருவரையும் சமாதானப்படுத்தும் நிலைமை. ரோட்டில் செல்லும் சிலர் சத்தம்கேட்டு எட்டிப் பார்க்கிறார்கள்… அளந்து பார்த்தபோதுதான், மறுபடியும் தான் வஞ்சிக்கப் பட்டிருப்பது இவனுக்குப் புரிந்தது.

தன் கல்யாணத்திற்குப் பிந்திய இந்த எட்டாண்டுகால எல்லா முயற்சிகளுக்குப் பிறகும், கடைசியாக இந்த முப்பத்தி மூன்று நாள் ஏகாந்த யக்ஞத்திற்குப் பிறகும், கொஞ்சம்கூட இரக்கமில்லாமல் தான் இப்படி கொடுமையாய் ஏமாற்றப் பட்டு விட்டிருக்கிறோம் என்ற உணர்வு இவனை முழுக்க முழுக்க தன் நிலை இழக்கச் செய்துவிட்டது.

இரு போர்க் கிடாக்களை மூட்டி மோதவிட்டு விட்டு, ஒளிந்து நின்று வேடிக்கை பார்க்கும் தன் மாமனார்மீது இவன் கோபம் இன்னும் மூர்க்கமாய் போய் விடிகிறது. ஆனால் அவரைப் புரிந்துகொள்ள முடியவில்லை. 'உன் அப்பா நேரடியாக இதுநாள் வரைக்கும் என்னை அவமதித்தது போதாதுன்னு இப்போ உன் அக்கா புருஷனை, பாவம் அந்த மயில்வாகனம் பிள்ளையிடம் சண்டைக்கு ஏவிவிட்டது போல் ஏவிவிட்டிருக்கிறார் பார்த்தாயா?' என்று சரளாவிடம் சத்தம்போட்டுவிட்டு ஸ்கூட்டரை எடுத்துக்கொண்டு அப்பாவின் கடைக்கு விரைந்தான்.

– அப்பா கடைவேலையில் மும்முரமாய் முழுகி இருந்தார். அந்த நேரத்தில் – காலை பதினொருமணி, ஆபீஸுக்குப் போகாமல் தன்னை அங்கே கண்டு அவர் ஆச்சரியப்பட்டார். அப்பாவிடம் என்ன நடந்தது என்பதைச் சொல்லக் கூட தன்னால் அப்போது முடியவில்லை. விழிகள் மட்டும் நிறைகின்றன. மிக மிக ஈனத் தனமாய்த் தான் அவமதிக்கப்பட்டுவிட்டோம், அதுவும் தன் பெண்டாட்டியின் தகப்பனார் மூலம் தன் ஸகலன் வேலப்பனால் என்று இவன் உள்ளத்தில் புயல்...

விஷயம் அறிந்து அப்பா தன்னைச் சமாதானப்படுத்தி னார். 'நீ வேலப்பன்கிட்டெ சண்டைக்கு ஒண்ணும் போக வேண்டாம். பேசாமல் இரு. நான் வந்து பேசிக்கொள்கிறேன்...' இவன் வீட்டுக்கு வந்தான். சற்று நேரத்தில் அப்பாவும் வந்தார்.

அப்பாவிடமும் வேலப்பன் கூச்சல் போட்டான், அப்பா வுக்கும் கோபம் வந்துவிட்டது...

'யார் செய்தாலும் சரி, கேட்டியா... இதெல்லாம் ஒரு அப்பா சொந்த மகள்கிட்டெ செய்யக்கூடியதல்ல. வெளியில் சொன்னது ஒண்ணு, பத்திரத்தில் எழுதியிருப்பது இன்னொண்ணு! அவ்வளவுதான் நான் சொல்வேன்.'

– இத்தனையும் சொல்வதற்கிடையில் அப்பாவின் முகம் சிவந்துவிட்டது. உடம்பு துடித்தது. இவன் அகம் வேதனையால் துவண்டது. பாவம்... அப்பாவுக்கு அவர் சித்தப்பா திருவடியா பிள்ளை, மாமனார் தக்கனூர் தாத்தா இவர்களிடம் எல்லாம்

நியாயத்துக்காகச் சண்டைபோட்டதெல்லாம் போதாதுன்னு இப்போது தான் காரணமாயும்...

அப்பா பிறகு என்னவெல்லாமோ சொல்லி இவனைச் சமாதானப்படுத்தினார். 'டேய் ராஜா. இதுக்கெல்லாம் நீ மனம் தளரக்கூடாது. இப்பவே உன்னைப் பற்றி ஊர்க்காரங்களிடம் அபாண்டங்களைச் சொல்லிப் பரப்பியிருக்கிறாங்க. அதன்கூட, மேலும் மேலும் இதை வளர்த்துக்கொண்டு போகாமல் இருப்பதுதான் நல்லது. எப்படியும் வீட்டுக்குச் சொந்தமான தனிப்பாதை—சிறுசாய்ப் போனாலும் வந்து விட்டதல்லவா —"

அப்பா மட்டும் அப்படிக் கடிவாளம் போட்டு நிறுத்தாமல் இருந்திருந்தால், தனக்கு மறுபடியும் இழைக்கப்பட்ட இந்த அநியாயத்தில் சும்மா இருந்துவிட தன்னால் முடிந்திருக்குமென்று தோன்றவில்லை. ஆனால், ஒவ்வொரு தடவையும் வினைப் பொறியை உதறிவிட்டு ஒன்றுமே நடக்காததுபோல் அவர்கள் குஷாலாய் வாழ, தான்தான் சுயமாய் உள்ளத்தை வாட்டி வதைத்து, குத்திக் குடைந்து அதிகமாய்ப் பாதிக்கப்படுகிறோம். இந்தத் தன் மனவார்ப்பு, தன்னைச் சரிவரப் புரிந்துகொண்டிருந்த அப்பாவுக்கு நன்றாகத் தெரியுமாதலால்தான், அப்பா தன்னைத் தடுத்து நிறுத்திக்கொண்டிருந்தார் என்பது இப்போது புலனாகிறது.

# 47

'அப்பா... இன்னைக்கு எப்படியிருக்குது?' என்று இவன் கேட்டதற்கு அப்பா பதிலெதுவும் சொல்லவில்லை. வேதனை விம்மி நிற்கும் அப்பாவின் முகத்தைப் பார்த்துவிட்டு அப்படி தான் கேட்டிருக்கக் கூடாது என்றும் தோன்றுகிறது.

டாக்டர் சாரதி பழைய பாடத்தையே படித்தார்: 'நீங்க அனாவசியமாக அலட்டிக்கொள்ளாதீங்க. இந்தியாவில் எந்த ஆஸ்பத்திரிக்குப் போனாலும் இப்போது நாங்க இங்கே செய்யும் சிகிச்சையைவிட வேறெதையும் செய்துவிட மாட்டாங்க.'

மனசுக்குள் வலி...

அம்மா வந்து ஓரிரு மணி நேரத்திற்குப் பின் இவன் மாமனாரும் சரளாவின் தங்கை கணவன் சிவானந்தனும் வந்தார்கள்.

சற்றுநேரம் மௌனமாய் அப்பாவையே பார்த்துக்கொண்டு நின்றார்கள். அந்த மௌனம் இவனை என்னவோ செய்தது.

கொஞ்சம் கழித்து, 'எப்படியிருக்குது? குறைவுண்டா?' என்று ஒரு அதிகாரத் தோரணையில் சிவானந்தம் கேட்டபோது, 'பரவாயில்லே' என்று அதே தோரணையில் இவன் பதிலளித்தான்.

பிறகு அவன் மாமனாரைப் பார்த்துத் தலை யாட்ட, அவர் இவனைப் பார்த்து 'போயிட்டு வாறோம், கடையில் வேறு யாரும் இல்லை...' என்று கூறிவிட்டு ஆசை மாப்பிள்ளையின் கையைப் பிடிக்காத குறைதான், சிவானந்தனையும் கூட்டிக்கொண்டு வெளியே சென்றார்.

எதுக்கு இப்படி அடித்ததுக்கு வேண்டி அழுததைப் போல் இவர் அவனையும் கூட கூட்டிக்கொண்டு பார்க்க வருகிறார்?

துவண்டு போயிருக்கும் தன் நெஞ்சம் இம்மாதிரி போலி வேஷங்களைக் காணும்போது எவ்வளவு நமைச்சல் அடைகிறது?

இந்த சிவானந்தனுக்கு கூடிப்போனால் தன் மூன்றாவது தம்பி ஜகதீசனின் வயசு வரும்; தன் இடுப்புவரைக் கூட உயரம் இருக்காது. தன் மாமனாரே குள்ளம்... அவரை விட ஆறு அங்குலமாவது அவனுக்கு உயரம் குறைவாகத்தான் இருக்கும் போலிருக்கிறது. உடம்பில் இருக்கும் இந்த குறுகியத் தன்மை உள்ளத்திலுமா இருக்க வேண்டும்!

சே... தான் ஏன் இப்படியெல்லாம் நினைக்க வேண்டும்? அவனுக்கு இப்படித் தன்மீது நல்ல அபிப்பிராயம் இல்லாமல் போய்விட்டதற்கு அவனை மட்டும் எப்படிக் குறை கூற முடியும்? தன் மூன்று மகளின் மாப்பிள்ளைமார்கள் மூன்று பேரும் எப்போதும் பரஸ்பர மதிப்போடும் மரியாதையோடும் இருந்தால்தான் மாமனார் ஸ்தானத்திலிருக்கும் தனக்கும் பெருமை என்ற விரிந்த மனப்பான்மை இருந்திருக்குமானால் தங்கள் மூவருக்கும் இடையில் இப்படியொரு கசப்பு ஏற்பட்டிருக்குமா? இல்லாவிட்டால், கல்யாணம் கழிந்த புதிதில் பரஸ்பரம் பொருந்திப்போன வேலப்பன் அண்ணாச்சியும், தானும் தன் வீட்டுக்கான வழி விவகாரத்திற்காக ஒருத்தொருக்கொருத்தர் மோத நேர்ந்தது யாரால்? இப்போது உலகத்தார் கண்களுக்குப் பகை பாராட்டாவிடிலும் இருவர் மனசிலும் புகைச்சல் கொஞ்சமும் இல்லையென்று சொல்ல முடியுமா? இந்த சிவானந்தன் விஷயத்திலும் இதுதானே சம்பவித்தது!

சிவானந்தனைத் தன் கடைசி மகள் கனகத்திற்கு நிச்சயிக்கும்போது, அவன் அப்பா குப்புஸ்வாமி பிள்ளைக்குத் தன் அப்பாவிடம் ஏற்பட்டிருந்த மனக்கசப்பு தன் மாமனாருக்குத் தெரியாமலா இருந்திருக்கும்? ஒருவேளை, அதுதான் அவருக்கு இந்தச் சம்பந்தத்தின் முக்கியக் கவர்ச்சியாகத் தோன்றியதோ என்னமோ? எது எப்படியோ, அந்தக் கல்யாணம் நிச்சயிக்கும் போதே, வேண்டுமென்றே, மூத்த மகள் மாப்பிள்ளையைப் பக்கத்தில் நிறுத்திக்கொண்டு, தன்னை அகற்றியே நிறுத்தியிருந்தார். இது ஒன்றே போதாதா, இந்த சிவானந்தனுக்குத் தன்மீது ஒரு இளக்காரம் தோன்ற! பிறகு தன் மாமியாரைப் பற்றிச் சொல்ல வேண்டாம்! இந்தப் பிரித்து வைத்துள்ள உறவாடலில் இவர்களுக்கு என்ன கிடைத்துவிட்டது என்று விளங்கவில்லை.

கடைசி மகள் கனகத்துக்குக் கொடுத்ததுபோல் சீதனம் வேண்டுமென்றுதான், பெண்டாட்டியைக் கொண்டுபோய் அவள் பெற்றோர்களிடம் தள்ளிவிட்டு ஹோட்டலில் போய்

வசித்தான் என்று இவனைப்பற்றிக் கொச்சைப்படுத்திய பொய் வதந்தியை ஊராரிடம் பரப்புவதில் சரளாவின் அப்பா அம்மாவை இந்த சிவானந்தனும் அவன் குடும்பமும் ஆத்மார்த்தமாகச் சகாயித்துக் கொண்டிருப்பதாகவும் இவன் அறியாமல் இருக்கவில்லை.

இதன்கூட, நாலைந்து மாதங்களுக்கு முன்பு நடந்த அந்தச் சம்பவம்...

மிகவும் பழைய வீடு ஆதலால், அந்த செவந்திட்டை வீட்டில், தனிவழி போட்ட கையோடு, ஸ்கூட்டர் ஷெட் வெளி வராந்தா, மாடிக்குத் தனி மாடிப்படி, சமையலறைச் சுவரில், தரையில் அங்கங்கே காரை பெயர்ந்துபோயிருந்ததைச் சரி பண்ணல் – இப்படி இப்படியுள்ள மராமத்து வேலைகளையும் செய்துவிடத் தீர்மானித்தான் இவன். சில நாட்கள் தன் மனைவி, குழந்தைகளுடன் தென்னைவிளாகம் தெரு வீட்டில் ஜாகை மாற்றிக்கொண்டு, எங்கிருந்தெல்லாமோ இருந்து கடன் வாங்கிய பணத்தில் அந்த வேலைகளை முடித்தான். இப்போது வீடே புதுமாதிரியாக மாறி விட்டது. 'கணபதி ஹோமம் நடத்தணும், பால் காய்ச்சணும், பகவதி பூஜை செய்யணும், நெருங்கிய உறவினர்களை அழைக்கணும்' என்றெல்லாம் நிர்ப்பந்தித்தார் மாமனார். அப்பாவுக்குப் படாடோபமொண்ணும் பிடிக்கா விட்டாலும் ஆட்சேபணை ஒன்றும் சொல்லவில்லை. சரளா வுக்கும் ஆசை இருந்தது. எனவே நெருங்கிய உறவினர்களை மட்டும் அழைத்து ஒரு பூஜையும் நடத்தி, பாலும் காய்ச்சி விட்டுக் குடிபுகுந்துவிடலாம் என்று இவன் முஸ்தீபுகள் செய்தான்.

வீட்டில் குடிபுகும் நாள் அன்று காலையில்...

அது ஒரு வெள்ளிக்கிழமை.

தன் திருமணத்திற்குப் பின் இந்த எட்டாண்டு காலமாக தான் அனுபவித்த உள்ளக் குமுறலின் வாழ்வு முடிந்து, இன்று முதலாவது சாந்தியும் சமாதானமும் களிநடனம் புரியும் ஒரு புதுவாழ்வு அமையட்டும், அதுக்கு முன்னோடியாக இன்று இந்தச் சுபமுகூர்த்தத்தில் தன் மனைவி, மக்கள் இவர்களுடன் வலது காலை எடுத்துவைத்து வீட்டில் குடிபுக வேண்டும் என்றெல்லாம் மனசுக்குள் கோட்டை கட்டிக்கொண்டு இவன் துயில் எழுந்து செவந்திட்டை பகவதி அம்மன் கோவிலுக்குப் போய் அர்ச்சனையும் நடத்திவிட்டு, தென்னைவிளாகம் தெருவில் வந்து காத்திருந்தான். அடுத்த தெருவிலிருந்த தன் அப்பா, அம்மா, மதனியை இன்னும் காணவில்லை, போய்க் கூட்டிக்கொண்டு வந்துவிடுகிறேன் என்று சொல்லிச் சென்ற சரளாவை இன்னும் காணவில்லை. ஜோஸியர் கிருகப்பிரவேசத்துக்குக் குறித்துத்

தந்திருந்த சுபவேளை – அசுவதி நட்சத்திரம், சுக்ல பட்சத்து ஷஷ்டி மீனராசி எல்லாம் நடந்து முடிந்துகொண்டிருந்தது. காலை மணி ஒன்பதரையை நெருங்கிவிட்டது. அழைத்திருந்த விருந்தினர்கள் அங்கே வரத் தொடங்கிவிட்டார்கள் என்று யாரோ வந்து சொல்கிறார்.

இவனுக்கு உஷ்ணம் மேலே ஏறிக்கொண்டிருக்கிறது. தான் எதுக்காக, இந்தப் பணச்செலவும் உடல் உழைப்பும் எல்லாம் விரையம் செய்தோமோ, அந்த நல்ல இலட்சியம் தனக்கு எட்டாத உயரத்திற்கே விலகிப்போய்க்கொண்டிருப்பதுபோல்...

அப்பா, அம்மா, தம்பி – தங்கைகள், தக்கனூர் தாத்தா, மகாதேவன் பிள்ளை பெரியப்பா, கல்யாணி பெரியம்மா எல்லோரும் நேரம் நெருங்கிவிட்டதே என்று அவசரப்பட்டுக் கொண்டு முன்னால் இறங்கினார்கள்.

இவனுக்கு அவமானம் சகிக்க முடியவில்லை. சரளா வந்தாலும் சரி, வராவிட்டாலும் சரி என்று பைத்தியம் பிடித்தவனைப்போல் தென்னைவிளாகம் தெரு வீட்டை விட்டு இறங்கி விடுவிடுவென்று நடக்கிறான். மனசுக்குள் அக்னி பர்வதத்தின் தெறிப்பு... வழியில் தெரிந்தவர்கள், எல்லோரும் வெறும் நிழல்களாகத் தெரியும் பிரமை... முதலில் எந்தக் கால் எடுத்துவைத்து வீட்டில் ஏறுகிறோம் என்பதும் தெரியாமல் விடுவிடுவென்று செவந்திட்டை வீட்டுக்குள் ஏறிச் செல்கிறான். எதையெல்லாமோ இழந்துபோய்விட்ட ஏக்கம்.

ஒரு கால்மணி நேரம்கூட கழிந்த பிறகு, தன் இல்லக் கிழத்தி அவள் அப்பா அம்மா, அண்ணன் அண்ணி, குழந்தைகள் இவர்களுடன் ஸ்டூல் குத்துவிளக்கும் கையுமாய்த் தன் இலட்சிய கிருகத்தில் பிரவேசிப்பது, வீட்டுக்குள் யாரிடமோ பேசிக்கொண்டு நிற்கும் இவன் கண்ணில் பட்டபோது மனசுக்குள் ஒரு நமைச்சல்...

இருந்தும் வெளிக்காட்டாமல் உறவினர்களை உபசரித்துக் கொண்டிருந்தான். பூஜையெல்லாம் நடந்து முடிந்த பிறகு, ஸ்கூட்டர் வந்து நின்றது. ஆஸ்பத்திரி செல்லும் ஆடையுடன் அவசரம் அவசரமாய் சிவானந்தன் ஏறி வருகிறான். இவன் உபசரித்து உட்காரவைத்தான். வீட்டில் நிறைந்து நிற்கும் புத்தழகு அவன் முகத்தில் ஒரு மங்கலை ஏற்படுத்தியதோ என்று இவனுக்கு ஒரு சந்தேகம்...

ஒரு ஐந்து நிமிடம்கூட ஆகியிராது. இவன் எல்லோரையும் சாப்பிட உள்ளே அழைத்தான். மற்றவர்கள் உள்ளே வந்து கொண்டிருக்க, சிவானந்தன் மட்டும் 'போறேன்' என்று கூறி

விட்டு வெளியே செல்லத் திரும்புகிறான். காலை நிகழ்ச்சியில் ஏற்கெனவே தன்னிலை இழந்து நிற்கும் இவனுக்கு, அப்படி சிவானந்தன் சாப்பிடாமல்செல்வதுகூட, அந்தத் தன் உறவுக் காரர்களின் இடையில் தன்னை அவமதிக்க அவன் முன்கூட்டிப் போட்டிருக்கும் ஒரு திட்டத்தின் பகுதியாகவே பட்டது.

அவன் அப்பா குப்புஸ்வாமி பிள்ளையோ, அவன் அம்மாவோ, அவன் தம்பிமார்கள் ஒருவன்கூட, இவனும் சரளாவும் அவர்கள் வீட்டுக்குச் சென்று தனித்தனியாய் ஒவ்வொருவரிடமும் எடுத்துச் சொல்லி அழைத்தும்கூட, இந்த கிரகப்பிரவேசச் சடங்கில் பங்கெடுக்கவில்லை என்பதும் இவன் சிரத்தையில் விழுந்திருந்தது. இருந்தும், மனசில் பொங்கிவரும் உணர்ச்சிகளைப் பல்லைக்கடித்து அடக்கிக்கொண்டு இவன், 'சாப்பிடாமல் போகக்கூடாது. உடனேயே சாப்பிட்டுவிட்டுப் போய்விடலாம்' என்று அவன் கையைப் பிடித்திழுத்து நிர்ப்பந்திக்கையில், 'ஆஸ்பத்திரிக்குப் போகணும், கனகம் சாப்பிட்டு விட்டுத்தான் போவாள்...' என்று மாமனார் இடையில் புகுந்துகொண்டு தன் செல்ல மாப்பிள்ளைக்கு வக்காலத்து வாங்கிப் பேசுவதைக் கேட்க இவன் இதயத்தில் ஆணிகள் பாய்ந்தன. பிறகு, இவன் சிவானந்தனைத் தடுக்கவில்லை. அவன் ஸ்கூட்டர் ஸ்டார்ட் பண்ணிப் போவதைப் பார்த்த உறவினர்களின் விழிகள் தன்மீது வந்து விழுவதைத் தவிர்க்க வீட்டுக்குள் செல்கிறான். பெண்கள் மத்தியில் கனகத்தின் தலை தென்பட்டபோது, 'ஆனாலும் உன் மாப்பிள்ளை நான் சொல்லச் சொல்லக் கேட்காமல் சாப்பிடாமல் போய்விட்டான்' என்று தான் சொல்லும்போது அவள் ஒன்றும் பேசாமல் கையில் கசங்கிய தினசரித்தாளில் கட்டிவைத்திருந்த ஒரு எவர்ஸில்வர் பாத்திரத்தை – அவர்கள் அன்பளிப்பு போலும், எடுத்து நீட்டு கிறாள். அதைக்கூட கண்டதும் இவன் சமநிலை அடியோடு தவறிவிட்டது. 'இதுக்காக இங்கே நான் யாரையும் அழைக்கவில்லை. இங்கே வந்து பூஜையில் பங்கெடுத்துச் சாப்பிட்டுவிட்டுப் போவதுதான் எனக்கு நீங்க தரும் பெருமை...' என்று எல்லோர் முன்னிலையிலும் வைத்துச் சத்தம் போடுகிறான்.

## 48

'இன்னைக்குத் தமிழ் வருஷப் பிறப்பு இல்லையாடா?'

இவன் தன்னுணர்வு அடைந்தான்.

'ஆமாம்ப்பா...'

'ஹூம்... விஷு'

இவன் பதிலெதுவும் பேசவில்லை. அப்பாவின் நெற்றியில் கோடுகள்... விழிகள் லேசாய் அடைகின்றன... அங்கே சலசலக்கும் நினைவு வெள்ளத்தின் ஓசை இவன் மனக் காதிலும் ரீங்கரிக்கிறது.

'நமக்குக் கல்யாணமான பிறகு இந்த விஷு தான் முதல் தடவையாய் இப்படி...'

அம்மா மேலே பேசமுடியாமல் நிறுத்திவிட்டுப் பெருமூச்செறிகிறாள். அப்பாவின் விழிகள் அம்மாவிடம் சற்று நேரம் தங்கி நிற்கின்றன; அங்கே ஸ்புரிக்கும் ஓர்மைப் பொறிகள்...

'இன்னைக்கு இங்கிலீஷ் தேதி என்ன?' திடீரென்று இவனிடம் கேட்கிறார், வழக்கம்போல்...

'ஏப்ரல் பதினஞ்சு அப்பா.'

'வியாழக்கிழமை' என்றாள் அம்மா.

'எதுக்குக் கேட்டீங்க?' என்று இவன் கேட்கவில்லை. அப்பா, மனசுக்குள் ஆறாம் தேதி இங்கே ஆஸ்பத்திரிக்கு வந்தோம், ஆறு ஒண்ணு ஏழு ரெண்டு என்று தொடங்கிப் பதினஞ்சாம் தேதி பத்தாவது நாள் என்று காலக் கணக்கைக் கூட்டிப் பார்க்கிறார் என்பதை யூகிக்க முடிகிறது.

'அப்பா... நாளைக்குக் காலம்பரெ புனல்புரம் வரைக்கும் போய் ஆபீஸில் லீவை எக்ஸ்டன்ட் பண்ணிவிட்டு வரலாமா என்று பார்க்கிறேன்.'

‘எதுக்குடா லீவை எக்ஸ்டன்ட் பண்ணணும், நான் இப்போ சும்மாதானே படுத்திருக்கிறேன். இங்கே சுந்தரமும் பாலச்சந்திரனும் நிக்கிறாங்களே, நீயும்கூட எதுக்கு சும்மா லீவை எடுத்துத் தீர்க்கிறே?’

‘இல்லையப்பா, நாளைக்குக் காலம்பரெ போய் எக்ஸிக்கூட்டிவ் என்ஜினியரை நேரில் பார்த்து விவரத்தைச் சொல்லி ஒரு வாரம்கூட லீவ் எழுதிக் கொடுத்துவிட்டு வாறேன்...’

‘சும்மா அங்கேயும் இங்கேயும் அலைஞ்சால் உன் உடம்புக்கு ஒத்துக்கொள்ளாதேடா...’ என்று அப்பா மீண்டும் தடை சொன்னபோது அம்மா இடைமறித்தாள்:

‘அவனுக்கு மனசு கேட்காது, போயிட்டு வரட்டும்.’

இவன் விடைபெற்றுக்கொண்டு ஆஸ்பத்திரியை விட்டு வெளியேறினான்.

பழக்கமான, பழக்கமில்லாத முகங்கள்... வராந்தாவில், வெளியில், பஸ் நிலையத்தில்... இவர்கள் எல்லோரும் தன்னைப் போல் யாரையோ ஆஸ்பத்திரியில் விட்டுவிட்டு, கனக்கும் மனங்களுடன் நடமாடிக்கொண்டுதானே இருக்கிறார்கள்!

பஸ்ஸில் முண்டியடித்துக்கொண்டு ஏறினான். பஸ் ஓடத் தொடங்கியதும், ‘அப்பாவுக்கு எப்படியிருக்குது?’ என்று யாரோ விசாரிக்கும் ஒலி கேட்டுத் திரும்பிப் பார்த்தபோது...

சந்திரன் ஆசாரி.

இவனுக்குக் குபீரென்று ஆத்திரம் வந்தது. இருந்தும் அடக்கிக்கொண்டு ‘குறைவுண்டு’ என்று கூறிவிட்டு முகத்தைத் திருப்பிக்கொண்டான்.

இப்படியும் மனிதர்கள்! அவன் விசாரிப்பதைப் பார்த்தால் அப்பாவைப்பற்றி அவனுக்கு எவ்வளவு அக்கறை என்றுதான், தெரியாதவர்களுக்குத் தோன்றும்!

அப்பாவின் இந்த இதய வியாதிக்கு இந்த சந்திரன் ஆசாரியும்கூட காரணம்தான். அப்பாவின் மன அமைதியைக் கெடுக்க, ஹைப்பர்டென்ஷனை வரவழைக்க, அவனும் தன் பங்குக்குச் செயலாற்றிக்கொண்டுதான் இருக்கிறான்.

இந்த சந்திரன் ஆசாரிக்கு ஒரு ஐம்பது வயசாவது இருக்காதோ? எப்போதும் வெற்றிலை போட்டுச் செவக்க வைத்த தடித்த உதடுகள்; முகத்தில் சில வெட்டுக்காயங்கள்; தலையில் நரை; எப்போதும் வேஷ்டியை மடக்கி உடுத்திக் கொண்டு, கள்ளச்சாராய வாடைவீச மிதந்துகொண்டிருக்கும் தோற்றம்.

பஸ்ஸை விட்டு இறங்கி நடக்கையில், அப்பா தன் பால்ய பருவத்தில் அவர் பெற்றோர்கள்கூட வசித்த அந்தப் பழைய வீடு தென்படுகிறது. இப்போது அது ஒரு காலத்தில் வீடாக இருந்த இடம் என்று சொன்னால் நம்ப முடியாது. முன்னால் சின்னச் சின்ன மூன்று கடைகள். ஒரு சிமெண்ட் கடை, மற்ற இரண்டும் பெட்டிக் கடை. பின்பக்கம் சந்திரன் ஆசாரியின் பழைய இரும்புச்சாமான்களைப் போட்டிருக்கும் ஆக்கிறி கடை.

இப்போது பார்க்க களையிழந்து பாழடைந்துபோன கட்டடம்...

அப்பாவிடமிருந்து இந்தக் கட்டடத்தை வாடகைக்கு வாங்க, தென்னைவிளாகம் தெரு வீட்டுக்கு இந்த ஆசாரி எத்தனை நாள் நடையாய் நடந்து கெஞ்சிக் கூத்தாடியிருக்கிறான்? அப்போதெல்லாம் பார்வைக்கு யோக்கியனாகவே இருந்தான். கடைசியில் அவனுக்குக் கடைக்காக இந்த வீட்டை வாடகைக்கு விடப்பட்டது. முதலில் எல்லாம் வாடகை - வாடகை என்ன பெரிய வாடகை, முப்பது ரூபாய் ஒழுங்காய்த்தான் தந்துகொண்டிருந்தான். அந்தப் பணமும் அப்பாவுக்கு ஒரு அனுக்கிரகமாகத்தான் இருந்தது, வீட்டின் பற்றாக்குறையைச் சமாளிக்க! பிறகுதான், மெல்ல மெல்ல அவன் தன் அசல் குணத்தைக் காட்டத் தொடங்கிவிட்டான். அப்பாவுக்குத் தெரிவிக்காமலேயே சிமெண்ட் கடைக்காக கதிரேசனுக்கு, பெட்டிக் கடைகளுக்காக மாதுவுக்கும் கோவிந்தனுக்கும் சப் ரென்டுக்குக் கொடுத்தான். அந்த மூவரிடம் இருந்தும் நல்ல வாடகை வசூலித்து அவன் எடுத்துக்கொண்டானே ஆனாலும், தங்களுக்கு வாடகை தருவதையே நிறுத்திவிட்டான். அப்படி கேட்கும்போதெல்லாம் சாக்குப் போக்குகள்...இவ்வளவு தூரம் ஆனபிறகுதான் சந்திரன் ஆசாரியைப் பற்றிய உண்மைகள் கொஞ்சம் கொஞ்சமாய்த் தெரிய வந்தன.

ஆள் மகா ரவுடியாம்; கொற்றாமத்தில் அவனுக்கு ஒரு பெண்டாட்டியும் பிள்ளைகளும் இருக்கிறார்களாம். பெண்டாட்டி வழியில் இருந்த சொத்தையெல்லாம் கொஞ்சம் கொஞ்சமாய் விற்றுக் குடித்துவிட்டு வீட்டுக்குப் போய்ச் சத்தம் போடத் தொடங்கினபோது, பெண் வீட்டுக்காரர்கள் அவனைத் துரத்தியடித்துவிட்டார்களாம். அதோடு குடித்துவிட்டு யாரையோ அடித்துவிட்டான் என்று கொற்றாமம் போலீஸ் ஸ்டேஷனில் சில நாட்கள் இருந்திருக்கிறானாம்; இப்போதும் கேஸ் என்னமோ நடந்துகொண்டிருக்கிறதாம்...

இதற்கிடையில், லாட்டரியில் கிடைத்த ஒரு லட்சம் ரூபாயைக் கூட ஐந்தே மாசத்தில் காரென்ன, லாரியென்ன

என்று தீர்த்துக் கட்டிவிட்டுப் பழையபடி அலைந்து திரியத் தொடங்கிவிட்ட அதிசாமர்த்தியசாலி. அதன் சின்னங்களாக இப்போது மிஞ்சியிருப்பதெல்லாம் கடையில் குவித்துப் போட்டிருக்கும் கார், லாரிகளின் துருப்பிடித்த பழைய இரும்புச் சாமான்கள் மட்டும்தான்.

ஆனால் இந்தச் செய்திகளெல்லாம் அப்பாவையும் தங்களையும் எட்டும்போது ரொம்ப தாமதமாகிவிட்டது. தென்னைவிளாகம் தெரு வீட்டில் இடவசதி போதாதென்று, தான் செவந்திட்டை வீட்டிலும், சுந்தரம் வாடகை வீட்டிலும் தங்கியிருக்கிறான். பாலச்சந்தருக்கும் வேறு வீட்டுக்குப் போனால் தேவலை என்றுண்டு. எனவே இந்தப் பழைய வீட்டை — தற்போதைய கடைகளைக் காலி பண்ணி வாங்கினால் ஏதாவது லோன் வாங்கியாவது ஒரு வீடு வைத்தால், சுந்தரத்திற்கோ பாலச்சந்தருக்கோ, இல்லை இருவருக்குமோ வசிக்கலாமென்று, வாடகைப் பாக்கியைத் தந்து தீர்க்காவிட்டாலும் பரவாயில்லை, கடையைக் காலிபண்ணித் தந்தால் போதுமானது என்று சந்திரன் ஆசாரியிடம் கேட்டும் பார்த்தபோது அதற்கும் அவன் இணங்கவில்லை.

பிறகென்ன, வேறு வழியில்லாமல் அப்பா கேஸ் கொடுத்தார். கீழ்க் கோர்ட்டில் வழக்கு நடக்கும்போது அப்பா பட்ட பாடு கொஞ்ச நஞ்சமா! கேஸுக்கு, வக்கீல் செலவு அது இதுவென்று ஒரு பக்கம், கோர்ட் வராந்தாவில் சமயத்துக்கு ஆகாரம் இல்லாமல் காத்துக் கிடப்பு... இப்படி முப்பது மாதங்களுக்கும் மேல் கஷ்டப்பட்ட பிறகு, கீழ்க் கோர்ட்டில் தீர்ப்பு தங்களுக்குச் சாதகமாய், அவனுக்குப் பாதகமாய் வந்ததோ இல்லையோ, சந்திரன் ஆசாரி ஒரு குயுக்தி செய்தான். ஒருநாள் ராத்திரியோடு ராத்திரி எங்கோ போய் நடுத்தர வயசு வரும் ஒரு பெண்ணையும், மூன்று குழந்தைகளையும் கூட்டிக்கொண்டு வந்து கடையின் பின்னால் குடியிருத்திவிட்டு, அவளைக் கொண்டு லேன்ட் ட்ரைபூனலிடம், 'நான் சந்திரன் ஆசாரியின் ரெண்டாவது தாரம்; நான் ரொம்ப காலமாக இங்கேதான் குடியிருக்கிறேன்; இந்த மூன்று பிள்ளைகளும் அவருக்கு என்னில் பிறந்தவர்கள்; அவர் இப்போது கொஞ்ச நாட்களாக எனக்குச் செலவுக்குத் தருவதில்லை, இங்கே வருவதும் இல்லை... எனக்கும் இந்தப் பிள்ளைகளுக்கும் வேறெந்த வசதியும் இல்லை. எனவே இந்த இடத்தைக் குடிகிடப்பான எனக்குப் பட்டயம் பண்ணிப் பத்திரம் பதிவு செய்து தரவேண்டும்' என்று பிராது கொடுக்க வைத்தான் ஆசாரி. நோட்டீஸ் வந்தபோது அப்பாவும் தாங்கள் எல்லோருமே அசந்து போனோம். இந்தப் பெண்பிள்ளை யாரோ,

இந்தப் பிள்ளைகள் யாருக்குப் பிறந்ததுகளோ கடவுளுக்குத்தான் வெளிச்சம்! அந்த நோட்டீஸைக் கண்டுதான் ஆசாரி அங்கே அவர்களைக் குடிவைத்திருக்கும் விபரமே தங்களுக்குத் தெரிந்தது!

ஆனால் கோர்ட் தீர்ப்பையெல்லாம் அந்த ட்ரைபூனலிடம் தாக்கல் செய்து வாதித்தும், என்ன மாயமோ... கோர்ட்டின் தீர்ப்பொன்றும் லேன்ட் ட்ரைபூனலிடம் செல்லுபடியாகாது. ரெவன்யூ இன்ஸ்பெக்டரின் ரிப்போர்ட்டின் அடிப்படையில் (அந்த ரெவன்யூ இன்ஸ்பெக்டரை ஆசாரி எப்படி வளைத்து எடுத்தானோ அந்த ஆண்டவனுக்குத்தான் வெளிச்சம்...) நிலச் சீர்திருத்தச் சட்டப்படி அந்த இடம் முழுதும் ஆசாரியின் ரெண்டாவது பெண்டாட்டி அந்தப் பெண்ணுக்கே சொந்தம் என்று ட்ரைபூனல் தீர்ப்பு வழங்கினார். ட்ரைபூனல் சட்டம் படித்தவரல்லவாம், அவர் வெறும் ஒரு தாசில்தார், அங்கே வக்கீலின் வாதத்திற்கும் இடமில்லையாம்... அங்கே வக்கீல்மார்களும் ஆஜராகமாட்டார்களாம், அது அவர்களுக்கு இழுக்காம்...

எது எப்படியோ... அப்பாவுக்கு இது ஒரு பேரதிர்ச்சி – அப்பா பிறந்து வளர்ந்த அந்தப் பழைய வீட்டில் அப்பாவுக்கு உணர்ச்சிப் பூர்வமாக இருந்த பிடிப்பின் – ஈடுபாட்டின் கூட, வீட்டில் இன்னும் திருமணமாக இருக்கும் தன் மூன்று தங்கைகளைக் கல்யாணம்பண்ணிக்கொடுக்க, ஒரு அளவுக்காவது அந்தச் சொத்து உபயோகமாக இருக்கும் என்று அப்பா மனக் கோட்டை கட்டியிருந்தார்.

'ஏதோ கிடைக்கிற சம்பளத்தைச் சிந்தாமல் சிதறாமல் வைத்து இந்தப் பிள்ளைகளையெல்லாம் கஷ்டப்பட்டு ஆளாக்கினேன்... அதுக்கு என்னை ஒரு நிலச்சுவானாக்கி அரசாங்கம் தரும் பரிசு. சந்திரன் ஆசாரியைப்போல் மோசமான நடத்தையுள்ள ஊதாரிக்குத்தான் அரசாங்கமும் ஆதரவு கொடுக்கிறதா?' என்று அப்பா தொண்டை கரகரக்கச் சொல்வதைக் கேட்கும்போது, தன் விழிகள் தான் அறியாமல் நிறைந்து விடுவதுண்டு. செலவைச் சுருக்குங்கள், சம்பாத்தியத்தைக் கூட்டுங்கள் என்ற அரசாங்க விளம்பரங்களுக்கும், ஊதாரித் தனத்திற்குத் துணை நிற்கும் இந்தப் போக்குக்கும் உள்ள முரண்பாடு தனக்கும் புரியவில்லை. அப்பலைட் அத்தாரிட்டி யிடம் இப்போது மீண்டும் மனு தாக்கல் செய்யப்பட்டிருக்கிறது... லேன்ட் ட்ரைபூனலின் தீர்ப்பையே அவர்களும் சரி என்கிறார் களோ, இல்லை நியாயம் வழங்குவார்களோ –தெரியவில்லை.

# 49

பஸ் ஜன்னலின் காட்சிகள் மாறிமாறி வரிசையாய் வந்துவந்து போய்க்கொண்டிருக்கின்றன.

இன்று ஏப்ரல் பதினாறு; நாலு மாதங்களுக்கு முன், அன்று ஜனவரி முதல் தேதி. வேலை உயர்வு கிடைத்த தான், வேலையில் போய்ச்சேர புனல்புரத்திற்கு இந்த பஸ்ஸில் இதே நேரத்தில் பயணம் செய்யும்போது...

பக்கவாட்டில் அப்பா உட்கார்ந்திருக்கிறார். மனம் விட்டு அப்பாவிடம் எதையெதையோ பேசிக் கொண்டிருக்கிறோம். அப்பா பொறுமையாய்க் கேட்டுத் தன்னைச் சமாதானப்படுத்திக்கொண் டிருக்கிறார்.

மனசில் தோன்றுவதையெல்லாம், எந்தத் தணிக்கைக்கும் ஆளாக்காமல் அப்பாவிடம் கொட்டித்தீர்க்க முடிகிறது. அன்று அப்படி மனம் விட்டுப் பேசிய பிறகு, இன்றுவரை அப்படி வெளிப்படையாய்ப் பேச ஒரு வாய்ப்பு கிடைக்கவில்லை.

வெளியில் விடிந்தும் விடியாத காலைப் பொழுது; மர உச்சிகளில் மின்னும் சூரிய கிரணங்கள்; குளிரில் மரத்துப் போய் நிற்கும் இயற்கை.

பஸ்ஸுக்குள்ளிலும் பெரிய கூட்டம் இல்லை. இருக்கும் சிலபேரும் தூக்கத்தில் சாமியாடிக் கொண்டிருக்கிறார்கள். கைக்கடிகாரம் மணி ஏழைக் காட்டியது... புனல்புரம் பக்கத்தில் ஓடி வரவர பள்ளிகொண்டபுரம் பின்னால் பின்னால் ஓடி அகன்றுகொண்டிருக்கிறது. அப்பாவை விட்டு அகல அகல பாரம் மேலும் மேலும் கூடிக் கொண்டிருப்பதை உணர முடிகிறது.

பஸ் நின்றது.

கிளியனூர்.

கை இடுக்கில் வைத்திருக்கும் கறுத்த தோல்பையுடன் அவசரம் அவசரமாய் ஓடிவந்து தொத்திக்கொள்கிறார் ஒருவர்.

வெண்மை நிற ஜிப்பா, வெள்ளை வேஷ்டி, நல்ல உயரம், மஞ்சள் நிறம். இது... இது... வேணுகோபாலன் தம்பி அல்லவா? அவரும் இவனைக் கவனித்தார். இவன் பக்கவாட்டில் காலியாகக் கிடந்த ஸீட்டில் வந்து உட்காருகிறார். 'என்ன... நீங்களா? ஊரிலிருந்து இப்போதுதான் வாறீங்களா? அப்பாவுக்கு எப்படியிருக்குது சார்?' என்று கேட்டார்.

'பரவாயில்லே' என்றான் இவன்.

கண்டக்டர் வந்தபோது 'புனல்புரம்' என்று ஐந்து ரூபாய் நோட்டை சட்டை ஜேபியிலிருந்து எடுத்து நீட்ட, அவன் பெற்றுக்கொண்டு டிக்கட்டும் சில்லறையும் கொடுத்து விட்டுச் செல்கிறான்.

பஸ் விரைந்துகொண்டிருக்கிறது.

புனல்புரத்தில் மணியின் கூட, தான் தங்கியிருக்கும் வீட்டுச் சொந்தக்காரர் இவர். நாற்பத்தி ஐந்து வயசிருக்கும்; குன்றின் மீது இருந்த அடுத்த இன்னொரு வீட்டில்தான் அவரும் தனிமையில் குடியிருக்கிறார்.

மனைவியை இழந்தவர்; குழந்தைகள் கிளியனூரில் மாமியார்கூட தங்கி நின்று படித்துக்கொண்டிருக்கிறார்கள். இவருக்குப் புனல்புரம் ஹைஸ்கூலில் ஆசிரியர் வேலை; அந்த வீட்டில் தனிமையான வாழ்க்கை. சிலபோது இவனிடமும் மணியிடமும் வந்து ஊர்ச் செய்திகளைப் பேசுவார். மற்றபடி ஏதாவது வாசித்துக்கொண்டோ மாணவர்களின் காம்போஸிஷன் நோட்டுக்களைத் திருத்திக்கொண்டோ இருப்பார். அடிக்கடி கிளியனூர் சென்று குழந்தைகளைப் பார்த்து வருவார்... மூத்த மகன் எஸ்.எஸ்.எல்.ஸி.யில் வாசித்துக்கொண்டிருக்கிறான்.

'குழந்தைகளைப் பார்த்துவிட்டு வாறேளா?' என்று இவன் கேட்டபோது, 'ஆமாம்... எல்லோருக்கும் பரீட்சையெல்லாம் முடிஞ்சுவிட்டது. நேற்றைக்கு விஷுவல்லவா... அதுதான் போய் விஷு கைநீட்டம் எல்லாம் கொடுத்துவிட்டு வாறேன்' என்றார்.

இவன் மனம் மறுபடியும் அப்பாவிடம் சென்றது. 'அன்றைக்குச் சாயந்திரம் மணி சொல்லித்தான் எனக்குத் தெரியும், ஹார்ட் அட்டாக்கா?'

'ஆமாம்.'

'ஆஸ்பத்திரியில் அட்மிட்பண்ணிப் பத்து நாள் இருக்குமா?'

'இன்றுடன் பதினொரு நாட்கள் ஆகிறது சார்...'

'அப்படீன்னா இனி பயப்பட வேண்டாம்...' இவன் பதிலெதுவும் சொல்லவில்லை. மனம் பயப்படுகிறது.

'ஹூம், இப்படித்தான் சார்... எனக்குக் கல்யாணமாகி ரெண்டாம் வருஷம். என் அப்பா காட்டிலாகாவில் ரேன்ஜராக இருந்து ரிட்டயரானவர். நல்ல ஆரோக்கியம். திடீரென்று ஒரு நாள் ராத்திரி ஒரு ஹார்ட் அட்டாக்; நான் பதறிப்போனேன். என் மனைவி இங்கே வீட்டில் தன்னந்தனிமையில் இருக் கிறாள், உடனடி ஆஸ்பத்திரியில் அப்பாவை அட்மிட் பண்ணாமலும் முடியாது. பத்து நாள் பள்ளிகொண்டபுரம் மெடிக்கல் காலேஜ் ஆஸ்பத்திரியில் அவர் படுத்துவிட்டால், பிறகு மொத்தத்தில் என் பாடு திண்டாட்டமாகி விடுமாயிருந்தது. நல்ல வேளை, அவர் அந்தக் கஷ்டத்தை ஒன்றும் எனக்குத் தரவில்லை... பஸ்ட் அட்டாக்கிலிருந்து அவர் மீளவில்லை.'

இந்த வேணுகோபாலன் தம்பி சார் தான் நினைத்தது போல் இல்லை போலிருக்கிறதே... ஆள் மகா கல்நெஞ்சுக்காரரா? இவன் முகம் திரும்பிப் பார்த்தபோது அவர் விழிகளில் ஒரு ஈரக்கசிவு; குரலில் ஒரு நடுக்கம்; முகத்தில் வேதனை; அப்படியென்றால் அவர் ஏன் இப்படிச் சொல்கிறார்!

அவர் மனசில் உள்ள ஒரு உண்மையைத் தானே வெளிப்படையாகச் சொல்கிறார்! அவருக்கு அவர் தந்தையின் மீது பாசம் இல்லாமலிருந்திருக்கும் என்று எப்படி சொல்ல முடியும்? ஆனாலும் தன்னுடைய சொந்த சௌகரியத்துக்கு முதலிடம் கொடுத்து அவர் அப்படிச் சொல்வதை அங்கீகரிக்க இவன் உள்ளம் மறுக்கிறதே... காரணம், தான் வெறும் உணர்ச்சி ஜீவி என்பதினால்தானா?

'அது மட்டுமில்லே சார்... அவர் பாரிசவாயுவோ வேறு ஏதாவதோ வந்து வயசான காலத்தில் படுத்த படுக்கையிலாகி விட்டால், பிறகு அவரைக் கவனிக்க அம்மாவோ வேறு யாரோ இல்லாதது மட்டுமில்லே, அந்தக் கஷ்டத்தைப் பார்த்துக்கிட்டிருக்க என்னால் முடியாது சார்...'

இவன் ஒன்றும் பேசவில்லை. மனம் ஆஸ்பத்திரியில் அப்பாவிடம்...

அப்பாவை அடிக்கடி கசக்கிப் பிழிந்து சக்கையாக்கி விட்டு வந்துபோகும் அந்தப் பயங்கர வேதனைகள்...

வாடி வதங்கிப்போன அந்த முகம், உடல்...

அங்கே இங்கே அசைய முடியாமல் பெட்ரெஸ்ட் என்று அப்பாவைக் கட்டிலில் வாயைக் கட்டிச் சிறைப்படுத்தி யிருக்கும் கொடுமை.

பஸ் ஜன்னலில் காட்சிகள் மாறிமாறி வந்துபோய்க் கொண்டே இருக்கின்றன... பளீரென்று வாடைக் காற்று முகத்தில் வந்து அறைந்துகொண்டே இருக்கிறது...

# 50

'சார், அப்பாவுக்கு எப்படியிருக்கு? குணமுண்டா?' என்று தாமஸ் விசாரிக்கிறான்.

'பரவாயில்லே...' என்று சொல்லும்போது மனசில் என்னவோ ஒரு சங்கடம். அப்பா இப்போ என்ன செய்கிறாரோ என நினைத்து ஒரு மறுகல்.

ஃபைல்களால் நிறைந்து வழியும் மேஜையைப் பார்க்கும்போது மனசு இன்னும் அலை மோதியது. பத்து நாட்களாய், தான் இங்கே இல்லாததால் குட்டிப் போட்டுப் பெருகியிருக்கும் பேப்பர்கள். தன் கையொப்பத்திற்காக, அப்ரூவலுக்காகக் காத்திருக்கும் அந்த பேப்பர்களை வெறித்துப் பார்த்தவாறு சற்று நேரம் உட்கார்ந்திருந்தான்.

அடுத்த அறையில் தாமஸின் சத்தம். டைப்ரைட்டிங் மெஷின் சற்றுநேரம் மௌனமாகிறது; டைபிஸ்ட் விஜயாவின் குரல்; மறுபடியும் டைப் செய்யும் ஒலி.

வெளியில் கல்லடை ஆறு ஒரு சோக கீதம் இழைத்தபடி ஓடிக்கொண்டிருப்பதுபோல்... ஆற்றங்கரையின் பசுமையை மீறித் தீயாய்க் காயும் வேனா வெயில்.

ஒரு ஃபைலைக் கையிலெடுத்தான்; கடிதங்களில் விழிகளைச் செலுத்தக்கூட முடியவில்லை.

தலை உயர்த்தி காலண்டரைப் பார்த்தான். தேதி பதினாறு; ஏழாம் தேதியன்று மத்தியானம் இந்த அறையை விட்டு இறங்கிச் செல்கையில் தன் நெஞ்சில் மூண்டெரிந்துகொண்டிருந்த நெருப்பின் வெக்கை இந்த பத்து நாட்களுக்குப் பிறகு இப்போதும் கொஞ்சம்கூட குறையவில்லை... மாறாக, மேலும் மேலும் ஆடிக் காற்றாய்

உறவுகள்

வீசியடிக்கும் கவலைகளின் கரை கடந்த சிந்தனைகளால் சொக்கப்பனையாய் பற்றி எரிந்து கொண்டிருக்கும் பிராணாவஸ்தை.

அர்ஜன்ட் ப்ளாக் வைத்திருந்த ஒரு சில ஃபைல்களை மட்டும் எடுத்து வாசித்துப் பார்த்து ஆர்டர் போட்டு டிஸ்போஸ் பண்ணுவதற்கிடையில் உள்ளம் வழிதவறிவிட்ட குழந்தையாய் வீறிட்டுக்கொண்டே இருக்கிறது.

'என்ன ராஜகோபால் சார், பாதருக்குக் குறைவுண்டா ?' என்று கேட்டவாறு மணி உள்ளே வந்தான்.

'ஆஸ்பத்திரியில்தான் இருக்கிறார். அட்மிட் பண்ணிப் பத்து நாட்களுக்கு மேலாகியும் பெரிய இம்புருமென்ட் ஒண்ணும் தெரியல்லே சார்...' என்று சொல்லும்போது உள்ளுக்குள் கசிவு, ஒரு பிரயாசை... எதற்கு எல்லோரும் இப்படி விசாரிக்கிறார்கள் ? என்ன மறுமொழி சொல்வது ? அப்படி மறுமொழி சொல்லும் போது சிறகற்ற பறவையாய்த் தன் மனம் படும் அவஸ்தையை இவர்களால் யூகிக்க முடிகிறதா ?

'எதற்கும் கொஞ்ச நாள்கூட லீவ் எடுத்துக்கிட்டு அப்பா பக்கத்திலேயே இருக்கலாமுன்னுதான் வந்தேன். எக்ஸிக்கூட்டிவ் என்ஜினீயர் வந்திருக்கிறாரா ?'

'இன்னிக்கு வந்திருப்பார். ரெண்டு நாள் முந்தி அவரும் ஊருக்குப் போயிருந்தார் போலிருக்கிறது.'

'அப்போ அவர் வெளியே போகும்முன் பார்த்துச் சொல்லி விட்டு வந்துவிடுகிறேன்' என்று கூறிவிட்டு இவன் வெளியில் இறங்கி நடந்தான்.

வெயிலில் நடந்து டிவிஷன் ஆபீஸுக்குள் வந்து ஏறியபோது இவனுக்கு ஒரே இருட்டாய்த் தோன்றியது.

இவனைக் கண்டதும் எக்ஸிக்கூட்டிவ் என்ஜினீயர் முகுந்தன் நாயர், 'என்ன ராஜகோபால்... ஆபீஸ் ஞாபகம் வந்ததா ? பத்து நாளாக உன்னைப்பற்றித் துப்பே இல்லையே' என்றார் ஒரு விஷமச் சிரிப்புடன்.

இவன் மனசுக்குள் முணுக்கென்று ஒரு வலி.

'நான் லீவ் லெட்டர் அனுப்பியிருந்தேனே சார். என் அப்பாவுக்குத் திடீரென்று ஒரு ஹார்ட் அட்டாக். அதனால்தான்' என்று இவன் சொல்லும்போதும், அவர் முகத்தில் எந்தச் சலனமும் தெரியவில்லை.

‘உம் உம்… சர்வீஸில் ஏறிய பிறகு உன் சொந்த ஊரை விட்டு இப்போதான் முதல்முறையாய் வெளியூர் வந்திருக்கிறே… இல்லையா?’

‘ஆமாம்…’

‘உனக்கு டிரான்ஸ்ஃபர் வாங்கிக்கொண்டு, இனியும் பழையபடி சொந்த ஊருக்குத் திரும்பிப் போகணும், இல்லையா?’

இவன் பதிலெதுவும் பேசவில்லை. தன்னை அவர் கேலி செய்கிறார் என்பது புரிகிறது. ஆனால் அவரை எதிர்த்துப் பேசும் திராணிகூட தற்போது தன்னிடம் அறவே இல்லை என்பதையும் உணர முடிகிறது.

‘நீ சர்வீஸில் பிரவேசித்து எவ்வளவு வருஷம் ஆகியிருக்கும்?’

‘எட்டு வருஷம் சார்…’

‘இந்த எட்டு வருஷமா சுகமாய் ஹெட் க்வார்ட்டேர்ஸ் ஆபீஸிலேயே ஹாய்யா உட்கார்ந்திருக்கிறே…’

‘இல்லை சார், டிஸ்ட்ரிப்யூஷனில் மூணு வருஷம் இருந்திருக்கிறேன்.’

‘என்ன பிரயோஜனம்? என்னையே எடுத்துக்கோயேன்… நான், முதன்முதலில் தலைமை ஆபீஸில் அப்பாயின்ட்மென்ட் ஆனபோதே ஜனரேட்டிங் ஸ்டேஷன், சப் ஸ்டேஷன் என்று கேட்டு வாங்கிக் காடு மலையெல்லாம் போய்க் கஷ்டப்பட்டேன். உன்னைப் போல் இதுதான் சுகமென்று பேனின் கீழிருந்து வேலையை என்ஜாய் பண்ணவில்லை.’

‘சாருக்குக் குடும்பத் தொந்தரவு ஒண்ணும் இருந்திருக்காது. எல்லோருக்கும் அந்தப் பாக்கியம் கிடைக்குமா சார்…’ என்று கூறிவிட்டு மேலும் அவரிடம் வாதிக்க நிற்காமல் இவன் வெளியேறினான்.

உள்ளே எரியும் தணலில் வெயிலுக்கு சூடே இல்லாதது மாதிரி ஒரு உணர்வு; நசநசவென்று மனசுக்குள் ஒரு தவிப்பு; தன்மீதே தாங்க முடியாத வெறுப்பு… எதையெல்லாமோ சூடாகக் கேட்க வேண்டுமென்ற ஆத்திரம் இருந்தும், அதை அடக்கி ஆள வேண்டிய தலைவிதி… இப்படியும் ஒரு மானிட ஜென்மம் எடுத்துவிட்டோமே என்று தன்மீதே கோபம் கோபமாய் வருகிறது.

ஆபீஸுக்குள் நுழைந்து இருக்கையில் உட்காரவில்லை. தாமஸ் வந்து சொன்னான்: ‘சார்… உங்ககிட்டெ வந்தவுடனேயே

சொல்லணுமுன்னு நினைச்சேன் ... இங்கே யாரும் சரியா ஆபீஸுக்கு வருவது இல்லை சார். நான் சொன்னால் கேட்பதும் இல்லை.'

'அதுக்கு இப்போ நான் என்ன செய்ய? பக்கத்தில்தானே எக்ஸிக்கூட்டிவ் என்ஜினீயர் இருக்கிறார் ... அவர்கிட்டெ ரிப்போர்ட் பண்ணிப் பார்ப்பதுதானே ...'

'எதுக்கு சார் எனக்கு அனாவசிய பொல்லாப்பு?'

'பிறகு நான் என்ன செய்வது? அத்தியாவசிய விஷயத்துக்காக எனக்கு வீட்டுக்குப் போக வேண்டாமா? நீங்க இப்படிச் சொல்வதை மட்டும் வச்சுக்கிட்டு அவுங்கமீது என்னால் என்ன ஆக்சன் எடுக்க முடியும்? நீங்க ஒரு ரிப்போர்ட் எழுதித் தாருங்கள்.'

'ஐயயோ ... பிறகு அவுங்க எல்லோரும் என்மீது பாய்ந்து விடுவாங்க.'

இவனுக்கு ஆத்திரம் வந்தது. 'அப்படியென்றால் நீங்க எங்கிட்டெ இதைச் சொல்லியிருக்கக் கூடாது.'

கையொப்பம் போட வேண்டியிருந்த கடிதங்களில் எல்லாம் ஒப்பம் போட்டான்.

மனம் அலைபாய்ந்துகொண்டே இருக்கிறது ... ஆஸ்பத்திரியில் அப்பா இப்போது என்ன செய்கிறாரோ!

இதென்ன மனசு! உலகில் இப்படிப்பட்ட ஒரு தொட்டாச் சுருங்கி மனசைக் கடவுள் தனக்குள் மட்டும் ஏன் படைத்து விட்டார்? புயலில் சிக்கிய தோணியைப் போன்ற ஒரு மனசைத் தனக்கு மட்டும் ஏன் தரவேண்டும்? மனமே திடமாயிரு ... தைரியமாயிரு என்று மனனம் செய்யச் செய்ய, இன்னும் இன்னும் அது இளசாய்ப் போய்க்கொண்டிருக்கும் வினோதம். உறவுகளின் சிறு சிறு உராய்ப்புகளைக்கூட தாங்கிக்க முடியாத இப்படியும் ஒரு மனசா!

# 51

மாலை வெயில் மடிந்துகொண்டிருக்கிறது...

பஸ்ஸை விட்டு இறங்கி ஓட்டமும் நடையுமாய் ஆஸ்பத்திரிக்குள் நுழையும்போது, இவன் மனசில் அப்பா மட்டுமே நிறைந்து நிற்கிறார்.

இப்போது அப்பா எப்படிக் கிடக்கிறாரோ...

அப்பா... அப்பா...

வார்டுக்குள் நுழையும் போது இதயத்தின் படக் படக்கென்ற ஒலி தெளிவாய்க் கேட்கிறது.

ஒரு திகில்.

அப்பாவை நெருங்க நெருங்க மனம் ஏன் இப்படி விதம்விதமான தீய கற்பனைகளை தனக்குத் தானே உருவாக்கிக்கொண்டு பயந்து சாகிறது?

அதோ... அப்பா படுத்திருப்பது தெரிகிறது; பக்கத்தில் அம்மா உட்கார்ந்திருக்கிறாள்.

அப்பாடா... அறியாமல் ஒரு பெருமூச்சு; உள்ளத்தில் ஒரு ஆசுவாசம்!

தூரத்தில் வைத்தே தான் வருவதை அப்பா கண்டுகொண்டிருக்க வேண்டும்; முகத்தில் ஒரு புன்முறுவல் மிதக்கிறது.

'என்னடா, அதுக்குள்ளே வந்துட்டியா? இன்னைக்குக் காலம்பரெத்தானே போனே!' என்று அப்பா கேட்கிறார்.

'அப்பாவுக்கு எப்படியிருக்குது?'

'பரவாயில்லே, லீவ் லெட்டர் எல்லாம் எழுதிக் கொடுத்திட்டியா?'

அப்பாவின் பக்கத்தில் இப்படி வந்து நிற்கும்போது, அவர் இப்படிப் பேசிக் கேட்டுக் கொண்டிருக்கையில் என்னவோ நிதி கிடைத்துவிட்டதுபோல் ஒரு நிம்மதி.

'ஆமாம்... டாக்டர் வந்து பார்த்தாரா?'

'பார்த்தார்... மருந்து மாற்றி எழுதித் தந்திருக்கிறார்.'

அப்பா முகத்தில் இப்போ பழையபடி இருள்.

'வலி குறைவுண்டா?' என்று உதட்டு நுனிவரை வந்த கேள்வியை இவன் கேட்கவில்லை. அவர் முகமே அதற்குப் பதில் சொல்கிறதே.

மருதநாயகம் சித்தப்பா வருகிறார். இவன் ஸ்டூலை நீக்கிப் போட்டான். ஆபீஸிலிருந்து வருகிறார் போலிருக்கிறது, முகத்தில் ஒரு வாடல். அப்பாவுக்கு இந்தச் சித்தப்பாவிடம் பெரிய பிடிப்பு. ஸ்டூலை அப்பாவின் அருகில் நீக்கிப் போட்டுக்கொண்டு அவர் உட்காருகிறார்.

'எப்படியிருக்குது?' என்று விசாரித்தார்.

'உம்... குறைவுண்டு.'

அவர் மௌனமாய் அப்பாவைப் பார்த்துக்கொண்டு உட்கார்ந்திருக்கிறார், அப்பாவின் முகத்தில் முறுவல்.

'புதிய மருந்தை வாங்கியாச்சா?' என்று இவன் கேட்ட போது அம்மா, 'இல்லை... நாளையிலிருந்து கொடுத்தால் போதுமுன்னு டாக்டர் சொன்னார்' என்றாள்.

'டாக்டரின் சீட்டு எங்கே? வெளியில் போய் வாங்கி வாறேன்' என்று கேட்டு அம்மாவிடமிருந்து அதை வாங்கும் போது, 'கொஞ்சம் டுமாட்டோ கூட வாங்கிக்கோடா... தீர்ந்து போச்சு' என்றாள் அம்மா.

'அந்த பிளாஸ்கை எடுத்துக்கிட்டுப் போய்ச் சித்தாப்பா வுக்கு காப்பிகூட வாங்கி வாயேன்டா' என்று அப்பா சொல்லித் தீரும் முன் சித்தப்பா, 'வேண்டாம், வேண்டாம். நான் இப்போ தான் காப்பி குடிச்சுவிட்டு வாறேன்... ராஜா, நீ போய் மருந்தை வாங்கி வா' என்றார்.

இவன் வார்டின் பின்பக்க வாசல்வழி வெளியில் இறங்கிச் சற்று நடந்ததும், தழைத்து வளர்ந்து நின்ற மாமரத்தின் கீழ் பத்திருபது பேர் கூடி நிற்பது கண்ணில் தட்டுப்படுகிறது. ஒன்றிரண்டு போலீஸ்காரர்கள் வேறு.

எதையெதையோ நினைத்துக்கொண்டு அங்கே கூடி நின்றவர்களைப் பார்த்தவாறு இரண்டொரு அடிகள் எடுத்து வைத்ததும், தனக்குப் பழக்கமான முகம் ஒன்று விழிகளில் தட்டுப்பட்டதாய் இவன் மூளை சொல்ல, திரும்பிப் பார்த்தபோது, அந்த மனிதர்களின் இடையில் ஒருவன் – களைத்துக் கறுத்துப் போயிருந்த முகம், கசங்கிய உடை, இவனை நோக்கி வருவது தெரிகிறது.

இவன் நின்றான்.

பக்கத்தில் வந்ததும் புரிந்தது, இது கோபகுமார் அல்லவா? பொறியியல் கல்லூரியில் முதல் ஆண்டு இறுதியில் 'ஒரு சுவாரஸ்யமில்லாத படிப்பு' என்று முழுக்குப் போட்டுவிட்டு, தத்துவப் பாடத்தில் எம்.ஏ.க்குச் சேர்ந்து பாஸாகி இப்போது ஏதோ காலேஜில் ஆசிரியராக இருக்கிறான் என்பது தெரியும்.

அவன் எங்கே இப்போது?

'இங்கே யாரு கிடக்கிறா?' என்று இவனிடம் விசாரித்தான்.

'அப்பாவுக்குச் சுகமில்லே... நீ இங்கே?'

'ஒண்ணும் சொல்ல வேண்டாம் – இன்னிக்குக் காலம்பரேயே வந்து காத்துக் கிடக்கிறோம் – இன்னும் போஸ்ட்மார்ட்டம் முடியல்லே... பிரேதம் எப்போ கிடைக்குமோ..!' அவன் முகத்தில் ஒரு வேதனை – சோர்வு.

இவனுக்கு ஒன்றும் புரியவில்லை. ஒன்றையும் யூகிக்கவும் முடியவில்லை. இவன் கேட்டதுக்குப் பதில் சொல்லாது, 'நீ இப்போ எங்கே போறே?' என்று அவன் கேட்டான்.

'வெளியில் மெடிக்கல் ஷாப்பிலிருந்து ஒரு மருந்து வாங்கணும். அதோடு ஒரு காபி சாப்பிடலாமென்று பார்க்கிறேன்.'

'அப்போ சரி. திரும்பி இப்படித்தானே வருவே – உன் கூட நானும் வாறேன் – காலையிலேயே இங்கே வந்து இப்படிக் காத்துக்கிடந்து தொண்டை வறளுது... எனக்கும் ஒரு காபி சாப்பிடணும். கொஞ்சம் நில்... அவுங்க எல்லாம் எங்க உறவுக்காரங்க. அவுங்ககிட்டே சொல்லிவிட்டு, வந்து விடுகிறேன்' என்று விட்டு, மரத்தின் கீழ் கூடி நின்றவர்களிடம் சென்று இவனைச் சுட்டிக்காட்டி என்னவோ சொல்லிவிட்டு வேகமாய் இவன் அருகில் வந்தான்.

கருக்கல் நேரம். ஆஸ்பத்திரி காம்பவுண்டுக்குள் விளக்குகள் எரிந்துகொண்டிருந்தனவேயானாலும் ஒளியின்றிப் புகை மூட்டமாய் இருள் வியாபித்துக்கொண்டிருந்தது.

உறவுகள்

இவன் பக்கவாட்டில் கோபகுமார் நடந்துகொண்டிருந்தான். மெதுவாய்த் தோளுராய நடந்துகொண்டிருந்தார்கள். இவன் ஒன்றும் கேட்கவில்லை.

ஆஸ்பத்திரி கட்டடம், ஓ.பி., நர்ஸ் க்வார்ட்டேர்ஸ் எல்லாவற்றையும் சுற்றிக்கொண்டு ஆஸ்பத்திரியின் முன்னால் வந்து, வெளிகேட் வழியே கலகலப்பாக இருந்த ரோட்டில் இறங்கினார்கள். கோபகுமார் என்னவோ தீவிரமான சிந்தனையில் ஈடுபட்டிருப்பதை இவன் கவனித்தான். மெடிக்கல் ஷாப்பில் ஏறி மருந்தையும் ரோட்டோரத்தில் உட்கார்ந்திருந்த கூடைக்காரனிடமிருந்து தக்காளியையும் வாங்கிக்கொண்டு, கோபகுமாருடன் இவன் காபிஹௌஸில் நுழைந்தான்.

சந்தடி இல்லாத ஒரு மூலையில்போய் உட்கார்ந்தார்கள். கோபகுமார் சிகரெட்டைப் பற்ற வைத்தான். 'உம், யாரு இறந்து போனாங்க?'

'இறக்கவில்லை... கொல்லப்பட்டார்.'

'யார்?'

'என் மாமனார்.'

'என்ன?'

'ஆமாம். என் மாமனார் நேற்று ராத்திரி வெட்டிக் கொல்லப் பட்டார். அதுதான் போஸ்ட் மார்ட்டத்துக்கு இங்கே எடுத்து வந்திருக்கிறாங்க—'

இவன் திடுக்கிட்டான். கோபகுமார் கல்யாணம் செய்திருப்பது பஜாரில் மொத்தக்கடை மகாராஜபிள்ளையின் மகளை என்பது தெரியும். தான்கூட அந்தக் கல்யாணத்துக்குப் போயிருந்தோமே... மகாராஜபிள்ளைக்கு ஒரே மகள் ஒரே மகன் என்பதும் தெரியும். மற்றபடி அவரோடு தனக்குப் பெரிய பழக்கமில்லை. ஆனால் வெட்டிக் கொல்லப்படும் அளவுக்கு அவருக்கு எதிரிகள் இருப்பார்கள் என்று நம்பமுடியவில்லை.

'யார் செய்த வேலை? ஏதாவது நக்ஸலைட்?'

காபி வந்தது. அதை ஒரு தடவை உறிஞ்சியபின், சிகரட்டையும் ஒரு முறை இழுத்துவிட்டு, 'எனக்கென்ன தெரியும்? நான் அவுங்க கூட அல்ல வாசம். நானும் சுலோவும் புத்தூரில் இருக்கிறோம். இன்னிக்குக் காலையில் எனக்குச் செய்தி வந்தது. அப்போதுதான் எனக்கும் அவளுக்கும் விஷயமே தெரியும்.'

புத்தூருக்கு அவன் மாமனார் வீட்டிலிருந்து பத்து மைலாவது இருக்கும்.

‘ஆனாலும் என்ன பேசிக்கிறா?’

கோபகுமார் அடக்கமான குரலில் சொன்னான்.

‘போலீஸ் கேஸ் எடுத்திருக்கும் சங்கதி – இனி கோர்ட்டில் வழக்கு நடக்கப் போகுது. செத்தவர் செத்தாச்சு ... நாம் ஏதாவது தத்துப்பித்துன்னு சொல்லி வம்பில் போய் மாட்டிக் கொண்டால் ...’ என்று கூறிச் சுற்றுமுற்றும் பார்த்துவிட்டு, நாற்காலியை இவன் அருகில் தொடுமாறு நீக்கிப் போட்டான். பிறகு ரகசியமாய்ச் சொன்னான்.

‘நீ யாரிடமும் சொல்லிவிடாதே. என் மாமியார்க்காரிக்குக் கொஞ்சம் ஹிஸ்டீரியா உண்டு ... அடிக்கடி மாப்பிள்ளை பெண்டாட்டிக்கு இடையில் இந்த வயசிலும் சண்டை நடக்கும். பிறகு சமாதானமாகி விடும் – கூட மகன் பாலு மட்டும்தான். இவன் இப்போ ப்ரி டிகிரியில் படித்துக்கொண்டிருக்கிறான். நேற்றைக்கு ராத்திரி என் மாமியாளுக்கு மந்திரித்துத் தாயத்து என்னமோ கட்ட ஒரு மந்திரவாதியையும் கூட்டிக்கொண்டு என் மாமனார் வீட்டுக்குப் போனதை அடுத்த வீட்டுக்காரங்க பார்த்திருக்கிறாங்க – விடிய விடிய சத்தம் கேட்டுக்கொண் டிருந்ததாம் – பூஜை நடப்பதாக எல்லோரும் நினைச்சிருக்காங்க. அதிகாலை நாலு மணிக்கெல்லாம் அலறல் கேட்டுப் போய்ப் பார்த்தவங்க என் மாமனார் தலை வேறு, உடம்பு வேறாக ரத்த வெள்ளத்தில் கிடப்பதைக் கண்டாங்களாம்.’

‘மந்திரவாதிதான் செய்திருப்பானா?’

‘அப்படித்தான் நானும் நினைச்சேன்... ஏன்னா அப்போது அவனை அங்கே காணவில்லையாம் – ஆனால்...’

‘என்ன ஆனால் –?’

‘இல்லே – எல்லாமே குழப்பமாயிருக்குது – அங்கே என்ன நடந்தது என்று தெரியவில்லை. மாமியாள் இப்போ அசல் பைத்தியக்காரியைப்போல் – வெறி பிடிச்சவளாய்க் குதிக்கிறாள்... பேசுகிறாள்... என் மைத்துனன் பாலு வாயையே திறக்காமல் கல்லுளிமங்கனைப் போல் நிற்கிறானாம்... மந்திரவாதியைத் துப்பே இல்லை. அவனையும் என் மாமியாளையும் தொடர்புப் படுத்தியும் சிலபேர் என்னமோ பேசிக்கிறாங்க. எதுக்கும் மாமியாரைக் கைது பண்ணி இங்கேதான் ஸெல்லில் அடைச்

சிருக்காங்க – பாலுவும் போலீஸ் ஸ்டேஷனில் . . . எனக்கு ஒண்ணுமே ஓடமாட்டேங்குது.'

கோபகுமார் பிரிந்து சென்ற பின் மருந்தையும் தக்காளியையும் எடுத்துக்கொண்டு வார்டுக்குள் நுழையும்போதும் இவன் செவியில் கோபகுமாரின் குரல் ரீங்கரித்துக்கொண்டிருந்தது . . .

இதென்ன மர்மக்கதை போல்! இப்படியும் நடக்குமா? அம்மாவும் மகனும் சேர்ந்துகொண்டு அப்பாவை –

'டேய் ராஜா . . . அதிகாலையில் வீட்டிலிருந்து இறங்கியது. புனல்புரத்திலிருந்து பஸ்ஸில் யாத்திரை செய்து களைத்துப் போய் வந்திருக்கே. வீட்டுக்குப்போய் ஏதாவது சாப்பிடு –' என்று அப்பா சொன்னபோது, இவன் தன்னுணர்வு அடைந்தான்.

அன்றைய தின அலைச்சலின் களைப்பையும் சோர்வையும் எல்லாம் இப்போது நன்றாய் உணர முடிகிறது. இருந்தும் இங்கே அப்பா பக்கத்தில் நிற்கும்போது மனசில் இருக்கும் ஒரு பரபரப்பின்மை வீட்டுக்குப் போனால் கிடைக்காதே . . .

மருதநாயகம் சித்தப்பா 'அப்போ நான் வாறேன்' என்று சொல்லி விடைபெற்றுக்கொண்டு போகிறார்.

கட்டிலில் படுத்திருக்கும் அப்பாவையும் பக்கத்தில் உட்கார்ந்திருக்கும் அம்மாவையும் பார்த்துக்கொண்டே நின்றான்.

மனசுக்குள் பொருத்தமில்லாத – கோர்வையற்ற எண்ண அலைகள் . . .

அப்பாவுக்கும் அம்மாவுக்கும் இடையிலும் வீட்டில் அடிக்கடி எத்தனையோ தடவை சின்னச் சின்ன விஷயத்திற்கெல்லாம் – அனேகமாய்க் குழந்தைகளுக்காக, ஒருவன் சாப்பிடாமல் தூங்கிவிட்டான். இன்னொருவன் கீழே விழுந்து காலை ஒடித்துவிட்டு வந்திருக்கிறான், – இம்மாதிரி விஷயங்களுக்காக சண்டை நடந்துகொண்டே இருக்கும். 'நீ கவனிக்கல்லே . . .' என்று அம்மாவை அப்பா குற்றம் சாட்டுவார். அம்மாவுக்கு இதைக் கேட்கக் கேட்க கோபம் மூக்கைப் பொத்துக்கொண்டு வரும்.

'நான் கவனிக்காமலா இருக்கேன், நான் சொன்னா அவுங்க கேட்டாத்தானே. எல்லாம் நீங்க கொடுக்கிற இளக்காரம். அதனால்தானே குழந்தைகளும் என்னை மதிக்க மாட்டேங்குது . . .' இப்படி அம்மா.

'இல்லாவிட்டாலும் இப்போதெல்லாம் ரொம்ப கவனக் குறைவு . . .' இப்படி அப்பா.

'ஆமாமா... உங்களுக்கு இப்போவெல்லாம் நான் செய்வது ஒண்ணும் பிடிக்கமாட்டேங்குது...' – இப்படி அம்மா கண்ணீருடன்.

சில வேளைகளில் சண்டை வலுத்து மூத்தவனிடம் தீர்ப்புக்கு வரும். இவனுக்கு மனசில் ஒரு தர்ம சங்கடம்... 'நீங்க ரெண்டு பேரும் பரஸ்பரம் அறிஞ்சு போக மாட்டீங்க – நாளைக்கு மகனுக்கும் மகளுக்கும் எல்லாம் கல்யாணமாகி மருமகளும் மருமகனும் பேரனும் பேத்தியும் எல்லாம் வந்த பிறகும் உங்க ரெண்டு பேருக்கும் தர்க்கம் தீராது' என்பான். இருந்தாலும், நியாயமோ அநியாயமோ தான் எப்போதும் அப்பாவின் கட்சி. 'அம்மா... உனக்குக் கொஞ்சம் தணிஞ்சு போயிட்டா என்ன குறைஞ்சு போயிடும்?'

இது அம்மாவுக்கும் தெரியும்; 'இல்லாவிட்டாலும் நான் ஒருத்திதானே உங்க எல்லோருக்கும் எதிரி' என்று சொல்லி மூக்கைச் சிந்துவாள்.

ஆனால்... என்ன சண்டையோ இஷ்டமோ, எந்தச் சின்ன விஷயமாக இருந்தாலும், அம்மாவிடம் ஆலோசனை நிகழ்த்தாமல் அப்பா செய்வதில்லை என்பதையும் இவன் கவனித்திருக்கிறான். இதுவும் அம்மாவுக்குத் தெரியும்.

'ஏன்டா... என்னடா நினைச்சுகிட்டெ நிக்கிறே... பாவம்... சரளாவும் காத்துகிட்டிருப்பா. வீட்டுக்குப் போயேண்டா' என்றாள் அம்மா.

# 52

நெரிசலில் அடிபட்டு எப்படியோ பஸ்ஸுக்குள் புகுந்து வீட்டை நோக்கி ஆமை வேகத்தில் நகர்ந்து கொண்டிருக்கையில் அம்மா சொன்னதுபோல் சரளா இப்போது தனக்காக வீட்டில் காத்திருப்பாளா, இல்லை அன்றுபோல் அவள் பிறந்தகத்துக்குப் போய்விட்டிருப்பாளா என்ற ஒரு உறுத்தல்.

சே, ஒரு நாள் அப்படிப் போனாள் என்று அர்த்தமில்லாமல் அவளைச் சந்தேகிப்பது முறையா? இந்தப் பாவி மனதால் ஒன்றையும் மறக்க முடியாதா?

தன் அப்பா, அம்மா உட்பட்ட எல்லா கணவன் மனைவி பந்தங்களுக்கும் இடையில் உள்ள ஸ்வர சேர்வையின்மை சில வேளைகளில் சர்வ சாதாரணம்தான் என்பது இருக்கட்டும். ஆனால் கோபகுமார் சொன்னதுபோல் அதில் மகனும் கட்சி சேர்ந்துகொண்டு இவ்வளவு தூரம் கொடுமையாயும் வேலை செய்யக்கூடுமா?

அதெல்லாம் போகட்டும், தனக்கும் சரளாவுக்கும் இடையில் எப்படி?

வீட்டில் பால் காய்ச்சும் நாளன்று, தான் மனக்கோட்டை கட்டியிருந்ததற்கு மாறாக, மனம் குமைய புதுப்பிக்கப்பட்ட வீட்டில் புக, தெரிந்தோ தெரியாமலோ காரணமாகயிருந்தாள் என்று சரளாமீது இவனுக்கு மனஸ்தாபம்... அதோடு, அன்று சிவானந்தன் தம்பதிகள் தன்னை அவமானப்படுத்திவிட்டுச் சென்றது மனசில் கனத்துக்கொண்டிருந்ததால், சில நாட்களுக்குப் பிறகு, அவர்கள் இரண்டுபேரும் வந்து அவர்கள் குழந்தையின் முதல் பிறந்த தின விழாவுக்கு அழைத்தபோது விழாவில் பங்கெடுக்க வேண்டுமென்று இவனுக்குத் தோன்றவில்லை.

‘எப்படியானாலும் கனகம் என் கூடப்பிறந்த தங்கச்சி. அவள் முதல் குழந்தையின் பிறந்த நாளில் பங்கெடுக்கணுமுன்னு எனக்கு ஆசை இருக்காதா? உங்களுக்கு இஷ்டமில்லை யானால் நீங்கள் வர வேண்டாம்’ என்று சரளா பிரித்துப் பரிந்து பேசியபோது இவனுக்கு என்னவோ போலாகிவிட்டது— ‘அப்போ நம் வீட்டுக்கு வந்து அவர்கள் இழைத்த அவமானம் எனக்கு மட்டும்தானா, உனக்கில்லையா?’ என்றெல்லாம் அவளிடம் வேண்டுமென்றே இவன் கேட்கவில்லை.

இவன் சொன்னான்: ‘சரி, அப்படியென்றால் உன் உரிமையில் நான் குறுக்கிடவில்லை... அன்று உன் தங்கச்சி கனகம் எல்லோர் முன்னிலையிலும் வைத்து என் முகத்தில் நேர் நீட்டினாளல்லவா... அதைவிட பெரிய ஒரு எவர்ஸில்வர் பாத்திரம் வாங்கித் தாரேன், அதை எடுத்துக்கொண்டுபோய் அவள் கையில் கொடுத்துக் கடனைத் தீர்த்து விட்டு வா. நானும் என் குழந்தைகளும் வர மாட்டோம்.’

சரளா மட்டும் கையில் பாத்திரப் பொட்டலத்துடன் தங்கை வீட்டுக்குப் போய் வந்தாள்.

முன்பெல்லாம்போல், அவள் உறவினர்களின் குறைகளை அவளிடம், தான் பிரஸ்தாபிப்பது அவளுக்கு ரஸிப்பதில்லை என்பதை இவனால் புரிந்துகொள்ள முடிகிறது.

இந்நிலைமையில் வேலை உயர்வு கிடைத்துப் புனல்புரம் வந்து ஒரு மாதம்தான் ஆகியிருக்கும். ஒரு நாள் வீட்டுக்கு வந்து விட்டு புனல்புரம் செல்ல வீட்டைவிட்டு இறங்கும்போது ‘என் அம்மாவைப் போய்ப் பார்த்து ரொம்ப நாளாச்சு, போய்ப் பார்த்துவிட்டு வரட்டுமா?’ என்று கேட்டாள்.

‘இப்போ குழந்தைகளின் பரீட்சை சமயம். நீ அங்கே போனால் குழந்தைகள் படிக்க மாட்டாங்க... அடுத்த வாரம் ஆகட்டும்’ என்று கூறிவிட்டுப் புனல்புரத்துக்கு இவன் பஸ் ஏறினான்.

புனல்புரத்தில் வந்து ஆபீஸில் வேலையில் முழுகி இருக்கும்போது, திடீரென்று மனசில் ஒரு உறுத்தல். இப்போ அவள் அங்கே வீட்டில் இருப்பாளா, இல்லை தான் வெளியூரில் தானே என்ற தைரியத்தில் அடுத்த தெருவிலிருந்த தன் பிறந்த வீட்டுக்குப் போய் விட்டிருப்பாளா?

வழக்கம்போல் தன் கற்பனை உள்ளம் மேலே மேலே எதை யெதையோ நினைக்க... சொருசொருவென்று ஒரு ஆத்திரம்.

சே, இதில் இவ்வளவு தூரம் ஆத்திரப்படவோ கற்பனை செய்யவோ என்ன இருக்கிறது? அப்படித்தான் அவள் அம்மாவைப் பார்க்கப் போய்விட்டிருந்தால், அதற்காகத் தான் எதுக்கு இப்படி மனசைப் போட்டு அலட்டிக் கொள்ள வேண்டும்! முன்பெல்லாம் இப்படித்தான் வீட்டுக்குப் போகணும் என்று தோன்றியவுடன் அவள் போவாள். தான் தடை செய்வதே இல்லை. தாய் தந்தை தமையன் முதலிய உறவுப் பந்தத்திலிருந்து கணவன் என்ற பந்தத்தில் மட்டுமாய் அவளைப் பிரித்து நடக்க தனக்கு விருப்பமிருக்கவில்லை. ஆனால் பிறகு நடந்த நிகழ்ச்சிகள், உருவான மனக்கசப்புகளெல்லாம் அவளைப் பிறந்த வீட்டுக்கு அனுப்பும் விஷயத்தில் இவனைச் சிறிது கண்டிப்பு உடையவனாக்கி விட்டிருந்தது. இது அவளுக்கும் தெரியும்...

எனவே அந்த உறுத்தலை உதறித்தள்ள முயற்சித்து வேலையில் ஈடுபட்டான். ஆனால் மனசில் மீண்டும் மீண்டும் அதே உறுத்தல்... இனி, நான் அடுத்தவார இறுதியில்தானே வீட்டுக்குப் போவோம் என்ற தைரியத்தில் அவள் போயிருப்பாளா?

அப்படி அவளுக்கு போயே தீரவேண்டும் என்றிருந்தால் தன்னிடம் அனுமதி கேட்டிருக்கக் கூடாது. அனுமதி கேட்டு விட்ட நிலைமையில், தன்னை அனுசரிக்காமல் இருப்பது என்பது சரியா?

இவனுக்கு இருப்புக் கொள்ளவில்லை. உடம்புக்குச் சுகமில்லையென்று லீவ் லெட்டர் எழுதி வைத்துவிட்டு பஸ் நிலையத்துக்கு விரைந்து பஸ்ஸைப் பிடிக்கிறான்.

வழி நெடுகிலும் மனசில் விதம்விதமான கற்பனைகள்... பஸ் பாய்ந்து சென்றுகொண்டிருக்கும் போதும் உள்ளத்தில் ஒரு கொந்தளிப்பு... ஒரு நாளும் இல்லாது இன்று தனக்கு என்ன வந்துவிட்டது? ஏன் இப்படித் தன் மனம் கிடந்து பேதலிக்கிறது? தனக்குப் பைத்தியம் பிடித்துவிட்டதா? ஒரு வேளை, அவள் தன் அம்மாவைப் பார்த்துவிட்டு வரப் போய்விட்டிருந்தாள் என்றே இருக்கட்டும்... அதற்கு இத்தனை தூரம் தான் உணர்ச்சிவசப்பட வேண்டுமா?

மனசுக்குள் மீண்டும் மீண்டும் எந்தக் காட்சியைப் பார்க்கப் போகிறோமோ என்ற ஒரு குறுகுறுப்பு... அதை எப்படிச் சமாளிக்கப் போகிறோமோ என்ற மலைப்பு... ஊர் வந்துவிட்டது.

இவன் இறங்கி நடந்தான்.

குடை உபயோகிக்கும் வழக்கம் இல்லை. கடுமையான வெயில். பனியன், சட்டையெல்லாம் வியர்வையில் நனைந்து

குதிர நடந்துகொண்டே இருந்தான். நடையிலிருந்த வேகம் தன்னை ஆச்சரியப்பட வைக்கிறது? என்ன பைத்தியக்காரத்தனம்? எதற்கு இப்படி ஓடணும்? எதைப் போய்க் கண்ணாரக் காண?

நாக்கு வறண்டது. ஒரு கப் டீ சாப்பிட்டால் பரவாயில்லே... வேண்டாம்; அதுக்காக இப்போ நேரம் செலவழிக்கலாகாது.

வழக்கம்போல் முன் கேட் அடைத்தே கிடக்கிறது; வெளியில் பூட்டு இல்லை. ராப்பகல் தன் சக்தியையெல்லாம் விரையம் செய்து பாதை போட்டு, புதுப்பிக்கப்பட்ட தன் வீடு பளிச்சென்று தெரிகிறது.

வெளிக்கேட்டின் உள்தாழ்ப்பாளை வெளியில் நின்றவாறு எட்டி விலக்கிய போது லேசாய்ச் சத்தம் கேட்டது. சாதாரணமாய் இந்த சத்தத்துக்கே வராந்தா கதவைத் திறந்து விடுவாள் – இன்று எந்த அசைவும் இல்லை. ஒரு வேளை தூங்குகிறாளோ...

கதவைத் திறந்துகொண்டு வராந்தாவிற்குள் நுழைந்து, செருப்பை வழக்கம்போல் அங்கே கழற்றிப் போடக்கூட நிற்காமல் உள்ளே கூடத்தில் நுழைந்தபோது வீடு முழுதும் கமழ்ந்து கொண்டிருந்த அந்த அமைதி தன்னைப் பீதியுறச் செய்தது.

தான் எதிர்பார்த்தது நடந்து விட்டிருக்கிறதா ...

இல்லை...

இருக்காது... இருக்கக் கூடாது...

தனக்குத் தானே ஆசுவாசப்படுத்திக் கொண்டு, 'சரளா... சரளா...' என்று குரல் கொடுத்தான்.

அப்போதுதான் கவனித்தான். சமையலறைக்கு முந்திய டைனிங் அறையில் இரண்டாவது மகள் அநிதாவும் கடைசி மகள் சவிதாவும் விளையாடிக் கொண்டிருக்கிறார்கள்..

'எடீ... அம்மாவை எங்கே?' என்று அநிதாவிடம் கேட்கும் போது, தன் குரல் நடுங்கி ஒரு அவலக் குரலாய் ஒலிப்பது தனக்கே தெரிகிறது.

'எங்கேயோ..!' என்று கூறிவிட்டு அநிதா ஆச்சரியப்பட்டுத் திருதிருவென்று விழிப்பதைக் கண்டு துணுக்குற்று இவன் படுக்கை அறைக்கு விரைந்து சென்று பார்க்கிறான். பாத் ரூம் கதவை உள்ளே தாழிடப்பட்டிருக்கிறதா என்று தள்ளிப் பார்க்கிறான்.

மாடிப்படிகளில் அனாயாசமாய் ஓடி ஏறி மாடிக்குச் சென்று பார்த்துவிட்டு வருகிறான். ஸ்டோர்ரூம், பூஜையறை எல்லாம் சென்று பரிசோதிக்கிறான்.

மீண்டும் டைனிங் ரூமுக்கு வந்தபோது குழந்தைகள் அவனைப் பார்த்துவிட்டு விளையாடுகின்றன.

'எங்கே போறேன்னு உங்கிட்டெ சொல்லல்லையாடீ?' இவன் கோபமாய்க் கேட்கிறான். அநிதா பயந்து போய் இல்லை என்கிறது.

'வித்யாவும் முரளியும் எங்கே?'

'ஸ்கூலில் இருந்து இன்னும் வரல்லே...'

'நீ ஸ்கூலுக்குப் போகல்லையா?'

'எனக்கு இன்னைக்கு ஸ்கூல் இல்லை. அக்காளுக்கும் தம்பிக்கும் இன்னைக்கு டெஸ்ட் பேப்பர். நாளைக்கு எனக்குப் பரீட்சை. நாளைக்கு அவா ரெண்டு பேருக்கும் ஸ்கூல் இல்லை.'

அதைக் கேட்க நிற்காமல் அடுக்களையைக் கடந்து வொர்க் ஏரியாவுக்கு வந்தபோது, புழக்கடைக் கதவைத் திறந்து வைத்துக்கொண்டு நடையில் தலைவைத்துப் படுத்திருக்கும் வேலைக்காரி தங்கம்மா தென்படுகிறாள்.

'சரளா எங்கே?' என்ற இவன் சத்தம் கேட்டு வாரிச் சுருட்டிக்கொண்டு அவள் எழுந்திருக்கிறாள்.

'எங்கேயோ, இங்கே எங்கேயோதான் நின்னா...' என்று அவள் தடுமாறுவதைக் கண்டு இவன் குரல் மேலேறியது.

'இங்கே எங்கேயோ என்றால்... எங்கே?'

'இப்படித்தான் இறங்கிப் போனாள்...' என்று திறந்து கிடந்த அந்தப் பின்வாசலைச் சுட்டிக் காட்டுகிறாள்.

'ஓஹோ... பேக் டோர் பிஸினஸா! எங்கே போனாள்?'

'தெரியாது.'

'உங்கிட்டெ சொல்லல்லையா?'

'இல்லை.'

'பொய்.'

'இல்லை... சத்தியமா சொல்றேன்...' திடீரென்று யாருக்காவது உடம்புக்கு நோய் அதிகமாகி ஆள் வந்து அவசரமாய் அவளைக் கூட்டிக்கொண்டு சென்றிருப்பார்களோ என்று ஒரு நினைப்பு...

'இங்கே யாராவது வந்தாங்களா?'

'இல்லை.'

'யாரும் வரவே இல்லையா?'

'நிஜமா வரல்லே.'

'அவள் அப்பா அம்மா யாராவது?'

'இல்லை.'

'பொய் சொல்லாதே.'

'இல்லை. சத்தியமா இன்னைக்கு சார் போன பிறகு குழந்தைகளுக்குச் சாப்பாடு எடுத்துக்கொண்டு போகும் ஆயா தவிர வேறு யாருமே வரல்லே...'

தன் அடிவயிற்றில் என்னமோ சங்கடம். இதயம் படக் படக்கென்று அடித்துக் கொள்கிறது. மனசுக்குள் ஆயிரமாயிரம் கற்பனைகள் விஸ்வரூபமெடுத்துப் பேயாட்டம் போடுகின்றன...

'டிரஸ் பண்ணிக்கொண்டா போனாள்?'

'ஆமாம்.'

ஏதோ ஞாபகம் வர முன் வராந்தாவுக்கு வந்து அவள் காலணி கிடக்கிறதா என்று பார்த்தபோது அது அங்கே இல்லை என்பது தெரிகிறது.

தன் காலில் கிடந்த செருப்புகளை அங்கே கழற்றிவிட்டு வீட்டுக்குள் மறுபடியும் வந்தான். தான் அவமதிக்கப்பட்டு விட்டதைப்போல் மனசில் கொந்தளிப்பு.

எங்கே போயிருப்பாள்?

நிற்க முடியவில்லை; உட்கார முடியவில்லை; படுக்க முடியவில்லை; தீக்கனலில் நிற்பது போல் ஒரு தகிப்பு... வியர்வையால் உடம்பு தொப்புதொப்பென்று நனைந்து விட்டிருந்தது. இருந்தும் சட்டையையோ கால் சராயையோ மாற்றக் கூட முடியாமல் குட்டிப் போட்ட பூனையாய் வீட்டுக்குள் அங்குமிங்கும் ஓடிக்கொண்டிருந்தான்.

'இப்படித்தான் நான் ஆபீஸுக்குப் போனபிறகு மினுக்கிக் கிட்டு என்றைக்கும் வெளியே போவாளா?'

'இல்லை... இன்றைக்குத்தான் முதல் தடவை.'

உறவுகள்

'பொய்.'

'இல்லை... சத்தியமா.'

தங்கம்மா மிகவும் நிதானமாய், இவன் கேட்டதற் கெல்லாம் பதிலளித்துக்கொண்டிருக்கிறாள்.

'நிஜமாகவே அவள் எங்கே போனாளென்று உனக்குத் தெரியாது?'

'தெரியாது...'

'வெளியே போகும்போது உங்கிட்டே அவள் சொல்லவே இல்லையா?'

'சொல்லல்லே. எதற்கும் வெளியே போய் எங்காவது நிக்கிறாளான்னு பார்த்துவிட்டு வாறேன்,' என்று கூறிவிட்டுக் கொடியில் கிடந்த துண்டை எடுத்து மார்பில் குறுக்காய்ப் போட்டுக் கொண்டு அவள் வெளியே செல்ல ஆயத்தமாவதைக் கண்டு 'எங்கே போறேன்னு உங்கிட்டே சொல்லல்லேன்னு வேறு சொல்லுறே . . . பிறகு எங்கே போய்ப் பார்க்கப் போறியாம்?' என்று கேட்கிறான்.

'இல்லை . . . கடவுள் சத்தியமா எங்கிட்டெ எங்கே போறேன்னு சொல்லல்லே. எங்கே போனான்னும் எனக்குத் தெரியாது. சும்மா வெளியில் போய்ப் பார்த்துக்கிட்டு வரலாமுன்னுதான்...'

'அப்படி எங்கேன்னு தெரியாமல் தெருத் தெருவாய்ப் போய் இன்னார் பெண்டாட்டி எங்கே எங்கேன்னு நீ தேடித் திரிய வேண்டாம். அவள் போனதுபோல் திரும்ப வரட்டும். ஆனாலும் வீட்டுப் பொம்பளைக்கு இந்தத் திருட்டு வேலை ஆகாது. வீட்டை விட்டுப் போகும் முந்தி, வீட்டில் இருக்கும் உங்கிட்டெயாவது ஒருவாக்கு எங்கே போறேன்னு சொல்லிவிட்டுப் போனால் என்ன? வீட்டு ஆண்பிள்ளை குடும்பத்தின் வயிற்றுப் பாட்டைப் பார்க்க அங்கே இங்கே அலைஞ்சு பாடான பாடுபடும் நேரம் பார்த்து இப்படி இவள் யார்கிட்டேயும் சொல்லாமல் கொள்ளாமல் கள்ளக்களவில் வெளியே போயிருக்கிறாளென்றால் இதுக்கு என்ன அர்த்தம்?'

மேலே பேசமுடியாமல் இவனுக்கு மூச்சு வாங்குகிறது.

தான் பேசுவது அழுகுரலாய் ஒலிப்பதுபோல்...

'அது சரிதான். வெளியே போய்ச் சம்பாதிக்கிற ஆண் பிள்ளைகளுக்குத்தான் அதன் கஷ்டம் தெரியும்' என்கிறாள் தங்கம்மா நிர்க்குண பரபிரம்மமாக.

எங்கே போயிருக்கிறாள்? வேலைக்காரிக்குத் தெரியாது; குழந்தைகளுக்குத் தெரியாது; அப்படியென்றால்... ரகசியமாய்ப் போயிருக்கிறாள்...

எங்கே ரகசியம் இருக்கிறதோ அங்கே பாவம் – ? மேலே சிந்திக்க முடியவில்லை.

வியர்வையில் நனைந்து உடம்புடன் ஒட்டியிருந்த சட்டை, பனியன், கால்சராய் எல்லாவற்றையும் களைந்துவிட்டு, வேஷ்டியை மட்டும் உடுத்திக்கொண்டிருக்கும்போது, இனி என்ன... இனி என்ன, அவள் திரும்பிவரும்போது எப்படி எதிர்கொள்வது? இப்படி எத்தனை எத்தனையோ கேள்விகள் குடைந்தெடுக்கின்றன.

நேரம் சென்றுகொண்டே இருக்கிறது...

மணி இப்போது மூன்றரையை நெருங்கிக்கொண்டிருக்கிறது. எப்படியானாலும் தன்னிடமோ வீட்டில் வேறு யாரிடமோ தெரிவிக்காமல் திருட்டுத்தனமாய் வீட்டைவிட்டு வெளியே போனவள், போனதைப்போல் அப்படித் திருட்டுத்தனமாய் யாரும் அறியாமல் இப்போ வெளியிலிருந்து வீட்டுக்குள் நுழைய வேண்டாம் என்று ஒரு எண்ணத்தின் பொறி மனசுக்குள் எழுந்து மீண்டும் தன்னை விரட்டுகிறது. வொர்க் ஏரியாவுக்கு வந்தபோது, ஒன்றுமே நடக்காததுபோல் வெல்ட்மெஷ் வழி வெளியில் பார்த்துக் கொண்டு நிற்கிறாள் தங்கம்மா.

'சரி – சரி. உனக்கு வீட்டுக்குப் போகணுமுன்னால் இப்போதே வெளியில் இறங்கிக்கொள். நான் இந்தக் கதவை உள்ளிருந்து தாழிடப் போகிறேன். நான் சொல்லாமல் இதை நீ திறக்கலாகாது – ஆமாம்...'

'நான் எதுக்குத் திறக்கப்போறேன்? நான் வீட்டுக்குப் போகும்போது என்னைத் திறந்து விட்டுவிட்டால் போதும்' அந்தக் கதவைச் சாத்தி உள்ளிருந்து தாழிட்டான்.

வெளிவராந்தாவுக்கு வந்து வராந்தாவிலிருந்து முற்றத் துக்கு இறங்கும் வெளிக் கதவையும் அடைத்து உள்ளிருந்து தாழிட்டான். பிறகு படுக்கையறைக்கு வந்து மின்விசிறியை முழு வேகத்தில் சுழலவைத்துவிட்டுக் கட்டிலில் படுத்தான்.

ஓரிரு நிமிஷங்கள் இழைந்தன...

அப்படிப் படுத்திருக்கவும் முடியவில்லை... ஒரு பயங்கர விநாடி மெல்ல மெல்ல தன் பலிஷ்டமான கோர கரங்களுடன் தன்னை நோக்கி அடிவைத்து அடிவைத்து வருவதைப் போல்...

இன்னும் சில நொடிகளில் சம்பவிக்கப் போகும் ஒரு பொட்டித் தெறிப்பை எதிர்பார்க்கும் அந்தக்கரணம்...

இதயத்தின் அடிப்பைக் கேட்க முடிகிறது.

தன் ரத்தக் கொதிப்பு மேலே மேலே போய்க்கொண் டிருப்பது போல்...

திருட்டுத்தனமாய் அவள் சென்ற அந்தக் கொல்லைப்புற வாசல் வழியே அவள் திரும்ப நடந்துவரும் ஒயிலைப் பார்க்க வேண்டுமென்ற ஒரு குறுகுறுப்பு மூள, வொர்க் ஏரியாவின் பின்பக்கம் கொல்லைப்புறத்தைப் பார்க்க முடிகின்ற படுக்கையறை ஜன்னல் கதவை லேசாய்த் திறந்துவைத்தான்.

மீண்டும் செவிப்புலனில் முழுசாய்ச் சிரத்தையை ஒருமுகப் படுத்திக்கொண்டு படுக்கையில் சாய்கிறான். விழிகளை மூட முடியாமல், ஜன்னல் வழி தெரியும் கொல்லையில் மேய விட்டிருக்கையில் மனம் படபடத்துக்கொண்டிருக்கிறது.

இப்போது வருவாள்... இப்போது வருவாள்... இப்போது வருவாள்...

இன்று மத்தியானம் இன்னும் சாப்பிடவில்லை என்பது திடீரென்று இவனுக்கு ஞாபகம் வருகிறது. வயிற்றின் சூன்யம் உடம்பில் களைப்பைப் பரப்பியிருப்பதை உணர முடிகிறது. தனக்கு ஒரு கோப்பை டீ போட்டுத் தரக்கூட நாதியற்றுப் போய்விட்ட நிலைமை...

மணி மூன்றரை அடித்து விட்டது.

அவள் இன்னும் வரவில்லை.

படுத்திருக்க முடியவில்லை, மறுபடியும் எழுந்தான்.

இதென்ன அவஸ்தை!

சமையலறையைத் தாண்டி வொர்க் ஏரியாவுக்கு வந்து 'ஆமா – எப்போ போனாள்?' என்று தங்கம்மாவிடம் கேட்டான்.

'ஸ்கூலுக்குச் சாப்பாடு கொடுத்தனுப்பியவுடன்...'

"அப்படீன்னா பத்தரை மணிக்கே போயாச்சுஇல்லையா?'

'உம்...'

அங்கே நிற்க முடியாமல் மீண்டும் படுக்கையில் வந்து விழுந்தான். தன் சுயவதைப்பைத் தெரிந்துகொள்ளாது சவிதா தன்மீது வந்து விழுந்து ஆ... ஊ... என்று விளையாடிக் கொண்டிருக்கிறது.

நேரம் இழைந்து கொண்டிருக்கிறது...

அவள் சென்றிருக்கும் இடத்து நிகழ்ச்சிகளை மேலே மேலே கற்பனையில் கண்டு மனசுக்குள் புழுக்கம்... அதோடு, அவள் வந்து கதவைத் தட்டும்போது என்ன சொல்லணும், எப்படி நடந்து கொள்ளவேண்டும் என்பனவற்றை மனசுக்குள் ஒத்திகை நடத்தி ஒழுங்குபடுத்த முயற்சித்து மானசீகமாய்க் கோர யுத்தத்தில் ஈடுபட்டுப் படுக்கையில் கிடந்து புரண்டு தவித்துக்கொண்டே இருக்கிறான்.

ஜன்னல் வழி, வெளியில் வெயில், கண்களால் துழாவித் துழாவி இப்போது கடுமையாய் தலைவலி.

வயிற்றில் சங்கடம்.

தொண்டையில் வறட்சி... இதயத்தில் படபடப்பு...

பாத்ரூம் செல்லவேண்டும்போல் உபாதைகள். ஆனால் அதற்குள் அவள் வந்துவிட்டால்...

அவள் வரும் ஒயிலைப் பார்க்க வேண்டாமா?

மணி நாலடிக்கிறது.

மூத்த மகள் வித்யாவும் மகன் முரளியும் டெஸ்ட் பேப்பர் முடித்துப் பள்ளியிலிருந்து வருகிற நேரம். இனியும் தாமதிப்பாள் என்று தோன்றவில்லை. பத்தரை மணியிலிருந்து இந்நேரம் வரை...

தலையைச் சுற்றியது.

இப்படியே இந்த இதயம் நின்று போய்விட்டால்... பூஜை யறைக்குள் சென்றபோது சுவாமி படங்களைப் பார்க்கவே முடியவில்லை. சண்டாளக் கடவுளே – என்ற வீறிடல் மட்டும்...

வெளியில் காலடியோசை... இவன் உஷாராகிறான்.

அதோ இளநகை உள்ளடங்கி நிற்கும் முகத்துடன் கொல்லைப்புற வாசல் வழி அவள் வருகிறாள். சாதாரண நாட்களில் பீரோவிலிருந்து வெளியில் எடுக்காத செக்கச் சிவந்த ஸாரி... நெற்றியில் செந்நிறப் பெரிய குங்கும வட்டம் வியர்வையில் சற்று வடிவம் மாறியிருக்கிறது.

தன்னை அவள் இன்னும் பார்க்கவில்லை. விலகி நின்றான். ஜன்னல் வழி அவளைக் கண்ட குழந்தைகள் அம்மா, அம்மா...' என்று ஆர்ப்பரிக்கின்றன.

வொர்க் ஏரியா கதவைத் தள்ளிப்பார்த்துவிட்டு, உள்ளே நிற்கும் தங்கம்மாவிடம் கம்பிவலை வழி பேசிக் கொள்வது கேட்கிறது.

'கதவைத் திற.'

'அவுங்க அப்பா வந்தாச்சு.'

இப்போ சரளாவின் முகத்தில் ஒரு அதிர்ச்சி.

'எப்போ?'

'சார் வந்து ரொம்ப நேரமாச்சு. கதவைத் திறக்கக் கூடாதுன்னு சொல்லியிருக்கிறாரு...'

நிசப்தம்... நிசப்தம்...

தன்னால் அப்படி நிற்க முடியவில்லை. இத்தனை நேரமாய் வெளிப்படப் பழுது தெரியாமல் அடங்கி ஆழ்ந்துகிடந்த உணர்ச்சிகள் வெடிக்கின்றன. உச்சிமுதல் உள்ளங்கால் வரை வெடவெடவென்று நடுநடுக்கம்... சே... இதென்ன கோழைத்தனம்! கெட்டிக்காரத்தனமாய்த் தன் கோபாவேசத்தை வெளிப்பிரகடனம் செய்யவேண்டிய தருணத்தில் இப்படிக் கோழையாகி, கொட்டித்தீர்ப்பது முறையா... என்று சுய பிரயாசையுடன் ஆத்ம பரிவுடன் ஜன்னலை விட்டு விலகி நின்றான். இருந்தும் இன்று அம்மாதிரி கெட்டிக்காரத்தனமான வெளிப்பிரகடனம் ஒன்றும் சாத்தியமென்று தோன்றவில்லை. எப்படியாவது கொட்டித் தீர்க்காமல் வழியில்லை என்ற அசக்த நிலைமையுடன், நெஞ்சின் கனம் கீழே கீழே தன்னை அழுத்திக்கொண்டிருப்பது போல்...

இப்போது சரளா – தங்கம்மா சம்பாஷணை ஒன்றும் தனக்குக் கேட்கவில்லை.

சற்று நேரம் கழித்து, ஒன்றும் நடக்காததுபோல், ஜன்னல் அருகில் வந்து, தன்னைப் பார்த்து 'கதவைத் திறங்கோ...' என்று கூட அவள் சொன்னபோது, இவன் அம்மன் சன்னதியில் சாமி ஆவகிக்கப்பட்டிருக்கும் ஒரு ஜீவனாகி விட்டிருந்தான்.

'கதவைத் திறக்கச் சொல்ல உனக்கு வெட்கமில்லே... எவனைப் பார்க்கப் போயிருந்தே?'

– இப்படி என்ன கேட்கிறோம் என்றுகூட தெரியாமல், வாயில் வந்ததையெல்லாம், வாயு மட்டும் நிறைந்திருந்த தன்

கும்பியிலிருந்து சக்தியைத் தொண்டைக்கு ஒன்று திரட்டி உடல் குனிய சத்தம்போட்டுக் கேட்கிறான்.

'நான் காலம்பரெயே சொன்னேனே எங்க வீட்டுக்குப் போகணுமுன்னு.'

வெளியில் நின்றுகொண்டு உச்சஸ்தாயியில் அவளும் சத்தம் போட்டுக் கேட்கிறாள்.

எங்க வீடு... அப்போ இது..?

'நீ போகட்டுமான்னு கேட்டதுக்கு, குழந்தைகள் பரீட்சை முடிஞ்சு போனா போதுமுன்னு அல்லவா நான் சொன்னேன்...' என்று கத்தும்போதும் இவன் கைகால்களின் பதற்றம் நிற்கவில்லை.

'ஆனா... அதற்கிடையில் என் அம்மா செத்துப் போனாள்ன்னா? அம்மா என்னைப் பார்க்கணுமுன்னு வீட்டுக்கு வரச் சொல்லியனுப்பினாள். அதுதான் போனேன்.'

'சொல்லியனுப்பினாளா, யாரை? இன்னைக்கு இங்கே யாருமே வரலேன்னு தங்கம்மா சொன்னாளே...'

'அவள் பார்க்கல்லே... கடைப் பையன் சீனு வந்து சொன்னான்.'

'வீட்டு வேலைக்காரி கூட அறியாமல் சீனு ரகசியமாய் உங்கிட்டெ வந்து சொல்லி உன்னைக் கையோடு கூட்டிக் கொண்டு போனான், இல்லையா?'

'ஒருத்தன் கூடவும் நான் போகல்லே... அவன் சொல்லி விட்டுப் போனான்? நான் தனியாகத்தான் போனேன். இல்லாட்டி யும் உங்களுக்கு எல்லாமே சந்தேகம்தானே.' கோபாக்கினியில் அவள் குரலும், நெற்றியில் அவள் தீ நிறக் குங்குமப் பொட்டும் தன்னை நோக்கி எரிவதைப் போல்...

'குற்றம் செய்ததுமில்லே உனக்கா இப்போ ஆங்காரம். அம்மா வீட்டுக்குப் போனேன்னா அதை தங்கம்மாவிடமோ குழந்தைகளிடமோ சொல்லிவிட்டுப் போனால் என்ன? ஏன் இப்படிக் கள்ளக்களவில் போகணும்?'

'நான் தங்கம்மாவிடம் சொல்லிவிட்டுத்தான் போனேன். எல்லோரையும் போல் அம்மாவைப் பார்க்க அடிக்கடி நான் போய்கிட்டா இருக்கேன்?'

தன்னையும் தன் சகோதரிகளையும் உத்தேசித்துத்தான் அவள் இப்படி 'எல்லோரையும்போல்' என்று குறிப்பிடுகிறாள்

என்பது இவன் மூளையைப் போய்ச் சேர்ந்ததும் தலைக்குள் சுரீரென்று ஒரு கொதிப்பு.

'யாரிடமும் சொல்லிக்காமல் எங்கெல்லாமோ போய்ச் சுற்றிவிட்டு வந்து, நீ செய்தது சரிதான்னு வேறு எங்கிட்டெ தர்க்கிக்கிறியா ... கள்ள ராஸ்கல்' என்று ஆர்ப்பரித்தவாறு வொர்க் ஏரியா கதவின் தாழை விலக்கிக் கதவைப் படாரென்று திறந்துகொண்டு அவள் நேர் பாய்ந்தான்.

'என்னைக் கொல்லுங்கோ ... கொல்லுங்கோ ...' என்று கத்தியவாறு சீறிக்கொண்டு சிறுத்தையாய் அவள் தன்னை நோக்கிப் பாய்ந்து வருகிறாள். தன் கை அவள் கன்னத்தில், முகத்தில் பதியப் பதிய அவள் பிடரியைச் சிலிர்த்துக்கொண்டு முட்டவரும் போர்க் கடாவாகத் துள்ளித் துள்ளிக் குதித்துத் தன் மீது பாய்ந்து வந்து விழுகிறாளேயன்றி, ஒரு கடுகளவு கூட பின் வாங்கவோ அடங்கவோ செய்யாததைக் காணக் காண மேலும் மேலும் இவன் ஆண்மை ஆர்ப்பரித்துக்கொண்டு அவளிடம் வெற்றிக்கொடி நாட்ட தலைநிமிர்ந்துகொண்டு கிளம்புகிறது.

அவள் கழுத்தில் தான் அணிவித்த தாலிமாலையில் தன் விழிகள் பதிந்ததும், இரண்டு நாட்கள் முந்தி ஏதோ சின்ன வாக்குதர்க்கத்தின்போது 'நான் செத்தால்தான் உனக்கு நிம்மதி' என்று தான் மனம் கசந்துபோய்ச் சொன்னதும், 'சாகிறவங்க கூட யாரும் சாவதில்லை,' என்று அவள் திருப்பியடித்தது ஒரு மின்வெட்டின் வீச்சாய் ஞாபகம் வர, அப்படியென்றால் இவளுக்கு இந்தத் தாலியானது ஒரு அலங்கார வஸ்து மட்டும்தானே என்று இப்போ மனம் குமுறியெழ அந்த தாலிச் செயினில் கையை வைக்கிறான். அப்போதும் அவள் பின்வாங்கவில்லை.

'உம் ... உம் ... இந்தத் தாலியை அறுங்கோ ... அறுங்கோ ...' என்று கத்திக்கொண்டு ரத்தவெறி பிடித்த ஒரு யட்சிணியைப் போல் அவள் தன்னைப் பின்னால் தள்ளிக்கொண்டு பாய்ந்து வருகிறாள். இனி, தான் கையை எடுத்தால் பார்வையாளர்களான தங்கம்மா, அடுத்த வீட்டுக்காரர்கள், பயந்து வீறிட்டு அழும் குழந்தைகள், இதற்கெல்லாம் மேல் தன்னைப் பின் வாங்க வைத்தவாறு மூர்க்கமாய் முன்னேறிக்கொண்டிருக்கும் இவள் – இப்படி எல்லோர் முன்னிலையிலும் படுதோல்வி தனக்கு என்ற தன்மானம் கிளர்ந்தெழ, எட்டாண்டுகளுக்கு முன் கெட்டிமேளம் முழங்க, இறுக தன்னால் கட்டப்பட்டு இப்போ நைந்துபோய்விட்டிருந்த தாலிச் செயின் அவள் கழுத்திலிருந்து துண்டுபட்டு இவன் கைக்கு மாறியது. அதைக் கீழே புழுதி மண்ணில் வீசியெறிந்தான்.

'இனி உங்க அம்மாக்காரி கிட்டையே போய்ச் சேர்ந்துடுங்கோ.' அப்படி இப்படீன்னு அவள் பொரிந்துதள்ளிக்கொண்டிருப்பதைக் கண்டு, 'என் அம்மாவை இங்கே இழுக்காதே...' என்று கூறிவிட்டு மறுபடியும் தான் கை ஓங்கிய போது 'நீங்க கட்டிய தாலியை அறுத்தெறிஞ்சாச்சு... இனி உங்களுக்கு என்னைத் தொட உரிமை கிடையாது' என்று நாடகீயமாய் அவள் அலறியபோது, ஒரு கணம், தான் ஸ்தம்பித்து நின்று, பிறகு சமாளித்துக்கொண்டு 'நீ எவளானாலும் சரி... என் அம்மாவை இங்கே இழுத்தேயானால் சும்மா விடமாட்டேன்' என்று கத்திவிட்டு, வொர்க் ஏரியா படி ஏறி, தன் அறைக்கு வந்து, உள்ளிருந்து கதவைச் சாத்தித் தாழிட்டு விட்டு மேல்மூச்சு கீழ்மூச்சு வாங்க படுக்கையில் சாய்ந்தான்.

## 53

அசைவுகள் ஒடுங்கிப்போன நிசி.

தூக்கம் வராமல் புரண்டு கொண்டிருந்தான் இவன். பார வண்டியாய் மனம் கனக்கும்போது தூக்கம் எப்படி வரும்? அப்பா ஆஸ்பத்திரியில் எப்படியிருக்கிறாரோ!

சரளாவும் குழந்தைகளும் கவலையற்றுத் தூங்கிக் கொண்டிருக்கிறார்கள். அவர்களைப் பார்க்க பொறாமையாய் இருக்கிறது. இப்போது இவள் முகத்தைப் பார்க்க எவ்வளவு சாதுவாகத் தோற்றம் தருகிறது. அன்று இவளா அப்படியெல்லாம் நடந்து கொண்டாள்?

'இனி உங்களுக்கு என்னைத் தொட உரிமை கிடையாது' என்ற ஒரே வாக்கியத்தில் எவ்வளவு ஜோராய் இவள் தன்னைத் தோற்கடித்துவிட்டாள்! அன்று இதே அறைக்குள் அடைந்து கிடந்தவாறு, இந்தச் சின்ன விஷயத்தை ஏன்தான் இவ்வளவு தூரம் பெரிசுபடுத்திவிட்டோம் என்று திரும்பத் திரும்ப குடைந்தெடுக்கும் மனதுடன் இதே படுக்கையில் உருண்டு புரண்டுகொண்டிருந்தோம். குச்சுப் போலிருக்கும் தன் இந்தக் கரங்களுக்கு இவ்வளவு வலு எங்கிருந்து வந்தது? நினைவுகள் மழுங்குவது போலிருந்தது. தாகம், பசி, திடீர் உணர்ச்சிக் கொந்தளிப்பின் களைப்பு, உடல் உபாதைகள் எல்லாம் சேர்ந்து தன் ஜீவியிலிருந்து ஜீவன் விட்டுப் பிரிவது போல் உணர்வு...

சற்று முன்வரை கறுத்திருண்டு மூடி கெட்டியிருந்த கார் மேகங்கள் படபடவென்று மழையாய்க் கொட்டு கொட்டென்று கொட்டித் தீர்த்து இப்போ வெள்ளக் காட்டில் முழுகி எழுந்து மூச்சுமுட்டும் மனம்.

வெயில் மடிந்துகொண்டிருக்கும் போக்கு வெயில்.

அமர்ந்த குரலில் பேச்சரவம்.

பிறகு யாரோ ஓடிவரும் காலடியோசை... அடைத்துக் கிடக்கும் இந்த அறைவாசலில் வந்து நிற்கிறது.

பட பட பட

இடிமுழக்கம்போல் அறைக் கதவைத் தட்டும் ஓசை... மறுபடியும் துடிதுடிக்கத் தொடங்கிவிட்டது.

வாரிச் சுருட்டிக்கொண்டு எழுந்தபோது, இடுப்பிலிருந்து வேஷ்டி கீழே நழுவியது. அதை எடுத்து உடுக்கும்போது, அறை முழுதும் கறங்குவதுபோல்...

கண்ணில் ஒரு மயக்கம். இதற்கிடையில் மீண்டும் கதவில்

பட பட பட

பட பட பட

கதவு நொறுங்கிப் போவதைப்போல்...

வீடே இடிந்து இப்போது தரைமட்டமாகப் போவது போல்...

'கதவைத் திறக்கணும்...'

'கதவைத் திறக்கணும்...'

கோபக்கட்டளை கதவின் மறுபுறத்திலிருந்து.

குரலில் இருந்து அதன் சொந்தக்காரர் இன்னாரென்று புலனாகிறது. சரளாவின் தகப்பனார், தன் மாமனார் சாட்சாத் டி.எ. விக்கினேஸ்வரன் பிள்ளை என்ற டி.எ.வி. முதலாளி.

மீண்டும் பட பட பட

'என்ன இழவுக்கு இப்படிக் கதவைப் போட்டு உடைக்கி றீங்க... வீட்டை இடிச்சுப் போட்டுவிடாதீங்க...' என்று, தன்னிலிருந்து ஒழுகிப்போய்விட்ட வலுவையெல்லாம், மறுபடியும் ஒன்று திரட்டிச் சேகரித்து இவன் சத்தம் போட்டவாறு, ஓடிச் சென்று கதவின் தாழை அகற்றினானோ இல்லையோ, அதற்குள் அன்றொரு நாள் கையிலிருந்த சாவிக்கொத்தை வீசியெறிந்துவிட்டு வெறிநாயாய்ச் சீறி வந்ததைப் போல், கதவைத் தன்மீது இடிக்கத் தள்ளித் திறந்து கொண்டு, ஒரு கொடும் காற்றாய் உள்ளே பாய்ந்து வருகிறார்...

கூடப் போரிட அவர் மகளும்! பார்வையாளர்களாகத் தன் நான்கு குழந்தைகள்.

‘உம் . . . இதெல்லாம் என்ன?’ என்று தன்னைத் தொட்டுருமிக்கொண்டு முகத்தின் நேர் கையை ஆட்டிக்கொண்டு அவர் அலறியபோது, இவன் எச்சரிக்கையானான். இந்தத் தடவை அன்றுபோல் வெறும் டிபன்ஸிவாகவே – தற்காப்பாய் இருக்க விரும்பவில்லை. அஃபன்ஸிவாக நிற்கத் தயாராகி, ‘உமக்கு இப்போது என்ன வேணும்... முதலில் உங்க மகள் கிட்டெ விசாரித்துவிட்டு எங்கிட்டெ வாரும்’ என்று தன் சக்தியையெல்லாம் ஒன்று திரட்டிக்கொண்டு பதிலுக்கு இவனும் அலறினான்.

அவர் தன்னை இடித்துக்கொண்டு பீமசேனன் மாதிரி நின்று கையையும் காலையும் ஆட்டிக்கொண்டு குதித்தவாறு நிற்கிறார். இவனும் வேஷ்டியை மடித்துக் கட்டிக்கொண்டு எதற்கும் தயார் என்ற ரீதியில் நிற்கிறான்.

‘எல்லாம் கேட்டாச்சு... உனக்கு என் மகளை என்னவும் செய்யலாமுன்னா?’ என்று அவர் சத்தம் போட்டபோது. தன்னை எதிர்த்து அவள் கட்சிக்கு வலுத்தேட தகப்பனின் கூட சேர்ந்துகொண்டு தன்னைக் கடித்துக் குதறும் நீலியாய் ஆட்டம் போடுகிறாள் அவள்.

‘நான் ஓரிடத்துக்கும் போகப்படாது... வரக்கூடாது... எனக்கு இங்கே ஜெயில் வாசம்’ என்று கத்தி, தகப்பனை ஊக்குவிக்கிறாள்.

தன் குழந்தைகளின் முன்னால் வைத்து இவர்கள் இருவருக்கும் தான் சற்றும் சளைக்கலாகாது என்ற மனோ திடத்துடன் ‘அன்னைக்குக் கடைத்தெரு மத்தியில் நீர் என்னை அடிக்க வந்தபோது, உத்தரனைப்போல் கோழைத்தனமாய் நான் இறங்கி ஓடிப்போய்விட்டதைப்போல் இன்றும் நான் போகப் போறதில்லை... உம்... நடக்கட்டும்.’

‘அதற்கெல்லாம் இப்போ என்ன நடந்துவிட்டதாம்?’ அவர் மீண்டும் கேட்டார்.

‘அதுதான் நானும் கேட்கிறேன். உங்கள் மகள்கிட்டெ கேட்டுவிட்டு நீங்கள் பேசாமல் போயிருக்கணும்... இல்லை அவளிடம் கேட்டு, அவள் ஏவி விட்டுத்தான் நீங்க எங்கிட்டெ வந்திருக்கிறீங்கன்னாகூட எனக்கு ஒண்ணும் இல்லை... முதலில் நடந்ததைச் சொல்கிறேன்...’ என்று இவன் சொன்னபோது மறுபடியும் அவர் குரல் மேலே ஏறியது.

‘வேண்டாம். வேண்டாம்... இங்கே உட்கார நான் வரவில்லை.’

‘அப்படீன்னா இங்கே எங்கிட்டெ குஸ்திபோட வந்திருக்கீங்களா? அதற்கும் நான் தயார். அப்பாவும் மகளுமாய் வாருங்கள் ... நான் ஒண்டி. நேருக்கு நேர் நின்று ஒரு பலப் பரீட்சை செய்து பார்த்துவிடுவோம்.’

‘இதுக்கெல்லாம் அது என்ன குற்றம் செய்துட்டுது? அம்மாவைப் பார்க்கப் போனது ஒரு குற்றமா?’

‘அவள் எங்கே வேணுமுன்னாலும் தொலையட்டும் ... இங்கே பிள்ளைகளிடமோ தங்கம்மாவிடமோ சொல்லாமல் ரகசியமாய் எதுக்குப் போகணும்?’

‘யாரு சொன்னா? வேலைக்காரிகிட்டெ சொல்லிவிட்டுத் தான் நான் போனேன்.’

தன் தலையில் மறுபடியும் ரத்தம் குபீரென்று பீறிட்டோடியது.

‘பொய் சொல்லாதே... தலை வெடித்துச் சிதறிப்போயிடும். தங்கம்மாவைக் கூப்பிடு. இப்போ கேட்டு விடுவோம்.’

‘அவள் வீட்டுக்குப் போயாச்சு. உங்ககிட்டெ நான் சொல்லல் லேன்னு அவள் சொன்னதுக்கு நான் என்ன செய்யணும்?’

அவரும் மகளை ஆதரித்துக் கோபத்தில் அலறினார்: ‘வேலைக்காரி அப்படிச் சொன்னதுக்கு என் மகள் என்ன செய்வாள்? அப்படிச் சொன்னதை நம்பிக்கிட்டு இவளை எப்படி நீங்க அடித்து நொறுக்கலாம்?’

அவர் கோபத்தையும் சீற்றத்தையும் கண்டு தன் கோபமும் சீற்றமும் பன்மடங்கு கூட ‘என் பெண்டாட்டியா இருக்கிறவளை எங்கிட்டெ கேட்காமல் கண்டபடி ஊர்சுற்ற அனுமதிக்க என்னால் முடியாது’ என்று சொன்னான் இவன்.

‘ஆனாலும் இது ரொம்ப கூடிப்போச்சு. யார் கிட்டையும் பேசக்கூடாது, ஓரிடமும் போகப்படாது...’

‘ஆமா ... இப்போ அதுக்காக என்னமோ குடி முழுகிப் போய்விட்டதாக நீங்க பச்சாதாபப்பட வேண்டியதில்லை. இப்பவும் தாமதித்து விடவில்லை, இனிமேலாவது இந்த கஷ்டம் ஒண்ணும் இல்லாதிருக்க நடக்க வேண்டியதைப்பாருங்கள்.’

இப்போது அவள் சூளுரைத்தாள். ‘நான் எதுக்கு வேணுமானாலும் தயார் ... கல்யாணமாகி இந்த எட்டாண்டு காலமாக எனக்கு ஜெயில் வாசம்தான். இனியாவது விமோசனம் வேண்டும்...’

'சரி... எனக்கும் சம்மதம். அப்படிக் கஷ்டப்பட்டுக் கொண்டு என்கூட ஒருத்தி வாழ வேண்டாம். எனக்குச் சில கொள்கைகள் உண்டு. என் பெண்டாட்டியாக வாழ்கிறவள் எனக்கு அனுசரணையாக, என் நிலைக்கும் விலைக்கும் தகுந்த மாதிரி வாழணும். அவளை இப்படிக் கண்டபடி நினைத்த வுடன் இறங்கி ஓடிவிட அனுமதிக்க என்னால் முடியாது.'

'என் அம்மா சொல்லி அனுப்பினாள்; அதனால்தான் போனேன்.'

'இன்னைக்குக் காலம்பரெ நீ கேட்டபோது பிள்ளைகளின் பரீட்சை கழித்துப் போகலாமுன்னு நான் சொன்னபோது, இல்லை... இன்றே போய்த் தீரவேண்டும், போவேன் என்று நீ சொல்லியிருக்கணும் – அதை விட்டுவிட்டு இப்படி என்னை ஏன் ஏமாற்றணும்? நான் இன்று வராவிட்டால், இந்தச் சங்கதி நான் அறிந்தே இருக்கமாட்டேன்... இதுதான் நம்பிக்கைத் துரோகம்.'

'ஆமா... துரோகம், உங்க சுபாவத்துக்கு என்னைப்போல் ஒரு பெண்டாட்டி இந்த ஜென்மத்தில் உங்களுக்குக் கிடைக்க மாட்டாள். மாப்பிள்ளைக்கு என்னைப்போல் ஒருத்தியும் இவ்வளவு அக்கறையுடன் பணிவிடை செய்யமாட்டாள். ஆமாம்...'

'திமிர்பிடிச்ச – இவ்வளவு தூரம் வாய் நீளமுள்ள உன் கூட வாழ என்னைப்போல் வேறெந்த மடையனும் உனக்கு கிடைக்கமாட்டான்.'

'ஏன் கிடைக்கமாட்டான்? அழகில் இல்லாவிட்டாலும் அன்பில் உங்களைவிட அருமையான மாப்பிள்ளை கிடைப்பான்.'

'அப்போ சரி, உனக்கு அதுதான் நோட்டம் – இல்லையா! அன்பான மாப்பிள்ளை யாரையாவது பார்த்து வச்சுக்கிட்டுத்தான் என்னிடம் மோதுகிறாயா..?'

அவள் பேசும்போது அவளுடன் சேர்ந்துகொண்டு அவரும் சத்தம் போட்டார். அவர் பேசும்போது பக்கப் பாட்டுக்கு அவள். அப்படி அப்பாவும் மகளும் சேர்ந்து கொண்டு பரஸ்பர சகாயத்தோடு இவனை ஒற்றைப்படுத்திக் குற்றம் சாட்டிக் கொண்டிருந்தார்கள். இருவரிடமும் மாறிமாறிச் சத்தம்போட்டு போட்டு இவன் தொண்டை அடைத்துக்கொண்டுவிட்டது. அவள் சொன்ன சிறைவாசம், அன்பான கணவன் முதலிய பதங்களால் இவன் வெகுவாய், பாதிக்கப்பட்டுவிட்டிருந்தான். இத்தனை நேரமாய் அலைமோதிக்கொண்டிருந்த உணர்ச்சி வேகம் சமனப்பட்டு, உடம்பின் – உள்ளத்தின் களைப்பும் வாட்ட, நிதானமாய், குரலை இறக்கி இவன் அவரிடம் சொன்னான்.

‘இவ்வளவு தூரம் தெரிந்த பிறகு இனி எனக்கு இவள் கூட ஒரு வாழ்க்கை முற்றிலும் அசாத்தியம் என்று எனக்குப் பட்டுவிட்டது. என்கூட வாழ்வதைச் சிறைவாசமுன்னு அவளே சொல்லிவிட்டாள். அவள் வாயிலிருந்தே இனியொரு அன்புள்ள மாப்பிள்ளையைப் பற்றிய அவள் அந்தரங்கமும் வெளிப்பட்டுவிட்டது. இதற்கெல்லாம் நீங்களும் சாட்சி. இவ்வளவு தூரம் ஆனபிறகு, ஊரை ஏமாற்றிக்கொண்டு இப்படி மாப்பிள்ளை, பெண்டாட்டி என்ற போலி அங்கிகளை ஏன் அணிந்துகொண்டிருக்க வேண்டும் – கிழித்தெறியத்தானே வேணும்? இந்த வீடு, என் இதுவரைக்குமுள்ள சம்பாத்தியம் எல்லாம் அவளே எடுத்துக்கொள்ளட்டும்... இனியாவது அவள் சுகமாய் வாழட்டும் –’

ஒரு கண நேர மௌனம் –

‘அன்னைக்கு ஒரு நாள் ஏதோ பேச்சுவாக்கில் உங்க மகள் எங்கிட்டே இதையெல்லாம் மனசில் வச்சுதானோ என்னமோ சொன்னாள் ... உங்களுக்கு எப்படியும் இருந்து விடலாம் ... இந்த நாலு குழந்தைகளை வச்சுக்கிட்டு நான் எங்கே போவேன் அப்படீன்னு. இப்போ நான் சொல்லுகிறேன். அந்தக் கஷ்டமும் யாருக்கும் வேண்டாம். செலவுக்கு வேண்டிய பணம் என் சம்பளத்திலிருந்து ஜீவனாம்சம் தந்துவிடுகிறேன். இப்படி மனஸ்திதி உள்ள ஒருத்திகூட இனி என்னால் வாழ முடியாது – இஷ்டமில்லாத அவளை வாழச் சொல்வதும் பாவம் –’

‘பிறகென்னவாம்... இங்கே எல்லோரும் வரணும், போகணும், நாமும் எல்லா உறவினர் வீடுகளுக்கும் போகணும்’ என்றாள் அவள்.

‘எல்லோரும் வந்து போக இதென்ன?’

‘நான் உங்க மாமனார் என்ற மதிப்புத் தந்து நான் சொல்வதை கொஞ்சம் கேளுங்க... நீங்க எங்காவது போகும்போதெல்லாம் இவள்கிட்டே சொல்லிவிட்டாப் போறீங்க? அவள் மட்டும் எங்கே போக வேணுமானாலும் உங்ககிட்டெ சொல்லி அனுமதி வாங்கிட்டுத்தான் போகணுமுன்னு நீங்க சொல்வது சரியா? படிச்சவங்க பேசுகிற பேச்சா இது? ஆணுக்கும் பெண்ணுக்கும் சம உரிமை உள்ள காலத்தில் நீங்கள் இதை இவ்வளவு பெரிசு படுத்துவது சுத்த பைத்தியக்காரத் தனமல்லவா?’

‘நீங்க சொல்லும் படிச்சவங்களின் கல்ச்சரை உங்கள் வசதிக்கேற்ப உங்களுக்கு உகந்ததுக்கு மட்டும் உபயோகிக்க என்னை நீங்கள் உத்தேசிக்கலாகாது... நான் இப்போ உங்கள்

முன்னிலையில் ஒரு சிகரட்டைப் பற்றவைத்துக் கொண்டு கால் மேல் கால்போட்டவாறு மிஸ்டர் விக்கினேஸ்வரன் பிள்ளை என்று கூப்பிட்டுப் பேசுவதை உங்களால் தாங்கிக்க முடியுமா?'

அவர் முகம் சிறுத்தது.

'சமூகத்தில், குடும்பத்தில் ஒரு பெண்ணின் ஸ்தானம் எங்கே என்பதை எல்லாம் குறித்து நீங்களும் நானும் இப்போது தர்க்கிப்பதில் எந்த பிரயோஜனமும் இல்லை. என் மனைவி யைப் பற்றித்தான் எனக்குச் சொல்ல முடியும்.'

'என்னை இவ்வளவு வயசுவரை என் அப்பாவோ அம்மாவோ கைநீட்டி அடித்ததில்லை. இப்போ உங்ககிட்டெ இருந்து இப்படி வாங்கிக் கட்டிக்க என்னால் முடியாது,' என்ற மகளின் பிரலாபத்தைக் கேட்டதும் தகப்பனாரின் உணர்ச்சி மீண்டும் கிளர்ந்தெழுந்தது.

'ஆமா... அருமையா நாங்க வளர்த்த பெண்ணை இப்படி முரட்டுத்தனமாய் நீங்க எப்படி கைநீட்டி அடிக்கலாம்?'

'அம்மா பெற்று அப்பா கண்டிப்பில் குழந்தை வளர வேணுமுன்னு சும்மாவா சொல்றாங்க? நீங்க செய்யத் தவறியதைத்தான் இப்போது நான் செய்தேன். மகளை அவள் போக்கில் வளர்த்த லட்சணம்தான் இப்போ இப்படி அடங்காப் பிடாரியாக, திமிர் பிடிச்சவளாக நிற்கிறாள் இவள்.'

சரளா சளைக்கவில்லை. மீண்டும் தன் தகப்பனிடம் இவனை எதிர்த்துக் குற்றப் பத்திரிகை தாக்கல் செய்து வாதாடத் தொடங்கினாள். இவ்வளவு நாட்களாக அவள் பிறந்தகத்தின் ரகசிய ஏஜண்டாக இவள் தன்னிடம் வேலை செய்தாளோ என்று கூட இவனுக்குத் தோன்றுகிறது.

இப்படிப்பட்ட ஒருத்திகூட இனி எப்படி வாழ்வது?

மனைவியாலும், மனைவி வீட்டுக்காரர்களாலும் சமூகத்தில் தன் மதிப்பு – அந்தஸ்து ஒரு அங்குலம் கூட உயரவில்லை. மாறாக இவர்கள் அங்குமிங்கும் ஓடி நடந்து அபவாதங்களைப் பரப்பித் தன் மதிப்பை இழக்கச் செய்திருக்கிறார்கள். தன் அப்பாவும் ஏனைய தன் நலம் நாடிய உறவினர்களும் தன் உள்ளத்து ஸுர உணர்வுகளைத் துயிலெழுப்பச் செய்யும் ரீதியில் தன்னிடம் பழகுகிறார்கள் என்றால், இந்த தன் மனைவி உட்பட்ட அவள் வீட்டுக்காரர்கள், எல்லா மனிதர்களிடம் என்பதைப்போல் தன் உள்ளுக்குள் எங்கோ இருளில் ஒளிந்து கிடக்கும் அணுவளவு அஸுர குணத்தின் நுனியைப் பிய்த்திழுத்து விகஸிக்கச் செய்துவிடும் கோரம்.

ஒரு வேளை, தன்மீதுதான் தப்பாக இருக்கலாம்; இதை இவ்வளவு தூரம் பெரிசுபடுத்தியிருக்க வேண்டாமாக இருந் திருக்கலாம். ஆனால், ஒரு கணம் தன்முன் இவள் பச்சாதாபித் திருந்தால் தானும் இவ்வளவு தூரம் நிலை இழந்து செயலாற்றி யிருப்போமோ என்று தோன்றுகிறது. ஆனால் அவள் செயலை நியாயப்படுத்தவும், தன்னைத் திருப்பித் தாக்கவும்தான் இப்போது முயன்றுகொண்டிருக்கிறாள்.

'எதற்கும் வளவளவென்று இனிமேலும் உங்க ரெண்டு பேரிடமும் தர்க்கிக்க எங்கிட்டெ வலு இல்லை. நீங்க சொன்னதுபோல் சம உரிமை கொடுக்கும் குணம், என்னை அவமதிப்பவர்களையும் வீட்டுக்கு வரவேற்கும் பெருந்தன்மை இதொன்றும் என்னிடம் கிடையாது. இனிமேலும் மேற்படி கல்யாண குணங்கள் எல்லாம் எனக்குச் சித்திக்குமென்றும் தோன்றவில்லை. உங்கள் மகளும் என்னிடமிருந்து விமோசனம் வேண்டுமென்ற அவள் அபிலாஷையை வாய் திறந்து இங்கே சொல்லிவிட்டாள். இனி அதற்கு மேற்கொண்டு வேண்டிய நடவடிக்கைகளை எடுங்கள்' என்று கூறிவிட்டு அறைக்குள்ளி லிருந்து முற்றத்துக்கு இறங்கி வந்தான்.

முற்றத்தில் நீண்டு நிமிர்ந்து படுத்தான். மணி இரவு பத்திருக்கலாம் – மேலே விரிந்து பரந்த நிலவில்லாத இருள் சூழ்ந்த வானம். உடம்பில் நீர் அம்சம் முழுதும் ஆவியாகி உலர்ந்துபோய்விட்டது போல்... ஒரு சொக்கப்பனையாய் எரிந்து கருகி நிற்பதுபோல்...

எத்தனையெத்தனை சுகந்தம் பரப்பும் கற்பனை மலர்களால் எழுப்பப்பட்ட தன் தாம்பத்திய வாழ்க்கை... காலம் காலமாய் மோனநிசிப் பொழுதுகளில் தான் சங்கல்ப்பித்திருந்த அந்தத் தெய்வீகமான – வணக்கத்திற்குரிய பெண்மை... இதோ நிக்கிரகிப்பு வடிவம் பூண்டு, மைதுனத்தின்போது ஆணை இறுக்கிக் கொன்று புசிக்கும் பெண் தேளாய்...

உள்ளே தானும் கூட கேட்கட்டுமென்றுதானோ என்னமோ அவள் தகப்பனிடம் பேசுவது கேட்கிறது:

'அந்த ஆளின் கூட வெளியே போகக்கூட எனக்கு கூச்சம். அவர் ஆள் பார்க்க மகாராஜா போல்... நான் இப்படிக் குள்ளமாய், அவலட்சணமாய்...'

இதுகூட அவள் வீண்கற்பனை... அவள் குறிப்பிடுவது போல் அவள் வெளித்தோற்றம் அவலட்சணமானதென்றும், தான் ஒரு மன்மதக் குரங்கென்றும் இன்றுவரை தனக்குத்

தோன்றியதே இல்லை. ஆனால் அவள் அகத்தோற்றந்தான் தன்னை அச்சுறுத்துகிறது. வெறுப்பை வாரி இறைக்கிறது.

இதை அவளால் புரிந்துகொள்ள முடியுமென்று தோன்ற வில்லை.

அவள் குடும்ப அங்கத்தினர்கள் ஒவ்வொருவரைப் பற்றியும் அவளுக்கு இருந்த உயர்ந்த அபிப்பிராயங்களுக்கு நேர்மாறாக தன்னைப்பற்றியும், தன் குடும்பத்தைப் பற்றியும் அவள் கொண்டிருந்த மோசமான அபிப்பிராயங்களை நினைவில் கொண்டுவரும் தன் ஞாபக சக்தியை இவன் உள்ளுக்குள் சபித்துக்கொண்டு அப்படிக் கிடக்கும்போது, ‘நான் இப்போ தெல்லாம் சுவாமியைக்கூட கும்பிடுவதில்லை... கடவுள் என் நெஞ்சுக்குள் இருக்கிறார்...’ என்று உள்ளே அவள் அப்பா விடம் சொல்வதும் கேட்கிறது.

அப்படியே எவ்வளவு நேரம் படுத்திருந்தோம் என்று தெரியவில்லை. கொஞ்சம் கொஞ்சமாய்த் தன் புலன்கள் ஓய்ந்து ஒரு மயக்கத்தில் ஆழ்ந்துகொண்டிருப்பதுபோல்... கடந்த பனிரெண்டு மணி நேரத்திற்கும் மேலாக, பச்சைத் தண்ணீர் கூட அருந்தவில்லை என்பதும் உபபோத மனசில் எங்கோ புலனாகிறது. இப்போதைய இந்த அவஸ்தையில் சில நிமிஷங்கள் கூடச் சென்றால் தான் ஒரு ஜடப்பொருளாக மாறிவிடுவோம் என்ற ஒரு உணர்வு.

அப்படி மாறிவிட்டால் இவளுக்கு ஒன்றும் இல்லை. அவள் ஜெயில் வாசம் சுமுகமாய் முடியும்.

அருமையுள்ள அடுத்தவன் வருவான்.

ஆனால்

தன் அப்பாவுக்கு...

அம்மாவுக்கு...

குழந்தைகளுக்கு...

தம்பிமார்களுக்கு...

கல்யாணப் பருவத்தில் நிற்கும் தங்கைகளுக்கு...

உடம்பின் ஒவ்வொரு அணுவிலும் இருக்கும் சக்தி அத்தனை யையும் ஒன்றுதிரட்டிச் சடக்கென்று எழுந்து உட்கார்ந்தான்.

தலை சுற்றிக்கொண்டு வந்தது.

மெல்ல எழுந்து தன் அறைக்கு நடந்துவந்து கொடியில் கிடந்த வேஷ்டியை எடுத்து உடுத்தி, சட்டையையும் அணிவதைக் கண்டு டி.எ.வி. உள்ளே வந்தார். வீட்டுக்குள் பார்த்து 'வா... வா... வந்து சொல்லு...' என்று மகளிடம் சொல்லுகிறார். சரளா அங்கே வந்து, வேண்டா வெறுப்பாக அவள் அப்பா சொல்லிக் கொடுத்த வாக்கியத்தை 'இனி இப்படியெல்லாம் நடந்துகொள்ள மாட்டேன்...' என்று பாடம் ஒப்புவிப்பது போல் சொல்கிறாள்.

அவள் அப்பாவே கேட்கிறார்: 'இப்போது நடந்தது...'

'ம்... இப்போ நடந்ததுக்கு மன்னிப்பு...' என்று கூறி விட்டு அவள் சிரிக்கிறாள்.

'அப்படி யாரும் சொல்லிக் கொடுத்து எங்கிட்டெ இங்கே யாரும் மன்னிப்புக் கேட்க வேண்டியதில்லை. தன் செயலைத் தப்பென்று மனசில் உணராது, ஏதோ தற்கால சௌகரியத்தை உத்தேசித்து உதட்டளவில் எதற்கு இந்த நாடகம்?'

'அதற்கு நான் தப்பெதுவும் செய்யவில்லையே' என்றாள் அவள்.

'பார்த்தேளா... செய்யாத தப்புக்காக அவளைக் கொண்டு எதுக்கு மன்னிப்புக் கேட்க வைக்கணும்?' என்று கேட்டான் இவன்.

'சரி சரி... போகட்டும்... நடந்ததெல்லாம் போகட்டும். உங்களுக்கு முன்கோபம் கொஞ்சம் கூடுதல். அதுதான் இதுக்கெல்லாம் காரணம்...' என்றார் அவள் அப்பா.

'ஆமா... எனக்குக் கோபம் கூடுதல். நீங்க அப்பாவும் மகளும் பெரிய பொறுமைசாலிகள்.'

'சரி சரி... இனி அதெல்லாம் எதுக்கு! அவதான் மன்னிப்புக் கேட்டாச்சே.'

'மன்னிப்பெல்லாம் கேட்பாள். ஆனால் நான் இனிமேலும் இப்படியெல்லாம்தான் நடக்கப்போகிறேன். எனக்குத்தான் முன்கோபம் ஜாஸ்தியாச்சே... இனியும் என்கூட அவள் எதுக்கு இந்த ஜெயில் வாழ்க்கை வாழணும்?'

'என்ன சரளா, மாப்பிள்ளை சொல்வது புரிஞ்சுதல்லவா... என்னா, அவர் சொல்படி வாழ்வியா?' என்று நாடக பாணியில் மகளை நோக்கிக் கேட்கிறார் அவர்.

'அதெல்லாம் வாழ்வேன்...' என்று கூறிவிட்டுப் பழையபடி மீண்டும் அவள் சிரிக்கிறாள். இப்போது அவள் சிரிப்பதைப் பார்த்து அவரும் சிரிக்கிறார்.

'பார்த்தேளா... நான் இப்போ இங்கே நடந்ததையெல்லாம் நினைச்சு வெந்துருகிக்கொண்டிருக்கிறேன்... அவள் சிரிக்கிறாள்... பார்க்கல்லையா?'

'ஆமாம்... என் மனசில் ஒண்ணும் இல்லை... அதுதான் சிரிக்கிறேன்.'

'சரி சரி... காலம்பரெ இருந்தே ஒண்ணும் குடிச்சிருக்க மாட்டார்; குடிக்க ஏதாவது கொண்டுவந்து கொடு...' என்று அவர் சொல்ல, இவன் 'எனக்கு ஒண்ணும் வேண்டாம்...' என்று மறுப்பதையும் சட்டை செய்யாமல் அவள் உள்ளே சென்று தம்ளரில் பாலைக் கொண்டு வருகிறாள்.

அவரும் அவளும் பாலை வாங்கிக் குடிக்க மாறிமாறி நிர்ப்பந்திக்கிறார்கள். இன்னது செய்வதென்று தெரியாத ஒரு குழப்ப நிலையில் பிரமை பிடித்தாற்போல் இவன் உட்கார்ந்திருக்கிறான். மறுத்துப் பேசக்கூட வலுவில்லாத ஒரு அசக்த நிலைமை.

மணி பதினொன்று அடிக்கிறது. பாவம், குழந்தைகள் எல்லாம் வீட்டில் நடந்த உள்நாட்டு யுத்தத்தைக் கண்ட களைப்பில் ஒன்றும் சாப்பிடாமல் அங்கங்கே தரையில் படுத்துத் தூங்கிப் போய் விட்டிருந்தார்கள்.

நேரம் இழைகிறது...

'சரளா... சரளா...' என்று அழைக்கும் குரல்...

இவன் சடக்கென்று கண் விழிக்கிறான்...

அடுத்த படுக்கையறையிலிருந்து அவள் அப்பாவின் குரல் மறுபடியும்: 'சரளா... சரளா...'

பதில் இல்லை...

'உம்...' என்ற முனகல் ஒலி —

'ஏன் இப்படித் தரையில் படுத்துக் கிடக்கறே – உனக்கு என்ன செய்யுது?'

'மண்டைக்குள் உளைச்சல் –'

'தலைவலியா?'

'இல்லை – தலைக்குள் செவிப்பக்கம் உளைச்சல்...'

அவர் இப்போது இவன் பக்கத்தில் ஓடி வருகிறார். 'அங்கே கொஞ்சம் வந்து பாருங்களேன்...'

‘வெயிலில் நடந்துகிட்டு வந்து இவ்வளவு நேரம் உச்ச ஸ்தாயியில் சத்தம் போட்டாள். சாயந்திரம் காப்பி வேறு குடிச்சிருக்க மாட்டாள். அடிக்கடி அவளுக்கு வருகிற மண்டை இடிதான்.’

‘கூப்பிடக் கூப்பிட என்னான்னு கேட்காமல் படுத்திருக் கிறாளே ... டாக்டர்கிட்டெ போவோம் ...’

‘போவோம் ...’

டி.எ.வி.யின் கூட வந்திருந்த அவர் கடைப் பையன் சீனு இத்தனை நேரமாய் உள்ளே நடப்பதையெல்லாம் வேடிக்கை பார்த்துக்கொண்டு நின்றிருந்தான் போலிருக்கிறது. அவன் போய் ஒரு டாக்ஸி பிடித்துக்கொண்டு வந்தான். குழந்தை களைப் பார்த்துக்கொள்ள அவனிடம் சொல்லிவிட்டு டாக்டரிடம் செல்கிறோம்.

மணி பன்னிரண்டு – டாக்டர் ஷெனாய் தூங்கவில்லை.

‘கொஞ்ச நாளாய்ப் பசிருசி இல்லை – தலை உளைச்சல் – இன்னிக்குச் சாயந்திரம் கீழே விழுந்து கன்னத்தில் அடிபட்டு விட்டது –’ என்றார் அவள் அப்பா.

டாக்டர் பரிசோதித்துக்கொண்டிருக்கும்போது, ‘பொய் சொல்லியிருக்க வேண்டியதில்லை – நிஜத்தைச் சொல்லி யிருக்கலாம் –’ என்று அப்பா செவியில் இவன் சொல்கிறான்.

அவர் பதில் சொல்லாமல் முகத்தைக் கௌரவமாய் வைத்திருக்கிறார்.

‘வயிற்று வலி உண்டா?’ டாக்டர் கேட்கிறார்.

‘ஆமாம் ...’

‘எவ்வளவு காலமாக இருக்குது?’

‘கொஞ்சம் நாளாக! நல்ல பசியா இருக்கும் – ஏதாவது சாப்பிட்டால் கொஞ்சம் கழிந்ததும் நெஞ்சில் ஒரு கரிப்பு – தொண்டைக்குள் விரலைவிட்டு வாந்தியெடுத்தால் ஒரு நிம்மதி – மறுபடியும் இப்படித்தான் –’

‘சரி – இப்போ பார்த்தபோது பெரிய வியாதி எதுவும் இருப்பதாய்த் தெரியவில்லை – தற்போதைக்கு இந்த மாத்திரையை வாங்கிக் கொடுங்கள் – நாளைக்கு மிஷன் ஆஸ்பத்திரிக்குக் கூட்டிக்கிட்டுப் போங்கள் – டாக்டர் ராம்குமாருக்கு ஒரு கடிதம் தாறேன் – அங்கே ஒரு வாரம் தங்கியிருந்து ஒரு கம்பளீட் செக்கப்

செய்யட்டும் – செஸ்ட் எக்ஸ்ரே, பேரியம் மீல் எக்ஸ்ரே, ஸ்கல் எக்ஸ்ரே, ப்ளட், யூரினெல்லாம் டெஸ்ட் பண்ணிப் பார்க்கட்டும்.'

அடுத்த நாள் முதல் பத்து நாட்கள் மிஷன் ஆஸ்பத்திரியில்... விசாரித்து வந்தவர்கள், போனவர்கள் எல்லோரிடமும், 'மாப்பிள்ளைப் பாவி அடிச்சு நொறுக்கி விட்டான்...' என்று போட்டி போட்டுக்கொண்டு சரளாவும் அவள் பெற்றோர்களும் சொல்லிக்கொண்டிருந்தார்கள்.

டாக்டர் ராம்குமாரிடம் கேட்டபோது, 'உடம்பில் நோய் ஒண்ணும் இல்லை. மென்டலாகத்தான் என்னவோ ட்ரபிள். இன்ஸுலின் இன்ஜெக்சனுக்கு எழுதியிருக்கிறேன்' என்றார்.

ஆஸ்பத்திரியிலிருந்து வீட்டுக்கு வந்தபிறகு, பழைய நாலு பவுன் செயின் கூட, நாலு பவுன் கூடப்போட்டு எட்டு பவுனில் ஒரு தங்கச் செயின் செய்து அதில் தாலியைக் கோத்து அவள் கழுத்தில் போட்டான்.

அன்று போன வேலைக்காரி தங்கம்மா பிறகு திரும்ப வரவே இல்லை...

மீண்டும் பிணக்குகளுடனும் இணக்கங்களுடனும் தாம்பத்திய வாழ்க்கையும் தொடர்கிறது...

# 54

சீப் என்ஜினீயர் அனந்தசுப்ரமணியத்தின் வீடு அமைதியில் ஆழ்ந்து கிடந்தது. அடைத்துக் கிடந்த கேட்டின் முன் இவன் சற்று நேரம் தயங்கி நின்றான்.

தெருநடையில் மாக்கோலம் போடப்பட்டிருந்தது. போர்ச்சில் கார் கிடக்கிறது. உள்ளே இருந்து எந்த ஆள் அரவமும் வரவில்லை.

மனதில் ஒரு குற்றவாளி உணர்வு...

நாம் இப்போது செய்வது சரிதானா? அப்பாவின் சீக்கைக் காரணம் காட்டி உள்ளூரில் டிரான்ஸ்பர் கேட்பது முறையா?

அப்பாவுக்குச் சுகமில்லாமலாகி ஆஸ்பத்திரியில் கிடக்கும் நிலைமையில், மூத்த மகன் தான் வீட்டில் இருப்பது எப்படிப் பார்த்தாலும் குடும்பத்திற்கு மிகமிக அத்தியாவசியமானது. தனக்கு இங்கேயே இடமாற்றம் கிடைத்தால் அப்பாவுக்கும் எவ்வளவு ஆறுதலாக இருக்கும்?

இருந்தும்...

காலை நேர மஞ்சள் வெயில் அதற்குள் இவன் நிழலை வீட்டுக்குள் வராந்தாவில் பிரவேசிக்க வைத்து விட்டிருந்தது. இப்போ வீட்டுக்குள் யாரோ, ‘பட்டூ, அடியே பட்டு...’ என்று சத்தம் போட்டுக் கூப்பிடும் ஒலி.

இவன் மெல்ல கேட்டின் இடைவழியே முற்றத்தில் பிரவேசித்து, நாய் ஏதாவது இருக்குமோ என்று சுற்றுமுற்றும் பார்த்தவாறு, போர்டிகோவுக்கு நடந்து வந்தான். மனம் திக் திக் என்று அடித்துக்கொள்கிறது. ஸிட்அவுட்டில்

சில பிரம்பு நாற்காலிகள்; ஒரு டீப்பாய்; உள்ளே நுழையும் பிளஷ்டோர் சாத்தியிருக்கிறது.

போர்டிகோவிலிருந்து ஸிட்அவுட்டுக்கு ஏறும் படிகளின் மேலே சுவரில் கைநீட்டித் தொடும் தூரத்தில் அழைப்பு மணியின் பியானோ ஸ்விட்ச் இளம் மஞ்சளாய்த் தென்படுகிறது. அதை அழுத்த ஒரு தயக்கம்.

ஏதோ ஒரு கீர்த்தனையை அமர்ந்த குரலில் ஆலாபிக்கும் பெண் நாதம்.

சில விநாடிகள் அப்படியே நின்றுவிட்டுத் தன்னுணர்வு வந்து செருப்பை அங்கே கழற்றிப் போட்டுவிட்டு, கை உயர்த்தி ஸ்விட்சைத் தொட்டான்.

உள்ளே வெகு தூரத்தில் மணி அடிக்கும் ஓசை; பாடும் நாதம் நின்று போகிறது; பழையபடி நிசப்தம்.

மரத்தில் சிட்டுக்குருவிகளின் ஒலிகள்...

தொண்டையைச் சரிசெய்து, தயாராய், திறக்கப்போகும் பிளஷ்டோரில் கண்களை நட்டவாறு நிற்கிறான்; சற்று நேரத்தில் கதவு திறக்கிறது.

ஒரு பதினான்கு வயசு வரும் சிற்றாடைக் கட்டிய ஒரு பெண் கதவிடுக்கு வழியே தலையை வெளியில் நீட்டுகிறது.

‘சார் இருக்காங்களா?’

‘யாரு?”

‘சீப் என்ஜினீயர் சார்.’

‘நீங்க யாரு?’

‘ராஜகோபால்... அஸிஸ்டன்ட் என்ஜினீயர்.’

தலையை உள்ளே இழுத்துவிட்டு, கதவைச் சாத்திக் கொள்கிறாள். கதவின் மறுபுறம் ‘அப்பா...’ என்று அழைக்கும் குரல் ரீங்கரிக்கிறது.

இவன் மீண்டும் முகத்தில் பவ்வியம், மரியாதை, தயை, இரக்க பாவம் முதலியவற்றைக் குடிவைக்கப் பிரயத்தனப் பட்டுக்கொண்டு, ஒரு அப்பாவியைப்போல் நின்றுகொண் டிருந்தான்.

வெளியில் ரோட்டில் ஒரு கார் விரைந்து செல்லும் சத்தம். மரத்தில் ஒரு காகம் வந்திருந்துகொண்டு ‘கா கா’ என்று இவனை நோக்கிக் குரல் எழுப்புகிறது.

இப்போது உள்ளே யாரோ நடந்துவரும் காலடியோசை; கதவு திறக்கிறது.

அனந்த சுப்பிரமணியம் சார் இடுப்பில் வேஷ்டியும் மேலே தேங்காய்ப்பூ டவலுமாய்ப் பிரவேசிக்கிறார். இங்கே இப்போ வரும் முன், குளிப்பதற்காகத் தலையிலும் உடம்பிலும் எண்ணெய் தேய்த்துக்கொண்டிருந்திருக்க வேண்டும். முகத்தில் வழக்கம் போல் ஒரு சிரிப்பு.

'யாரு ராஜகோபாலா... என்ன விசேஷம்?'

'இல்லை சார்... அப்பாவுக்கு சுகமில்லாமலாகி ஆஸ்பத்திரி யில் அட்மிட் செய்திருக்கிறோம்.'

'ம்... அதனால் உனக்கு இங்கே டிரான்ஸ்பர் வேணும், இல்லையா?' என்று கூறிவிட்டுச் சிரிக்கிறார்.

'இல்லை சார். ஹார்ட் அட்டாக்... மெடிக்கல் காலேஜ் ஆஸ்பத்திரியில் அட்மிட் பண்ணி இன்னிக்குப் பனிரெண்டு நாட்களாகி விட்டன.'

'சரி சரி... பார்ப்போம். இப்போ இங்கே பிளேஸ் ஒன்றும் இல்லையே! அப்பாவுக்குச் சுகமில்லைன்னா, இங்கே அவரைப் பார்த்துக்க வேறு யாரும் இல்லையா?'

'தம்பிமார்கள் எல்லோரும் இங்கே இல்லை சார்.'

'இப்போ எப்படியிருக்குது?'

'பெரிய குணம் ஒண்ணும் காணவில்லை சார்.'

'சரி, சரி... பிளேஸ் வரட்டும்... பார்ப்போம்.'

இனி அவரிடம் ஒன்றும் சொல்லவேண்டியதில்லை. வணக்கம் தெரிவித்துவிட்டு, செருப்பை காலில் மாட்டிக் கொண்டு மெல்ல திரும்பி நடந்தான்.

கேட்டைத் தாண்டி, அந்த வீடு, பின் பக்கம் கண்ணில் இருந்து மறைவதுவரைக்கும், மிகவும் சாவதானமாக ஒரு சூன்ய பாவம் மனசுக்குள் அழுத்த நடந்துகொண்டிருந்தான்.

அந்த தெருவைத் தாண்டி, முக்கிய வீதிக்கு வந்தபோது, தார் ரோட்டில் வெயில் சுளீரென்று அடித்தது. கைக்கடிகாரத்தைப் பார்த்தவாறு மணி எட்டு, இப்போது இங்கிருந்து ஆஸ்பத்திரிக்கு பஸ் இருக்குமோ என்னமோ?

பஸ் நிறுத்தத்தில் நின்றான்.

அகலமான வீதி; அடிக்கடி கார்கள் மட்டும் வேகமாய்ச் சென்றன; மற்றபடி சூன்யம்... இரு பக்கங்களிலும் நிற்கும் மரங்களிலிருந்து மஞ்சள் நிறப் பூக்கள் தரையில் சிந்திக்கிடந்தன.

இவன் கண்ணெட்டும் தூரம்வரை பஸ் வருகிறதா என்று துழாவிக்கொண்டு நின்றுகொண்டிருந்தான்.

அப்பா ஆஸ்பத்திரியில் எப்படியிருக்கிறாரோ!

மீண்டும் மீண்டும் மனசில் அந்தக் குற்றவாளி உணர்வு. தனக்கு இங்கே டிரான்ஸ்ஃபர் சம்பாதிக்க அப்பாவின் சீக்கைக் காரணம் காட்டியது சரியா?

இதில் என்ன தவறு?

இங்கே, தான் இருந்தால்தான் அப்பாவைச் சரியாகத் தன்னால் கவனித்துக்கொள்ள முடியும்.

நல்ல வேளை; ஒரு பஸ் வந்தது. டிரைவரும் கண்டக்டரும் தவிர, இரண்டே இரண்டு பயணிகள் மட்டும். அதில் ஏறி உட்கார்ந்தான்.

அது டெர்மினஸ்ஸுக்குச் செல்லும் பஸ்; வழியில் கன்டோன்மென்ட் பஸ் ஸ்டாப்பில் இறங்கினான்; மெடிக்கல் காலேஜ் பஸ் இந்த வழிதான் செல்லும்.

வெயில் சூடேறிவிட்டது.

சாரிசாரியாய் கார்கள், பஸ்கள், ஸ்கூட்டர்கள் விரையும் சந்தடி.

சற்று நேரத்தில் பஸ் வந்தது.

மெடிக்கல் காலேஜில் வந்து இறங்கி வார்டுக்குள் நுழையும் போது பாலச்சந்தர் இவனுக்காகக் காத்து நிற்கிறான்.

அவன் முகத்தில் தூக்கக் கலக்கம் தெரிகிறது.

‘என்ன இன்றைக்கு இவ்வளவு நேரம்?’ என்று அவன் விசாரித்தபோது, ‘டிரான்ஸ்ஃபருக்குச் சொல்லிப் பார்க்கலா முன்னு எங்க சீஃபைப் பார்க்கப் போயிருந்தேன். அப்பா என்ன செய்கிறார்?’ என்று கேட்டவாறு அப்பா பக்கத்தில் சென்றான்.

அப்பா கண்ணயர்ந்துகொண்டிருக்கிறார். முகத்தில் களைப்பும், ஷேவ் செய்யாததால் அந்தக் கருமையும் கூடிக் காணப்படுகின்றன.

‘இப்போதுதான் ரொட்டியும் பாலும் சாப்பிட்டுவிட்டுத் தூங்குகிறார்; நேற்று ராத்திரி அப்பா தூங்கவே இல்லை.’

‘வலி மறுபடியும் வந்துவிட்டதா?’

‘ஆமா, துடியா துடிச்சுப் துடிச்சுப் போனார். இந்த மருந்து ஒண்ணும் அப்பாவின் வியாதியை இன்னும் பிடிச்சு நிறுத்த வில்லை.’

இவன் மனம் அலைபாயத் தொடங்கியது.

‘சரி, ராத்திரி பூரா நீயும் தூங்கியிருக்க மாட்டே . . . நீ வீட்டுக்குப் போ’ என்று பாலச்சந்தரை விடை கொடுத்து அனுப்பிவிட்டு அப்பா பக்கத்தில் ஸ்டூலில் இவன் உட்கார்ந்தான்.

வார்டுக்குள் அதற்குள் புழுங்கத்தொடங்கிவிட்டது. கண்களை விழித்துப் பார்த்துக்கொண்டு கிடக்கும் நோயாளிகள் . . . எழுந்து உட்கார்ந்திருப்பவர்கள் . . . அங்குமிங்கும் போய் வந்து கொண்டிருக்கும் உறவினர்கள்.

இவன் விசிறியை எடுத்து அப்பாவுக்கு விசிறியவாறு, பார்த்துக்கொண்டே உட்கார்ந்திருந்தான். சோகத்தின் அறுந்த இழைகள் நெஞ்சிலிருந்து மௌனமாய் எழுந்துகொண்டிருந்தன.

இத்தனை நாட்களாய் என்னவெல்லாமோ சிகிச்சை செய்து பார்த்தும் இந்த வலி இன்னும் தீர்ந்தபாடில்லையே . . . மீண்டும், டாக்டர் சாரதியால் சரியாக டயகினிஸ் செய்ய முடியவில்லையோ என்ற சந்தேகம்.

‘ராஜாவா . . . நீ எப்போடா வந்தே?’ அப்பாதான் கண் விழித்துக் கேட்கிறார்.

‘சித்தெ முந்திதான்.’

‘பாலச்சந்தர் போயிட்டானா?’

‘ஆமாம் . . . அப்பா தூங்கிட்டு இருந்தீங்க, எழுப்ப வேண்டாமுன்னு நான்தான் சொன்னேன்.’

‘என்னடா தூக்கம்? இப்போதுதான் வலி கொஞ்சம் விட்டிருக்குது. அப்படியே கண்ணயர்ந்து போனேன் போலிருக்கிறது.’

‘இப்போ ஏதாவது சாப்பிடறேளா?’

‘வேண்டாம்டா . . . இப்போதான் ரொட்டியும் பாலும் தந்தான்.’

இவன் மௌனமானான்.

அப்பாவை அருகிலிருந்து இப்படி உற்றுப் பார்த்துக் கொண்டிருக்கையில் நெஞ்சின் உள்ளே எங்கோ ஒரு கசிவு. துடைக்கத் துடைக்க நிற்காத கசிவு. அப்பா ... பழையபடி வெள்ளைச் சட்டை வேஷ்டி அணிந்து கையில் குடையுடன் நிமிர்ந்து நடந்து, நீங்கள் கடைக்குச் செல்லுவதை என்னால் பார்க்க முடியுமா? மறுபடியும் நான் ஒரு ஜென்மம் எடுத்து உங்களைக் கையைப் பிடித்துக்கொண்டு சுப்ரமண்ய ஸ்வாமி கோவிலுக்கு நடந்துசெல்லும் பாக்கியம் எனக்கு ஸித்திக்குமா?

கடையிலிருந்து ராத்திரி வீட்டுக்கு வந்து என்னை உங்கள் தோளில் போட்டுக் கொண்டு வீட்டுக்குள்ளிலும் முற்றத்திலும் ம் ம் என்ற மூளலிலேயே தாலாட்டின் ராக சஞ்சாரத்தை யெல்லாம் கர்ணானந்தமாய்ப் பெய்து, நடந்துகொண்டே என்னை மறுபடியும் தூங்கவைக்கும் நாள் வருமா?

கடையிலிருந்து வந்ததும் வராததுமாய் என்னைத் தூக்கி வைத்துக்கொண்டு நீங்கள் ஆ... ஊ... என்று கொஞ்சிக் குலாவும் என் இளமைக் காலம் மீண்டும் வருமா? எத்தனை நாழி சென்றதோ தெரியவில்லை, கண்ணில் ஒரு கரிப்பு.

'ராஜா ... ஏன்டா?'

இவன் தன்னுணர்வு அடைந்தான். தன் விழிகள் கசிந்து கன்னம் நனைந்திருப்பதை அறிந்து, திடுக்கிட்டுக் கைக் குட்டையை எடுத்து முகத்தைத் துடைத்தான்.

'நீ எதுக்குடா வருத்தப்படறே... எனக்கு ஒண்ணும் செய்யாது... என் ஜாதகப்படி எனக்கு எண்பது வயசுவரை ஆயுசு உண்டு. இன்னும் இருபது வருஷங்கள் ... ' என்கின்றபோது, அப்பாவின் முகத்தில் மிதந்த புன்முறுவலை மீறி, உள்ளடங்கி நிற்கும் வேதனை, சோர்வு இவைகள்தான் இவனை வந்தடைகின்றன.

இவன் பேச்சின் திசையைத் திருப்பினான்:

'அப்பா ... இன்னைக்கு எங்க சீஃப் என்ஜினீயரைப் பார்த்து டிரான்ஸ்ஃபர் பற்றிச் சொன்னேன். பிளேஸ் இங்கே வரட்டும், பார்க்கலாமென்று சொல்லியிருக்கிறார்.'

'அப்படியாடா ... அப்போ இங்கே கிடைக்குமாடா?'

அப்பாவின் முகத்தில் மலர்ச்சி.

'கிடைக்குமுன்னுதான் தோணுது.'

'அங்கே இருந்தால் உன் உடம்புக்கு ஒத்துக்கொள்ளாது. நீ இங்கே வந்துவிட்டால் எவ்வளவு பெரிய ஆசுவாசமாக இருக்கும்...'

'சரியப்பா, டாக்டர் வருகிற நேரமாச்சு. அப்பா அதிகமாகப் பேசவேண்டாம்.'

நர்ஸ் வந்து மருந்தைக் கொடுத்துவிட்டுச் சென்றாள். இவன் யூரின் எடுத்து லாபரட்டரிக்குக் கொடுத்தனுப்பினான். ஆஸ்பத்திரியின் வாடையைச் சுமந்துகொண்டு காற்று வீசியது.

தூரத்திலிருந்து...

கரிச்... புரிச்சென்று அந்த ஒலி மெல்ல மெல்லப் பக்கத்தில் வந்துகொண்டிருக்கிறது.

சக்கரங்கள் தன் இருதயத்தில் உருளும் வேதனை.

# 55

'டாக்டர், வலி இப்போதும் அடிக்கடி வந்து கொண்டேதான் இருக்குது. இதை நிறுத்த வழியே இல்லையா?'

அப்பாவைப் பரிசோதனை செய்துகொண் டிருந்த டாக்டர் சாரதியிடம் இவன் இப்படிச் சொன்னபோது 'என்ன பரமேஸ்வரன் பிள்ளை – இப்போ வலி இருக்குதா?' என்று கேட்டார்.

'இப்போ இல்லை. ஆனா . . . எப்போ தென்றில்லை, அடிக்கடி வந்து விடுகிறது.'

டாக்டர் நன்றாய்ப் பரிசோதனை நிகழ்த்தி னார். சில மருந்துகளை மாற்றி எழுதினார். கூட நின்ற ஜூனியர்களிடம் சற்று டிஸ்கஸ் செய்தார். பிறகு அடுத்த கட்டிலுக்குச் சென்றார்.

இவன் மனம் சற்றும் ஆறுதல் அடையவில்லை. டாக்டரின் இந்தப் பரிசோதனையெல்லாம்கூட ஒரு மாமூலான – வழக்கமான செய்கை என்பதுக்கு மேல் ஒரு முக்கியமும் இல்லாதது போல் இவனுக்குத் தோன்றியது.

ஒரு நம்பிக்கையின்மை.

அப்பாவுக்கு இவனைவிட அவநம்பிக்கை என்பது அவர் பேச்சிலிருந்து தெரிந்தது.

'எத்தனை நாளாச்சு. இப்போதும் ஒரு ஆசுவாசம் இல்லை. அவருக்கு இன்னும் சொகக்கேடு என்னவென்று சரியாகப் புரியவில்லையோ என்னவோ...' என்று அவர் கசந்துகொண்டபோது இவன் மனம் இன்னும் கனத்தது. இருந்தும் அப்பாவிடம் ஒரு நம்பிக்கையைத் தோற்றுவிக்க வேண்டியது தன் கடமை என்ற நிச்சயத்துடன், மனதில் வீசும் புயலை உதட்டில் காட்டாமல் இவன் பேசினான்:

'என்னப்பா இது! அவருக்குத் தெரியாதா, சுகக்கேடு சீக்கிரம் வந்துவிடும்? ஆனால் மெல்லத்தானே குணமாகும்?'

அப்பா ஒன்றும் பதில் சொல்லவில்லை. தன்னை மேலும் கலங்கச் செய்யக்கூடாது என்பதற்காகத்தான் மேற்கொண்டு இது சம்பந்தமாய் அவர் வாதிக்கவில்லை என்று தோன்றுகிறது, அவர் முகத்தில் குடியிருக்கும் வேதனையைப் பார்க்கும்போது.

இருந்தும், இப்போது அப்பாவை, தான் ஆசுவாசப் படுத்துகிறோமா, இல்லை அப்பா தன்னை ஆசுவாசப்படுத்து கிறாரா என்ற வழக்கமான குழப்பத்திற்கு ஆளானான் இவன். அவருக்கு ஏதாவது சம்பவித்துவிட்டால், பாவம் இவன் மனம் எவ்வளவு தூரம் பாதிக்கப்பட்டுவிடும் என்ற கவலையினால் தானே சற்றுமுன் அவர் தன் ஆயுள் பலத்தைச் சுட்டிக் காட்டியிருக்கிறார். இருந்தும்...

இந்த டாக்டர் சாரதி செய்வது சரியான சிகிச்சைதானா? இந்த ஆஸ்பத்திரியில் கிடக்கும்போது வேறு டாக்டர்களைக் கூட்டிவந்து காட்டவும் வழியில்லை, அன்று அவர் ஏற்கெனவே அடித்துச் சொல்லிவிட்டார்: 'இந்தியாவில் வேறெந்த ஆஸ்பத்திரி யிலும் இப்போது உங்க அப்பாவுக்கு இங்கே கிடைத்துக் கொண்டிருப்பதை விட மேலான சிகிச்சையோ கவனிப்போ கிடைக்குமென்று எனக்குத் தோன்றவில்லை. இந்த நிலைமை யில் அவரை டிஸ்டர்ப் பண்ணக் கூடாது' என்று.

அப்படியென்றால் அதை நம்பி, கடவுள்மீது பாரத்தைப் போட்டுவிட்டுச் சும்மா இருந்துவிடுவதா?

அல்லாது?

அவர் குறிப்பிட்டதுபோல் கம்ப்ளீட் பெட் ரெஸ்ட் கொடுத்திருக்கும் அப்பாவை இந்நிலைமையில் டிஸ்டர்ப் பண்ணி வேறெங்காவது கொண்டு செல்வது எப்படி சாத்தியம்? அதனால் வேறு ஏதாவது வந்துவிட்டால்..?

மீண்டும் மீண்டும் மனதின் ஊமைக் காயங்களிலிருந்து ஏன் இந்தக் கசிவு—?

இந்த ஆஸ்பத்திரியின் எழுதப்படாத சட்டங்கள் வேறு! ஒரு உயிரின் விலை தெரியாதவர்கள். இதயத்துக்கு, கிட்னிக்கு, சுவாசப் பைக்கு, வயிறுக்கு இப்படி இப்படி ஸ்பெஷலிஸ்டுகள் ஒன்றுகூடி ஆலோசித்து விவாதித்துச் சிகிச்சை நிச்சயிப்பதை விட்டுவிட்டு, இவர்கள் இப்போது ஒருவருக்கொருவர் முகம் திருப்பிக்கொள்கிறார்களா? மனித ஜீவனைப் பராமரிக்கும்

இவர்களுக்கு இடையிலுமா பரஸ்பரப் போட்டி, பொறாமை, பூசல்கள்?

வராந்தாவிலிருந்து கட்டிலருகில் இரண்டுபேர் பிரவேசிக் கிறார்கள். இது நல்லசிவன் சித்தப்பாவும் நாகராஜா சித்தப்பா வும் அல்லவா..! அப்பாவின் காலமாகிப் போன சித்தப்பா திருவடியா பிள்ளையின் புத்திரர்கள்.

'என்னா... அண்ணாச்சிக்கு எப்படியிருக்குது?' என்று அப்பாவிடம் விசாரித்தார் நல்லசிவன் சித்தப்பா.

'என்ன ராஜா, எப்படியிருக்குது... குணமுண்டா?' என்று இவனிடம் கேட்கிறார் நாகராஜ சித்தப்பா.

அப்பா இரண்டுபேரிடமும் உட்காரச் சொன்னார். இவன் எழுந்து நிற்க, நல்லசிவன் சித்தப்பா ஸ்டூலிலும், நாகராஜ சித்தப்பா கட்டிலின் அருகில் அப்பாவின் பக்கத்திலும் உட்காருகிறார்கள்.

நல்லசிவன் சித்தப்பாவுக்கு ஐம்பது வயசிருக்கும். அவர் தம்பி நாகராஜ சித்தப்பா அவரை விடப் பத்து வயசுக்கு இளையவர். இருவருக்கும் மெலிந்த, கறுத்த உடம்பு.

'சித்தி எப்படியிருக்கா?' திருவடியாபிள்ளையின் பெண்டாட்டி – இவர்களின் அம்மா சுப்பம்மாள் பாட்டியை அப்பா அக்கறையோடு விசாரித்தார்.

'ஒண்ணும் சொல்ல வேண்டாம் அண்ணாச்சி, என்ன செய்கிறோமுன்னு நினைவே இல்லாமெ பேசுறா, சிரிக்கிறா. சிவகாமி பெரியம்மா கிடந்ததுபோல் படுத்திருக்கிறா... பிளட் பிரஷர் ரொம்பக் கூடுதல்ன்னு டாக்டர் சொல்றாரு...

நாகராஜ சித்தப்பா பேசிக்கொண்டே போனார். இவன் இடைமறித்து அவரிடம் மெல்லச் சொன்னான்: 'டாக்டர் சொல்லியிருக்கிறாரு அப்பாவிடம் பேச்சு கொடுக்கக் கூடாதுன்னு!'

சற்று நேரம் கழித்து இருவரும் 'அப்போ வருகிறோம்' என்றுவிட்டுப் போய்விட்டார்கள்.

ஹூம்... அப்பாவின் இளம் வயசில், இந்த சித்தப்பாமார் களின் அப்பா – அப்பாவின் சித்தப்பா திருவடியாபிள்ளையின் கூட எத்தனைப் பூசல்கள்... கடைசியில் வழக்கு கோர்ட்வரை போய்விட்டதே... ஆனால் திருவடியாபிள்ளையின் கடைசிக் காலத்தில், அவர் தன் தவறுகளை உணர்ந்து வருத்தப்பட்டதாக சிவகாமி பாட்டி சொல்லியிருக்கிறாளே... 'எல்லாம் அந்த சுப்பம்மாளால் வந்தது' என்று அவர் சொல்லிக்கொள்வாராம்.

இவர் இறந்தபிறகு, மீண்டும் சுப்பம்மாள் பாட்டியும், அவர் இரண்டு புத்திரர்கள் – இந்த இரண்டு சித்தப்பமார்களும், தங்கள் குடும்பத்திலிருந்து விலகிக்கொண்டார்கள். நல்லசிவன் சித்தப்பாவின் கல்யாணத்திற்குக்கூட தங்களுக்கு அழைப்பில்லை. ஆனால் இந்த நாகராஜ சித்தப்பா ஆள் ரொம்ப கண்ணியமானவர்; நல்ல அன்பாய்ப் பழகுகிறவர்; தனக்குப் பத்து வயசிருக்கும் காலத்தில், வழியில் எங்காவது வைத்துப் பார்த்தால், நின்று சிவகாமி பாட்டியையோ அப்பாவையோ பற்றி இரண்டு வார்த்தை விசாரிக்காமல் போக மாட்டார்.

அப்படியிருக்கும்போதுதான் ஒருநாள் காலையில் தானும் தம்பிமார்களும் முற்றத்தில் விளையாடிக்கொண்டிருக் கிறோம்... இந்த நாகராஜ சித்தப்பாவும் சுப்பம்மாள் பாட்டியும் வீட்டுக்குள் ஏறி வருகிறார்கள். நாகராஜ சித்தப்பா, இவன் கையைப் பிடித்துக் கொள்கிறார். சுப்பம்மாள் பாட்டி முற்றத்தில் விளையாடிக் கொண்டிருந்த ஜகதீசனை இடுப்பில் எடுத்துக் கொண்டு உள்ளே செல்கிறாள்.

அப்பாவும் அம்மாவும் அவர்களை வரவேற்றார்கள்.

'வருகிற இருபத்தி அஞ்சாம் தேதி நாகராஜனின் கல்யாணம். எல்லோரும் வரணும். நடந்ததெல்லாம் போகட்டும்' என்று சுப்பம்மாள் பாட்டி சொல்கிறாள்.

ஆனால் சிவகாமி பாட்டி முகத்தைத் திருப்பிக்கொள்கிறாள்.

'என்ன பெரியம்மா இன்னும் எங்கமீது கோபம்தானா? நீங்க எல்லோரும் வரல்லேன்னா இந்தக் கல்யாணம் நடக்காது...' என்று அடித்துச் சொல்கிறார் சித்தப்பா.

'ம்... ம்... தெரியும். நாங்க யாரும் வராமல் உன் அண்ணன் நல்லசிவத்தின் கல்யாணம் நடக்காமலா இருந்தது?' என்று கேட்டாள் சிவகாமி பாட்டி.

'அக்கா நான் சொல்வதை நம்பு. அவன் கல்யாணம் கல்யாணமாகவா நடந்தது? அடுத்த வீட்டிலிருந்த யானைக்காலன் ஆண்டியப்பா பிள்ளையின் ரெண்டாவது மகளை எப்படியோ பார்த்து சிநேகிச்சு அவளைத்தான் கட்டுவேன்னும் ஒரே பிடிவாதமாக நின்னான். எங்க யாருக்கும் துளிகூட இஷ்ட மில்லே. ஆனா, அவள் எப்படியோ இவனை வளைச்சுப் போட்டுட்டா. உங்களுக்குத் தெரியாதா அவன் சுபாவத்தை. ஒண்ணு சொல்லீட்டா அதை நடத்தியே தீருவான். அப்படி வீண் பிடிவாதமும் முன் கோபமும் உள்ளவன். தட்டிக் கேட்க தகப்பனா இருக்கிறாக? கடைசியில் அவன் இஷ்டம்போல் தாலி

கட்டினான். யாரையும் அழைக்கவில்லை' என்று கூறும் போது, சுப்பம்மாள் பாட்டியின் விழிகள் நிறைந்துவிட்டன.

இவனுக்குப் பாவமாக இருந்தது. இந்தப் பாட்டியைப் பற்றியா பொல்லாதவள் என்று அந்தக் காலத்தில் சொன்னார்கள் என்று ஆச்சரியமாக இருந்தது.

அப்படி நாகராஜ சித்தப்பாவின் கல்யாணத்திற்கு வீட்டி லிருந்து எல்லோரும் போயிருந்தோம். சுப்பம்மாள் பாட்டிக்கும் சித்தப்பாமார்களுக்கும் ஒரே சந்தோஷம். எல்லோருக்கும் பெரிய உபசரிப்பு.

அந்தக் கல்யாணத்துடன் அவர்கள் குடும்பத்துடன் இருந்த மனஸ்தாபமும் மறைந்து நல்லதோர் உறவு மறுபடியும் உதயமாயிற்று. சும்மா சொல்லக்கூடாது, அதன்பிறகு நல்லசிவன் சித்தப்பாவும் நாகராஜசித்தப்பாவும்,அவர்களுக்குஇடையிலிருக்கும் அபிப்பிராய வித்தியாசங்களைக்கூட அப்பாவிடம் வந்து, அண்ணாச்சி அண்ணாச்சி என்று கூப்பிட்டுக் கலந்தாலோசிக்காமல் செய்யமாட்டார்கள். சுப்பம்மாள் பாட்டியும் அப்படித்தான். அம்மாவிடமும் தங்கள் எல்லோரிடமும் அவளுக்குப் பெரிய காரியம்; சிவகாமி பாட்டி மட்டும் சிலபோது முணுமுணுப்பாள்: 'உம்... உம்... இப்போது மட்டும் எல்லாத்துக்கும் நாம் வேணும். அன்னைக்குத் தாலியறுத்து நான் மூலையில் இருந்த காலத்தில் அந்தப் பிஞ்சுப் புள்ளையையும் என்னையும் சின்ன பாடா படுத்தினாங்க?'

அதுக்கு அப்பா புன்முறுவலித்துவிட்டு, முகத்தில் ஒரு பிரகாசம் தெரிய சொல்வது இப்போதும் இவன் காதுகளில் ரீங்கரிக்கிறது: 'அம்மா, குற்றம் குறைகள் யார்கிட்டெ இல்லே? மறக்கவும் மன்னிக்கவும் எல்லாம் தெரியணும். இல்லாட்டி என்னைக்கும் மனம் குமைஞ்சுக்கிட்டு, பிறத்தியாரை எல்லோரையும் குற்றம் சொல்லிக்கொண்டே எல்லோரையும் விட்டு விலகி ஒண்டியாய்த்தான் வாழவேண்டி வரும்...'

அப்பாவுக்கு இம்மாதிரி ஒரு விரிந்த உள்ளம் இருந்ததனால் தானே தக்கனூர் தாத்தாவிடம் அவ்வளவு பெரிய சண்டைக்குப் பிறகு, இப்போதும் சுமுகமான ஒரு சூழ்நிலையை உருவாக்க முடிந்திருக்கிறது.

ஆனால் இந்த அப்பாவின் மகன் தன்னிடம் இந்த நல்ல பண்பு இருக்கிறதா?

இல்லையென்று எப்படிச் சொல்ல முடியும்?

சின்னஞ்சிறு பிராயத்தில் தன்னைக் கடித்துக் குதறிய நாராயணன் முதல், தன் மனதை ரணகளமாய்க் கடித்துக் குதறிவிட்ட சரளாவரைக்கும் இன்று தன் உறவுகள் பட்டியலில்தானே இடம் பெற்றிருக்கிறார்கள். அன்றைய அந்தக் கொடுமையான சம்பவம் நடந்த அன்று அப்பா ஊரில் இல்லை; இருந்திருந்தால், அவ்வளவு தூரத்துக்குப் போயிருக்காது. இருந்தும், பிறகு, நடந்தவற்றையெல்லாம், தான் மறந்து மன்னிக்காமல் இருக்கவில்லையே... ஆனாலும் மனிதர்கள் தனக்குச் செய்யும் நல்வினைகளைச் சீக்கிரம் மறந்துபோய்விடும் மனம், அவர்கள் இழைக்கும் தீவினைகளை மட்டும் எளிதில் மறந்துபோகாமல் ஏன் சுமந்துகொண்டே திரிகிறது?

தான் நினைப்பதைப் போல்தானே எதிராளிகளும் தன்னைப் பற்றி நினைப்பார்கள்? தன் மாமனார் மாமியார், சகலன்மார்கள் வேலப்பன், சிவானந்தன் இவர்கள் எல்லோருக்கும் அவர்கள் மீது தனக்கிருப்பதைப்போல் ஒருவிதப் பிடிப்பின்மை கண்டிப்பாக இருக்கும். இதையெல்லாம் நீக்கித்தான் தீரவேண்டும் என்று ஏதாவது நிர்ப்பந்தம் உண்டா?

மீண்டும் மனசுக்குள் அந்தப் பழைய கேள்வி; தான் மட்டும் ஏன் எல்லோரிடமும் இப்படி மோதிக்கொள்கிறோம்?

கணவன் என்றால் இப்படியிருக்க வேண்டும்...

மனைவி என்றால் இப்படி இருக்கணும்...

குழந்தைகள் இப்படிச் செயலாற்ற வேண்டும்...

அப்பா அம்மா இப்படி...

மாமனார் மாமியார், பெண் வீட்டுக்காரர்கள், தம்பி தங்கைகள், நண்பர்கள் – இப்படி எல்லோருக்கும் ஒரு இலட்சிய குணத்தை, தான் மனதில் கற்பித்துவைத்திருக்கிறோமா... அதில் ஒரு பிசிறு காணும்போதுகூட, தன் மனம் துள்ளியெழுகிறதா?

மேற்படி காரணங்களால்தான், தான் தன்மீதே சுயமாக மோதி, சுயவெறுப்பு கொள்ளும் தருணங்களும் வந்துவிடுகின்றனவா? அப்படியென்றால், தான் உட்பட ஒவ்வொருவருக்கும், தான் அடிவரையிட்டு வைத்திருக்கும் கல்யாண குணங்கள் என்ற இலட்சியத்துடன், தன் சொந்தப் போக்கோ, அந்த ஒவ்வொருவர் போக்கோ முரண்படும்போது மோதல்கள் சம்பவிக்கின்றன என்று கொள்ளலாமா? இவ்வளவு தூரம் சிந்திக்கும்போது அன்று அப்பா சொன்னது எவ்வளவு சரி... குற்றம் குறைகள் யார்கிட்டேதான் இல்லை... குற்றங்களை மட்டும் நினைச்சுக்கிட்டு

உறவுகள்

மனம் குமைஞ்சுக்கிட்டே இருந்தால், பகைதான் மேலும் மேலும் வளரும்; அந்தப் பகைத் தீயின் புகையில் நம் மூச்சும் திணறத்தானே செய்கிறது?

இதெல்லாம் எப்படியானாலும் சரி, ஒன்று மட்டும் இப்போது தோன்றுகிறது. எவ்வித லட்சியமோ குறிக்கோளோ இன்றித் தோன்றுவதைப்போல் எல்லாம் கண்டதே காட்சி, கொண்டதே கோலம் என்ற போக்கில் ஆளுக்குத் தகுந்த மாதிரியெல்லாம், ஒன்றுக்கொன்று முரணாகப் புறம் பேசி, வேஷம்போட்டுச் செயலாற்றிக்கொண்டிருப்பவர்கள் வாழ்க்கையைச் சுகமாய் அனுபவித்துக்கொண்டிருக்கிறார்கள் போலிருக்கிறது, பிறத்தியாருக்கு எப்படியாகத் தோன்றினாலும்! நியாய அநியாய தாரதம்யம், இலட்சிய போதம், உயர்ந்த கொள்கை, மனச் சாட்சியின் குரல் முதலிய முள் கிரீடங்களை – மரச் சிலுவை களைத் தாங்கிக் கொண்டிருப்பவர்கள் சுவடுக்குச் சுவடு உதிரம் கொட்ட கூனிக் குறுகி எல்லோருடைய ஏளனத்துக்கும் ஆளாகி நடமாடும் சுடுகாடாய் எரிந்தடங்கிக்கொண்டிருக்கும் அவலம்...

# 56

'ராஜா – இன்னைக்கு என்ன கிழமையடா?'

'ஞாயிற்றுக்கிழமை.'

'தேதி?'

'ஏப்ரல் பதினெட்டு.'

'இந்த மாசமே உனக்கு இங்கே டிரான்ஸ்பர் கிடைக்குமாடா?'

'நேற்றைக்குத்தானே சீஃப் என்ஜினீயரைப் பார்த்துச் சொல்லியிருக்கிறேன். அவ்வளவு சீக்கிரம் கிடைச்சுவிடுமா என்ன?'

வெளியில் மத்தியான வெயில் காய்ந்து கொண்டிருக்கிறது.

விசிறியால் அப்பாவை விசிறிக்கொண்டிருந்த அம்மா என்னவோ திடீரென்று ஞாபகம் வந்ததுபோல், 'கேட்டியாடா, வருகிற வியாழக் கிழமையன்று உன் பிறந்த நாள் – பூரட்டாதி.'

அப்பா மனசுக்குள் என்னமோ கணக்குக் கூட்டிவிட்டு, 'இருபத்திரெண்டாம் தேதி... இல்லையா?' என்று கேட்டார்...

'ஆமா... விரோதிகிருது வருஷம் சித்திரை ஒன்பது – இவனுக்கு முப்பத்திமூணு வயசு திகையும். அதன் அடுத்த நாள் உத்திரட்டாதி, உங்க பக்க நாள், அடுத்த மாசம் – வைகாசி உத்திரட்டாதி அன்னைக்குத்தான் உங்க பிறந்த நாள்...என்று அம்மா சொல்லிக்கொண்டிருக்கும்போது, அன்றுதான் அப்பாவுக்கு அறுபத்திரெண்டு வயசு திகையும் என்பது இவனுக்கு ஞாபகம் வந்தது. இருந்தும் அம்மா இப்படி அடுக்கிக்கொண்டே போவதைக் கேட்க இவனுக்குக் கோபம் கோபமாய் வந்தது. 'உங்கிட்டெ கொஞ்சநேரம் சும்மா இருக்கச்

சொன்னால் நீயும் கேட்கமாட்டே – அப்பாவும் பேசிக்கிட்டே இருப்பாங்க... வலி கொஞ்சம் குறைஞ்சிருக்கும் சமயம் இப்படிப் பேச்சு கொடுத்துக் கொண்டிருந்தால்,' என்று கண்டித்தான்.

மௌனம் இப்போது சூழ்ந்துகொள்கிறது.

அடுத்த பெட்டில் சிவராமன் சார் தூங்கிக்கொண்டிருக்கிறார். அவர் மைத்துனன் ரவி ஸ்டூலில் உட்கார்ந்தவாறு விசிறியபடித் தூங்கிவிழுந்துகொண்டிருந்தான். பக்கவாட்டில் திரும்பிப் படுத்த அப்பா அதைக் கவனித்துவிட்டு அம்மாவிடம், 'பாவம்... ராத்திரி பூரா அந்த ரவிக்குத் தூக்கமே இல்லை... இதுக்கெல்லாம் அந்த சிவராமன் சாரின் பெண்டாட்டியின் தம்பி இந்தப் பையன்...' என்கிறார் அம்மாவிடம் அர்த்த புஷ்டியோடு.

அப்பா எதைச் சுட்டுகிறார் என்பது, இவனைப்போல் அம்மாவுக்கும் புரிந்திருக்க வேண்டும். ஒரு பெருமூச்சு அவளிடமிருந்து வெளிப்பட்டது. 'ம்... உங்க மைத்துனர்களின் சங்கதி தெரிஞ்சதுதானே... உம்... நான் என்ன செய்ய!' என்கிறாள் வருத்தத்துடன்.

'அப்பாவுக்காக அப்படி உன் தம்பிமார்கள் யாரும் இங்கே வந்து அலட்டிக்கத் தேவை இல்லை. நாங்க எல்லோரும் எதுக்கு தடிபோல் இருக்கிறோம்...' என்றான் இவன் ஒருவிதக் கோபத்துடன்.

இப்போது வராந்தாவில் ராமநாதனின் குரல் மேலெழும்பிக் கேட்கிறது. யாரிடமோ கோபமாய்ப் பேசும் சத்தம். இவன் மெல்ல எழுந்து வராந்தாவுக்கு வந்தான்.

தொளதொளவென்ற ஜிப்பா அணிந்திருந்த ஒரு நடுத்தர வயசு வரும் மனிதரிடம் ராமநாதன் கோபமாய்க் கையை அவர் முகத்தின் நேர் ஆட்டி ஆட்டிப் பேசிக்கொண்டிருந்தான். 'ஓய், உம்ம இந்தச் சாணக்கியத் தந்திரமெல்லாம் நேக்குத் தெரியாதுன்னு நீர் எண்ண வேண்டாம். உமக்கு நான் அனுகூலமா இருந்த காலத்தில் எங்கிட்டெ அட்டையாய் ஒட்டிக்கிட்டிருந்தீர். இப்போ எங்கிட்டே மனத்தாங்கல் வந்தப்போ, எதிரிக்கு எதிரி நண்பன்னு என் சித்தப்பா அந்தப் பாவி பிராமணன்கிட்டே போய் வத்தி வச்சிருக்கீர். எங்கிட்டெ அவர் கேவலமா நடந்துகிட்டதை அவர்க்கிட்டெ சிலாகித்துப் பேசியிருக்கிறீர். நாங்க ஒருத்தரையொருத்தர் சண்டைப்பிடிச்சுக்கிட்டு அடிச்சுக்குவதைப் பார்க்கணுமுன்னு கௌடில்ய தந்திரம் செய்கிறீரா?'

ஜிப்பா மனுஷன், 'சும்மா அபாண்டம் சொல்லாதேடா; நாக்கு புழுத்துப்போகும். பட்டாபிகிட்டெ நான் எதுக்கு

உன்னைப்பற்றி வத்தி வைக்கணும்?' என்று சீறுகிறார். இப்போது ராமநாதனின் முகம் சிவக்கிறது.

'எங்கிட்டெ வழக்கம்போல் பொய் சொல்லித் தப்பிச்சுக்கலாமுன்னு பார்க்காதேயும். இதெல்லாம் எங்கிட்டெ பட்டாபி சித்தப்பாவே சொன்னார்.'

'அடப்பாவி, அவனே உங்கிட்டெ வந்து சொல்லி விட்டானா? அவன் செய்தது மகா தப்பு. அப்படிச் சொல்லி யிருக்கக் கூடாது' என்று அவர் சொல்லிக்கொண்டிருக்கும் போது ராமநாதன் அவர் ஜிப்பாவைப் பிடித்துக் குலுக்கியவாறு 'நீர் மட்டும் கலகம் மூட்ட முன் கூட்டித் திட்டம் போட்டு வேலை செய்யலாம்... அத சம்பந்தப்பட்ட ஆளே எங்கிட்டெ சொன்னது தப்பா போச்சு, இல்லையா? ஹூம்... இது ஆஸ்பத்திரி ஆய்ப்போச்சு. இல்லாட்டி ஒரு கை பார்த்திருப்பேன். இப்போ சொரணை இல்லாமல் மறுபடியும் எங்கிட்டையே வந்திருக்கிறீர். உமக்கு எவ்வளவு நெஞ்சழுத்தம்' என்று சீறிக்கொண்டிருக்கும் போது, இவன் இடையில் புகுந்து 'என்ன ராமநாதா இது... ஆஸ்பத்திரியில் வச்சா இந்த மாதிரியெல்லாம் நடந்துகொள்வது' என்று அவன் கையை ஜிப்பாவிலிருந்து விடுவிக்க அவர் விழுந்தடித்துக்கொண்டு வெளியில் விரைந்து சென்று மறைந்தார்.

ராமநாதனுக்கு இன்னும் ஆத்திரம் அடங்கவில்லை. கோபத்தால் அவன் உடம்பு வெடவெட என்று நடுங்கிக் கொண்டிருந்தது.

'உனக்குத் தெரியாதுடா, இவர் பெரிய சகுனி. நாய்க்கு நரைச்சதுபோல் நரைச்சிருக்குது. ஆனால் மனுஷனுக்கு விவஸ்தை – ஒரு இங்கிதம் வேண்டாமா?' என்றெல்லாம் பொரிந்து கொட்டிக் கொண்டிருந்தான். இதற்கிடையில் அம்மாவின் இரண்டாவது தங்கச்சி தமயந்தி சித்தியும் அவள் கணவர் சுந்தரராஜ பிள்ளை சித்தப்பாவும் வருவது தெரிந்தது. எனவே இவன் பேச்சை மேலே தொடராமல் ராமநாதனிடமிருந்து விலகி வந்தான்.

சுந்தரராஜ சித்தப்பா பெயருக்கேற்றவாறு ஆள் பார்க்க ஸுமுகன்; ஆறடி உயரம்; தக்கனூரில் ஒரு முக பௌடர் பாக்டரி போட்டிருந்தவர். யுத்தச் சமயத்தில் எப்படியோ அவரிடம் கொழுத்த பணம் சேர்ந்தது. தக்கனூரில் ஒரு பெரிய மாளிகையே கட்டிவிட்டார்; கார் வாங்கினார். பிறகு என்ன சம்பவித்ததோ, வந்ததுபோலவே எல்லாமே போய்விட்டன. இப்போ ஒழுகினசேரியில் ஒரு சின்ன வீட்டில் கஷ்ட ஜீவனம் தான். ஆனாலும் இரும்பு இதயம்... பெரிய நிலைமையிலிருந்து

இப்படி விழுந்து போனோமே என்று அவர் ஆடிவிடவில்லை. இப்போதும் முகத்தில் அந்த மலர்ச்சிக்குக் குறைவில்லை.

அம்மா ஸ்டூலிலிருந்து எழுந்து விலகி தமயந்தி சித்தியின் அருகில் வந்தாள். சித்தப்பா 'எப்படியிருக்குது?' என்று கேட்டவாறு ஸ்டூலில் உட்காருகிறார்.

அப்பா லேசாய்ச் சிரித்துவிட்டு மௌனமாய்ப் படுத்திருக் கிறார். இவனுக்குப் பழைய தர்ம சங்கடம். அப்பாவைப் பார்க்க வரும் உறவுக்காரர்கள் எல்லோரும் எளிதில் 'எப்படி யிருக்குது' என்று இந்த லௌகீக கேள்வியைக் கேட்டுவிடு கிறார்கள்; அதற்குப் பதில் சொல்லத் தன் மனம் படும் அவஸ்தை..!

அப்பாவுக்கு இப்போது எப்படியிருக்குது?

குறைவில்லை. அப்படித்தான் இருக்குது என்று சொன்னால், சொல்லும் தன்னையே அது பயப்படுத்துகிறது, வேதனைப்படுத்துகிறது. பிறகு அப்பாவை அது எப்படி பாதிக்கும் என்று சொல்ல வேண்டாம்! கேட்பவர்களுக்கும் கஷ்டமாகத்தான் இருக்கும்... இல்லை, இதுக்குப் பதில் சொல்லத் தேவை இல்லையா? கேட்பவர்களும் பதிலை எதிர்பார்ப்பதில்லையா? வெறும் உபசாரத்திற்காகத்தான் இப்படிக் கேட்டு வைக்கிறார்களா..?

—இப்படி மனம் அடித்துக்கொண்டிருக்கையில் உதடுகள் 'பரவா யில்லே...' என்ற உபசாரப் பதிலையே சொல்லித் தப்பித்துக் கொள்கிறது.

சித்தப்பா அப்பாவையே உற்றுநோக்கிக்கொண்டிருக்கிறார். தமயந்தி சித்தி—இந்தச் சித்திக்கு மட்டும்தான், அம்மாவின் மற்ற சகோதரிகள் யாருக்கும் இல்லாத மூக்குக் கண்ணாடி முகத்தில் இருக்கிறது. அதை எடுத்துக்கொண்டு கைக்குட்டையால் விழி களைத் துடைத்துவிட்டு அம்மாவிடம் என்னவோ பேசியவாறு நிற்கிறாள். தமயந்தி சித்தியின் நெற்றியில் குங்கும வட்டம் ரொம்பப் பெரிசாய்ப் பளிச்சிடுகிறது. இவன் அவள் பக்கத்தில் சென்றபோது, இவன் கையைப் பிடித்துக்கொண்டு, 'ராஜா... அப்பாவைப் பிள்ளைகள் நீங்கதான் கவனமாய்ப் பார்க்கணும்...' என்று சொல்லிக் கொண்டிருக்கும்போதே மேலே பேச முடியாமல் அவள் குரல் தழுதழுக்கிறது.

டாக்டர் யார், சிகிச்சை எப்படி நடக்கிறது என்றெல்லாம் சுந்தரராஜ சித்தப்பா கேட்கிறார். இவன் பதில் சொன்னான்.

'கார்த்திக்குப் படிப்பு முடிந்து விட்டதா?' அப்பா கேட்கிறார். கார்த்திகேயன் சுந்தரராஜ சித்தப்பாவின் மூத்தமகன்.

‘இது கடைசி வருஷம். அங்கேதான் எப்போதும் குழப்ப மாச்சே! அடிக்கடி காலேஜ் அடைச்சு இவங்களையெல்லாம் வீட்டுக்கு அனுப்பிவிடுறாங்க. செலவும் பயங்கரம். உம், ஹேமலதாவின் மாப்பிள்ளையின் ஹெல்ப் இருப்பதால் ஏதோ போகுது’ என்கிறார் சித்தப்பா.

கார்த்திகேயன் பனாரஸ் யூனிவர்ஸிட்டியில் டாக்டருக்குப் படித்துக்கொண்டிருக்கிறான். இப்போது கஷ்ட ஜீவனம் செய்யும் சுந்தரராஜ சித்தப்பாவுக்கு மகனை அப்படி பெரிய செலவு பண்ணிப் படிப்பிக்க முடியாது என்பது எல்லோருக்கும் தெரியும். ஆனால் அவர் மகள் ஹேமலதாவின் மாப்பிள்ளை செந்தில்நாதன் – தனக்கு முறைக்கு அத்தானல்லவா? பெரிய பிஸினஸ் மேன், ஆள் பெரிய சாமர்த்தியசாலி; ரொம்ப அட்வென்ச்சரஸ் டைப்; அவன் செய்வது இன்ன பிஸினஸ் தான் என்பதில்லை. ஊரில் ஓப்பன் மார்க்கட்டில் கிடைக்காது என்று வரும் சாமான், அது அரிசியானாலும் சரி, வனஸ்பதி ஆனாலும் சரி, சிமென்ட் ஆனாலும் சரி, அவனைத் தொடர்பு கொண்டால், உடன் லாரிக்கணக்கில் சரக்கு ரெடி. விலை மட்டும் எக்கச்சக்கம் ... அவனுக்குச் சொந்தமாய் இரண்டு லாரிகள் இந்த வியாபாரத்திற்காகவே, எல்லா மாகாணங்களின் இருண்ட சந்துகள் வழி ஓடிக்கொண்டிருப்பதாய்க் கேள்வி. அடிக்கடி போலீஸுக்குப் பிடிபடுவதாய்ப் பத்திரிகைகளில் செய்தி வரும் ... அவ்வளவுதான்! இந்த செந்தில்நாதன் அத்தானால்தான் இன்று இந்த சுந்தரராஜ சித்தப்பாவின் பெரிய குடும்பம் – சித்தப்பாவுக்கு எட்டு குழந்தைகள், ஒருவாறு கரையேறிக் கொண்டிருக்கிறது என்பது எல்லோருக்கும் தெரிந்த சங்கதிதான்! ‘இவ்வளவு பணம் கிடைக்கிறது என்பதற்காக மாமனாரையும் அவர் குடும்பத்தையும் கரையேற்றணுமுன்னு அவனுக்கென்ன தலையெழுத்தா? மாமனாருக்கு மட்டுமல்ல, அவன் தங்கச்சிக் குடும்பத்துக்கும் அவன் பெரிய துணையாய் இருக்கிறான் ...’ என்றுதான் ஊரில் பேசிக்கொண்டிருக்கிறார்கள்.

சுந்தரராஜ சித்தப்பாவும் தமயந்தி சித்தியும் விடை பெற்றுக்கொண்டு வராந்தாவுக்கு வந்தார்கள். சித்தி அம்மாவிடம் சொன்னாள்: ‘தங்கமணிக்கு விஷயம் எல்லாம் தெரியுமா? அம்மாவுக்கும் அதற்கும் சண்டை வந்து மறுபடியும் அது காயம்குளத்துக்குப் போயாச்சு!’

சித்தப்பாவும் சித்தியும் போய்விட்டார்கள். தமயந்தி சித்தி சொன்னதைக் கேட்க இவனுக்கு ஆச்சரியமாக இருந்தது. தமயந்தி சித்தியின் அடுத்தவள் சௌந்தரம் சித்தியின் தங்கை தங்கமணி சித்தி – இந்த தங்கமணி சித்திக்குத் தக்கனூர் தாத்தாவின்

நிறம். எனவே கல்யாணச் சந்தையில், அவளைவிட இருபது வயசு கூடுதலான ஸித்தார்த்தன் பிள்ளை சித்தப்பாதான் தாத்தாவின் கைக்குக் கிடைத்தார். சித்தப்பா காயம்குளத்தில் முந்திரிப்பருப்புத் தொழிற்சாலை போட்டிருந்தார். அந்தக் கல்யாணம் அப்பா–தாத்தா மனஸ்தாப காலத்தில் நடந்ததால், தங்கள் வீட்டிலிருந்து யாரும் பங்கெடுக்கவில்லை. ஆனால், பிறகு ஒரு தடவை காயம்குளத்துக்குப் போயிருந்தபோது, ஸித்தார்த்தன் சித்தப்பாவைப் பார்த்தபோது, இவன் எதி; பார்த்ததற்கு மாறாக அவர் இளமையாகவும், டீஸன்டாகவும் தான் இருந்தார். இரண்டு ஆண்பிள்ளைகள். மூத்தவனுக்கு இப்போது இருபது வயசிருக்கும்; போன வருஷம் திடீரென்று செய்தி வந்தது: ஒரு ஸ்ரோக்கில், சித்தப்பா இறந்து போனார் என்று! தன் தம்பிமார்கள் உட்பட எல்லோரும் காயம்குளத்துக்குப் போனோம். தக்கனூர் தாத்தா, பாட்டி, ஷண்முகம் பிள்ளை மாமா, ராமதாஸ் மாமா, மகாதேவன்பிள்ளை பெரியப்பா இப்படி உறவுக்காரர்கள் எல்லோரும் வந்திருந்தார்கள். மற்றபடி சுற்றுவட்டாரத்தில் சுயஜாதிக்காரர்கள் மருந்துக்குக்கூட கிடையாது. எல்லோருமாய் மாறிமாறித் தோள்போட்டு மூன்று மைல் தொலைவிலிருந்த சுடுகாட்டுக்குக் கொண்டுபோய்த் தகனம் செய்துவிட்டு வந்தோம். பிறகு, அந்த ஊரில் சித்தி மட்டும் இருப்பது சரியல்ல என்று தக்கனூருக்கு தாத்தா கூட வந்துவிட்டதாகக் கேள்வி.

இப்போது தமயந்தி சித்தி சொல்வதைக் கேட்டால், தக்கனூர் தாத்தாவிடமும் பாட்டியிடமும் கோபித்துக்கொண்டு தங்கமணி சித்தி, சுயஜாதிக்காரர்கள் மருந்துக்குக் கூட இல்லாத காயம்குளத்துக்கு மறுபடியும் போய் வாழ்கிறாளென்றால்... அம்மா – மகளின் இடையிலும் மோதல் பெரிசாகவே நடத்திருக்கணும் போலிருக்கிறதே... அப்படியென்றால் தாய்க்கும் மகளுக்கும்கூட ஒத்துப்போக இந்தக் காலத்தில் கஷ்டம்தானா? கருத்து வேற்றுமைகளினாலும் அபிப்பிராய வித்தியாசங்களி னாலும் வரும் மோதல்களிலிருந்து இன்று குடும்பத்தின் எந்த நெருக்கமான உறவுக்கும்கூட விலகி நிற்க சாத்தியம் இல்லையா?

# 57

இவன் டாக்டர் சாரதியின் வீட்டுப் படியில் ஏறும்போது அவர் வெளியில் இறங்கிக்கொண்டிருந்தார். இவனைக் கண்டதும், 'எனக்கு ஆஸ்பத்திரிக்கு நேரமாகியாச்சு. ம்... வாருங்கோ' என்று சொன்னவாறு மறுபடியும் வீட்டுக்குள் சென்று இடப்புற அறையைத் திறந்தார்.

இவன் உள்ளே சென்றான்.

'அப்பாவுக்கு இந்த வலி அடிக்கடி வந்துகிட்டிருக்கே டாக்டர். மனசுக்குக் கொஞ்சம்கூட சமாதானம் இல்லை...'

'நான் அன்னைக்கே சொன்னேனில்லே, கொஞ்சம் சீரியஸ் அட்டாக்தான். ஆனால் இந்த மாதிரி வந்து எத்தனையோ பேர் இன்னிக்கு சுகமா அவுங்கவுங்க தொழிலைப் பார்த்துக்கிட்டு இருக்கத்தான் செய்யறாங்க. நீங்க பயப்படத் தேவை இல்லை...'

அவர் கைக்கடிகாரத்தைப் பார்த்தார். இவன் ஜேபியில் கையைவிட்டு, தயாராய் வைத்திருந்த ரூபாயை எடுத்து மேஜைமீது வைத்தான். அவர் எடுத்து ஜேபிக்குள் போட்டுக்கொண்டார்.

'நாங்க செய்ய வேண்டியதையெல்லாம் ஒழுங்கா செஞ்சுக்கிட்டுத்தான் இருக்கிறோம். இன்னிக்கும் வந்து பார்த்துவிட்டுச் சொல்கிறேன்...'

இவன் விடைபெற்றுக்கொண்டு இறங்கினான். பஸ் ஸ்டாண்டை நோக்கி நடக்கும்போது மனம் வழக்கம்போல் தாறுமாறாய் இயங்கிக் கொண்டிருந்தது. டாக்டரை வீட்டில், இப்படி அடிக்கடி பார்த்துக் கவனிக்கிறோம். அவர் கவனிப்புக்கும் ஒரு குறைவும் காணவில்லை.

ஆனால், அவருக்கும் லிமிட்டேஷன் இருக்குமா? அவரால் அப்பாவின் நோயைக் குணப்படுத்த முடியமாட்டேங்குதா?

ஒன்றையும் தீர்மானிக்க முடியவில்லை. இவ்விஷயத்தில் மேலே யாரிடம் ஆலோசனை செய்வது?

மணி இன்னும் ஏழு ஆகவில்லை. காலை வெயிலில் உஷ்ணம் இன்னும் ஏறவில்லை. பஸ் நிறுத்தத்தில் வந்து நின்று சற்று நேரத்தில் பஸ் கிடைத்தது.

பஸ் விரைந்தது. பக்கவாட்டில் நொடிக்கு நொடி காட்சிகள் மாறிக்கொண்டிருப்பதுபோல் மனமெனும் மாய அரங்கில் விதம் விதமான நினைவுகள் ஆட்டம் போடுகின்றன. ஒரு நொடியில் நிழலாடும் நினைவுக்கும் அடுத்த கணத்தில் ஆர்ப்பரிக்கும் உணர்ச்சிக்கும் எந்தச் சம்பந்தமும் இல்லை.

அப்பா இப்போது என்ன செய்துகொண்டிருக்கிறாரோ! இவன் ஆஸ்பத்திரிக்கு வந்து சேரும்போது மணி எட்டு. சுந்தரத்தை அனுப்பிவிட்டு அப்பாவுக்கு இட்லியை எடுத்துக் கொடுத்தான்.

‘வேண்டாம்டா, இன்றைக்கு என்னமோ பசியே இல்லை’ அப்பா முகத்தில் ஒரு சகிப்பின்மை.

‘சும்மா படுத்துக் கிடப்பதால்தான்… கொஞ்சமும் சாப்பிடா விட்டால் எப்படி?’ என்று இவன் கட்டாயப்படுத்திச் சிறிது சாப்பிட வைத்தான்.

பரிசோதனைக்குச் சின்னப்புட்டியில் சிறுநீர் எடுத்துக் கொடுத்தான்.

விசிறியும் கையுமாய் ஸ்டூலில் உட்கார்ந்திருக்கும்போது ஒரு மிரட்சி. அப்பா இப்படிப் படுத்துகிடக்க, வார்டில் வரிசை வரிசையாய் நோயாளிகள் கட்டிலில் சயனிக்க, குறுக்கும் நெடுக்குமாய் வார்டில், வராந்தாவில் சிலர் சென்று வர, வெல்ட்மெஷ் வழி ஆஸ்பத்திரி திறந்த வெளி வெளிச்சமும், அழகிய ஆரஞ்சு, லாட்ரின், மருந்து, லோஷன் வாடைகள் சங்கமித்து வர … தான் இப்படி அப்பா பக்கத்தில் விசிறியால் அப்பாவுக்கு விசிறியவாறு ஒருவித சோக மோனத்தில் ஸ்டூலில் உட்கார்ந்திருக்கும் இந்தக் கட்டம்…

நேற்றா …

இன்றா …

நாளையா …

இல்லை, பதிமூன்று நாட்கள் முந்தியதா?

காலம், நேரம் ஸ்தம்பித்துப் போய்விட்டது போன்ற ஒரு பிரமை.

திரும்பத் திரும்ப இதே கட்டம் எந்த மாற்றமும் இன்றி இங்கே அப்படியோ திரும்பவும் திரும்பவும் எந்த சுவாரஸ்யமும் இன்றி விரசமாய் நிகழ்ந்துகொண்டிருப்பதன் தாத்பரியம்தான் என்ன?

அப்பா ஹா ... என்று கொட்டாவி விடுகிறார்; மீண்டும் இன்னொரு கொட்டாவி; இவன் அடிமனதில் ஒரு நடுக்கம்; இதுதான் ஆரம்பம்...

ஓரிரு கணங்கள் ஊர்ந்து விழுந்தன.

அப்பா கையை நெஞ்சில் அழுத்திக் கொள்கிறார். முகத்தில் செக்கச் சிவப்பு. 'ஆ... ஐயோ... அப்பா –' என்று கத்தியவாறு உருண்டு புரளத் தொடங்கினார். படுக்கை விரிப்பு கசங்கியது.

இவன் செய்வதறியாது பதைபதைத்தான். இவனைத் தொட அவர் சம்மதிக்கவில்லை. கழுத்தை அங்குமிங்கும் புரட்டியவாறு 'ஆ... ஐயோ... அப்பா... என் அம்மா' என்று பிராணவேதனையால், துண்டிக்கப்பட்ட பல்லி வாலைப் போல் – வெட்டிப்போட்ட கிடாவைப்போல் அப்பா துடி துடிக்கிறார். டாக்டர்மார்கள் யாராவது வருகிறார்களா என்று அங்குமிங்கும் பார்க்கிறான். யாரையும் காணவில்லை. அப்பா வின் உடம்பு முழுதும் வியர்வை வெள்ளம்; துண்டால் துடைத்துவிட்டு, விசிறியால் விசிறினான்; மனம் படக்படக்கென்று அடித்துக் கொள்கிறது; வேதனை, பயம் இவையெல்லாம் மனசுக்குள் ஆர்ப்பரிக்கின்றன...

நல்லவேளை, அதோ டாக்டர் சாரதியின் தலை வார்டு முனையில் தென்படுகிறது. இவன் ஓடிச்சென்று, 'டாக்டர், அப்பாவுக்கு மறுபடியும் வலி வந்துட்டுது. எப்படியோ வாறார், வந்து பாருங்கோ...' என்று சொன்னான். அவர் இவன்கூட ஓடி வருகிறார்.

'என்ன பரமேஸ்வரன் பிள்ளை... வலி எங்கே? இங்கேயா?' என்று அப்பாவின் நெஞ்சில் நிதானமாய் ஒவ்வோர் இடமாய் அழுத்தி அழுத்திக் கேட்கிறார். அப்பாவால் ஒன்றுமே பேசவோ, வலி இன்ன இடத்திலிருந்து உற்பவித்து பரவுகிறது என்று அவதானித்துச் சொல்லவோ முடியாத வேதனையின் பரவச – பரபரப்பு நிலையில் துவண்டு புழுவாய்த் துடிதுடித்துக் கொண்டிருக்கிறார்.

நர்ஸைக் கூப்பிட்டு டாக்டர் என்னவோ சொல்ல, அவள் ஒரு மாத்திரையை அப்பாவின் வாயில் போட்டுத் தண்ணீரையும் கொடுக்கிறாள்.

அப்பாவின் வேதனை குறையவில்லை.

ஆ... ஐயோ... அப்பா...

அம்மா... கடவுளே...

அப்பா கதறுவதைப்போல், உள்ளுக்குள் கதறியவாறு கால் நிலத்தில் ஊன்ற முடியாமல் இவன் பரிதவித்துக்கொண்டிருந்தான்.

இந்த வலியை இப்படிப் பார்த்து நிற்பதைத் தவிர, தன்னால் ஒன்றும் செய்ய முடியவில்லையே என்ற அசக்த நிலைமை ஒரு சுயவெறுப்பையும், டாக்டர் மீதும் இந்தச் சிகிச்சை முறையின் மீதும் ஒரு ஆத்திரத்தையும் இவன் அகத்தில் கிளப்பிக் கொண்டிருக்கிறது. குமுறிக் கொந்தளிக்கும் மனசை, அப்பா இப்படி வேதனைப்பட்டுக் கொண்டிருக்கும்போது பிடித்து நிறுத்தத் தெரியாத இயலாமை...

'சற்று நேரத்தில் தூங்கிப்போய்விடுவார்' என்று கூறிவிட்டு டாக்டர் நகர்கிறார். மீண்டும் அப்பாவும் வேதனையும், தானும் மட்டும்...

அரூபியான வேதனை ராட்சஸன் அப்பாவின் மீது பாய்ந்து பாய்ந்து கவ்வி வெறியாட்டம் போடுவதைக் குற்றுக் கல்லாய் மகன், தான் பார்த்துக்கொண்டு நிற்கும் சித்ரவதை... பார்த்து நிற்கும் தன் சித்ரவதையைவிட, அந்த அரக்கனின் வாயில் அகப்பட்டு விழி பிதுங்கும் அப்பா எவ்வளவு பயங்கர நிலைமையில் உழன்று கொண்டிருக்கிறார். உயிர் என்பது உடம்பில் தொத்திக்கொண்டு நிற்பது இந்த கணத்தில் அவருக்கு எவ்வளவு பெரிய பாரமாய்...குரூரமுனை கொண்ட ஈட்டியாய்...

வந்ததுபோல், தானாகவே போவதுவரைக்கும் வலியைத் தடுக்கவோ விரட்டியடிக்கவோ வழியே இல்லையா? இத்தனை நேரமாய்ப் புரண்டு, துடிதுடித்த களைப்பில் அப்பா மயங்கிப் போய்க் கிடக்கிறார். வேதனை இன்னும் முழுவீச்சாய் அங்கே செயலாற்றிக்கொண்டுதான் இருக்கிறது என்பதை அந்த முகம் சொல்கிறது. மீண்டும் சடக்கென்று திடுக்கிட்டுக் கண்விழித்துப் பழையபடி ஆ...ஐயோ...என்று துடிதுடிக்கத் தொடங்கிவிட்டார்.

இப்போது டாக்டர் சாரதியையும் காணவில்லை. இவன் மனம் பேதலித்தவாறு, இந்நிலைமையில் அப்பாவின் பக்கத்தி

லிருந்து டாக்டரைக் கூப்பிட விலகிச் செல்லவும் முடியாத பரபரப்பில் தத்தளித்துக்கொண்டிருந்தான்.

ஜெயராமன் வராந்தா வழி வந்துகொண்டிருப்பதைக் கண்டு ஓடிச்சென்று அவனைக் கூட்டிக்கொண்டு வந்தான்.

'என்ன நல்லா வலிக்குதா?' என்று கேட்டவாறு அவன் ஸ்டெதெஸ்கோப்பை அப்பாவின் நெஞ்சில் அழுத்தி வைத்துப் பார்த்தான். அப்பா, 'ஆமா ...' என்று தலையசைத்து விட்டு உருண்டு புரளத் தொடங்கினார். 'உம் ... என்னால் சகிக்க முடியவில்லையே. கடவுளே ... த்ஸ் ... த்ஸ் ... த்ஸ் ...' என்று அப்பா கத்திக்கொண்டே இருக்கிறார்.

ஜெயராமன் அப்பாவை நன்றாய்ப் பரிசோதனை செய்து விட்டு, கட்டிலில் தொங்கிக்கொண்டிருந்த சார்ட்டை எடுத்துப் பார்த்துவிட்டு, நர்ஸிடம் சென்று என்னவோ கேட்டுவிட்டு வருகிறான்.

'இரண்டு வாரம் முந்தி அப்பாவை இங்கே அட்மிட் செய்யும்போது இருந்த வேதனை அப்படியேதான் இருக்கிறது. என்னவெல்லாமோ வாயில் நுழையாத பெயர் கொண்ட மருந்துகளையெல்லாம் மாற்றி மாற்றிக் கொடுத்தும் ஒரு பயனையும் காணவில்லையே...' என்று அவனிடம் இவன் கசந்துகொண்டான்.

'நீ இவ்வளவு தூரம் மனம் தளர வேண்டாம். டாக்டர் சாரதி கெட்டிக்காரர் – இதுவரை இந்த நோய்க்குக் கண்டுபிடிக்கப் பட்டிருக்கும் எல்லா மருந்துகளையும் ப்ரிஸ்க்ரைப் செய்து விட்டிருக்கிறார். பிறகு நம் விதிபோல் ...' என்று ஜெயராமன் சொல்லும்போது இவன் மனம் மேலும் அலைபாய்ந்தது.

'எதற்கும் ஒரு தடவை கூட ஈ.ஸி.ஜி. எடுத்துப் பார்ப்போம். டாக்டர் சாரதிகிட்டெ நான் சொல்லுகிறேன்.' என்று கூறி விட்டு அவனும் போய்விட்டான்.

மீண்டும் ...

அப்பா,

வேதனை,

தான்.

அப்பாவைப் பொறுத்தவரையில் இவனோ, கூட நிற்கும் வேறு யாரோ, இங்கே அவர் கூட இல்லை. அவருக்கும் வேதனைக்கும் இடையில் நிகழும் ஏகாந்த சல்லாபம். வேறு வேறு உறவுகள் – அது மகனோ மனைவியோ, வேறு எந்த நெருக்கமான

பந்தங்களாக இருந்தாலும், இங்கே இடமில்லை. இங்கே யதார்த்தமானது, சத்தியமானது இந்த வலி மட்டும். இடையில் புக முடியாமல் தவித்துக்கொண்டு விக்கித்துப் போய் நிற்கும் தன்னை நினைத்து இவனுக்குப் பரிதாபமாய் இருந்தது. இவரிடமிருந்து உருவானவன்தான் என்று சொல்லிக்கொள்ள என்ன அருகதை? அப்பாவின் மார்பின் மீது ஏறி உட்கார்ந்து கொண்டு கடித்துக் குதறும் ஜீவியை நெட்டித் தள்ளத் தெரியாது. நிஸ்ஸஹாயனாய் நிற்கிறோமே! அப்பாவும் அதுவுமாய் நடத்தும் துவந்த யுத்தத்தைப் பார்த்தவாறு விலகி நிற்கும் வெறும் சாட்சி மட்டும்தானா தான்? டாக்டரும் வந்து பார்த்துவிட்டு அதனிடம் தோற்றுப் போய்ப் பின்வாங்கி விடுகிறாரா? அதனிடம் சரணாகதி அடையாமல் விலகிப் போகாது என்ற ரீதியில் ஒரு சமரா? இந்த ஜீவி... ஒரு வேளை... ஒரு வேளை... மரண தேவதையின் பல முகங்களில் ஒரு முகமோ?

# 58

வெயில் இறங்கிக்கொண்டிருந்தது...

அப்பா துவண்டுபோய்க் கிடக்கிறார்...

அம்மா விழிகள் நனைய ஸ்டூலில் உட்கார்ந்திருக்கிறாள். நேற்று வந்த வேதனை இருபத்து நான்கு மணி நேரத்திற்கும் மேலாகி விட்டிருந்தும் இன்னும் இறங்கவில்லையே... களைத்துப் போய், டிரான்க்விலைசரின் உதவியால் இப்படியே கொஞ்ச நேரம் அயர்ந்துபோய்க் கிடப்பார். மறுபடியும் கண் விழிக்கும்போது வலியின் வீச்சு.

இன்று மத்தியானம் சாப்பிட வீட்டுக்கும் செல்லத் தோன்றவில்லை. அப்பாவின் பக்கத்திலேயே இப்படி உட்கார்ந்துகொண்டிருக்கிறான். சுந்தரமும் பாலச்சந்தரும் கவலையுடன் அப்பா வைக் கவனித்துக்கொண்டு நிற்கிறார்கள்.

சிவகாமி பாட்டியின் முதல் தங்கச்சி முத்தம்மா பாட்டியின் மகன் அழகிய நம்பியா பிள்ளை சித்தப்பாவும், இரண்டாவது தங்கச்சி குருந்தன்கோடு மீனாட்சி பாட்டியின் மகன் குமாரவேலுவும் வந்து பார்த்துவிட்டுச் சென்றார்கள். சிவகாமி பாட்டி இறந்து இரண்டு மூன்று வருஷங்களில் குமாரவேலுவின் அப்பாவும், இந்த இரண்டு பாட்டிமார்களும் ஒருவர்பின் ஒருவராகக் காலத் திரைக்குள் மறைந்துவிட்டிருந்தார்கள்.

பசி ருசி ஒன்றும் தெரியவில்லை. இருந்தும் ஒவ்வொருவராய் வெளியில் ஹோட்டலுக்குப் போய் தாக சாந்தி செய்துவிட்டு வந்து நின்று கொண்டிருந்தார்கள்.

டாக்டர் சாரதி இரண்டுமுறை வந்து பார்த்து மருந்து கொடுத்துவிட்டுச் சென்றார். வார்டில் விளக்குகள் எரிய ஆரம்பித்தன; வெளியில் இருள்; அங்கங்கே வெளிச்சப் பொட்டுகள்...

'இன்றைக்குச் செவ்வாய்க்கிழமை. போன செவ்வாய்க்கு முந்திய செவ்வாய்க்கு இங்கே வந்தது. இவ்வளவு நாளா சாதாரணமாய்க் கொஞ்சநேரம் இருந்துவிட்டு விலகிப்போய் விடும் வேதனை நேற்றிலிருந்து இடைவிடாமல் நொறுக்கித் தள்ளிக்கொண்டிருக்கிறதே. இன்றைக்கு ராத்திரி நான் வீட்டுக்குப் போகவில்லை. இங்கேயே இருப்பேன்' என்று கூறி விட்டாள் அம்மா.

இவனும் தம்பிமார்களும் அம்மாவை வீட்டுக்குப் போக நிர்ப்பந்திக்கவில்லை. அப்பா வலியால் இப்படி பிராணாவஸ்தைப் பட்டுக்கொண்டிருக்கும்போது வீட்டுக்குப் போனால் அங்கே எப்படி நிம்மதியாய் இருக்கமுடியும்?

இரவு எட்டுமணி கழிந்துவிட்டது. இவன் அப்பாவைப் பார்த்தவாறு உட்கார்ந்துகொண்டிருந்தான். ஆஸ்பத்திரியின் அசைவுகள் கொஞ்சம் கொஞ்சமாய் நிலைத்துக்கொண்டிருந்தன.

அப்பா அப்படியும் இப்படியுமாய்ப் புரண்டு படுத்துக் கொண்டிருந்தார். வேதனை கொஞ்சம்கூட குறையவில்லை.

இன்று டாக்டர் சாரதிக்கு இரவிலும் ஆஸ்பத்திரியில் டியூட்டி. அவர் வந்து பார்த்தார்.

'இன்னும் வேதனை குறையவில்லையா? சரி. பி.பி. எப்படி யிருக்குதுன்னு ஒரு தடவைகூட பார்த்துடுவோம்' என்று கூறி விட்டு ரத்த அழுத்தம் பார்க்கிறார்.

'பிரஷர் நார்மல்தான்; உம்... வலி குறைய மாட்டேங்குதே. மோர்பியா கொடுக்கிறேன். அப்படியே சுகமாய்த் தூங்கிப் போய்விடுவார். காலையில் வலி குறைந்துவிடும்' என்று கூறிவிட்டு ஸிஸ்டரிடம் 'ஸிரிஞ்சையும் மருந்தையும் கொண்டு வா; நானே போட்டுவிட்டுப் போகிறேன்' என்றார்.

நர்ஸ் ஸிரிஞ்சையும் மருந்தையும் கொண்டு வந்தாள். டாக்டர் சாரதி அப்பாவைக் குப்புறப் படுக்கச் சொல்லிவிட்டு அப்பாவின் பட்டக்ஸில் ஊசியைக் குத்தினாரோ இல்லையோ அப்பா, 'ஐயோ' என்று வலி பொறுக்க முடியாமல் ஒரு தடவை கத்தினார். இவன் ரத்தம் உறைந்துவிட்டதுபோல்... இவன் நெஞ்சில் சுரீரென்று கட்டாரியைக் குத்தி இறக்குவது போல்...

அப்பா தலையை வலி பொறுக்காமல் 'ஆ... அப்பா' என்று சத்தம்போட்டவாறு அங்குமிங்கும் உருட்டினார்.

'சுவாசத்தில் அக்கானியின் மணம் வந்துகொண்டே இருக்கும். அப்படியே தூங்கிப்போய் விடுவார். எழுப்ப

நீல. பத்மநாபன்

வேண்டாம் . . .' என்று சொல்லிவிட்டு டாக்டர் நகரத் தொடங்கினார்.

அப்பா இப்போது எந்த அசைவும் இன்றி அப்படியே கிடக்கிறார். பாதி மூடிய விழிகள். இவனுக்கு என்னவோ மாதிரி இருந்தது.

டாக்டர் சாரதி இரண்டு அடி வைத்திருக்க மாட்டார். முகம் திருப்பி அப்பாவைப் பார்த்துவிட்டு, என்ன நினைத்துக் கொண்டாரோ மறுபடியும் திரும்பிவந்து அப்பாவின் கையைக் கையிலெடுத்து, மணிக்கட்டில் கைவைத்து நாடி பார்க்கிறார். சாரதி முகத்தில் ஒரு கலவரம் தென்படுவது போலிருந்தது.

'ஸிஸ்டர், பி.பி. பார்க்கணும். மீட்டரை எடுத்துகிட்டு வா' என்று அவர் சொல்ல வேண்டிய தாமதம், நர்ஸ் ஓடினாள். இவன் மனம் படக்படக்கென்று அடித்துக் கொள்கிறது.

அப்பா அயர்ந்து தூங்குவதுபோல் கிடக்கிறார்; லேசான குரலில் குறட்டையொலி; மெல்லியதாய் மிகமிக மெல்லியதாய் மூச்சு; அதுவழி அக்கானியின் மணம் மெல்ல கவிழ்கிறது.

டாக்டர் சாரதி, அப்பாவின் புஜத்தில் ரப்பர் குழாயைச் சுற்றிவிட்டு மீட்டரில் சிரத்தை செலுத்துகிறார். பாதரசத்தின் மேல் மட்டம் மேலே மேலே செல்கிறது. சடக்கென்று அது கீழே வருகையில், அவர் புஸ் புஸ் என்று ரப்பர் பிடியை அழுத்திப் பார்த்துக்கொண்டிருக்கும்போது இவன் இதயம் படபட வென்று சிறகடித்துக்கொள்கிறது.

டாக்டர் சாரதியின் முகம் கறுக்கிறது.

'சிஸ்டர், வா . . .' என்று கூறிவிட்டு ஓட்டமும் நடையுமாய் டியூட்டி ரூமுக்குச் செல்கிறார்.

அம்மா, தம்பிமார்கள், சுந்தரம், பாலச்சந்தர் இவர்கள் கூட நின்றவாறு அப்பாவையே பார்த்துக்கொண்டு இவன் நிற்கிறான். மனதில் இன்னதென்று தெரியாத ஒரு பயம். டியூட்டி ரூமை இவன் திரும்பிப் பார்த்தபோது, அங்கே நின்று கொண்டு டாக்டர் சாரதி தன்னைக் கைகாட்டி அழைப்பது தெரிகிறது . . .

நெஞ்சுக்குள் ஒரு பாரம் அழுத்த அங்கே ஓடிச் செல்கிறான்.

'பிரஷர் திடீரென்று குறைஞ்சிருக்குது. இது நல்ல சைன் அல்ல . . .'

மேலே டாக்டர் சாரதி சொன்னவை ஒன்றும் இவனுக்குக் கேட்கவில்லை.

தன் இதயம் அப்படியே நின்றுபோய்விட்டதுபோல்.

அடிவயிற்றில் தொப்பூழ் கமலத்திலிருந்து கும்மென்று ஒரு வாயு உருண்டை மேலே மேலே எழும்பி நட்ட நடு நெஞ்சில் உட்கார்ந்துகொண்டு தொண்டைக்குழியில் நெட்டித் தள்ளுவதைப்போல்...

நாக்கு ஒட்டிக்கொண்டுவிட்டது.

'என்ன, உங்க முகம் இப்படிப் பேயறைஞ்சது மாதிரி ஆயிட்டுது. நீங்க மூத்த மகன் அல்லவா... அதுதான் உங்க அம்மா, தம்பிமார்கள் அறிய வேண்டாமுன்னு உங்களை மட்டும் தனியா கூப்பிட்டுச் சொல்லுகிறேன். நீங்களே இப்படி மனம் தளர்ந்துபோனால்? தைரியமா இருங்கள். இப்போ ஒரு இன்ஜெக்சன் கொடுப்பேன்... பிரஷர் அதில் சரியாகிவிடும்... நீங்க பயப்படாதீங்க...' என்று அவன் தோளில் தட்டியவாறு சொல்லியபின், நர்ஸிடம் என்னமோ சொல்லிவிட்டு, மீண்டும் அப்பாவின் அருகில் விரைந்து செல்கிறார். இவன் ஒரு நடைப் பிணமாய் அவரைப் பின்தொடர்ந்து அப்பாவின் முன் வருகிறான். அப்பாவின் பக்கத்தில் நிற்கும்போது நெஞ்சில் அழுகை துருத்திக்கொண்டு மேலே வருகிறது. 'டாக்டர் என்ன சொன்னார்?' என்று அம்மாவும் சுந்தரமும் பாலச்சந்தரும் கேட்டபோது, ஒண்ணும் இல்லை என்று சொல்லக்கூட மிக மிகச் சிரமப்பட்டான்.

இதற்குள் டாக்டர் சாரதி, அப்பாவுக்கு இன்னொரு இன்ஜெக்சன் போட்டார். அட்டன்டர் ஆக்ஸிஜன் ஸிலிண்டரை வண்டியில் உருட்டிக்கொண்டு வந்தான். அதிலிருந்து ரப்பர் குழாயை அப்பாவின் மூக்கில் நுழைக்கும்போது அப்பா தலையை அங்குமிங்கும் ஆட்டினார். ரப்பர் குழாயைக் கழன்று போகாமல் வைத்துவிட்டு, பிரஷர் பார்த்தார்; நாடி பரிசோதித்தார்; இப்போது அவர் முகத்தில் ஒரு தெளிவு வந்ததுபோல்.

'இப்போது சரியாகிவிட்டது. உங்க முகம் இன்னும் சரியாக வில்லையே' என்று இவனிடம் சொல்லிவிட்டுச் சிரிக்கிறார்.

பிறகு கைக்கடிகாரத்தைப் பார்த்துவிட்டு, பக்கத்தில் நின்ற ஜூனியரிடம் 'மணி இப்போது பத்து. ஒரு மணிக்கு ஒரு தடவை – பதினொரு மணிக்கு, பனிரெண்டுக்கு, ஒரு மணிக்கு இப்படி பி.பி. எடுத்து சார்ட்டில் குறித்துப் போட்டுக் கொண்டிரு...' என்றார்.

'நீங்க எல்லோரும் பக்கத்தில் இருக்க வேண்டியதில்லை. யாராவது ஒருவர் உட்கார்ந்துகொண்டு, மற்றவங்க மாறி மாறித் தூங்குங்கள். பிரஷர் பார்க்க ஞாபகப்படுத்துங்கள். பிறகு ஏதாவது

விசேஷம் இருந்தால் எனக்குத் தெரிவியுங்கள். நான் அடுத்த வார்டின் முனையில் உள்ள அறையில்தான் படுத்திருப்பேன்' என்று கூறிவிட்டு டாக்டர் போனார்.

அம்மாவின் முகத்தைப் பார்க்க இவனால் முடியவில்லை. 'நீ வேண்டுமானால் அப்படி வராந்தா சுவரோரமாய்க் கொஞ்சம் படுத்துக்கோயேன் அம்மா' என்று மட்டும் சொன்னான்.

இவனும் இரண்டு தம்பிமார்களும், ஸ்டூலில் ஒருவன் உட்கார்ந்து அப்பாவைப் பார்த்துக்கொண்டிருக்க, மற்ற இருவரும் வராந்தா சுவர் சாரி தரையில் உட்கார்ந்திருக்க நேரம் நத்தையாய் இழைந்துகொண்டிருந்தது.

யாருக்கும் தூக்கம் வரவில்லை. ஆக்ஸிஜன்மீது இருந்த தண்ணீர் நிறைந்த புட்டியில் குமிழிகள் புதுசு புதுசாய்த் தோன்றி மறைந்துகொண்டிருக்கின்றன. அப்பா சுவாசம் விடும் மெல்லிய ஒலி; லேசாய் வந்துகொண்டிருக்கும் அக்கானி மணம்; வார்டில் விளக்குகள் அணைக்கப்பட்டுவிட்டபோதிலும் வராந்தாவிலும் அங்கங்கேயும் மங்கி எரிந்துகொண்டிருக்கும் விளக்குகள்.

இப்படியே ஸ்டூலில் உட்கார்ந்தவாறு அடைந்துகிடக்கும் அப்பாவின் விழிகளைப் பார்த்துக்கொண்டிருக்கும்போது, இது கொடிய வதைப்புகளுக்கு உள்ளாகிக்கொண்டிருக்கும் ஏதோ ஒரு பயங்கர இடமாய்த் தோற்றம்.

நடுநிசி பனிரெண்டு மணிக்கு ஜூனியர் டாக்டர் வந்து பிரஷர் எடுத்துக் குறித்துவிட்டுச் சென்றார். ஒருமணிக்கு அவரைக் காணவில்லை, டியூட்டி ரூமில் தூங்கிக்கொண்டிருந்த அவரைக் கூட்டிக்கொண்டு வந்தான் பாலச்சந்தர். ரத்த அழுத்தம் பார்த்துவிட்டு, 'இப்போது பரவாயில்லே... இனி அதிகாலையில் எடுத்தால் போதும்...' என்று கூறிவிட்டுக் கொட்டாவி விட்டவாறு அவர் போய்விட்டார்.

நேரம் ஊர்ந்தது.

அப்பா முகத்தையே பார்த்துக்கொண்டிருந்தான் இவன். அப்பா முகத்தைத் திடீரென்று அங்குமிங்கும் திருப்புகிறார். ஒரு பரபரப்பு. இவன் மனம் படக்படக்கென்று அடித்துக்கொள்கிறது. ஆக்ஸிஜன் ஸிலிண்டரின் மீது ஸ்டேண்டிலிருந்த தண்ணீர் நிரம்பிய குப்பியிலிருந்து செல்லும் குழாயில் நீர்க் குமிழிகள்; சில நீர்த்துளிகள் இவன்மீதும் தெறித்தன ... ஓடிச் சென்று நர்ஸைக் கூட்டிக்கொண்டு வந்தான்.

அப்பா விழிகளைத் திறந்து பார்க்கிறார். இரண்டு மூன்று முறை தும்மினார். நர்ஸ், மூக்கில் பொருத்தியிருந்த ரப்பர்

குழாயை அகற்றினாள். அதில் தண்ணீர் வந்துகொண்டிருந்தது. இவனுக்குக் கோபம் கோபமாய் வந்தது.

'இதெல்லாம் என்ன ஸிஸ்டர், அப்பா இப்படி சீரியஸா கிடக்கிறார். இந்த நேரத்தில் இப்படி தண்ணீர் மூக்கினுள் போனால்...'

தூக்கக் கலக்கத்தில் அவள் சொன்னாள், அவள் குரலிலும் எரிச்சல். 'அதற்கு நாங்க என்ன செய்வது? இங்கே உள்ள ஆக்ஸிஜன் ஸிலிண்டர் ஒவ்வொன்றிலும் ஒவ்வொரு குழப்பம். வேறெ இருக்குதான்னு பார்க்கிறேன்...' என்று கூறி விட்டு ஒன்றும் நடக்காததுபோல் அவள் நிதானமாய் நடந்துசென்றாள்.

அப்பா இப்போது பரிதவித்துக்கொண்டிருந்தார். வேறொரு ஆக்ஸிஜன் ஸிலிண்டரைக் கொண்டு வந்து இப்போது அப்பா வின் மூக்கில் பொருத்தினார்கள்; இப்போது அப்பா சற்று அமைதியானார்.

அப்பாவைப் பார்த்தவாறே இவன் உட்கார்ந்திருந்தான். 'டேய், நீ கொஞ்சம் தலை சாயேன். நான் இருக்கிறேன்' என்று அம்மா நிர்ப்பந்தித்தும் மறுத்துவிட்டான்.

மனசு மீண்டும் மீண்டும் டாக்டர் சாரதி தன்னைத் தனியே கூப்பிட்டுச் சொன்ன வார்த்தைகளில் சென்று அப்போது தான் அடைந்த அதிர்ச்சியை நினைத்து நினைத்து மருகிக்கொண் டிருந்தது. இப்படியொரு பேரதிர்ச்சியைத் தன் வாழ்நாளில் தான் இதுவரை அனுபவித்திருப்பதாகத் தெரியவில்லை. ஓ, அந்தக் கணத்தில் தனக்கு எப்படியாகி விட்டது? இப்போது நினைக்கும்போதும் உச்சிமுதல் உள்ளங்கால்வரை வெடவெட வென்று நடுநடுங்கியது. நெஞ்சில் அந்தப் பாறாங் கல் கனக்கிறது.

கடவுள் இப்படியொரு சோதனைக்குத் தன்னை இப்போது ஏன் ஆளாக்கியிருப்பார்? பச்சை மண்ணை மிதித்து மிதித்துப் பக்குவப்படுத்துவதைப் போல் இனி நிகழப்போவதைத் தாங்கும் மனத்திண்மையைத் தன்னில் உண்டு பண்ண இப்படியொரு இடியை வர்ம ஸ்தானம் பார்த்துப் பிரயோகித்திருப்பாரோ?

## 59

இப்படியொரு நீண்ட நிசிப்பொழுதை இன்று வரை, தான் சந்தித்ததே இல்லை. அப்பாவின் ஒவ்வோர் அசைவும் தன் மனசை நடுநடுங்க வைக்கிறது...

பக்கத்தில், தூரத்தில் கேட்கும் நோயாளி களின் முனகல் ஓசை, வேதனை அலறல்கள், குளிர்ந்த காற்றில் கரைந்து நடக்கும் மிருத்யூ எனும் காலதேவன்...

வார்டுக்குள் அணைக்கப்பட்ட விளக்கு களின் அடியில் இருளில் நோயாளிகளின் மீது வந்துவிழும் வராந்தாவில் எரிந்துகொண்டிருக்கும் ஒரு மங்கிய லைட்டின் பலகீன கரங்கள்; மங்கிய... இருண்ட இந்த நிறம் யாருடையது?

இவன் மனம் பயந்து விறைத்துக்கொண் டிருந்தது.

இமைகள் கனத்தன...

இதயம் கனத்தது.

இந்த உடம்பே ஒரு அனாவசிய அசேதனப் பொருளாய்க் கனத்தது.

இந்த உலக வாழ்வே எவ்வளவு கொடூரமானது? மனித பந்தங்களால் விளையும் வேதனைகளைத் தாங்கும் வலிமை இல்லாதவனுக்கு ஏன் இந்த மனித ஜன்மத்தைக் கட்டாயப்படுத்தித் திணிக்க வேண்டும்? இந்த வேதனைகளை ஏன் தந்தாய் என்று சர்வேஸ்வரனைப் பயனின்றி வேண்டத் தெரிகிறதே தவிர, வேதனைகளை ஒரு சவாலாய் ஏற்றுக் கொள்ள முடியவில்லையே! ஏன் இந்த அரற்றல்... அழுகை?

இரவு மெல்ல மெல்ல அகன்று, வைகறைப்பொழுது ஊர்ந்திறங்குவது தெரிகிறது. வெளியே, வார்டுக்குள் அசைவுகள்.

மெல்ல மெல்ல வெல்ட்மெஷின் வெளியே புலர் காலைப் பொழுதின் இளம் நீல வெளிச்சம்.

இதைக் காண மனசுக்குள் சிறிது தெம்பு வருகிறது. ஆனால் அப்பாவின் இந்தக் கிடப்பு…

திடீரென்று அப்பாவிடமிருந்து எழுதிக் காட்டத் தெரியாத ம்ஹூம் என்ற மாதிரி ஒரு அலாதி சத்தம்; இவன் திடுக்கிட்டான். 'நாய் . . . நாய் . . .' என்று பயந்துபோய்ச் சொல்வதுபோல் இவனுக்குக் கேட்கிறது.

இவன் 'அப்பா . . . அப்பா . . .' என்று அழைத்தவாறு அவர் மீது கையை வைத்தான். மனசுக்குள் என்னமோ ஏதோ என்று தெரியாத ஒரு பரபரப்பு.

மெல்ல அவர் விழிகள் திறந்தன…

தலையைத் திருப்பிச் சுற்றுமுற்றும் பார்த்தார், முகத்தில் ஒரு கிலி…

'என்னப்பா ஏதாவது சொப்பனமா?'

அப்பா விழிகளை நன்றாய்த் திறந்து இவனைப் பார்த்தார். ஓரிரு கணங்கள் இழைந்தன; பிறகு அவர் முகத்தில் லேசாய் ஒரு புன்முறுவல்…

'ஆமா, நானும் சரளாவின் மாப்பிள்ளை நடராஜனும் எங்கேயோ போயிட்டு வந்துகிட்டிருக்கிறோம். வழியில் ஒரு நாய் துரத்துகிறது. அதை நடராஜன் பார்க்கவில்லை. நான் சத்தம்போட்டுச் சொல்லியும் அவன் கேட்கவில்லை. அதுதான்…'

இவனும் லேசாய்ச் சிரிப்பதாய்க் காட்டிக்கொண்டபோது மனசில் 'துட்ட நாய் வந்து கவ்வியதே' என்று எங்கோ எப்போதோ கேட்ட பாட்டின் வரிகள்.

'இப்போது வலி எப்படியிருக்குது?'

'பரவாயில்லே… ஆனால் என்னவோ சொல்லத் தெரியாத வெப்பிராளமா இருக்குதுடா…' என்று கூறிவிட்டு அப்படியும் இப்படியுமாய்த் திரும்பித் திரும்பிப் படுக்கத் தொடங்கினார்.

'அப்பா, இப்படி, அப்படியும் இப்படியுமா சும்மா படுக்கையில் புரளக் கூடாது. அசையாமல் படுத்திருங்களேன்.'

'முடியல்லேடா ...' என்று கூறிவிட்டு அப்பா மறுபடியும் புரண்டுகொண்டிருந்தார்.

அம்மா, சுந்தரம், பாலச்சந்திரன், இவன் எல்லோரையும் பார்த்துவிட்டு, 'உம் . . . நேற்றைக்கு ராத்திரி நீங்க யாரும் வீட்டுக்குப் போகல்லையாக்கும் . . . ஹும் . . . இங்கே தரையில் கூட படுக்க வசதி இல்லையே ...' என்றும் அப்பா தங்களுக்காகக் கவலைப்பட்டார்.

அப்பாவிடம் சூவிங்கம்மைக் கொடுத்துச் சற்று நேரம் மெல்லச் சொல்லிப் பல்லைச் சுத்தம்செய்துவிட்டு, அம்மா பாலை ஸ்பூனில் ஊற்றிக் கொடுத்தாள்.

'ஜகதம் . . . நீயும் நேற்றைக்கு ராத்திரி பூரா தூங்கி யிருக்க மாட்டே. வீட்டுக்குப் போயிட்டு வா' என்று அப்பா இதற்கிடையில் அம்மாவிடம் சொன்னார்.

அம்மாவைப் பார்க்கமுடியவில்லை. அப்பாவின் முகத்தில் பரவி நிற்கும் வேதனையும் களைப்பும் எல்லாம் அம்மா முகத்திலும் வந்துவிட்டதைப் போல்.

'அம்மா, நீ வேணுமுன்னால் வீட்டுக்குப் போயிக் குளிச்சு விட்டு, மத்தியானத்துக்குக் கஞ்சியோ ஏதாவது கொண்டு வாயேன். பாலச்சந்தரையும் கூட கூட்டிக்கொண்டு போ. இங்கே நானும் சுந்தரமும் இருக்கிறோமே' என்றான் இவன்.

'நீங்க யாருமே ராத்திரி தூங்கல்லையேடா . . .' என்று அம்மா சொல்லும்போது இடைமறித்து, 'அதெல்லாம் பார்த்தால் முடியுமா – எதற்கும் கீழேபோய் ஆஸ்பத்திரியின் முன்னா லிருக்கும் பப்ளிக் கம்பர்ட் ஸ்டேஷனில் குளிச்சுவிட்டு வந்து விடுகிறேன். தலையெல்லாம் புகையுது, கண் எரியுது' என்று கூறிவிட்டு இவன் கீழே வந்தான்.

சூடாக ஒரு டீ சாப்பிட்டபோது சிறிது தெம்பாக இருந்தது. டிக்கட் எடுத்துக்கொண்டு அந்த கம்பர்ட் ஸ்டேஷனில் புகுந்தான். தலையில் பச்சைத் தண்ணீரை மடமடவென்று ஊற்றிக்கொண்டபோது எவ்வளவோ ஆசுவாசம். குளித்துத் துவட்டிவிட்டு, வேறு மாற்றுஉடை இல்லாததால் உடுத்தி யிருந்தவற்றையே உதறி உடுத்திக்கொண்டு மேலே வந்து அம்மா வையும் பாலச்சந்தரையும் வீட்டுக்கு அனுப்பிவைத்தான்.

'நானும் கீழே போய்க் குளிச்சுவிட்டு வந்துவிடுகிறேன்' என்று கூறிவிட்டு சுந்தரமும் கீழிறங்கிச் சென்றான்.

அப்பா பக்கத்தில் ஸ்டூலில் இவன் உட்கார்ந்தான். அப்பா கட்டிலில் அங்குமிங்கும் புரண்டுகொண்டிருக்கிறார்.

‘அப்பா, ரொட்டி தரட்டுமா?’ என்று கேட்டபோது, ‘இப்போதுதான்டா அம்மா தந்தாள்... இனி இப்போது ஒண்ணும் வேண்டாம்’ என்று கூறிவிட்டார்.

நர்ஸ் வந்து நாடி, டெம்பரேச்சர், பி.பி. எல்லாம் பார்த்து சார்ட்டில் எழுதிவிட்டுச் சென்றாள். வேறொரு சிஸ்டர் வந்து அப்பாவின் கையில் ஒரு இன்ஜெக்சன் கொடுத்துவிட்டுச் சென்றாள்.

ஒரு ஆஸ்பத்திரி சிப்பந்தி வாளித் தண்ணீரும் பிரஷுமாய் வந்து மொஸய்க் தரையைத் துடைத்துக்கொண்டிருந்தான். ஹௌஸ் சர்ஜன்மார்கள், நர்ஸ்கள், மருத்துவ மாணவ மாணவிகள் பரஸ்பரம் கேலி பண்ணிச் சிரித்தவாறு செருப்புகள் சரக்சரக்கென்று சப்திக்க விரைந்து செல்லும் சந்தடி... டாக்டர் ஷெனாய், மெடிக்கல் காலேஜ் பேராசிரியர் ஸாமுவேல் ஜான், இன்னும் பெயர் தெரியாத ஸீனியர் டாக்டர்கள் காரை கேரேஜில் ஒதுக்கிப்போட்டுவிட்டு, அந்தப் பின்பக்க வாசல்வழி வராந்தாவில் நுழைந்து வார்டுக்குள் பிரிந்து சென்றுகொண்டிருக்கிறார்கள்.

அடுத்த பெட் ஸ்கூல்மாஸ்டரின் மைத்துனன் ரவி அப்பா பக்கத்தில் வந்து சற்று நேரம் பார்த்துக்கொண்டு நின்றுவிட்டு, மௌனமாய்த் தன் கையிலிருந்த அன்றைய தினசரியை இவனிடம் நீட்டினான்.

அதைக் கையில் வாங்கினான். அமைதியின்றிக் கலவரப் பட்டுக்கொண்டு புரண்டுகொண்டிருக்கும் அப்பாவைக் கவனித்தவாறு தினசரியின் தலைப்பில் இவன் கண்ணோட்டினான். ஏப்ரல் 21, 1971 புதன் என்ற தேதியைத் தவிர வேறொன்றுமே இவன் மூளைக்குச் சென்று அடையவில்லை. ஏப்ரல் 6 என்று தேதியிட்ட ராமகிருஷ்ணனின் கடிதத்தைப் புனல்புரத்தில் ஏழாம் தேதி வாசித்த கணத்திலிருந்து இந்த ஷணம்வரை தன் மனசில் கொப்புளித்துக்கொண்டிருக்கும் நினைவுச் சுழல்கள்; வேதனை நிகழ்ச்சிச் சுவடுகள்; புதுசாய் ஒரு ஜென்மம் எடுத்துக் கோடி கோடி காலம் வாழ்ந்து நரைத்துவிட்ட களைப்பு...

‘இன்றைக்கு எப்படியிருக்கிறார்?’ என்று கேட்டவாறு டாக்டர் சாரதி வந்தார். கூட ஜூனியர் டாக்டர்கள், நர்ஸ்கள்.

ரத்த அழுத்தம் பார்த்தார்...

நாடி பரிசோதித்தார்...

ஸ்டெதெஸ்கோப்பை அப்பாவின் நெஞ்சில் அழுத்தி அழுத்திச் செவி கூர்ந்தார்.

‘ஓ.கே. நேற்றைக்கு இருந்ததுக்கு இன்னிக்கு எவ்வளவோ தேவலை. லெட் அஸ் கன்டின்யூ தி ஸேம் டிரீட்மென்ட்’ என்று கூறிவிட்டுப் போனார்.

இவர் நேற்று ஒரு நொடிப்பொழுதில் எவ்வளவு பெரிய அதிர்ச்சிக்கு, அனுபவத்திற்கு ஆளாக்கிவிட்டார் என்று டாக்டர் சாரதி போகும் திசையையே பார்த்துக்கொண்டிருந்தான்.

சுந்தரம் குளித்துவிட்டு வந்தான். அவனும் அப்பாவின் பக்கத்தில் உட்கார்ந்துகொண்டான்.

நேற்று ராத்திரி டாக்டர் சாரதி தன்னை மட்டும் கூப்பிட்டுச் சொன்னதை இன்னும் இந்த சுந்தரத்திடம் தான் அறிவிக்கவில்லை. எனவே அப்பாவின் ஒவ்வோர் அசைவும் தன் நெஞ்சில் தீயை வாரியிறைப்பதைப் போல் அவனையும் கஷ்டப்படுத்துகிறதோ என்னமோ தெரியவில்லை.

இருந்தாலும்...

அவன் முகபாவத்திலிருந்து அவனும் சிலதெல்லாம் யூகித்து அறிந்திருக்க வேண்டும் என்றுதான் தெரிகிறது. அவன் தன்னையோ, தான் அவனையோ தேற்றும் நிலைமையில் இல்லை என்றும் புரிகிறது. அவன் முகம் கறுத்து வீங்கிப் போயிருக்கிறது. தூக்கம் இல்லாது விழிகளில் செந்நிறம்.

பாவம் – அம்மாவும் வீட்டிலிருந்து மறுபடியும் திரும்பி யிருப்பாள்.

‘அப்பா... கொஞ்சம் பால் சாப்பிடறேளா –’

‘வேண்டாம்.’

இப்போது சிவகாமி பாட்டியின் இளைய அண்ணாவின் மகன் தாணுபிள்ளை மாமா வருகிறார். இவர் சுசீந்திரம் தேவஸ்தானத்தில் வேலையாய் இருக்கிறார். கல்யாணம் செய்திருப்பது முறைப் பெண்ணை, குருந்தன்கோடு மீனாட்சிப் பாட்டியின் மகன் – குமாரவேலுவின் அக்காள் ராஜேஸ்வரி அத்தையை. அடிக்கடி பொடிபோட்டுக்கொண்டு, மூச்சு விடாமல் மூக்கால் கணகணவென்று நகைச்சுவை ததும்பப் பேசிக்கொண்டிருக்கும் தாணுபிள்ளை மாமா மௌனமாய் அப்பாவை உற்றுப் பார்த்தவாறு உட்கார்ந்து கொண்டிருக்கிறார்.

சிவகாமி பாட்டியின் மூத்த அண்ணாவின் இளைய மகன் ஐயப்ப மாமா சென்ற ஆண்டு டி.பி.யில் இவ்வுலகை விட்டுச் சென்றபின், அப்பாவுக்கு இந்த தாணுபிள்ளை மாமாவிடம்

பெரிய பிரியம். இப்போது அவரை மௌனமாய்ப் பார்த்து விட்டு, அமைதியின்றித் தன் வேதனைகளுடன் புரண்டு கொண்டிருக்கிறார்.

சற்று நேரம் அப்பாவைப் பார்த்துக் கொண்டு உட்கார்ந் திருந்து விட்டு, மெல்ல தாணுபிள்ளை மாமா எழுந்து நகர்ந்தார். சற்று நீங்கிச் சென்றபின், துண்டால் அவர் விழி களைத் துடைத்துக் கொள்வதை இவன் இங்கிருந்தவாறு கவனித்தான்.

'என்னப்பா, அப்பாவுக்கு இப்போ என்ன செய்யுது? ஏன் இப்படிக் கிடக்க முடியாமல் தவிச்சுகிட்டிருக்கீங்க?'

'என்னவோடா . . . ஒரே வெப்பிராளமா இருக்குது . . .' அப்பாவைப் பார்த்தவாறு மோன சமாதியில் ஆழ்ந்திருக்கும் இவன் மனம் எங்கெல்லாமோ கிளர்ந்தெழுந்து செல்ல விம்மி விம்மி, முடியாமல் அவர் காலடியிலேயே அடைக்கலமாகிக் கிடக்கிறது.

# 60

நேற்று இரவைப்போல் மறுபடியும் ஒரு பயங்கர இரவு –

ஆக்ஸிஜன் ஸிலிண்டர் அப்பாவின் பக்கத்திலிருந்து அகற்றப்படவே இல்லை. இரவு இரண்டு மணி இருக்கும். அப்பா எப்படியோ இருந்தார். இவன் ஓடிப்போய் டாக்டர் சர்மாவின் டியூட்டி ரூம் கதவைத் தட்டினான். இவன்கூட அவர் வந்து பார்த்துவிட்டு ஒரு இன்ஜெக்சன் போட்டார்; சற்று நேரம் கழித்துச் சென்றார்.

எப்படியோ இரவு நடந்து முடிந்து காலை புலர்ந்தது. குழித்துறையிலிருந்து இவன் மூன்றாவது தம்பி ஜகதீசன் வந்தான்.

'நீ எப்போடா வந்தே?'

'இப்போதான், அப்பாவுக்கு எப்படியிருக்குது?'

இவன் ஒன்றும் சொல்லவில்லை. புரண்டு கொண்டிருந்த அப்பாவையே பார்த்துக்கொண்டு நின்றான் ஜகதீசன்.

'யாரு ஜெகதீசனா ... எப்போடா வந்தே?'

'இப்போதுதான்; அப்பாவுக்கு எப்படியிருக்குது?'

'எல்லாம் அப்படியேதான்டா இருக்குது' என்று கூறிவிட்டுப் படுத்திருக்க முடியாமல் அவஸ்தைப்பட்டுக்கொண்டிருக்கிறார் அப்பா.

வெளியில் வெயிலின் உஷ்ணம் ஏறிக் கொண்டிருக்கிறது . . . அம்மா விசிறிக்கொண்டிருக்கிறாள்.

'வயிற்றில் என்னவோ செய்யுதுடா ...' என்று வேதனையில் முகம் விளற அப்பா சொன்னார்.

இவன் பெட்பேனை எடுத்துக்கொண்டு வந்து வைத்தான். சக்கரங்கள் போட்ட கர்ட்டனை உருட்டிக்கொண்டு வந்து கட்டிலைச் சுற்றி நிறுத்தி மறைத்தான்.

அப்பா தீவிரமாய் முயற்சித்தார். முகத்தில் ரத்தம் சீறிப் பாய முகம் செம்பருத்திப் பூவாய் மாறுவதைக் காண இவனுக்குப் பயமாய் இருந்தது.

'அப்பா, அதிகமா அலட்டிக்க வேண்டாம்' என்று இவன் சொன்னதை அவர் சட்டை செய்யவில்லை.

சற்றுநேரம் கூட முயற்சித்தும் தோல்விதான்; பெட் பேனை எடுத்து மாற்றினான்.

மீண்டும் இரண்டுமுறை முயற்சித்தார்... தோல்வி. டாக்டர் சாரதி வந்தபோது 'டாக்டர், பேதி போய் மூணு நாலு நாள் ஆயிட்டது. ஒரே வெப்பிராளமா இருக்குது. வயிற்றில் பாரம். வாயு ரொம்ப கஷ்டப்படுத்துது ...' என்றெல்லாம் அப்பா சொன்னார்.

டாக்டர் பரிசோதித்துவிட்டு, 'லிக்விட் பாரபின் கொடுத்துப் பார்த்தேளா?' என்று இவனிடம் கேட்டார்.

'பார்த்தாச்சு ... ஆனா பிரயோசனம் இல்லை. ரொம்ப அவதிப்படுகிறார், டாக்டர்' என்றான் இவன்.

'இதெல்லாம் பாதி மனத்தோற்றம்தான். அதிகமாய் உணவு இல்லாததால், இதனால் ஒன்றும் இல்லை. அதோடு சிலருக்கு இப்படிப் படுத்துக்கிட்டு வெளிக்குப்போக ரொம்ப கஷ்டமாக இருக்கும். இப்போது இந்த நிலைமையில் இனிமா கொடுப்பது சரியில்லே. எதற்கும் அன்னிக்குக் கூட்டிக்கிட்டு வந்த கூட்டுறவு ஆஸ்பத்திரி ஆளை கூட்டிக்கிட்டு வந்து ஈ.ஸி.ஜி எடுத்து எங்கிட்டே கொண்டு வந்து காட்டுங்கோ, அதைப் பார்த்துவிட்டுச் சொல்கிறேன், இனிமா கொடுக்கலாமா வேண்டாமா என்று' என்று சொல்லிவிட்டு டாக்டர் சாரதி போய்விட்டார்.

சுந்தரம் டாக்ஸி எடுத்துக்கொண்டு கூட்டுறவு ஆஸ்பத்திரிக் குச் சென்று, அன்று கூட்டிக்கொண்டு வந்த அந்த இளைஞனைக் கூட்டிக்கொண்டு வந்தான். அவன் கையில் எலக்ட்ரோ கார்டியோகிராப் கருவி இருந்தது.

அப்பாவின் நெஞ்சில், கை கால்களிலெல்லாம் வொயர்களை ஒட்டவைத்துக்கொண்டிருக்கும்போது, வேடிக்கைப் பார்க்க வந்து நின்றவர்களைக் காண இவனுக்கு எரிச்சலாக வந்தது. கர்ட்டனால்

கட்டிலை மறைத்தும், அதன் இடைவழி பார்க்க நிற்பவனைக் காண இவனுக்குக் கோபம் கோபமாய் வந்தது.

சற்று நேரத்தில் பிளக்பின்னை ஸ்விட்ச் போர்டில் சொருகி கனக்சன் கொடுக்க, கார்டியோகிராப் இயங்கத் தொடங்கிவிட்டது. அதன் முள் மேலும் கீழுமாய் அசைந்து, நெடுநீளமான கிராப் பேப்பரில் இதயத்தின் புரியாத இயக்கங்களை – துடிப்புகளை மேலும் கீழுமான கோடுகளாய் வரைந்துகொண்டிருக்கிறது.

எடுத்து முடிந்த பின், அந்தத் தாளை உருவிக் கத்தரித்து அடுக்கி அந்த இளைஞன் ஒரு தடவை பார்வை இட்டான்.

'டாக்ஸி வெளியே கிடக்குது. நான் இவனைக் கொண்டு போய் விட்டுவிட்டு, அப்படியே டாக்டர் சாரதி வீட்டுக்குப் போய் இதைக் காட்டிக் கேட்டுவிட்டு வாறேன்' என்று இவனிடம் சொல்லிவிட்டு சுந்தரம் அந்த இளைஞன் கூட வெளியேறினான்.

அந்த இளைஞன் சுந்தரத்திடம், 'கொஞ்சம் சீரியஸ்தான்...' என்று மெல்ல சொல்வது இவன் காதில் விழுந்தபோது இவனுக்கு பகீரென்றது.

அப்பா பக்கத்தில் உட்கார்ந்துகொண்டான் இவன். அப்பா புரண்டுகொண்டிருக்கிறார்.

வெளியில் வெயில் தீயாய்க் காய்கிறது.

அம்மா கொண்டுவந்த கஞ்சியையும் அப்பா குடிக்கவில்லை. 'பசியில்லை. வயிற்றில் என்னவோ செய்யுது. வேண்டாம்...' என்று மறுத்துவிட்டார்.

என்ன செய்வதென்று தெரியாது மனம் ஆயாசப்பட்டுக் கொண்டே இவன் உட்கார்ந்திருந்தான்.

சற்று நேரத்தில் சுந்தரம் வந்தான்.

'ஈ.ஸி.ஜி நார்மல்தான். இனிமா கொடுக்கலாமென்று டாக்டர் சொன்னார்' என்றான் அவன்.

'அப்பாடா...' என்று பெருமூச்செறிந்தபோது அந்த இளைஞனும் தன் பங்குக்குத் தன்னைப் பயமுறுத்திவிட்டானே என்று இவனுக்கு என்னவோ மாதிரி இருந்தது.

சுந்தரம் ஓடிப்போய் ஆஸ்பத்திரி அட்டன்டர் வாசுவைக் கூட்டிக்கிட்டு வந்தான். இவர்கள் பிடித்துக்கொள்ள வாசு குழாயை உள்ளே செலுத்தினான்.

இவன் பெட்பேனைக் கொண்டுவந்து வைத்தான். அலம்பிச் சுத்தம் செய்துவிட்டு விரிப்பையெல்லாம் நன்றாய் விரித்து அப்பாவைப் படுக்கவைத்தார்கள்.

'ஹூம், சரியா போகல்லே...' என்று அப்பா மறுபடியும் குறைபட்டபோது அம்மா சொன்னாள்: 'போக வயிற்றில் என்ன இருக்குது! சரியா சாப்பிட்டு இன்றைக்கு எத்தனை நாள் ஆயிட்டுது.'

மணி இரண்டு கழிந்துவிட்டிருந்தது. வெயில் இன்னும் இறங்கவில்லை. அப்பா வேண்டாம் வேண்டாம் என்று மறுத்தும் அம்மா நிர்ப்பந்தித்துக் கொஞ்சம் கஞ்சி புகட்டினாள்.

சற்று நேரத்தில் அப்பா மறுபடியும் அமைதியின்றிப் புரளத் தொடங்கினார். வார்டின் டியூட்டி டாக்டரைக் கூட்டிக் கொண்டுவந்து காட்டியபோது, அவர் வந்து கேஸ் ஷீட்டைப் பார்வையிட்டுவிட்டு நர்ஸைக் கூப்பிட்டு ஆக்ஸிஜன் கொடுக்கச் சொன்னார்.

ஆக்ஸிஜன் ஸிலிண்டரைக் கொண்டுவந்து அப்பாவின் மூக்கில் பொருத்தினார்கள்.

அப்பா சற்றுச் சாந்தமானார்.

இவன் அடுத்த வார்டுக்கு விரைந்து சென்று டாக்டர் ஜெயராமனைக் கூட்டிக்கொண்டு வந்தான். அவன் பரிசோதித்துப் பார்த்துவிட்டு, 'சாரதி வந்து பார்க்கல்லையா?' என்று கேட்டான்.

'காலையில் வந்து பார்த்துவிட்டு ஈஸிஜி எடுக்கச் சொன்னார்... கூட்டுறவு ஆஸ்பத்திரியிலிருந்து ஆளைக் கூட்டிக் கொண்டு வந்து எடுத்து அவர்கிட்டே கொண்டுபோய்க் காட்டினோம். அதைப் பார்த்துவிட்டு இனிமா கொடுக்கலா முன்னு சொன்னார். அதன் பிறகு இப்படி ரெஸ்ட்லஸ்ஸாக இருக்கிறார். தம்பியை டாக்டர் சாரதி வீட்டுக்குச் சொல்லி விட்டுக் கூட்டிக்கிட்டு வரச்சொல்லட்டுமா?' என்று கேட்டான்.

ஜெயராமன் ஸ்டெதஸ்கோப்பால் சிறிது நேரம் அப்பா வைப் பரிசோதித்துவிட்டு, 'சரி, சொல்லிவிடேன். கார் கொண்டு போய்க்-கூட்டிக்கிட்டு வரட்டும்' என்றான்.

ஜெகதீசன் வெளியில் விரைந்தான். சற்று நேரத்தில் டாக்ஸி வந்து நின்றது. டாக்டர் சாரதியும் ஜகதீசனும் இறங்கினார்கள்.

'என்ன ஜெயராமா, எப்படியிருக்குது?' என்று கேட்டு விட்டு டாக்டர் சாரதி அப்பாவைப் பரிசோதனை செய்யத் தொடங்கினார்.

‘உம், பல்ஸ் கொஞ்சம் வீக்கா இருக்குது’ என்று கூறி விட்டு நர்ஸிடம், ‘சிஸ்டர், ஆக்ஸிஜன் மாற்ற வேண்டாம். ராத்திரியும் கொடு’ என்று கூறிவிட்டு நகர்ந்தார்.

பக்கத்தில் இவன் சென்றபோது, ‘நாங்கள் என்ன செய்ய! சீரியஸ்தான். எங்களால் முடிஞ்சதையெல்லாம் செய்துகிட்டுத் தான் இருக்கிறோம்...’ என்று கூறிவிட்டு டாக்ஸியில் ஏறினார்.

அவரை வீட்டில் கொண்டுபோய் விட்டுவிட்டு வர ஜகதீசனும் கூட சென்றான்.

டாக்டர் ஜெயராமனும் சாரதி சொன்னதையே திருப்பிச் சொன்னான். முந்தாநாள் இரவிலேயே அடிபட்டுத் தேறி யிருந்த இவன் மனசு இதையெல்லாம் மௌனமாய் வாங்கிக் கொள்கிறது.

சற்று நேரத்தில் டாக்டர் சாரதியை வீட்டில் கொண்டு போய் விட்டுவிட்டு ஜகதீசன் வந்தான். அப்பாவின் அருகில் அவரையே பார்த்துக்கொண்டு அப்படி இருக்கும்போது மனம் வெறிச்சோடிப் போயிருக்கிறது.

அப்பாவைப் பார்க்க கல்யாணி பெரியம்மா, மகாதேவன் பிள்ளை பெரியப்பா, லட்சுமி அக்காள், மதனன், மைத்துனன் அருணாசலம், வேலப்பன் அண்ணாச்சி இப்படி யார் யாரெல்லாமோ உறவினர்கள் வந்து போகிறார்கள். அவர்கள் விசாரிப்புகளுக்குப் பதில் சொல்லக்கூட முடியாத அசக்த நிலைமை.

மெல்ல மெல்ல இரவு தன் கறுத்த கால் சுவடுகளை வைத்து வந்துகொண்டிருக்கிறது. பாலச்சந்தர் சுந்தரத்திடம் மெதுவாய்க் கேட்பது கேட்கிறது: ‘ராமகிருஷ்ணனைக் கூட ஒரு டெலகிராம் கொடுத்து வரவழைப்போமா?’ அவனும் அப்பா பக்கத்தில் இருக்கட்டும்...’

இவன் மனதில் வேதனை விஸ்வரூபமெடுக்கிறது. பதின்மூன்று நாட்களுக்கு முன் அப்பாவிடமும் தன்னிடமும் ராமகிருஷ்ணன் விடைபெற்றுக்கொண்டு செல்லும்போது சரியான வாகன வசதிகூட இல்லாத நிலம்பூர் காட்டுக்கு வேலையில் சேரச் செல்லும் அவன், அடுத்தது அப்பாவை எந்த நிலைமையில் பார்க்கப் போகிறானோ என்று, தான் எண்ணி மறுகிய நினைவு.

இவன் நெஞ்சில் கண்ணீரை சூல் கொண்ட கார் மேகங்கள்.

‘என்னவென்று தந்தி கொடுப்பே?’

'பயப்பட ஒண்ணும் இல்லை... அப்பா உன்னைப் பார்க்க ஆசைப்படுகிறார் – அப்படீன்னு கொடுப்போம்.'

இவன் மனம் அலைமோதியது. இருந்தும், ராமகிருஷ்ணன் மட்டும் எதுக்கு இப்போ விலகியிருக்கணும்? அவனும் அப்பா பக்கத்தில் இருப்பதுதான் நல்லது என்று ஒரு உணர்வு.

அம்மாவின் முகத்தைப் பார்க்கவே தோன்றவில்லை. இவன் சரியென்றான்.

தங்கைகள் வனஜா, சரஸா, லட்சுமி, கீதா, பிரபா எல்லோரும் அப்பாவை வந்து பார்த்தார்கள். அவர்களைப் பார்த்துக் கொண்டிருக்கையில் அப்பாவின் விழிகள் நிறைந்தன. கடைக்குட்டி பிரபாவின் கையைப் பிடித்துக் கொண்டு அப்பா அப்படிக் கிடக்கையில்...

இவனால் அடக்க முடியவில்லை... எழுந்து வராந்தாவின் ஒரு மூலையில் வந்து, கைக்குட்டையால் விழிகளைத் துடைத்தான்.

எல்லோரும் சென்றுவிட்டார்கள். இப்போது அம்மா, சுந்தரம், பாலச்சந்தர், ஜகதீசன் இவர்களுடன் இவனும் அப்பாவின் அருகில் நிற்கிறார்கள்.

அப்பா நல்ல நினைவோடு, கேட்பதற்கெல்லாம் கணீரென்று பதில் சொன்னவாறு, ஆனால் அமைதியின்றிப் புரண்டு கொண்டிருக்கிறார்.

பிரஷர் எடுத்துவிட்டுச் சென்றார்கள்.

பால் சாப்பிட்டார்.

நர்ஸ் வந்து மருந்து கொடுத்துச் சென்றாள்.

இரவு நீண்டுகொண்டே சென்றது. அப்படி அப்பாவைப் பார்த்துக்கொண்டிருக்கையில் இன்றல்லவா தன் முப்பத்தி மூன்றாவது பிறந்த நாள், பூரட்டாதி என்பது இவனுக்குத் திடீரென்று ஞாபகம் வந்தது.

# 61

இன்று கறுத்த பட்சத்து – தேய்பிறையின் திரியதசி! வாழ்க்கையில் இழக்க இனி என்ன இருக்கிறது? எல்லாம் எல்லாம் போய்விட்டது. இனி, தான் எதற்கு இந்த உயிரெனும் அணியைத் தரிக்க வேண்டும்?

ஆம்புலன்ஸ் வீட்டை நோக்கி விரைந்து கொண்டிருக்கிறது. உள்ளே இருந்த இவனால் பார்க்க முடியாத காட்சி; அப்பாவின் பூதஉடல் ஆம்புலன்ஸின் ஓட்டத்தில் அங்குமிங்கும் அசையும் போது நெஞ்சில் உதிரம் கொட்டும் வலி.

இத்தனை நேரம் ஆஸ்பத்திரியில் வைத்துத் தன்னைவிட பெரியவனாய் இயங்கிக்கொண்டிருந்த தன் தம்பி சுந்தரம் – கடவுள்தான் அவனுக்கு அப்போது அப்படியொரு தைரியத்தைக் கொடுத்திருக்க வேண்டும்! இப்போது ஆம்புலன்ஸில் வைத்து எரிமலையாய்க் கொட்டித் தெறித்தான். அடி வயிற்றிலிருந்து அப்பா... அப்பா... ஐயோ... போயிட்டேளா என்ற வார்த்தைகள் பீறிட்டு வர அழுது அரற்றிக்கொண்டிருந்தான்.

இவனாலும் சகிக்க முடியவில்லை. எல்லா அணைகளையும் மீறி அழுகை வெடித்துக் கொண்டு கிளம்புகிறது. ஓ... ஓ என்று அழுது கொண்டிருந்த சுந்தரத்தையும் இவனையும், கூட இருந்த மைத்துனன் ரகு 'என்ன நீங்க ரெண்டு பேரும் இப்படிச் சின்னக் குழந்தைகளைப் போல் தொடங்கியாச்சுன்னா உங்க தம்பி தங்கச்சிமார்களை யார் தேற்றுவாங்க?' என்று அடிக்கடிச் சொல்லிக்கொண்டிருக்கிறான்.

ஆம்புலன்ஸ் விரைந்துகொண்டிருக்கிறது.

எல்லாம் எல்லாம் ஒரு கனவுபோல் எவ்வளவு சீக்கிரம் முடிவடைந்துவிட்டது.

நேற்று இரவு ராமகிருஷ்ணனுக்குத் தந்தி கொடுக்கும் போதும் இப்போது இன்று ராத்திரியில் இப்படியொரு பயங்கரம் நிகழ்ந்துவிடும் என்றும் எண்ணவில்லை. எண்ணவில்லையா, இல்லை எண்ணாமலிருக்கக் கட்டுப்படுத்திக் கொண்டிருந்தோமா?

நேற்றுபோல்தான் இன்று காலையிலும் அப்பா மிகவும் ரெஸ்ட்லஸ்ஸாகக் காணப்பட்டார். ஆனால் நினைவு நன்றாக இருந்தது.

காலையில் டாக்டர் சாரதி வந்து பார்த்துவிட்டுப் போன பிறகு தக்கனூர் தாத்தா, கல்யாணி, பெரியம்மா, சுந்தரராஜ சித்தப்பா எல்லோரும் வந்தார்கள். அம்மா, பெரியம்மாவிடம் 'நேற்றைக்கு ராஜாவின் பிறந்தநாள்... இன்றைக்கு ஏப்ரல் இருபத்தி மூணு வெள்ளிக்கிழமை அல்லவா? இவுங்க பக்க நாள் உத்திரட்டாதி நட்சத்திரம், அடுத்த மாசம் உத்திரட்டாதி அன்னைக்கு இவுங்க பிறந்த நாள்' என்று கவலையுடன் சொல்லிக்கொண்டிருந்தாள்.

'அதுதான் இன்னைக்கு இப்படியிருக்குது... இனி நோய் குறையத் தொடங்கிவிடும்... வருத்தப்படாதே' என்று பெரியம்மா அம்மாவைத் தேற்றுகிறாள்.

அப்பா புரண்டுகொண்டிருந்தார். ஆக்ஸிஜன் குழாய் அகற்றப்படவில்லை. ரத்த அழுத்தம் அடிக்கடி எடுத்துப் பார்த்துக்கொண்டிருந்தார்கள். நர்ஸ் மாத்திரை கொடுத்து விட்டுச் சென்றாள். அப்பா பக்கவாட்டில் கட்டிலில் உட்கார்ந்திருந்த இவன் மடியில் கையைப் போட்டார். இவன் அப்பாவின் கையை விழிகள் பனிக்க வருடிக்கொண்டிருந்தான். அப்பா அடிக்கடி ஸ்வப்பா... கடவுளே... முருகா... என்றெல்லாம் கூறிப் பெருமூச்செறிந்து விட்டு, திரும்பித் திரும்பிப் படுத்துக்கொண்டிருந்தார். அப்பாவை அப்படியே பார்த்துக்கொண்டிருக்கையில், தனக்குப் பசி தெரியவில்லை; தாகம் தெரியவில்லை; யார் யாரெல்லாமோ வந்து அப்பா வைப் பார்த்துவிட்டுச் செல்கின்றார்கள். பக்கத்தில் அம்மா, தம்பிமார்கள் சுந்தரம், பாலச்சந்தர், ஜகதீசன் எல்லோரும் நிற்கிறார்கள். நேரம் எவ்வளவு ஆனதோ தெரியவில்லை. திடீரென்று அப்பா கண் விழித்தார். இவனையே உற்றுப் பார்க்கிறார்... இவன் விழிகள் நிறைகின்றன. அப்பா சுற்று முற்றும் பார்க்கிறார்... அம்மா, தம்பிமார்கள்...

'நீங்க யாரும் அழவேண்டாம்... எனக்கு ஆயுசிருந்தால் கிடப்பேன்...' அப்பா ஸ்புடமாகப் பேசுகிறார்.

இவனுக்கு நெஞ்சுக்குள்ளிருந்து அழுகை துருத்திக் கொண்டு வருகிறது. இவ்வளவு தூரம் நினைவும் தெளிவும் இருக்கும்போது அப்படி அசம்பாவிதமாய் ஏதாவது நடந்து விடுமா என்று தன்னைத்தானே தேற்றிக்கொள்கிறான்.

வெயிலின் உஷ்ணம் ஏறிக்கொண்டிருந்தது. அப்பா கஞ்சி வேண்டாம் என்று கூறிவிட்டார்.

'கொஞ்சம் பாலாவது குடியுங்கோ அப்பா...' என்றான் இவன்.

'மணி இப்போ என்னாச்சு?" அப்பா கேட்டார்.

இவன் கைக்கடிகாரத்தைப் பார்த்துவிட்டு 'ஒண்ணு' என்றான்.

'மணி. ஒண்ணாயிட்டுதா ... நீங்க யாருமே சாப்பிட வில்லையே... போங்க; போய்ச் சாப்பிடுங்கோ' என்றார் அப்பா.

வேதனையின் ரோதனையில் பிராணாவஸ்தைப்பட்டுக் கொண்டிருக்கும் இந்தத் தருணத்திலும் அப்பாவுக்கு எங்கள் பசியைப் பற்றிதான் கவலை; இப்படி நினைக்கையில் இவனால் தாங்க முடியவில்லை. இத்தகைய அன்பின் அடிப்படை எது? இந்த உறவின் உன்னத இயக்கப் பொறி யாது?

இவனால் சிந்திக்க முடியவில்லை; மனம் மட்டும் ஆர்ப்பரிக்கிறது.

மணி மூன்றாகியது. அப்பாவின் நிலைமை இன்னும் மோசமானது. ஜகதீசனிடம் 'நேற்றுபோல் ஒரு டாக்ஸி வைத்துக்கொண்டு டாக்டர் சாரதியைக் கூட்டிகிட்டு வா...' என்று சொல்லி அனுப்பினான். அம்மாவிடமும் மற்ற தம்பிமார்களிடமும் அப்பாவைப் பார்த்துக்கொள்ளச் சொல்லிவிட்டு இவன் பைத்தியக்காரனைப் போல் என்னவோ நினைத்துக் கொண்டு வெளியில் இறங்கி ஓடினான். மெடிக்கல் காலேஜின் பின்பக்கம் ஜெயராமனின் க்வார்ட்டேர்ஸுக்குத் தலை தெறிக்க ஓடிவந்தான். கதவு அடைத்துக்கிடந்தது. அழைப்பு மணி ஸ்விட்சை அழுத்தினான். ஒரு பெண் வந்து கதவைத் திறந்தபோது மனம் திக்திக்கென்று அடித்துக் கொள்ள 'டாக்டர் இல்லையா?' என்று கேட்டான்.

'இருக்கார்...'

அவள் உள்ளே சென்றாள். இவனால் அங்கே நிற்க முடியாமல் உள்ளே சென்றான்.

'யாரு ராஜாவா?' ஜெயராமன் ஷேவ் செய்து கொண் டிருந்தான்.

‘அப்பா எப்படியோ வாறார்... உடனே வரணும்...’

‘அப்படியா... வாறேன்... நீ முன்னால் போ...’

‘டாக்ஸி?’

‘வேண்டாம்... என் காரிலேயே வாறேன்.’

இவன் மீண்டும் ஓடினான். வழியில் சிலர் இவனை விழித்துப் பார்க்கிறார்கள்.

ஆஸ்பத்திரிக்கு வந்தபோது அப்பாவின் நிலைமையில் மாற்றம் எதுவும் இல்லை. மனசில் தாங்க முடியாத பாரம். ஓடியதில் மேல்மூச்சு கீழ்மூச்சு வாங்கியது.

உடம்பின் உறுப்புகள் ஒவ்வொன்றும் பிட்டு விழுந்து விடுவதுபோல் துவண்டுகொண்டிருந்தது.

சற்று நேரத்தில் ஜெயராமன் வருகிறான். டாக்டர் சாரதியும் வருகிறார்; சிறிது நேரம் பரிசோதனை.

‘நாங்க என்ன செய்வோம்? நிலைமை மோசம்தான்... எல்லா மருந்தும் கொடுத்துப் பார்த்துவிட்டோம். லங்க்ஸிலும் குழப்பம். இதயத்தில் ரத்த ஓட்டம் சரியாக நடக்க மாட்டேங்குது. அதற்கு இனி ஒரே ஒரு வழிதான் உண்டு.’

ஸிஸ்டரிடம் சொல்லிக் கொஞ்சம் சின்ன ரப்பர் டியூப்கள் கொண்டுவரச் சொன்னார்.

‘நீங்க மூணு நாலு பேர் இருக்கிறீங்க இல்லையா... இன்னிக்கு இப்போதிருந்து தொடங்கி விடிய விடிய இப்போது நான் சொல்வதுபோல் நிறுத்தாமல் செய்துகொண்டிருக்க வேண்டும்’ என்று கூறிவிட்டு அவர் அப்பாவின் இரண்டு புஜங்களிலும் இரண்டு கால்களிலும் நாலு ரப்பர் குழாய்த் துண்டுகளைச் சுற்றிக் கட்டுவதும், நாடி பிடித்துப் பார்த்து விட்டு மாறிமாறி அவிழ்ப்பதும், மீண்டும் கட்டுவதுமாய்ச் செய்து காட்டினார்.

‘இப்படி விடாமல் செய்துகொண்டிருந்தால் ஹார்ட்டில் ரத்த ஓட்டம் வர வழியிருக்குது. நிறுத்தக் கூடாது. ரெண்டு ரெண்டுபேராய் மாறி மாறிச் செய்துகொண்டிருக்க வேண்டும். ஒரேயடியாய் எல்லோரும் நின்னால் களைச்சுப் போவீங்க... ரெண்டு மூணுபேர் நின்னு செய்துகிட்டிருக்கும்போது மற்றவங்க ஓய்வு எடுக்கணும். விடிய விடிய செய்ய வேண்டாமா? ஆஸ்பத்திரி சிப்பந்திகளிடம் இதைச் சொன்னால் சரியா செய்ய

மாட்டாங்க. அதுதான் உங்ககிட்டெ சொல்றேன் ...' என்று கூறிவிட்டுப் போய்விட்டார்.

அவர் சொன்னவாறு செயல்புரியத் தொடங்கினார்கள்.

நேரம் இருண்டது. வார்டில் விளக்குகள் எரியத் தொடங்கி விட்டன. தங்கைகள் வனஜா, சரஸா, லட்சுமி, கீதா, பிரபா, இவன் மனைவி சரளா, தம்பிமார்களின் மனைவிமார்கள் எல்லோரும் வந்து அப்பாவைப் பார்த்துவிட்டு, கண் கலங்கிச் செல்கிறார்கள்.

'இதென்ன புதிய சிகிச்சை ...' என்று பக்கத்தில் நிற்கும் வனஜாவின் மாப்பிள்ளை ரகுவிடம் சொல்லிவிட்டு அப்பா புன்முறுவல் பூக்கிறார். அவர் முகத்தில் வேதனை; அமைதி யற்றுத்தான் இருந்தார்.

இவன் மாமனார் விக்கினேஸ்வரன் பிள்ளை, மருதநாயகம் சித்தப்பா, பாலச்சந்தரின் மாமனார் இவர்கள் வருகிறார்கள்... அவர்களிடம் இவன் கேட்டான்: 'டாக்டர் ஷெனாயை இப்போ கன்சல்ட் செய்ய ஏதாவது வழியுண்டா?'

'அவர் இந்த வார்டில் வந்து பார்க்க மாட்டார். வேண்டுமானால் அவரிடம் போய் இந்த மருந்துகளின் பெயரைக் கூறி ஆலோசனை கேட்கலாம்.'

இவன் 'சரி' என்றான்.

அவர்கள் மூவரும் சென்றுவிட்டுத் திரும்பிவந்து 'அவரும் இதே சிகிச்சையையே தொடரத்தான் சொல்கிறார்' என்று கூறிவிட்டுப் போய்விட்டார்கள்.

இரவு மணி ஒன்பதே முக்கால்.

திடீரென்று அப்பா மறுபடியும் உருண்டு புரளத் தொடங்கினார். இவன் டாக்டர் சாரதியைத் தேடி டியூட்டி ரூமுக்கு ஓடினான். அவரிடம் சொல்லிவிட்டு வரும்போது, ரகு ஓடிவருவது தெரிகிறது. அவன் முகத்தில் கலவரம். 'மாமா எப்படியோ வாறார் ...'

இவனும் ஓடி வந்தான்.

அப்பாவிடமிருந்து தீர்க்கமான ஒரு சுவாசம் ...

அப்பா!

அப்பா!

இவன் கத்தினான்...

பாலச்சந்தர் சொல்கிறான்: 'அப்பா தண்ணீர் கேட்டார்; பால் தரட்டுமான்னு கேட்டேன். ஏதாவது தா என்றார். பாலை வாயில் விடும்போது... இப்படி...'

இதற்குள் ஜெயராமன் ஓடிவருகிறான்.

'ரப்பர் கட்டுகளையெல்லாம் அவிழ்த்து விடுங்கள்' என்று கட்டுகளையெல்லாம் அவிழ்த்து மாற்றிவிட்டு, அப்பா வின் நெஞ்சில் பலமாய் அழுத்தி அழுத்திச் செயற்கை யாய்ச் சுவாசம் உண்டுபண்ண முயற்சித்தான்.

ஆனால்,

ஓரிரு நொடியில்...

அப்பாவின் இயக்கங்கள் ஸ்தம்பித்துவிட்டன.

திறந்திருந்த விழிகள் அப்படியே திறந்திருக்கின்றன.

**அப்பா...**

**அப்பா...**

வார்டின், வராந்தாவின் தரையில் இவன் கதறியழுதபடி உருண்டான்.

'என்னை விட்டுப் போயிட்டேளா...' என்று அம்மா கீழே விழுந்து அலறுவது கேட்டது...

அந்த ஆஸ்பத்திரிக் கட்டடமே கிறுகிறுவென்று கிறங்குவது போல்...

தனக்கு முற்றிலும் சம்பந்தமில்லாத ஒரு அந்நியச் சூழலில் தான் அடிபட்டுப் போய்க்கொண்டிருப்பதுபோல்...

ஒன்றுமே தெரியவில்லை...

ஆனால் சுந்தரம், அவனுக்கு அந்நேரம் கடவுளே கொடுத்த ஒரு தைரியத்தில் ஜெயராமன் கூடச் சென்று மரண ஸர்ட்டிபிக்கட் வாங்குவது, ஆம்புலன்ஸ் ஏற்படுத்துவது முதலிய ஆகவேண்டிய காரியங்களில் ஈடுபடுகிறான். அம்மாவை யும் பாலச்சந்தரையும் ஜகதீசனையும் எல்லாம் டாக்ஸியில் ஏற்றி விட்டுவிட்டு வருகிறான்.

கிரிச்...

கிரிச்... கிரிச்... கிரிச்...

சக்கரங்கள் சிமெண்ட் தரையில் உராய இதோ...

இத்தனை நாள் பெய்யப் போவதாய்த் தலைக்குமேல் முழங்கிப் பயமுறுத்திக் கொண்டிருந்தது இதோ தன் மீது கொட்டு கொட்டென்று கொட்டித் தீர்க்கிறது.

மூன்று நான்கு பேர் ஸ்ட்ரெச்சர் வண்டியிலிருந்து அப்பாவை எடுத்து ஆம்புலன்ஸில் கிடத்துகிறார்கள்.

ஆம்புலன்ஸில் சுந்தரம், ரகு, தான் இத்தனை பேரும் ஏறுகிறோம்...

ஆம்புலன்ஸ் விரைவாய் வீட்டை நெருங்கிக்கொண் டிருக்கிறது...

●